AF715220

ഫാസിസത്തിന്റെ രാഷ്ട്രീയ മനഃശാസ്ത്രം

fasicathinte rastreeya manasasthram

•

p p sathyan

•

first edition
march 2017

•

typesetting & published
chintha publishers, thiruvananthapuram

•

•

cover
midas

•

cover painting
'birth of fasicm'

•

painted by
david alfaro sizueiros

•

വിതരണം

ദേശാഭിമാനി ബുക്ക് ഹൗസ്
H O തിരുവനന്തപുരം-695 035
Ph: 0471-2303026, 6063020
www.chinthapublishers.com
chinthapublishers@gmail.com

ബ്രാഞ്ചുകൾ

ഹെഡ്ഡാഫീസ് ബ്രാഞ്ച് കുന്നുകുഴി • സ്റ്റാച്യു തിരുവനന്തപുരം • കെ എസ് ആർ ടി സി ബസ് സ്റ്റേഷൻ ആലപ്പുഴ • കെ എസ് ആർ ടി സി ബസ് സ്റ്റേഷൻ എറണാകുളം • മച്ചിങ്ങൽ ലെയ്ൻ തൃശൂർ • ഐ ജി റോഡ് കോഴിക്കോട് • മാവൂർ റോഡ് കോഴിക്കോട് • എൻ ജി ഒ യൂണിയൻ ബിൽഡിങ് കണ്ണൂർ • സെൻട്രൽ ബസ് ടെർമിനൽ കോംപ്ലക്സ് താവക്കര കണ്ണൂർ

CO - 2496 / 4327
ISBN - 978-93-86364-63-0

ഫാസിസത്തിന്റെ
രാഷ്ട്രീയ മനഃശാസ്ത്രം

പി പി സത്യൻ

ചിന്ത പബ്ലിഷേഴ്സ്
തിരുവനന്തപുരം-695 035
വില: ₹ 160

പി പി സത്യൻ

നിരൂപകനും സാംസ്കാരിക പ്രവർത്തകനും. ചിന്ത പബ്ലിഷേഴ്സിൽ സീനിയർ സബ് എഡിറ്ററായിരുന്നു. ഇപ്പോൾ കേരള ഭാഷാ ഇൻസ്റ്റിറ്റ്യൂട്ട് ഭരണസമിതി അംഗം.

പ്രധാനകൃതികൾ: *അൽത്തൂസറും മാർക്സിസത്തിന്റെ ഭാവിയും, പ്രകൃതിയെ സ്നേഹിച്ച മഹാരഥന്മാർ, ശ്രീനാരായണ ഗുരു: ആധുനിക കേരളത്തിന്റെ ശില്പി, ലോക ഇതിഹാസങ്ങൾ, പ്രഭാഷണകല, ലോകനാടക ക്ലാസിക്കുകൾ, ലോകത്തിലെ പ്രധാനപ്പെട്ട വിപ്ലവങ്ങൾ, മഹാകവി രവീന്ദ്രനാഥ ടാഗോർ, എന്താണ് ജനാധിപത്യം ഭാഗം ഒന്ന്, എന്താണ് ജനാധിപത്യം ഭാഗം രണ്ട്, ലില്ലിപ്പുട്ടിലെ അത്ഭുത മനുഷ്യൻ, സ്വാമിവിവേകാനന്ദൻ, വിശ്വസാഹിത്യത്തെ സ്വാധീനിച്ച മഹാപ്രതിഭകൾ, ലൈംഗികതയുടെ ചരിത്രം, ആധാർ: അമേരിക്കൻ ചാരപദ്ധതിയും കോർപ്പറേറ്റ് അഴിമതിയും, ചേരികളും ചുവന്ന തെരുവുകളും, അലർച്ചയുടെ സംഗീതം.*

പതിനഞ്ചിലധികം കൃതികൾ പരിഭാഷ നിർവ്വഹിച്ചു. നിരവധി കൃതികൾ എഡിറ്റുചെയ്തു.

'ഇസ്ലാം എന്റെ വീക്ഷണത്തിൽ' എന്ന പഠനത്തിന് 2001 ലെ ഇസ്ലാം സ്റ്റഡിസെന്ററിന്റെ സംസ്ഥാന അവാർഡും Islam as I Know എന്ന ഇംഗ്ലീഷ് പ്രബന്ധത്തിന് ദേശീയ പുരസ്കാരവും ലഭിച്ചു.

ഭാര്യ : ഷീബ

മക്കൾ : പ്രൊമിത്യ, അർജ്ജുൻ

വിലാസം : TC 26/1314

പഴവിള ജങ്ഷൻ, തൈക്കാട് (പി ഒ)

തിരുവനന്തപുരം-001

ഫോൺ : 9846488631

Email : ppsathyartha@gmail.com

ഉള്ളടക്കം

"It is the slave who seeks to persuade us
to have a good opinion of him"

Nietzsche

പ്രസാധകക്കുറിപ്പ്

മാറുന്ന കാലത്തിനനുസരിച്ച് ഫാസിസ്റ്റ് തന്ത്രങ്ങളും മാറും. ഫാസിസത്തിന്റെ മാറുന്ന മുഖം മനസ്സിലാക്കണമെങ്കിൽ ക്ലാസിക്കൽ ഫാസിസത്തെക്കുറിച്ചുള്ള ധാരണ മാത്രം പോര. ഫാസിസത്തെക്കുറിച്ചുള്ള നമ്മുടെ വ്യവഹാരങ്ങളിലേക്കു കടന്നുവരുന്ന പുതിയ സംജ്ഞകൾക്കു മുമ്പിൽ സാധാരണ വായനക്കാർ പകച്ചു പോകാറുണ്ട്. നിരന്തരം മാറിക്കൊണ്ടിരിക്കുന്ന ആഗോളസാഹചര്യത്തിൽ ഫാസിസത്തിന്റെ വിവിധ രൂപങ്ങളെയും പ്രവർത്തനരീതികളെയും മനസ്സിലാക്കാൻ ഉതകുന്നതാണ് ഈ കൃതി.

ചിന്ത പബ്ലിഷേഴ്സ്

അവതാരിക

കനത്ത സംഭാവന

ഡോ. കെ എൻ പണിക്കർ

ഇന്ത്യൻ സമൂഹം സാമൂഹികവും സാമ്പത്തികവും ധൈഷണിക വുമായ പല മാറ്റങ്ങൾക്കും വിധേയമായിട്ടുണ്ട്. ഈ മാറ്റങ്ങൾ പുതിയ വർഗ്ഗങ്ങളെയും പുതിയ താല്പര്യങ്ങളെയും പുതിയ സംഘട്ടലബ്ധി ക്കുശേഷം ഈ പ്രവണതകൾ ശക്തിയാർജ്ജിച്ചതിൽ അത്ഭുതപ്പെടാ നില്ല. ഇതിൽ കാണാൻ കഴിയുന്ന രണ്ട് പ്രധാനപ്പെട്ട വശങ്ങൾ മദ്ധ്യ വർഗ്ഗത്തിന്റെ സാമ്പത്തിക വളർച്ചയും പാർശ്വവല്ക്കരിക്കപ്പെട്ടവരുടെ പരാധീനതകളുമാണ്. സമ്പന്നവർഗ്ഗം രാഷ്ട്രത്തെ തങ്ങളുടെ വരുതിയി ലാക്കിയപ്പോൾ ഭരണകൂടത്തിന്റെ നയവും പരിപാടികളും മുതലാളിത്ത വളർച്ചയ്ക്ക് വഴിതെളിയിച്ചു. അംബേദ്കറുടെ നേതൃത്വത്തിൽ തയ്യാറാ ക്കപ്പെട്ട ഭരണഘടന സമത്വത്തെയും മതേതരത്വത്തെയും സമുദായ സത്ഭാവനയെയും ആഘോഷമാക്കിയെങ്കിൽകൂടി.

ഭരണഘടനയിൽ വിശേഷിപ്പിക്കുന്ന മൂല്യങ്ങൾക്ക് ആദ്യകാലം മുതൽ തന്നെ വിള്ളലുകൾ വീഴാൻ തുടങ്ങിയിരുന്നു. വികസനപദ്ധതി യിൽ വരേണ്യവർഗ്ഗപക്ഷപാതം വ്യക്തമാണ്. മുതലാളിത്ത മൂല്യങ്ങളിൽ അധിഷ്ഠിതമായ വികസനമാണല്ലോ നാം വിഭാവനം ചെയ്തത്. ഈ ജനാധിപത്യവിരുദ്ധമായ പരിത:സ്ഥിതിയെയാണ് ഫാസിസ്റ്റ് ആശയ ങ്ങളും ശക്തികളും സമൂഹത്തെ കീഴടക്കാൻ വേണ്ടി ഉപയോഗിക്കുന്ന ത്. അതായത് ഫാസിസത്തിന്റെ ഉറവിടം വെറും ആശയപരമായ സ്വാധീ നത്തിൽ അടങ്ങിനില്ക്കുന്നതല്ല. സാമൂഹികവും സാമ്പത്തികവുമായ പ്രതിസന്ധികളും സ്വാധീനം ചെലുത്തിയിട്ടുണ്ട്. സാംസ്കാരികമായി അസംതൃപ്തരായ ഒരു മദ്ധ്യവർഗ്ഗവും മഹത്വകാംക്ഷ താലോലിച്ച മുത ലാളിമാരും നിസ്സഹായരായ സാധാരണ ജനങ്ങളും അസംതൃപ്തരായി. ഈ ദൗർബല്യത്തെ ചൂഷണം ചെയ്തുകൊണ്ടാണ് ഹിന്ദുവർഗ്ഗീയത വളർന്ന് പന്തലിച്ചുവന്നത്.

ഫാസിസത്തിന്റെ രാഷ്ട്രീയ മനഃശാസ്ത്രം 9

പി പി സത്യൻ

കഴിഞ്ഞ കുറെ വർഷങ്ങളിലെ സംഭവവികാസങ്ങൾ ജനാധിപത്യ വാദികളായ ഇന്ത്യൻ പൗരന്മാരുടെയും ബുദ്ധിജീവികളുടെയുമിടയിൽ വലിയ ചർച്ചയ്ക്ക് കാരണമായിട്ടുണ്ട്. ഈ സംഭവവികാസങ്ങളുടെ വെളിച്ചത്തിൽ ഫാസിസ്റ്റ് അനുഭവത്തെക്കുറിച്ചും ഇന്ത്യയിൽ അതിന്റെ സാദ്ധ്യതകളെക്കുറിച്ചും പി പി സത്യൻ എഴുതിയ ഗ്രന്ഥമാണ് *ഫാസിസത്തിന്റെ രാഷ്ട്രീയ മന:ശാസ്ത്രം* ഫാഷിസം എന്ന പദം പലപ്പോഴും വളരെ ലാഘവത്തോടെയാണ് ഉപയോഗിച്ചുകാണാറുള്ളത്. സ്വേച്ഛാധിപത്യ പ്രവണതകളുള്ള എല്ലാ പ്രസ്ഥാനങ്ങളെയും ഫാസിസ്റ്റ് എന്നു വിശേഷിപ്പിക്കുക സാധാരണമാണ്. അവയിൽ പലതിനും ഫാസിസ്റ്റ് രീതികൾ ഉള്ളവയാണെങ്കിലും അവയ്ക്ക് പൂർണ്ണമായ ഫാസിസ്റ്റ് സ്വഭാവം ഉണ്ടായിക്കൊള്ളണമെന്നില്ല. ഉദാഹരണത്തിന് അടിയന്തരാവസ്ഥയെ പലരും ഫാഷിസമായി വിലയിരുത്താറുണ്ട്. പക്ഷേ, സ്വേച്ഛാധിപത്യ ഭരണമായിരുന്നെങ്കിൽക്കൂടി അത് ഫാസിസ്റ്റ് ഭരണമായിരുന്നില്ല. കാരണം, ഇന്ദിരാഗാന്ധിക്ക് ഒരു വംശീയ-വർഗ്ഗീയ വിദ്വേഷത്തിൽ ഊന്നുന്ന പ്രത്യയശാസ്ത്രം ഉണ്ടായിരുന്നില്ല. അത് ജനാധിപത്യത്തിൽ വ്യക്ത്യാധിഷ്ഠിതമായ ഒരു വഴിമാറ്റമായിരുന്നു. അതുകൊണ്ടുതന്നെ ജനസമൂഹത്തെയും ഭരണകൂടസ്ഥാപനങ്ങളെയും കപടദേശസ്നേഹത്തിന്റെ മായികവലയത്തിലേക്ക് ഫലത്തിൽ അടക്കിനിർത്താൻ ഇന്ദിരാഗാന്ധിക്ക് കഴിഞ്ഞില്ല.

ഫാസിസത്തിൽ രണ്ട് വഴികൾ നിലനില്ക്കുന്നു. ഒന്നാമതായി പൗരസമൂഹത്തിൽ ആശയപരമായി ഇടപെടുക. രണ്ട്, ഭരണകൂട സ്ഥാപനങ്ങളെ ഫാസിസ്റ്റ് സ്വാധീനത്തിന് അടിമപ്പെടുത്തുക. ജർമ്മനിയിലും ഇറ്റലിയിലും വംശീയതയെയും മതവിദ്വേഷത്തെയും ഉപയോഗിച്ച് ഫാസിസ്റ്റ് ഭരണകൂടത്തിന്റെ ആധിപത്യം ഉറപ്പിക്കുകയാണുണ്ടായത്. ഇന്ത്യയിൽ ഹിന്ദുവർഗ്ഗീയ വാദികൾ ഭാരതീയ സംസ്കാരത്തിന്റെ മഹത്വത്തെയും മുസ്ലീം വിരോധത്തെയും രാഷ്ട്രീയ നേട്ടങ്ങൾക്കുവേണ്ടി ഉപയോഗിച്ചു പോരുന്നു. രാഷ്ട്രീയ സ്വയം സേവക്സംഘത്തിന്റെ നയങ്ങളിലും പരിപാടികളിലും ഇത് വ്യക്തമാണ്.

ഭാരതീയജനതാപാർട്ടി ഫാസിസ്റ്റാണോ എന്ന ചോദ്യം ഈയിടെ ചർച്ചയ്ക്ക് വിധേയമായിട്ടുണ്ട്. വാജ്പേയിയുടെ ഭരണകാലത്തും ഈ ചോദ്യം ഉയർന്നുവരികയുണ്ടായി. ഇന്നത്തെ ബി ജെ പി ഭരണം വാജ്പേയി ഭരണവുമായി താരതമ്യം ചെയ്തുകൂട. വാജ്പേയ് ഭരണം ഉദാരസ്വഭാവമുള്ള രാഷ്ട്രീയകക്ഷികളുടെ സഹായത്താലാണ് നിലനിന്നത്. ഇന്ന് നരേന്ദ്രമോദി ഭരിക്കുന്നത് ബഹുഭൂരിപക്ഷത്തോടെയാണ്. രണ്ടാമതായി ഇന്ന് ഹിന്ദുവർഗ്ഗീയ-ഫാസിസ്റ്റ് സംഘടനയായ ആർ എസ് എസിന്റെ പൂർണ്ണമായ സ്വാധീനത്തിലാണ് ഭരണകൂടം. ബഹുഭൂരിപക്ഷം നിയമസഭാ അംഗങ്ങളും ആർ എസ് എസുകാരോ ആർ എസ് എസ് ആശയങ്ങൾ സ്വാംശീകരിച്ചവരോ ആണ്. അതുകൊണ്ട് ബി ജെ പി യുടെ സ്വഭാവത്തെക്കുറിച്ച് സംശയിക്കേണ്ടതില്ല. ഇന്ത്യയിൽ ഫാസിസ്റ്റ് ആശയങ്ങൾ നടപ്പിലാക്കാൻ ആർ എസ് എസിന്റെ മുഖംമൂടിയായി

പ്രവർത്തിക്കുന്ന ഭരണസംവിധാനമാണ് ഇന്നത്തെ ബി ജെ പി ഭരണം. ഈ പരിതഃസ്ഥിതിയിലാണ് ഇന്ന് നിലനില്ക്കുന്ന രാഷ്ട്രീയ സ്വഭാവത്തെ വിലയിരുത്തേണ്ടത്. സ്വഭാവനിർണ്ണയം പ്രതിപ്രവർത്തനത്തിന് അനിവാര്യവുമാണ്. ഒരു സാമൂഹിക-രാഷ്ട്രീയ വ്യവസ്ഥയുടെയും സ്വഭാവ നിർണ്ണയം അക്കാദമിക് പ്രശ്നം മാത്രമല്ല, രാഷ്ട്രീയ-സാമൂഹിക പ്രക്ഷോഭങ്ങളുടെ സ്വഭാവം എന്തായിരിക്കണം എന്നതും അവയെ എങ്ങനെ സംഘടിപ്പിക്കാം എന്നതും പ്രശ്നവല്ക്കരിക്കുന്നതിൽ സ്വാധീനം ചെലുത്തുന്ന ഒന്നുമാണ്. ഫ്യൂഡൽ വ്യവസ്ഥയിൽ സാദ്ധ്യമാവുന്ന ചെറുത്തുനില്പല്ല മുതലാളിത്ത വ്യവസ്ഥയിൽ സാദ്ധ്യമാവുന്നത്. അതേപോലെതന്നെ സ്വതന്ത്ര ഇന്ത്യയിലെ പ്രവർത്തനങ്ങൾ കൊളോണിയൽ കാലഘട്ടത്തിലെ പ്രക്ഷോഭങ്ങളിൽനിന്നും വ്യത്യസ്തമായേ തീരൂ. സ്വാതന്ത്ര്യസമരകാലത്ത് ഇന്ത്യൻ ജനത കൈവരിച്ച പ്രതിരോധ പ്രവർത്തനങ്ങൾക്ക് ഒരുപക്ഷേ, പ്രസക്തിയില്ലാതായിട്ടുണ്ടോ എന്ന് സംശയിക്കേണ്ടിയിരിക്കുന്നു. ഇന്നാണ് ഗാന്ധിജി ജീവിച്ചിരുന്നതെങ്കിൽ ഏത് രീതികളാണ് അദ്ദേഹം സ്വീകരിക്കുമായിരുന്നത് എന്ന് ആലോചിക്കുന്നത് കൗതുകകരമായിരിക്കും.

ഇന്ന് സമൂഹം സങ്കീർണ്ണമായിരിക്കുന്നു. ദൃശ്യഗോചരമായിരിക്കുന്നത് മാത്രമല്ല യാഥാർത്ഥ്യം എന്ന് തിരിച്ചറിയപ്പെട്ടിരിക്കുന്നു. ഉത്തരാധുനിക ചിന്തകളും അപനിർമ്മാണ രീതികളും മറ്റ് പല സൈദ്ധാന്തിക രീതികളും യാഥാർത്ഥ്യത്തിന്റെ യാഥാർത്ഥ്യം എന്താണ് എന്ന ചോദ്യം ഉന്നയിക്കുന്നു. മാർക്സിന് ശേഷമുള്ള ചിന്താധാരകളെല്ലാംതന്നെ പ്രധാനമായും ഊർജ്ജം സംഭരിക്കുന്നത് മാർക്സിസത്തിൽനിന്നാണ്; ഒന്നുകിൽ മാർക്സിസത്തെ വിമർശിച്ചുകൊണ്ട് അല്ലെങ്കിൽ മാർക്സിസത്തെ അനുകൂലിച്ചുകൊണ്ട്. രണ്ട് ധാരകളിലും കേന്ദ്രബിന്ദു മാർക്സിസം തന്നെ.

കഴിഞ്ഞ കുറേ കൊല്ലങ്ങളായി ലോകത്തെമ്പാടുമുണ്ടായ സൈദ്ധാന്തിക പരിപ്രേക്ഷ്യങ്ങളുടെയും ഇന്ത്യൻ സമൂഹത്തിൽ ഉരുത്തിരിഞ്ഞു വന്ന വർഗ്ഗീയ ഫാസിസത്തിന്റെയും വിമർശനാത്മകമായ പഠനമാണ് സത്യൻ ഈ ഗ്രന്ഥത്തിൽ നിർവ്വഹിച്ചിട്ടുള്ളത്. ഈ വിഷയത്തെക്കുറിച്ച് ഇത്രയും ഗഹനമായി പ്രതിപാദിക്കുന്ന അല്ലെങ്കിൽ വിശകലനം ചെയ്യുന്ന രചനകൾ മലയാളത്തിൽ വിരളമാണ്. ഇന്ന് വളർന്നുകൊണ്ടിരിക്കുന്ന രാഷ്ട്രീയ-സാംസ്കാരിക-സാമൂഹിക വെല്ലുവിളികളെ നേരിടാൻ ഈ ഗ്രന്ഥം ഉൾക്കൊള്ളുന്ന ആശയങ്ങളും വാദങ്ങളും പ്രയോജനപ്പെടുമെന്നതിൽ സംശയമില്ല. മലയാളത്തിന്റെ സാമൂഹിക-ദാർശനിക -സാഹിത്യമേഖലയ്ക്ക് ഒരു കനത്ത സംഭാവനയാണ് ഈ ഗ്രന്ഥം എന്ന് രേഖപ്പെടുത്തുന്നതിൽ എനിക്ക് അതീവ സന്തോഷമുണ്ട്.

1

ജനാധിപത്യ ദേശീയതയും ഹിന്ദുത്വ ദേശീയതയും

ആയിരത്തിയെണ്ണൂറ്റി എഴുപതിലാണ് കാൾമാർക്സ് അയർലന്റിന്റെ ദേശീയപ്രശ്നവുമായി ബന്ധപ്പെട്ട് ഇങ്ങനെ എഴുതിയത്:

"പ്രാചീന റോമിൽ ഭീകരമായ വിധത്തിൽ സംഭവിച്ചതിന്റെ ആവർത്തനമാണ് ഇന്ന് ഇംഗ്ലണ്ടിൽ കാണുന്നത്. ഒരു ദേശീയതയെ അടിമയാക്കുന്ന മറ്റൊരു ദേശീയത സ്വന്തം വിലങ്ങുകൾ തീർക്കുകയാണ് ചെയ്യുന്നത്."

അയർലന്റിന്റെ ദേശീയവിമോചനം അമൂർത്തമായ നീതിയുടെയോ മാനവികതയുടെയോ വൈകാരിക പ്രശ്നമോ അല്ലെന്നും സ്വന്തം സാമൂഹികവിമോചനത്തിന്റെ വിഷയമാണെന്നും മാർക്സ് അഭിപ്രായപ്പെടുകയുണ്ടായി. തൊഴിലാളിവർഗ്ഗ കാഴ്ചപ്പാടിൽ നിന്നുകൊണ്ടാണ് കാൾമാർക്സ് സാർവ്വദേശീയതയെ വിശകലനം ചെയ്തത്. ദേശീയ സമരങ്ങളെയും സാർവ്വദേശീയ സമരങ്ങളെയും പരസ്പരം ബന്ധിപ്പിച്ചുകൊണ്ട് (പരസ്പരം അടിത്തറകളാവുന്ന സാഹചര്യത്തിൽ) കേവല നൈതിക സങ്കല്പങ്ങളിൽനിന്നും തൊഴിലാളിവർഗ്ഗ സാർവ്വദേശീയതയ്ക്ക് സവിശേഷമാനങ്ങൾ നല്കുകയായിരുന്നു, മാർക്സ്. ദേശീയ വിമോചനസമരങ്ങൾ സാർവ്വദേശീയ വിമോചനസമരങ്ങളുടെയും സാർവ്വദേശീയസമരങ്ങൾ ദേശീയവിമോചനസമരങ്ങളുടെയും അടിത്തറയാവുന്ന സാഹചര്യം എന്ന മാർക്സിന്റെ സങ്കല്പം വളരെ അപൂർവ്വമായ ഒന്നാണ്. ഹിന്ദുത്വവാദികൾ ദേശീയതയെ വംശീയവിദ്വേഷത്തിന്റെയും ജാതിമേധാവിത്വത്തിന്റെയും സാംസ്കാരിക ഉൽക്കർഷവാദത്തിന്റെയും ഇരുണ്ട ഗർത്തങ്ങളിൽനിന്നും നിർവ്വചിച്ച് രൂപപ്പെടുത്തിയ ദേശീയ സങ്കല്പം ജനങ്ങൾക്കുമേൽ അടിച്ചേല്പിക്കുമ്പോൾ മാർക്സിന്റെ സാർവ്വദേശീയ സങ്കല്പം കൂടുതൽ പ്രസക്തമാവുകയാണ്. *സാർവ്വദേശീയസാഹോദര്യം, സാർവ്വലൗകിക മാനവത്വം* തുടങ്ങിയ ബൂർഷ്വാ (മാ

നവിക) സങ്കല്പങ്ങളിൽനിന്നും വർഗ്ഗപരമായിത്തന്നെ ഭിന്നമാണ് സോഷ്യലിസ്റ്റ് അഥവാ കമ്യൂണിസ്റ്റ് സാർവ്വദേശീയത.

മാർക്സിനെത്തുടർന്ന് ദേശീയതകളുടെ സ്വയം നിർണ്ണയാവകാശവുമായി ബന്ധപ്പെട്ട് ലെനിൻ വികസിപ്പിച്ച ദേശീയതയെക്കുറിച്ചുള്ള വീക്ഷണങ്ങൾ ഇന്ന് ലോകം വളരെ ഗൗരവത്തോടുകൂടി ചർച്ചചെയ്യുന്നുണ്ട്. ഒരു പൊതുഭാഷ, പൊതുവായ ജീവിത രീതി, പൊതുവായ മാനസിക പ്രകൃതി, പൊതുസംസ്കാരം എന്നിവയോടുകൂടി ഒരു നിശ്ചിത ഭൂവിഭാഗത്ത് ചരിത്രപരമായി ജീവിച്ചുവരുന്ന ജനവിഭാഗത്തെയാണ് ലെനിൻ ദേശീയതയെന്നു വിശേഷിപ്പിക്കുന്നത്. ഇത്തരത്തിലുള്ള ഒരു ദേശീയജനവിഭാഗം സ്വന്തവും സ്വതന്ത്രവുമായ ഒരു രാഷ്ട്രീയ അസ്തിത്വം അഥവാ സ്വന്തമായി ഭരിക്കപ്പെടാനുള്ള ഇച്ഛാശക്തി പ്രകടിപ്പിക്കുമ്പോൾ അതിനെ ദേശീയതയുടെ സ്വയംനിർണ്ണയാവകാശം (Right to self -determination) എന്നു വിളിക്കുന്നു. റഷ്യയിലെ മർദ്ദകസ്വഭാവമുള്ള ഗ്രേറ്റ് റഷ്യൻ ഭൂരിപക്ഷ ദേശീയതയെയും മർദ്ദിത ദേശീയതകളെയും പ്രശ്നവല്ക്കരിച്ചുകൊണ്ട്, ദേശീയജനവിഭാഗങ്ങൾക്കുള്ള സ്വയം നിർണ്ണയാവകാശമെന്നാൽ അത് വിട്ടുപോവാനുള്ള അവകാശമല്ലാതെ മറ്റൊന്നുമല്ലെന്ന് ലെനിൻ വ്യക്തമാക്കി.[1]

ദേശീയതയെക്കുറിച്ചുള്ള ലെനിന്റെ വീക്ഷണത്തിൽ മതം ഒരു ഘടകമായി പരിഗണിക്കപ്പെടുന്നില്ല. പാശ്ചാത്യദേശീയസങ്കല്പങ്ങളിലും മതം ഒരു ഘടകമല്ല. എന്നാൽ ഭാഷ, സംസ്കാരം, ദേശം, എന്നിവയെല്ലാമുള്ള ഒരു ജനതയ്ക്ക് നിശ്ചയമായും അവരുടേതായ വിശ്വാസങ്ങളും ആരാധനാനുഷ്ഠാനങ്ങളും വംശപരമായ ഉറവിടങ്ങളുമുണ്ടായിരിക്കുമെന്നതിന് സംശയമില്ല. ആ നിലയിൽ ദേശീയതകളുടെ രൂപവല്കരണത്തിൽ മതത്തിന് സ്ഥാനമുണ്ടെങ്കിലും ആധുനിക ദേശീയതയുടെ അടിത്തറ മതമല്ല. ഒരു മർദ്ദക ദേശീയതയെന്ന നിലയിൽ ഗ്രേറ്റ് റഷ്യൻ ദേശീയതയ്ക്കുകീഴിൽ നിലനില്ക്കുന്ന ഇതരദേശീയതകൾക്ക് സ്വയം നിർണ്ണയാവകാശം അഥവാ വിട്ടുപോവാനുള്ള അവകാശമുണ്ടായിരിക്കണമെന്ന് ലെനിൻ വ്യക്തമാക്കി. ചെക്കോസ്ലോവാക്യ, യൂഗോസ്ലോവാക്യ എന്നീ സ്വതന്ത്രരാഷ്ട്രങ്ങൾ സ്ലാവ് ജനതയുടെ വംശീയവും സ്വത്വപരവുമായ ഉയിർത്തെഴുന്നേല്പിന്റെ സൃഷ്ടിയായിരുന്നു. പാകിസ്ഥാൻ രൂപവല്കരണം ബാഹ്യതലത്തിൽ മതാത്മകമാണെങ്കിലും ആന്തരികതയിൽ ചരിത്രപരമായി വംശീയ (ethnic) മെന്നു പൊതുവിൽ വിശേഷിപ്പിക്കപ്പെടുന്ന ദേശാതിർത്തിയും സാംസ്കാരിക സവിശേഷതകളും വിശ്വാസങ്ങളും ജീവിതരീതികളും ഉൾചേരുന്ന സാമൂഹിക ഐക്യപ്പെടലുകളാണുള്ളത്. അതുകൊണ്ടാണ് അവിഭക്ത കമ്യൂണിസ്റ്റ് പാർട്ടി പാകിസ്ഥാന്റെ സ്വയംനിർണ്ണയാധികാരത്തെ പിന്തുണച്ചത്. ആധുനിക രാഷ്ട്രസങ്കല്പത്തിൽ ജനങ്ങളാണ് പരമാധികാരി (Sovereign) ജനങ്ങളുടെ പരമാധികാരത്തെയാണ് സമഗ്രാധിപത്യഭരണകൂടങ്ങളും ഫാസിസ്റ്റുകളും നിഷേധിക്കുന്നത്. രാഷ്ട്രത്തെയും ഭരണകൂടത്തെയും കൂട്ടിക്കു

ഴയ്ക്കുക വഴി ഭരണകൂടത്തിന്റെ ജനവിരുദ്ധനയങ്ങളെ സംരക്ഷിച്ചു നിർത്തുകയാണ് ഇത്തരം ഭരണകൂടങ്ങൾ ചെയ്യുന്നത്. ബ്രിട്ടീഷ് കൊളോണിയൽ നിയമങ്ങൾ ഈ ലക്ഷ്യം സാക്ഷാൽക്കരിക്കുന്നതായിരുന്നു. 1919 ലെ റൗലക്ട് ആക്ട് അനുസരിച്ച് ദേശീയസ്വാതന്ത്ര്യസമര നേതാക്കളായ സെയ്ഫുദ്ദീൻ കിച്ച്ലു, ഡോ. സത്യപാൽ തുടങ്ങിയ നേതാക്കളെ ബ്രിട്ടീഷുകാർ ജയിലിലടച്ചു. വിചാരണകൂടാതെ ഏതൊരുപൗരനെയും ജയിലിലടയ്ക്കാനും ശിക്ഷിക്കാനും ബ്രിട്ടീഷ് ഗവൺമെന്റിന് അധികാരം നല്കുന്ന കരിനിയമമായിരുന്നു ഇത്. ഗാന്ധിജിയുടെ നേതൃത്വത്തിൽ ഇന്ത്യൻ ദേശീയപ്രസ്ഥാനം റൗലക്ട് ആക്ടിനെതിരെ രംഗത്തുവന്നു. അതിന്റെ ഭാഗമായിട്ടാണ് ജാലിയൻവാലാബാഗ് കൂട്ടക്കൊലയും മറ്റുമുണ്ടായത്. തുടർന്ന് ഇന്ത്യൻ ദേശീയപ്രസ്ഥാനം ഏറ്റവും തീക്ഷ്ണവും പ്രക്ഷുബ്ധവുമാവുകയായിരുന്നു. ഗാന്ധി നിസ്സഹകരണ പ്രസ്ഥാനം താല്കാലികമായി അവസാനിപ്പിക്കുന്നത് ചൗരിചൗരാസംഭവത്തോടുകൂടിയാണ്. ഉത്തർപ്രദേശിലെ ചൗരിചൗരായിൽ 22 പൊലീസുകാർ ജനകീയപ്രക്ഷോഭത്തിനിടയിൽ കൊല്ലപ്പെട്ടതോടെ ഗാന്ധിജി നിസ്സഹകരണപ്രസ്ഥാനം പിൻവലിച്ചു. എന്നാൽ ബ്രിട്ടീഷ് സർക്കാർ ചൗരിചൗരാ സംഭവത്തിന്റെ പേരിൽ അഹിംസാവാദിയായ ഗാന്ധിജിയെ രാജ്യദ്രോഹക്കുറ്റത്തിന് അറസ്റ്റ് ചെയ്ത് രണ്ടുവർഷം യർവാദാ ജയിലിൽ അടച്ചു.

ബാലഗംഗാധരതിലകനെപ്പോലെ നിരവധി ദേശീയനേതാക്കളെ ഇതേ രാജ്യദ്രോഹക്കുറ്റത്തിന് ശിക്ഷിച്ചിട്ടുണ്ട്. ഇന്ത്യൻഭരണഘടനയനുസരിച്ച് അഭിപ്രായസ്വാതന്ത്ര്യവും ആവിഷ്കാരസ്വാതന്ത്ര്യവും സമാധാനപരമായ സമ്മേളനങ്ങളും മൗലികാവകാശങ്ങളിൽ ഉൾപ്പെടുന്നതിനാൽ ബ്രിട്ടീഷുകാരുടെ സെഡിഷൻ ആക്ടുകൾ ഭരണഘടനാവിരുദ്ധമാണ്. കാരണം ഭരണഘടനയിൽ പറയുന്നു.

ഈ ഭരണഘടനയുടെ അടിസ്ഥാന തത്ത്വശാസ്ത്രവുമായി പൊരുത്തപ്പെടുന്നില്ലെങ്കിൽ ഭരണഘടന പ്രാബല്യത്തിൽ വന്നതിനുമുമ്പുള്ള എല്ലാ നിയമങ്ങളും ഇല്ലാതാവും. (All laws made before the constitution came into force will be abolished if they don't match with the basic philosophy of this constitution.) അതായത് ഇന്ത്യൻ ഭരണഘടനയുടെ അടിസ്ഥാന ദർശനത്തിനു വിരുദ്ധമായതും ഇന്ത്യൻ ദേശീയപ്രസ്ഥാനത്തെ തകർക്കാൻ കൊളോണിയൽ ഭരണാധികാരികൾ ഇവിടെ അടിച്ചേല്പിച്ചതുമായ ഡ്രാകോണിയൻ നിയമം (Sediction Act of 1870)സ്വതന്ത്ര ഇന്ത്യയിൽ ഇന്നും തുടർന്നുവരുന്നുവെന്നത് ഏറ്റവും ലജ്ജാകരമാണ്. രാജ്യദ്രോഹക്കുറ്റ നിയമത്തെ മഹാത്മാഗാന്ധി വിശേഷിപ്പിച്ചത് *പൗരസ്വാതന്ത്ര്യത്തെ അടിച്ചമർത്തുന്ന നിയമങ്ങളുടെ രാജകുമാരൻ* എന്നാണ്. ബ്രിട്ടീഷ് കൊളോണിയൽ രാജ്യദ്രോഹക്കുറ്റ നിയമമനുസരിച്ച് ഗവൺമെന്റിനെ വിമർശിക്കുന്നതാണ് രാജ്യദ്രോഹം. രാജ്യത്തിനെതിരെ പ്രവർത്തിക്കുന്നതല്ല. കാരണം രാജ്യം ഇന്ത്യക്കാരുടേതാണെന്നും രാജ്യദ്രോഹം നടത്തുന്നത് തങ്ങളാണെന്നും രാജ്യത്തിനെതിരെ പ്രവർത്തിക്കുന്നത് തടയുന്ന നിയമം കൊണ്ടുവന്നാൽ തങ്ങൾ

തന്നെ ഈ നിയമമനുസരിച്ച് ശിക്ഷിക്കപ്പെടേണ്ടിവരുമെന്നും ബ്രിട്ടീഷു കാർക്കറിയാമായിരുന്നു.

ഗോൾവാൾക്കറുടെ ഹിന്ദുത്വരാഷ്ട്ര നിർമ്മിതി[1]

വിനായക ദാമോദര സവർക്കറുടെയും എം എസ് ഗോൾവാൾക്കറുടെയും ഹിന്ദുത്വദേശീയതയാണ് സംഘപരിവാർ അതിന്റെ ഔദ്യോഗിക ദേശീയത്വമായി അംഗീകരിച്ചതും ഇന്ന് ഇന്ത്യൻ ജനതയ്ക്കുമേൽ അടിച്ചേല്പിക്കാൻ ശ്രമിക്കുന്നതും. ഗോൾവാൾക്കറുടെ *നാം അഥവാ നമ്മുടെ ദേശീയത്വം നിർവചിക്കപ്പെടുന്നു.* (We or Our Nationhood defined) എന്ന ഗ്രന്ഥത്തിൽ ഹിന്ദുമതത്തിന്റെയും ഹിന്ദുസംസ്കാരത്തിന്റെയും അടിസ്ഥാനത്തിൽ രൂപം കൊള്ളേണ്ട രാഷ്ട്രത്തിൽ മുസ്ലീങ്ങൾക്കും ക്രിസ്ത്യാനികൾക്കും ഇതര മതവിഭാഗങ്ങൾക്കും സ്ഥാനമുണ്ടായിരിക്കില്ലെന്ന് ഉറപ്പിച്ചുപറയുന്നുണ്ട്. The people in the Country must be Hindus by religious and culture and consequently by language, to be really in the concept Janapad a component of the Rashtra idea of Ancient Hindus അങ്ങനെയുള്ള ഹിന്ദുരാഷ്ട്രം വേദങ്ങൾ മുമ്പേ നിലനിന്നിരുന്നുവെന്ന് വാദിക്കുന്ന ഗോൾവാൾക്കർ അതുകൊണ്ടുതന്നെ മഹാത്മാഗാന്ധിയെ രാഷ്ട്രപിതാവായി അംഗീകരിക്കുന്നില്ല. ഗോൾവാൾക്കറുടെ മേല്പറഞ്ഞ ഗ്രന്ഥത്തിൽ ജർമ്മനിയിൽ ഹിറ്റ്ലർ നടപ്പാക്കിയ ജൂത ഉന്മൂലനത്തെ പ്രകീർത്തിച്ചുകൊണ്ട് അത് ഇന്ത്യയിൽ നടപ്പാക്കേണ്ടതാണെന്നും സൂചിപ്പിക്കുന്നുണ്ട്. മേൽപറഞ്ഞ ഗ്രന്ഥം കൂടാതെ *വിചാര ധാര* (Bunch of thought) തുടങ്ങി നിരവധി ഗ്രന്ഥങ്ങൾ അദ്ദേഹം രചിച്ചിട്ടുണ്ട്.

ബഹുസ്വരതയെയും വൈവിദ്ധ്യത്തെയും അംഗീകരിക്കുന്ന ആധുനിക ദേശീയസങ്കല്പത്തിനു കടകവിരുദ്ധമായ വംശീയരാഷ്ട്രസങ്കല്പമാണ് ഹിറ്റ്ലറെപ്പോലെതന്നെ ഗോൾവാൾക്കറും മുന്നോട്ടുവെക്കുന്നത്. സവർണ്ണഫാസിസത്തിന്റെ അടിത്തറയായി വർത്തിക്കുന്നത് ഈ വംശീയരാഷ്ട്രസങ്കല്പം തന്നെയാണ്. ഏകാത്മകമായ വംശീയത, ഭൂപ്രദേശം, മതം, സംസ്കാരം, ഭാഷ എന്നീ അഞ്ചുഘടകങ്ങളെ ആസ്പദമാക്കിയ ഗോൾവാൾക്കറുടെ ഹിന്ദുത്വരാഷ്ട്ര ആധുനിക ഇന്ത്യൻഭരണഘടന വിഭാവനം ചെയ്യുന്ന രാഷ്ട്രസങ്കല്പവുമായി ഒരിക്കലും പൊരുത്തപ്പെടുന്നതല്ല. ഭരണഘടനയുടെ അടിസ്ഥാനസങ്കല്പങ്ങളിലൊന്നായ മതേതരത്വത്തെ അംഗീകരിക്കാത്ത ഹിന്ദുത്വദേശീയത ഇന്ത്യയിലെ ഉപദേശീയതകളെയും ബഹുദേശീയതയെയും അംഗീകരിക്കുന്നില്ല.

ഹിന്ദുത്വ ദേശീയതയുടെ സ്ത്രീ വിരുദ്ധത

എം എസ് ഗോൾവാൾക്കറുടെ ഹിന്ദുത്വദേശീയവാദം സെമിറ്റിക് -മതങ്ങളെയും ഹിന്ദു-ഇതരമതവിഭാഗങ്ങളെയും ഇന്ത്യയിൽ നിന്നും തുടച്ചുമാറ്റാൻ പരസ്യമായി ആഹ്വാനം ചെയ്യുന്നു. അതോടൊപ്പം അത്

ഏകധ്രുവവംശീയത അഥവാ സവർണ്ണതയിലധിഷ്ഠിതമായ സംസ്കാരത്തെ ഇന്ത്യയുടെ മുഖമുദ്രയായി കൊണ്ടാടുകയും ചെയ്യുന്നു. *Race* എന്ന പദത്തെ സവർണ്ണജാതിയുടെ പര്യായമായിട്ടാണ് ഗോൾവാൾക്കർ നിർവ്വചിക്കുന്നത്. അതനുസരിച്ച് വൈദികബ്രാഹ്മണ്യത്തിന്റെ പ്രത്യയശാസ്ത്രവിവക്ഷകൾക്കനുസൃതമായ കുലീന സംസ്കാരമാണ് അവർ ഹിന്ദുരാഷ്ട്രീയത്തിന്റെ പ്രധാന ആസ്പദമായി കാണുന്നത്. അതിനാൽ വൈദികബ്രാഹ്മണ്യത്തിന്റെ പാരമ്പര്യത്തെ അത് അന്ധമായി പിന്തുടരുന്നു. അതിന്റെ ഭാഗമായിട്ടാണ് കടുത്ത വിജ്ഞാന വിരോധവും ശാസ്ത്രവിരുദ്ധതയും കമ്യൂണിസ്റ്റ് വിരുദ്ധതയും അന്യരാഷ്ട്രശത്രുതയും ദളിത്- സ്ത്രീ വിരുദ്ധതയും അവർ നിലനിർത്തുന്നത്. സ്ത്രീയെ പുരുഷന്റെ ബീജം വിതയ്ക്കേണ്ട വയലുകളായി വിഭാവനം ചെയ്യുന്ന അപമാനവീകൃതമായ സംസ്കാരമാണ് വൈദികബ്രാഹ്മണ്യം. സ്ത്രീക്ക് സ്വാതന്ത്ര്യം നിഷേധിക്കുകയും അവളെ പുരുഷന്റെ അടിമത്തത്തിൽ തളച്ചിടുകയും ചെയ്യുന്ന ഹിന്ദുത്വവീക്ഷണമാണ് ഹിന്ദുദേശീയതയുടെ അടിസ്ഥാനങ്ങളിൽ ഒന്ന്. *ഭാരത മാതാ* എന്നവർ ഹിന്ദുദേശീയതയെ വിശേഷിപ്പിക്കുമ്പോഴും അവരുടെ *മാതാവ്* പിതാവിന്റെ ആജീവനാന്ത അടിമയാണ്. വിദ്യാഭ്യാസവും സ്വാതന്ത്ര്യവും കർതൃത്വവും പുരുഷനു പ്രാപ്യമായ ആരാധനാ സ്വാതന്ത്ര്യങ്ങളിൽ പലതും നിഷേധിക്കപ്പെട്ടവളുമാണ് *ഹിന്ദുരാഷ്ട്രസങ്കല്പ*ത്തിലെ സ്ത്രീ. ഭർത്താവിന്റെ ചിതയിലേക്ക് ചാടിമരിക്കേണ്ടവളായ സ്ത്രീയെയാണ് ബ്രാഹ്മണ്യം മാതാവായി പ്രകീർത്തിക്കുന്നത്. ഹിന്ദുത്വവാദികളുടെ ഈ സ്ത്രീവിരുദ്ധതയാണ് ഇന്ത്യയിൽ നടന്ന വംശഹത്യകളിലും ഉത്തർപ്രദേശിലും മറ്റും നടന്ന കൂട്ടബലാത്സംഗങ്ങളിലും നാം കണ്ടത്. പെൺകുട്ടികളും ആൺകുട്ടികളും ഒന്നിച്ചിരിക്കുന്ന റസ്റ്റോറന്റുകളിലും മാളുകളിലും പബ്ബുകളിലും അവർ ആക്രമണങ്ങൾ നടത്തി. *ഭാരത മാതാവി*ന്റെ പ്രതിരൂപങ്ങളെ ബലാത്സംഗം ചെയ്തവർ മിശ്രവിവാഹിതരെ വകവരുത്തി. *അഭിമാനഹത്യ*കളിലൂടെയും ബലാത്സംഗശിക്ഷകളിലൂടെയും പ്രതികരിക്കുന്ന പെൺകുട്ടികളെ *വേശ്യ*കളെന്ന് അധിക്ഷേപിക്കുന്നതിലൂടെയും തങ്ങളുടെ സ്ത്രീവിരുദ്ധത നഗ്നമായി പ്രകടിപ്പിച്ചുകൊണ്ടവർ ഇന്ത്യയെ ലോകജനതയ്ക്കുമുന്നിൽ നാണം കെടുത്തി. സാർവ്വദേശീയതലത്തിൽ ഹിന്ദുത്വഫാസിസ്റ്റുകൾ അപലപിക്കപ്പെടുകയാണിന്ന്. ദേശീയത്വം തന്നെ മരണത്തിന്റെയും ദു:സ്വപ്നങ്ങളുടെയും പ്രതീകമായി മാറി.

പുരുഷാധിപത്യത്തിന്റെയും ഏകശിലാത്മക സംസ്കാരത്തിന്റെയും അടിത്തറയിൽ വികസിപ്പിച്ചതാണ് ഹിന്ദുത്വത്തിന്റെ സാംസ്കാരികദേശീയവാദം. ഇത് യഥാർത്ഥത്തിൽ ഇന്ത്യയുടെ ബഹുസ്വരതയുടെയും ജൈവികസംസ്കാരത്തിന്റെയും സ്വാംശീകരണപാരമ്പര്യത്തിന്റെയും മതസമന്വയത്തിന്റെയും വൈവിദ്ധ്യത്തിന്റെയും നഗ്നമായ ലംഘനമാണ്. യഥാർത്ഥ ജീവിതവുമായി ബന്ധമില്ലാത്ത ആദർശാത്മകതയിൽ നിന്നും രൂപംകൊണ്ട് കാപട്യത്തിലേക്കും നരഹത്യയിലേക്കും വികസി

ക്കുന്നതുമായ സംഘക്രൂരതയുടെ ഓമനപ്പേരാണ് ഹിന്ദുദേശീയത. ദേശീയതയിൽനിന്നും അത് രാഷ്ട്രഭീകരത (State terror) യായി പരിണമിച്ചിരിക്കുന്നു. ഇതുകൊണ്ടാണ് ബനഡിക്ട് ആൻഡേഴ്സൺ എന്ന ചിന്തകൻ ദേശീയതയ്ക്ക് ഒരു തത്ത്വശാസ്ത്രമില്ലെന്ന് അഭിപ്രായപ്പെട്ടത്.

പ്രായോഗികതലത്തിൽ സവർണ്ണഹിന്ദുവിന്റെ ജാതിബോധമാണ് ഹിന്ദുദേശീയത്വം. ദളിത്-പിന്നാക്ക- ന്യൂനപക്ഷ വിരുദ്ധതയിലൂടെ ആളിക്കത്തുന്ന കടുത്ത വിദ്വേഷത്തെയാണവർ ദേശീയവികാരമെന്നു വിളിക്കുന്നത്. അതിനാൽ അതൊരിക്കലും രാജ്യസ്നേഹ (Patriotism) മല്ല. അതിൽ രാജ്യത്തോട് എന്നല്ല ആരോടും സ്നേഹമില്ല. അയൽ രാഷ്ട്രശത്രുതയും അപരവല്കരണവുമാണ് അതിന്റെ മുഖമുദ്ര. ദളിത് ജനവിഭാഗങ്ങളുടെ നേതാവായ അംബേദ്കർ ഇന്ന് ഇന്ത്യൻ കാമ്പസുകളിലും പൊതുസമൂഹത്തിലും കൂടുതൽ ചർച്ചചെയ്യപ്പെടുകയും മാർക്സിനെയും അംബേദ്കറെയും ബന്ധിപ്പിച്ചുകൊണ്ടുള്ള സംവാദങ്ങൾ ഉയരുകയും ചെയ്യുന്നത് മ്ലേച്ഛമായ ജാതിചിന്ത നിലനിർത്തുന്ന ഹിന്ദുത്വശക്തികളെ വിറളിപിടിപ്പിക്കുന്നു. അങ്ങനെ 'മനുഷ്യസ്വാതന്ത്ര്യത്തിന്റെ ദേവാലയം' (Temple of Human Freedom) എന്ന് ഹെഗൽ വിശേഷിപ്പിച്ച രാഷ്ട്രം ഇന്ത്യയിൽ സ്വാതന്ത്ര്യത്തിന്റെ മരണമായി അധ:പതിച്ചിരിക്കുന്നു. രാഷ്ട്രത്തെ സാർവ്വലൗകികത്തിന്റെ വ്യക്തിഗതരൂപമായി (Individual as a universal spirit) വിഭാവനംചെയ്യുന്ന ഹെഗലിന്റെ വീക്ഷണമാണ് തീവ്രദേശീയരാഷ്ട്രസങ്കല്പത്തിന്റെ അടിത്തറ. ഹിന്ദുത്വസാംസ്കാരിക ദേശീയവാദമെന്നത് വർണ്ണ, ജാതി വ്യവസ്ഥയിലധിഷ്ഠിതമായ പ്രാചീന സംസ്കാരത്തെ ആദർശവല്കരിക്കുന്ന ദേശീയരാഷ്ട്രസങ്കല്പമാണ്. ഗോൾവാൾക്കർ തന്റെ ഗ്രന്ഥത്തിൽ ആദർശാത്മക ദേശീയത്വത്തിന്റെ പ്രതീകമായി ജർമ്മൻ ദേശീയത്വത്തെ വാഴ്ത്തുന്നുണ്ട്. പൗരാണിക ഹിന്ദുസംസ്കാരത്തിന്റെ പ്രത്യയശാസ്ത്ര അടിത്തറകളായി വർത്തിക്കുന്നത് *മനുസ്മൃതിയും* ചാണക്യന്റെ *അർത്ഥശാസ്ത്രവും* കോളോണിയൽ നിയമങ്ങളും അതിന്റെ മർദ്ദകരൂപങ്ങളുമാണ്. പൗരാണികമായ *മനുസ്മൃതി*യും ചാണക്യന്റെ അർത്ഥശാസ്ത്രവും തികച്ചും സ്ത്രീവിരുദ്ധമാണല്ലോ. എന്നാൽ ഹിന്ദുത്വത്തിന്റെ രാഷ്ട്രസങ്കല്പമെന്നത് കേവലം പ്രാചീന നിയമസംഹിതകൾ മാത്രമല്ല. ബൗദ്ധികസംവാദങ്ങളെയും നവീനാശയങ്ങളെയും ഉന്മൂലനംചെയ്യാൻ കൊളോണിയൽ മർദ്ദകരീതികളോടൊപ്പം ഫാസിസത്തിന്റെ വംശഹത്യാരീതിയെയും അവർ പിന്തുടരുന്നു. ഫെഡറൽ സംവിധാനത്തെയും പ്രാദേശിക ജനകീയാധികാര സ്ഥാപനങ്ങളെയും പൊതുമണ്ഡലങ്ങളെയും തകർത്തുകൊണ്ട് രാഷ്ട്രീയാധികാരം കേന്ദ്രീകൃതമാക്കുന്നു. രാജ്യത്തിന്റെ അഭൂതപൂർവ്വമായ വിഭവങ്ങളെയും നദികളെയും നദീതീരങ്ങളെയും കടലോരങ്ങളെയും മണ്ണിനെയുമെല്ലാം കോർപ്പറേറ്റുകൾക്ക് അടിയറവെക്കുന്നു. അന്യരാഷ്ട്രങ്ങളുടെ ദേശീയതയെയും സാംസ്കാരികതയെയും ഒരിക്കലും മാനിക്കാത്തതും അവയോട് കടുത്തശത്രുത പുലർത്തുന്നതു

മായ ഹിന്ദുത്വരാഷ്ട്രസങ്കല്പം പക്ഷേ, സാമ്പത്തിക രംഗത്ത് യാതൊരുവിധ സങ്കോചവുമില്ലാതെ വിദേശകുത്തകകളുമായി പരസ്യമായി ബന്ധം സ്ഥാപിക്കുന്നു.

തീവ്രദേശീയരാഷ്ട്രസങ്കല്പം പ്രായോഗികതലത്തിൽ പ്രവർത്തനക്ഷമമാവുന്നത് വിവിധ ചിഹ്നങ്ങളിലൂടെയും പ്രതീകങ്ങളിലൂടെയും സ്ഥാപനങ്ങളിലൂടെയും സംഘടനകളിലൂടെയുമാണ്. ദേശീയചിഹ്നം, ദേശീയ പതാക, ദേശീയ ഗാനം, തുടങ്ങിയ പ്രതീകങ്ങളെല്ലാം പൗര-രാഷ്ട്രീയ സമൂഹങ്ങളിലെ അബോധമനസ്സിൽ സൃഷ്ടിക്കുന്ന വൈകാരികതയും ആഭിമുഖ്യങ്ങളുമാണ് രാഷ്ട്രസങ്കല്പത്തെ നിലനിർത്തുന്നതെന്നുപറയാം. ഈ ചിഹ്നങ്ങളും പ്രതീകങ്ങളും ഭാഷാസൂചകങ്ങളുമെല്ലാം പുരുഷാധിഷ്ഠിതമാണ്. ദേശീയഗാനത്തിലെ പുരുഷദൈവം, ദേശീയചിഹ്നങ്ങളിൽ പ്രകടമാവുന്ന സിംഹങ്ങൾ, അശോകചക്രം തുടങ്ങിയവ ഉദാഹരണം. (അശോകചക്രത്തെ ചലനാത്മകമായ കാലത്തിന്റെ പ്രതീകമായി വിഭാവനചെയ്യാവുന്നതാണ്. എന്നാൽ കാലത്തെക്കുറിച്ചും ചലനത്തെക്കുറിച്ചുമുള്ള ഈ ബൗദ്ധസങ്കല്പമല്ല അശോകചക്രവർത്തിയുടെ പുരുഷാധിഷ്ഠിതമായ ആക്രമണോത്സുകത ആണ് ഹിന്ദുത്വവാദികൾ ഈ ചിഹ്നങ്ങളിൽനിന്നും സ്വാംശീകരിക്കുന്നത്.)

ദേശീയത, പൊതുബോധം, അപരവല്കരണം

നമുക്കൊരു ശത്രുവുണ്ടെന്നു സങ്കല്പിച്ചുകൊണ്ട് കൃത്രിമമായുണ്ടാക്കുന്ന സ്നേഹനാട്യത്തെയാണ് ഹിന്ദുത്വവാദികൾ രാജ്യസ്നേഹ (Patriotism) മായി പൊതുബോധത്തിൽ നിക്ഷേപിക്കുന്നത്. RSS ഇന്ത്യൻ സ്വാതന്ത്ര്യസമരത്തിൽ പങ്കാളികളായിരുന്നില്ല എന്നുമാത്രമല്ല അവർ ബ്രിട്ടീഷുകാർക്കനുകൂലമായി നില്ക്കുകയായിരുന്നു ചെയ്തത്. കൊളോണിയൽ-ജന്മിവിരുദ്ധ സമരത്തിൽ നിർണ്ണായക പങ്കുവഹിച്ച ഇടതുപക്ഷത്തെയും മുസ്ലിം ജനവിഭാഗങ്ങളെയും ദളിത് ആദിവാസി വിഭാഗങ്ങളെയും രാജ്യദ്രോഹികളാക്കി പൊതുസമൂഹത്തിൽ മുദ്രകുത്തുകയാണ് ഹിന്ദുത്വശക്തികൾ ചെയ്യുന്നത്. മറ്റൊരു രീതിയിൽ പറഞ്ഞാൽ വംശീയാഹന്തയ്ക്കും ജാതിചിന്തയ്ക്കും ഹിന്ദുത്വവാദികൾ നല്കുന്ന രാഷ്ട്രീയ പരിവേഷമാണ് ഇന്നുയർന്നുവരുന്ന കപടരാജ്യസ്നേഹം. നമ്മുടെ സാംസ്കാരിക മേഖലയിൽ ആസൂത്രിതമായി നടക്കുന്ന സാംസ്കാരിക ദേശീയവാദത്തിന്റെ പ്രക്ഷേപണത്തിന്റെ ഭാഗമായിട്ടാണ് ഹിന്ദുത്വദേശീയവാദം ശക്തിപ്പെടുന്നത്. അപരവല്കരണത്തിന്റെ അടിസ്ഥാന ലക്ഷ്യം ന്യൂനപക്ഷവിഭാഗങ്ങൾ വിശേഷിച്ചും മുസ്ലീങ്ങളാണ്. സിനിമ, സീരിയൽ മാധ്യമവാർത്തകൾ, സോഷ്യൽമീഡിയ തുടങ്ങി എല്ലാ സാംസ്കാരിക-സാമൂഹിക വ്യവഹാരങ്ങളിലും ഈ അപരവല്കരണവും ന്യൂനപക്ഷ വിരുദ്ധതയും ഇന്ന് പ്രകടമാണ്. ദേശീയത ശക്തിപ്പെടണമെങ്കിൽ ഒരു ശത്രുവിനെ നമുക്ക് നമ്മുടെ മുന്നിൽ പ്രതിഷ്ഠിക്കേണ്ടതുണ്ട്. ഈ ശത്രുവിനോടുള്ള വൈരാഗ്യത്തിൽനിന്നും നമുക്കിടയിൽ ശക്തിപ്പെടുന്ന

കൃത്രിമഐക്യബോധമായിട്ടാണ് ദേശീയത ഉയർന്നുവരുന്നതെന്ന് നിരീക്ഷിക്കപ്പെട്ടിട്ടുണ്ട്. നാം/അവർ എന്ന ഈ കൃത്രിമ ദ്വന്ദസങ്കല്പങ്ങളുടെ താത്ത്വികാടിത്തറ ഹെഗലിന്റെ വൈരുദ്ധ്യവാദചിന്തയിൽ നിന്നു രൂപപ്പെട്ടതാണെന്ന് പറഞ്ഞുവല്ലോ. പൗരസമൂഹം /രാഷ്ട്രീയസമൂഹം, പൗരധർമ്മം/പൗരാവകാശം തുടങ്ങിയ അനേകം ദ്വന്ദസമുച്ചയങ്ങളുടെ ആകത്തുകയായിട്ടാണ് ആധുനിക ഭരണകൂടങ്ങൾ ഉയർന്നുവരുന്നത്. വ്യക്തിജീവിതത്തിലും ഈ ദ്വന്ദസമുച്ചയം നിർണ്ണായകസ്വാധീനം ചെലുത്തുന്നു. ഈ ദ്വന്ദസമുച്ചയത്തിൽ ഏറ്റവും പ്രബലം നാം/അപരർ എന്ന ദ്വന്ദമാണ്. ഈ അപരസങ്കല്പത്തെ ബാഹ്യതലത്തിലും ആഭ്യന്തരതലത്തിലും വളർത്തിയെടുക്കുന്നതിൽ നമ്മുടെ സാംസ്കാരിക മണ്ഡലം ശക്തമായ പങ്കുവഹിക്കുന്നു. ചരിത്രരചനയെ കാവിവല്കരിച്ചുകൊണ്ട് തുടങ്ങിയ ഹിന്ദുത്വ സാംസ്കാരികദേശീയവാദം ഇന്ന് വിദ്യാഭ്യാസ-സാംസ്കാരിക മേഖലകളിലെല്ലാം വിപുലമായി പ്രസരിച്ചിരിക്കയാണ്. സിനിമകളിലും സീരിയലുകളിലും സാഹിത്യകൃതികളിലുമെല്ലാം ഇസ്ലാമിക ചിഹ്നങ്ങളെയും ഭാഷാശൈലികളെയുമെല്ലാം ഉപയോഗിച്ചുകൊണ്ട് മുസ്ലിം ജനവിഭാഗത്തെ പിശാചുവല്കരിക്കുന്ന (Demonize) പ്രവണത എത്രയോ കാലമായി തുടർന്നുവരുന്നു.

യഥാർത്ഥത്തിൽ ആയിരക്കണക്കിനു വർഷങ്ങളുടെ ചരിത്രമുണ്ട് ഈ അപരവല്കരണത്തിന്. പ്രാചീനകാലത്ത് ഈ അപരവല്കരണത്തിന് വിധേയരായവർ ദളിതരും ആദിവാസികളും ദ്രാവിഡ ജനവിഭാഗങ്ങളുമായിരുന്നു. രാക്ഷസർ, അസുരർ, പിശാചുക്കൾ, ദുർദ്ദേവതകൾ, വാനരന്മാർ എന്നിങ്ങനെയുള്ള കഥാപാത്രങ്ങളിലൂടെയും മിത്തുകളിലൂടെയുമാണ് മേല്പറഞ്ഞ ജനവിഭാഗങ്ങൾ ചിത്രീകരിക്കപ്പെട്ടിട്ടുള്ളത്. പ്രാചീനകാലത്തെ ഈ അപരവല്കരണത്തിന്റെ മികച്ച ദൃഷ്ടാന്തങ്ങളാണ് ഇതിഹാസകൃതികളിൽ ചിത്രീകരിക്കപ്പെട്ട രാവണൻ, ശൂർപ്പണഖ, ഘടോല്കചൻ തുടങ്ങിയവർ.

അപരത്വത്തിലൂടെ പിളർക്കപ്പെട്ട വ്യക്തി-സാമൂഹ്യബോധത്തിൽ നിന്നുമാണ് ഫാസിസം ഉയർന്നുവരുന്നത്. ജർമ്മനിയിൽ ജൂതന്മാരോടുള്ള കടുത്ത വംശീയവിരോധം പൊതുസമൂഹത്തിലാകെ പ്രസരിപ്പിച്ചുകൊണ്ടാണ് ഹിറ്റ്ലർ ജർമ്മൻ വംശപരിശുദ്ധിസിദ്ധാന്തം വളർത്തിയെടുത്തത്. ആദ്യം ശത്രുവിനെ സൃഷ്ടിക്കുകയും പിന്നീട് മിത്രങ്ങളെ സംഘടിപ്പിക്കുകയും ചെയ്യുന്ന ഫാസിസ്റ്റ് രീതി തന്നെയാണ് ഹിന്ദുത്വ ശക്തികളും പിന്തുടരുന്നത്. വസ്ത്രധാരണം, നിറം, ആഹാരം, ഭാഷാശൈലി എന്നിവയിലെല്ലാം വിപരീതങ്ങളായ വംശീയമുദ്രകൾ ഇന്ന് വ്യാപകമായി പ്രസരിക്കപ്പെട്ടിട്ടുണ്ട്. ശ്രീനാരായണ ഗുരുവിനെപ്പോലുള്ളവർ നവോത്ഥാനകാലത്ത് ലക്ഷ്യംവെച്ചത് ഈ അപരവല്കരണത്തിന്റെ നിർമ്മാർജ്ജനമായിരുന്നു. അപരവല്കരണത്തെ ഉന്മൂലനം ചെയ്യാനുള്ള ദാർശനികവും പ്രായോഗികവുമായ സവിശേഷ യത്നമാണ് വിശേഷിച്ചും ശ്രീനാരായണ ഗുരുവിൽ നാം കാണുന്നത്. ഇന്ന് സംഘപരിവാർ ശക്തികൾ നവോത്ഥാനമൂല്യങ്ങളെത്തന്നെ പരസ്യമായി ഉന്മൂലനംചെയ്യുകയാണ്.

2

ഹിന്ദുത്വനിർമ്മിത ഹിന്ദുയിസവും പ്രാചീന ഹിന്ദുവും

പ്രാചീന ഹിന്ദുസംസ്കാരത്തെയും ഹിന്ദുത്വത്തെയും ഒന്നായി കാണുന്ന പ്രവണത ഇവിടെ നിലനില്ക്കുന്നുണ്ട്. ഹിന്ദുത്വത്തിന്റെ അടിത്തറ ബ്രാഹ്മണാധിപത്യത്തിലധിഷ്ഠിതമായ വർണ്ണ-ജാതിവ്യവസ്ഥയും അതിന്റെ പ്രത്യയശാസ്ത്ര (വേദ സൂക്തങ്ങൾ, മനുസ്മൃതി തുടങ്ങിയ) നിയമ സംഹിതകളുമാണെങ്കിലും ഹിന്ദുത്വമെന്നത് [1]കൊളോണിയൽ നിർമ്മിതിയായ ഒരു ഫാസിസ്റ്റ് മാതൃകയാണ്. രാം പുനിയാനി (Ram Puniyani: Communal politics) യെ പോലുള്ള എഴുത്തുകാർ ഹിന്ദുയിസവും ഹിന്ദുത്വവും തമ്മിലുള്ള വ്യത്യാസം വിശദമായി പരാമർശിച്ചിട്ടുണ്ട്. പാശ്ചാത്യരായ, ഓറിയന്റ്ലിസ്റ്റ് അഥവാ പൗരസ്ത്യവാദ ചരിത്രകാരന്മാർ (സർ വില്യം ജോൺസ്, ഹെൻറി കോൾ ബ്രൂക്ക്, ചാൾസ് വിൽക്കിൻസ് തുടങ്ങിയവർ) ഇന്ത്യയുടെ ഭൂതകാലത്തെ ആദർശവല്കരിച്ചുകൊണ്ടു നടത്തിയ രചനകൾ ഹിന്ദുത്വദേശീയ രാഷ്ട്രസങ്കല്പത്തിന്റെ നിർമ്മിതിക്ക് തുടക്കമിട്ടുവെന്നു പറയാം. ദേശീയപ്രസ്ഥാനത്തിന്റെ ആദ്യഘട്ടത്തിൽ രാഷ്ട്രീയ ഹിന്ദുത്വത്തിന്റെ പ്രതിനിധിയെന്ന നിലയിൽ ഹിന്ദുസമഹാസഭ 1914 ൽ രൂപീകരിക്കപ്പെട്ടു. ലാലാ ലജ്പത്റായി, മദൻ മോഹൻ മാളവ്യ എന്നിവരായിരുന്നു അതിന്റെ സ്ഥാപകർ. ബ്രാഹ്മണമതത്തിന്റെ മറ്റൊരു പേരായി ബ്രാഹ്മണർ ഹിന്ദുയിസത്തെ വ്യാഖ്യാനിക്കുന്നുണ്ടെങ്കിലും ഹിന്ദുയിസം അഥവാ ഹിന്ദുമതമെന്നത് വ്യത്യസ്ത സംസ്കാരങ്ങളും ദർശനങ്ങളും ജീവിതരീതികളും ഉൾക്കൊള്ളുന്ന ബഹുസ്വരതയിലധിഷ്ഠിതമായ ഒന്നാണ്. കാവിവസ്ത്രധാരിയായിരുന്ന സ്വാമി വിവേകാനന്ദൻ ഹിന്ദുത്വവാദികൾ ഇന്ന് കൊണ്ടാടുന്ന ഹിന്ദുത്വദേശീയരാഷ്ട്ര സങ്കല്പത്തിന്റെ അടിത്തറയെത്തന്നെ ചോദ്യം ചെയ്യുന്നുണ്ട്.

ഹിന്ദുത്വത്തെയും പ്രാചീന ഹിന്ദുയിസത്തെയും ഒന്നായി കാണുന്നവർ യഥാർത്ഥത്തിൽ ചെയ്യുന്നത് തങ്ങൾ എപ്പോഴും ഉയർത്തിപ്പിടിക്കുന്ന ബഹുസ്വരതയെത്തന്നെ നിഷേധിക്കയാണ്. കാരണം നാസ്തിക ദർശനങ്ങൾ, ജൈനിസം, ബുദ്ധിസം തുടങ്ങി ബഹുവിധ ചിന്തകളും, ജീവിതധാരകളും ഉൾക്കൊള്ളുന്ന ഇന്ത്യൻസംസ്കൃതിയെ ഏകശിലാത്മകവും ബ്രാഹ്മണകേന്ദ്രിതവുമായി നിർമ്മിച്ചെടുത്ത ഹിന്ദുത്വ രാഷ്ട്രീയവാദികൾ ഏറ്റവും കൂടുതൽ എതിർക്കുന്നത് ബഹുസ്വരതയെയാണ്. അങ്ങനെ തങ്ങളറിയാതെ തന്നെ തങ്ങൾ എതിർക്കുന്ന ഹിന്ദുത്വ രാഷ്ട്രീയത്തിന്റെ പ്രത്യയശാസ്ത്രത്തെ പിന്തുടരുകയാണിവരും. വിവേകാനന്ദൻ, ഗാന്ധിജി, ശ്രീനാരായണഗുരു തുടങ്ങിയവരെയെല്ലാം ഹിന്ദുത്വ രാഷ്ട്രീയ വാദത്തിന്റെ കൂടാരത്തിലേക്ക് വലിച്ചിഴയ്ക്കാൻ ശ്രമിക്കുന്ന യാന്ത്രിക ഭൗതികവാദികൾ ഹിന്ദുയിസത്തെ ഹിന്ദുത്വവാദവുമായി കൂട്ടിക്കെട്ടുക വഴി ഇന്ത്യയുടെ ഭൂതകാല സംസ്കാരം ഏക ശിലാത്മകമായിരുന്നുവെന്ന ഹിന്ദുത്വവാദികളുടെ വിഭാഗത്തെ ശക്തിപ്പെടുത്തുകയാണ്.

താന്ത്രിക-ഭക്തി-കബീർ-തുക്കാറാം-ശൈവ-വൈഷ്ണവ-ബസവേശ്വര-അക്ക മഹാദേവി- ഗുരു നാനാക്ക് ചിന്തകൾക്കും നിരവധി തത്ത്വശാസ്ത്രങ്ങൾക്കും സ്ഥാനമുണ്ടായിരുന്ന ഇന്ത്യയുടെ പ്രാചീനമായ ബഹുസ്വര സാംസ്കാരിക അന്തരീക്ഷത്തെയും ഹിന്ദുത്വവാദികൾ തങ്ങളുടെ താല്പര്യങ്ങൾക്കനുസരിച്ച് കൃത്രിമമായി നിർമ്മിച്ചെടുത്ത പുതിയ ഹിന്ദുയിസത്തെയും വേർതിരിച്ച് കാണേണ്ടതുണ്ട്. അവർ നിർമ്മിച്ചെടുത്ത പുതിയ ഹിന്ദുയിസത്തിൽ അഥവാ ഹിന്ദുത്വത്തിൽ യാതൊരുവിധ തത്ത്വശാസ്ത്രത്തിനും ഇടമില്ല. അത് തീർത്തും ഒരു മതാടിസ്ഥാനത്തിലുള്ള രാഷ്ട്രീയനിർമ്മിതിയാണ്. ഇന്ത്യയുടെ വിശാലമായ ഭൂമിശാസ്ത്ര മേഖലയിൽ പ്രാചീനകാലം മുതൽ ജീവിച്ചിരുന്ന വിഭിന്ന ജനവിഭാഗങ്ങളുടെ സംസ്കാരത്തെയും ബഹുസ്വര മതസങ്കല്പങ്ങളെയും ഇവിടെ ഉയർന്നു വരുന്ന ദർശനങ്ങളെയും സൂചിപ്പിക്കാൻ 'ഹിന്ദു' എന്ന പദം ചിലർ ഉപയോഗിക്കാറുണ്ട്. ഈ അർത്ഥത്തിൽ പദത്തിന്റെ ഇത്തരമൊരു പരികല്പനയെ സ്വീകരിക്കുന്നവരാണ് ബ്രാഹ്മണാധിപത്യത്തെ അനുകൂലിക്കാത്ത ധാരണകളാണ് ദ്രാവിഡ സംസ്കാരവും സംഘകാല സംസ്കാരവും കർണ്ണാടകയിലെ ബസവേശ്വര-ലിംഗായ പ്രസ്ഥാനങ്ങളും ശ്രമണ സംസ്കാരവുമെല്ലാം തന്നെ (ഇന്ന് ഇതിൽ പല വിഭാഗങ്ങളും ഹിന്ദുത്വവാദികളുടെ നേതൃത്വത്തിൽ സംസ്കൃതവല്കരിക്കപ്പെടുന്നുണ്ടെന്നത് വിസ്മരിക്കുന്നില്ല)

ഇന്ത്യയിൽ ജീവിക്കുന്ന മുസ്ലീങ്ങളെയും മറ്റു സെമിറ്റിക് മതവിഭാഗങ്ങളെയുമൊഴിച്ച് മറ്റെല്ലാവരും 'ഹിന്ദുക്കളാ'ണെന്നു വരുത്തിത്തീർത്തത് ബ്രിട്ടീഷ് ഭരണാധികാരികളാണ്. സെൻസസ് ഡാറ്റയും മറ്റും അവരതിനുവേണ്ടി ഉപയോഗിച്ചു. ആദിവാസികളും ദളിതരും പിന്നാക്കക്കാരുമെല്ലാം തന്നെ അങ്ങനെ 'ഹിന്ദുക്കളാ'യി. ഇവിടെ ഭാരതീയർ

എന്ന സെമിറ്റിക് അല്ലാത്ത അഥവാ ഇന്ത്യക്കാർ എന്ന അർത്ഥമേ 'ഹിന്ദുക്കൾക്കുള്ളൂ' ഹിന്ദുത്വ രാഷ്ട്രീയത്തിലേക്ക് വലിച്ചടുപ്പിക്കാനുള്ള ഹിന്ദുത്വ വാദികളുടെ ഭാഷണമാണ്, നമ്മളെല്ലാം ഒന്നാണ് എന്നത്. ഹിന്ദുത്വവാദികൾ ഹിന്ദുയിസത്തിന് ഒരു പുതിയ ഭാഷ്യം നല്കുന്നു. യഥാർത്ഥത്തിൽ ഇവിടെ നിലനിന്ന പ്രാചീന ഹിന്ദുയിസവും ഹിന്ദുത്വവാദികൾ നിർമ്മിച്ചെടുത്ത പുതിയ ഹിന്ദുയിസവും രണ്ടും രണ്ടാണ്. പ്രശസ്ത ചരിത്രകാരിയായ റോമില ഥാപ്പർ എഴുതുന്നു;

> സമാന്തരമായ സെമിറ്റിക് മതങ്ങളുടെ ചില സവിശേഷതകളെ അവഗണിച്ച് തദ്ദേശീയ മതങ്ങളെ ഏകശിലാത്മകവും ഏകീകൃതവുമായ മതമായി പുനർനിർമ്മിക്കാനുള്ള സംഘ- പരിഷത്ത്- സമാജങ്ങൾ എന്നിവയുടെ (സംഘപരിവാറിന്റെ ശ്രമങ്ങളുമായി ബന്ധപ്പെട്ട) ആശയങ്ങളാണ് പുതിയ ഹിന്ദുയിസം. ഇത് യഥാർത്ഥത്തിൽ തദ്ദേശീയ ഹിന്ദുമതത്തിന്റെ അന്തഃസത്തയിൽ നിന്നുമുള്ള അടിസ്ഥാനപരമായ വ്യതിയാനമാണ്. ഇതിന്റെ രൂപം പല നിലയ്ക്കും ഇന്ത്യയുടെ പൂർവ്വകാല സംസ്കൃതിക്കന്യമായിരുന്നുവെന്നു മാത്രമല്ല. അസ്വസ്ഥജനകമായ മറ്റൊന്ന് വിഭിന്ന ഹിന്ദുമതങ്ങളുടെ മേൽ അടിച്ചേല്പിക്കാനുദ്ദേശിക്കുന്ന അതിന്റെ ഏകശിലാത്മകതയാണ്.
>
> *(റോമില ഥാപ്പർ - 1987)*

ഹിന്ദുത്വവാദികളുടെ ഏക ശിലാത്മകവും ബഹുസ്വരതയെ നിഷേധിക്കുന്നതും കൃത്രിമ നിർമ്മിതവുമായ ഈ പുതിയ ഹിന്ദൂയിസത്തെ ഒന്നുകൂടി ഉറപ്പിക്കുന്നതാണ് യാന്ത്രികഭൗതികവാദികളായ ചിലരുടെ വാദമുഖങ്ങൾ. അവർക്ക് ഹിന്ദുത്വമെന്നാൽ മതപരമായ തീവ്രവാദമാണ് അല്ലെങ്കിൽ മതഭീകരതയാണ്. മതത്തെ അവർ രാഷ്ട്രീയ ഹിന്ദുത്വവുമായി സമീകരിക്കുന്നു. അവർക്ക് വിവേകാനന്ദനും ഗോൾവാർക്കറും തമ്മിൽ വ്യത്യാസമില്ല. ഗാന്ധിജിയെയും അവർ പുതിയ ഹിന്ദുത്വ നിർമ്മിതിയുടെ കണ്ണടയിലൂടെ നോക്കിക്കാണുന്നു. ഹിന്ദുത്വ രാഷ്ട്രീയമെന്നു പറയുന്നത് ആധുനിക കാലത്ത് രൂപംകൊണ്ട ഒരു ഫാസിസ്റ്റ് നിർമ്മിതിയാണെന്നും അതിന്റെ അടിത്തറകൾ നിർമ്മിക്കപ്പെട്ടിരിക്കുന്നത് കൊളോണിയൽ- ഫാസിസ്റ്റ് രാഷ്ട്രീയ സങ്കല്പങ്ങളാൽ ആണെന്നും ഇവർ വിസ്മരിക്കുന്നു. ഇതു തന്നെയാണ് യാന്ത്രികവാദികളായ പലരും ആവർത്തിച്ചുറപ്പിക്കുന്നത്. ഹിന്ദുയിസവും ആധുനിക കാലത്തെ രാഷ്ട്രീയ നിർമ്മിതമായ ഹിന്ദുത്വരാഷ്ട്രീയവും ഒന്നാണെന്നു പറയുന്നവരുടെ വാദമുഖങ്ങൾ ഉറപ്പിക്കപ്പെടുകയാണിവിടെ. ഇന്ത്യൻ സിവിൽ സൊസൈറ്റിയെ ഭരണകൂടത്തിന്റെ കോട്ടയാക്കുന്നതിനെക്കുറിച്ച് ഗ്രാംഷി തന്റെ ജയിൽക്കുറിപ്പുകളിൽ വിശദമായി പ്രതിപാദിച്ചിട്ടുണ്ട്. ഗ്രാംഷിയൻ ആശയവുമായി പരിചയമുള്ളവർക്ക് മേല്പറഞ്ഞ യാന്ത്രികവാദി

കളുടെ നിലപാടുകൾ സ്വീകരിക്കാനാവില്ല. ഇവിടെയാണ് റോമില ഥാപ്പറുടെ നിരീക്ഷണം വളരെ പ്രസക്തമാകുന്നത്?

'രാജ്യദ്രോഹികളാ'യ ടാഗോറും വിവേകാനന്ദനും ഗാന്ധിജിയും

ഇന്ത്യൻ ദേശീയപ്രസ്ഥാനത്തിന് അളവറ്റ സംഭാവനകൾ ചെയ്ത പ്രതിഭയാണ് നോബൽ സമ്മാനജേതാവായ രബീന്ദ്രനാഥ ടാഗോർ. വിദ്യാഭ്യാസ ചിന്തയിലും പ്രയോഗത്തിലും അദ്ദേഹം പാശ്ചാത്യരീതിയിൽനിന്നും തികച്ചും നൂതനവും മൗലികവുമായ പദ്ധതി ആവിഷ്കരിച്ചു. അദ്ദേഹത്തിന്റെ *ഗീതാഞ്ജലി*യെന്ന വിശ്വവിശ്രുത ഗ്രന്ഥത്തിൽ ക്ഷേത്രങ്ങളിലല്ല ദൈവം വസിക്കുന്നതെന്നും തെരുവിൽ കഠിനമായി അദ്ധ്വാനിക്കുന്ന തൊഴിലാളികളുടെയിടയിലാണെന്നും പറയുന്നുണ്ട്.[2] *ചിത്ര* (നാടകം) *ഗോറ, ഹോം ആന്റ് ദ വേൾഡ്* തുടങ്ങിയ നോവലുകളിലും സങ്കുചിത മത-ദേശീയ വാദങ്ങളെയും പുരുഷാധിപത്യദർശനങ്ങളെയും വിമർശിക്കുന്നുണ്ട്. ഇന്ത്യയുടെ ദേശീയഗാനമെഴുതിയ ടാഗോറിന്റെ മറ്റൊരു ദേശീയഗീതമാണ്, 'ഭാരതതീർത്ഥം.' അതിൽ അദ്ദേഹം ആഹ്വാനം ചെയ്യുന്നു:

"ഓ, ആര്യന്മാരേ വരിക
ആര്യരല്ലാത്തവരേ വരിക
ഹിന്ദുക്കളേ മുസൽമാൻമാരേ വരിക,
ഇന്നുവരിക,
ഓ ഇംഗ്ലീഷുകാരേ.
വരിക ക്രിസ്ത്യാനികളേ,
ഓ വരിക ബ്രാഹ്മണരേ,
നിങ്ങളുടെ ഹൃദയം ശുദ്ധീകരിക്കുക
എല്ലാവരുമായി കൈകൾ കോർക്കുക
വരിക മർദ്ദിതരേ
നിങ്ങളുടെ എല്ലാവിധ അപമാനഭാരങ്ങളും
എന്നെന്നേക്കുമായി വലിച്ചെറിയാം"

സങ്കുചിത ദേശീയവാദത്തെയും മതമൗലിക ചിന്തകളെയും ടാഗോർ രൂക്ഷമായി വിമർശിച്ചു. ഇന്നാണ് ടാഗോർ താഴെ കൊടുക്കുന്ന വാക്കുകൾ പറഞ്ഞിരുന്നതെങ്കിൽ രാജ്യദ്രോഹക്കുറ്റം ചുമത്തി അദ്ദേഹത്തെ മോദിഭരണകൂടം ജയിലിലടച്ചേനേ: ടാഗോറിന്റെ *ദേശീയവാദം* (*Nationalism*) എന്ന ഗ്രന്ഥത്തിൽ പറയുന്നു:

"മനുഷ്യർക്ക് പരസ്പരം സഹകരണത്തിലധിഷ്ഠിതമായി തങ്ങളുടെ ജീവിതാശയങ്ങൾ വികസിപ്പിക്കാൻ വേണ്ടി മനുഷ്യബന്ധങ്ങളെ പ്രകൃതിദത്തമായി ക്രമീകരിക്കുന്ന സാമൂഹികജീവി എന്ന നിലയിലുള്ള നൈസർഗ്ഗികമായ ആത്മപ്രകാശനമല്ല ദേശീയവാദം. അത് ആത്മീയതയും മാനുഷികതയും ഏറ്റവും കുറഞ്ഞ സംഘ മനുഷ്യരുടെ രാഷ്ട്രീയവും വാണിജ്യപരവുമായ ഐക്യപ്പെടലാണ്"

തുടർന്ന് അദ്ദേഹം നിരീക്ഷിക്കുന്നു.

"ഞാൻ എന്റെ രാജ്യത്തെ സേവിക്കാൻ തയ്യാറാണ്. എന്നാൽ ഞാൻ ആരാധിക്കുന്നത് രാജ്യത്തേക്കാൾ എത്രയോ മഹത്തായ നന്മ യെയാണ്: രാജ്യത്തെ ദൈവമായി ആരാധിക്കുകയെന്നാൽ രാജ്യത്തെ ശപിക്കുകയെന്നാണർത്ഥം."

'എവിടെ മാനസം നിർഭയമാവുന്നുവോ' (Where the mind is without fear) എന്ന കവിതയിൽ ദേശീയതയുടെ മതിലുകളാൽ ശിഥിലമ ല്ലാത്ത ലോകത്തെയാണ് ടാഗോർ അഭിസംബോധനചെയ്യുന്നത്. മനു ഷ്യരുടെ സർഗ്ഗാത്മകതയെയും ധാർമ്മികതയെയും തകർക്കുന്ന ആത്മാ വില്ലാത്ത സംഘടനയായിട്ടാണ് നാഷണലിസത്തെ ടാഗോർ നിരീക്ഷി ക്കുന്നത്. മനസ്സ് നിർഭയവും ശിരസ്സ് ഉയർത്തിപ്പിടിച്ചതും ലോകം ദേശീ യതയുടെ മതിലുകളാൽ ശിഥിലമാകാത്തതുമായ ധീരസുന്ദര നൂതന ലോകത്തെയാണ് ടാഗോർ എന്ന വിശ്വ മഹാകവി വിഭാവനം ചെയ്യു ന്നത്. എന്നാൽ സംഘപരിവാർ ശക്തികൾ ഭയചകിതരും ഭീരുക്കളും നട്ടെല്ലില്ലാത്തവരുമായ മനുഷ്യരുടെ സാമ്രാജ്യമാണ് പടുത്തുയർത്തു ന്നത്. ശിരസ്സ് കുനിഞ്ഞവരും നട്ടെല്ലില്ലാത്തവരും ഭീരുക്കളുമായ പട്ടം കെട്ടിയ പാദസേവകരും വിനീതവിധേയരായ പ്രജകളും വസിക്കുന്ന ഇരുണ്ട ഒരു അധോലോകത്തിലേക്കാണ് ഹിന്ദുത്വവാദികൾ ഇന്ത്യയെ നയിക്കുന്നത്.

ഇന്ത്യൻ ദേശീയതയുമായി ബന്ധപ്പെട്ട് ഒട്ടേറെ വിമർശനങ്ങൾ നേരിട്ട വ്യക്തിയായിരുന്നു വിവേകാനന്ദൻ. ഒരു ഹിന്ദുവായതിൽ താൻ അഭിമാനിക്കുന്നുവെന്ന് വിവേകാനന്ദൻ അഭിപ്രായപ്പെട്ടിട്ടുണ്ട്. എന്നാൽ വിവേകാനന്ദന്റെ ഹിന്ദുയിസം ഹിന്ദുത്വദേശീയവാദികളുടെ ഹിന്ദുയിസ മായിരുന്നില്ല. സാമൂഹിക അസമത്വങ്ങൾ, ദാരിദ്ര്യം തുടങ്ങിയ സാമൂഹ്യ തിന്മകൾക്കെതിരെ ശബ്ദമുയർത്തിയ വ്യക്തിയായിരുന്നു വിവേകാന ന്ദൻ. അതുപോലെതന്നെ അന്ധവിശ്വാസങ്ങളെ അദ്ദേഹം ശക്തമായി എതിർത്തു. *ഭാരതീയ ചിന്ത* എന്ന തന്റെ ഗ്രന്ഥത്തിൽ കെ ദാമോദരൻ എഴുതുന്നു-

> പത്തൊമ്പതാം നൂറ്റാണ്ടിന്റെ അവസാനത്തിൽ മുതലാളിത്ത ത്തിന്റെ യഥാർത്ഥഫലങ്ങൾ - അതിന്റെ നേട്ടങ്ങൾ മാത്രമല്ല നിഷേധാത്മകവശങ്ങളും - പ്രകടമാവാൻ തുടങ്ങിയിരുന്നു. അവ സ്വാമി വിവേകാനന്ദന്റെ മനസ്സിനെയും സ്വാധീനിച്ചു. 1893 ൽ അദ്ദേഹം ഇന്ത്യയുടെ പ്രതിനിധിയായി ലോക മത സമ്മേളന ത്തിൽ പങ്കെടുക്കാൻവേണ്ടി അമേരിക്ക സന്ദർശിച്ചു. അമേരിക്ക യുടെ ആധുനികതയും ശാസ്ത്രീയബോധവും ചലനാത്മകതയും അദ്ദേഹത്തെ ആകർഷിച്ചു. അമേരിക്കയെ അദ്ദേഹം *സ്വാതന്ത്ര്യ ത്തിന്റെ ജന്മസ്ഥലം* എന്ന് വാഴ്ത്തി. അമേരിക്കയുടെ ഭൗതിക സംസ്കാരവും ഇന്ത്യയുടെ ആത്മീയസംസ്കാരവും തമ്മിൽ കൂട്ടി യോജിപ്പിക്കണമെന്ന് അദ്ദേഹം പ്രഖ്യാപിച്ചു. എന്നാൽ തന്റെ

> രണ്ടാമത്തെ സന്ദർശനമാവുമ്പോഴേക്കും അമേരിക്ക അപ്പാടെ മാറിക്കഴിഞ്ഞിരുന്നു. സമ്പത്തിന്റെയും അധികാരത്തിന്റെയും ധാർഷ്ട്യം മൂർച്ഛിക്കാൻ തുടങ്ങിയിരുന്നു. ഈ മാറ്റം വിവേകാനന്ദനെ ക്ഷോഭിപ്പിച്ചു. ഭൗതിക പുരോഗതിയെ അഭിനന്ദിച്ചുകൊണ്ടു തന്നെ അവിടെ നിലനിന്ന *മകുടംവെച്ച അജ്ഞത*യ്ക്കെതിരായി അദ്ദേഹം തട്ടിക്കയറി. രാഷ്ട്രീയഅടിമത്തത്തിൽ കഴിയുന്ന ജനതകൾക്ക് അമേരിക്കയുടെ സഹായത്തോടെ മോചനം നേടാൻ കഴിയുമെന്ന തന്റെ ആദ്യത്തെ പ്രതീക്ഷ വെറും വ്യാമോഹമായിരുന്നുവെന്ന് അദ്ദേഹം പരസ്യമായി പ്രഖ്യാപിച്ചു. യുദ്ധത്തിന്റെ പുകപരക്കാൻ തുടങ്ങിയിരിക്കുന്നുവെന്നും യൂറോപ്പ് ഒരു പോർക്കളമായി മാറാൻ പോകുകയാണെന്നും അദ്ദേഹം മുന്നറിയിപ്പ് നല്കി. യൂറോപ്പിൽ പടർന്നുകഴിഞ്ഞ മുതലാളിത്തത്തിന്റെ ഉച്ഛൃംഖലമായ നിഷ്ഠുരതകൾ അദ്ദേഹത്തിന്റെ മനം മടുപ്പിച്ചു. പുതുതായി രൂപം കൊള്ളാൻ തുടങ്ങിയ വിപ്ലവകരങ്ങളായ ആശയങ്ങളിലേക്ക് അദ്ദേഹം ചുഴിഞ്ഞു നോക്കി. യൂറോപ്യൻ പര്യടനങ്ങൾക്കിടയിൽ അദ്ദേഹം റഷ്യൻ അരാജകവാദിയായ പ്രിൻസ് ക്രോപോട്കിനെ സന്ദർശിച്ച് ചർച്ച നടത്തുകയുണ്ടായി. സോഷ്യലിസ്റ്റ് ആശയങ്ങളെക്കുറിച്ച് അദ്ദേഹത്തിന് വലിയ മതിപ്പ് തോന്നി. ഒരു യഥാർത്ഥ വേദാന്തിക്ക് സോഷ്യലിസ്റ്റ് ആശയങ്ങൾ സ്വീകരിക്കാൻ കഴിയുമെന്ന് അദ്ദേഹം വ്യക്തമാക്കി.

വിവേകാനന്ദൻ ജാതിവ്യവസ്ഥയെയും മതാന്ധതയെയും ശക്തമായി വിമർശിച്ച സാമൂഹ്യപരിഷ്കർത്താവായിരുന്നു. അദ്ദേഹം എഴുതുന്നു-

> വലിയൊരു ചളിക്കുണ്ട് മുമ്പിൽ. സൂക്ഷിക്കുക. അതിൽ പലരും വീണു നശിക്കുന്നുണ്ട്. ഇതാണ് ആ കുണ്ട്. ഹിന്ദുക്കളുടെ മതം വേദത്തിലോ പുരാണത്തിലോ ഭക്തിയിലോ മുക്തിയിലോ അല്ല. അത് ചോറ്റുകലത്തിൽ കടന്നിരിക്കുന്നു.! ഹിന്ദുമതം തത്ത്വവിചാരത്തിലോ ജ്ഞാനമാർഗ്ഗത്തിലോ ഭക്തിയിലോ അല്ല. *എന്നെ തൊടരുത്, എന്നെ തൊടരുത്* എന്നതിലാണ്. അത്രമാത്രമേ ഉള്ളൂ. ഈ ഘോരമായ വാമാചാരത്തിൽ, അസ്പൃശ്യതയുടെ കുണ്ടിൽ, വീണു നശിക്കാതിരിക്കാൻ സൂക്ഷിച്ചുകൊള്ളുക. *ആത്മവത് സർവ്വഭൂതേഷു* (സർവ്വഭൂതങ്ങളെയും സ്വാത്മാവിനെപ്പോലെ ദർശിക്കണം) എന്നത് പുസ്തകങ്ങളിൽമാത്രം വർത്തിച്ചാൽ മതിയോ? ദരിദ്രർക്ക് ഒരപ്പക്കഷണം കൊടുക്കാൻ സാധിക്കാത്തവരാണോ മോക്ഷം നല്കാൻ പോകുന്നത്? അന്യന്റെ നിശ്വാസത്താൽ അശുദ്ധരാകുന്നവർക്ക് മറ്റുള്ളവരെ പരിശുദ്ധരാക്കാൻ സാധിക്കുമോ?
>
> *(വിവേകാനന്ദ സാഹിത്യ സർവ്വസ്വം 5, പേജ് 329)*

ഇന്ത്യയെ ആത്മീയതയുടെ നാടായി പൊതുവിൽ വിവേകാനന്ദൻ വാഴ്ത്തിയിട്ടുണ്ടെങ്കിലും ഭൗതികവാദപരമായ സംഭാവനകളെ അദ്ദേഹം കുറച്ചുകണ്ടിരുന്നില്ല. മാത്രമല്ല ശങ്കരാചാര്യരെപ്പോലും അദ്ദേഹം ശക്തമായി വിമർശിച്ചിട്ടുണ്ട്. വിവേകാനന്ദൻ പറയുന്നു:-

എത്ര കഠിനഹൃദയനായിരുന്നു അദ്ദേഹം. നിരവധി ബുദ്ധഭിക്ഷുക്കളെ അദ്ദേഹം ചുട്ടുകൊല്ലിച്ചിട്ടുണ്ട്. ....മതഭ്രാന്തെന്നല്ലാതെ ശങ്കരന്റെ ഈ കൃത്യത്തെ നാം എന്താണ് വിളിക്കേണ്ടത്. (Complete works of Swami Vivekananda വാല്യം -7 പേജ് 115-116)

വിവേകാനന്ദൻ ഇത്ര രൂക്ഷമായി ശങ്കരാചാര്യരെ വിമർശിക്കണമെങ്കിൽ ഇന്ത്യയുടെ ജീവിതയാഥാർത്ഥ്യങ്ങളെക്കുറിച്ച് അത്രയ്ക്ക് ആഴത്തിലുള്ള ധാരണ അദ്ദേഹത്തിനുണ്ടായിരിക്കണം. ആഴത്തിലുള്ള ചരിത്രബോധവും ഉണ്ടായിരിക്കണം. എന്നാൽ വരട്ടുതത്ത്വവാദികളായ വഷളൻ ഭൗതികവാദികൾ വിവേകാനന്ദന്റെ ആശയങ്ങളെക്കുറിച്ച് മനസ്സിലാക്കാനുള്ള പ്രാഥമികമായ പുസ്തകവായന പോലും നടത്താതെ വിവേകാനന്ദനെ ആക്രമിക്കാൻ ശ്രമിക്കുകയാണ്. പുരോഗമനപരമായ ആശയങ്ങളെ വലിയൊരളവോളം സ്വായത്തമാക്കിയ വിവേകാനന്ദനെപ്പോലെയുള്ള ഒരാത്മീയാചാര്യൻ വളരെ അപൂർവ്വമായ ഒരുവ്യക്തിത്വമായിരുന്നു. ശാസ്ത്രവും മതവും തമ്മിൽ ആശയവിനിമയം നടക്കേണ്ടതിന്റെ പ്രാധാന്യം വിവേകാനന്ദൻ ഊന്നിപ്പറഞ്ഞിട്ടുണ്ട് അതുപോലെതന്നെ ഇന്ത്യയുടെ സാംസ്കാരിക പാരമ്പര്യത്തെ അതിന്റെ ബഹുസ്വരതയിൽ ഉൾക്കൊള്ളാൻ കഴിഞ്ഞ വ്യക്തിയായിരുന്നു അദ്ദേഹം. ഡാർവിനിസത്തിന്റെ ശക്തനായ വക്താവായിരുന്നു വിവേകാനന്ദൻ. ദിവ്യാത്ഭുതങ്ങൾ നടത്തുന്നവരെ അദ്ദേഹം കണക്കറ്റ് പരിഹസിച്ചിട്ടുണ്ട്. മാത്രമല്ല മതപരമായ കാര്യങ്ങൾ ചർച്ചചെയ്യുമ്പോൾ ശാസ്ത്രീയ വിശകലനരീതികൾ പിന്തുടരണമെന്ന് അദ്ദേഹം പറയുന്നുണ്ട്. നേരത്തെ പരാമർശിച്ച ഗ്രന്ഥത്തിൽ അദ്ദേഹം പറയുന്നു:

> ഈ രീതികൾ ഉപയോഗിക്കുന്നതുകൊണ്ടുമാത്രം ഒരു മതം നശിക്കുന്നുവെങ്കിൽ അത് എക്കാലവും ഉപയോഗശൂന്യവും വ്യർത്ഥവുമായ അന്ധവിശ്വാസം മാത്രമായിരുന്നു. അത് എത്രവേഗം നശിക്കുന്നുവോ അത്രയും നന്ന് (വാല്യം-1, പേജ് 366).

ഭൗതികവാദചിന്താഗതിയെ ആദരിക്കുന്നതിൽ അദ്ദേഹം യാതൊരുവിധ മടിയും കാണിച്ചില്ല. എന്നാൽ ചില ഘട്ടങ്ങളിൽ അദ്ദേഹം ന്യൂട്ടന്റെ ഗുരുത്വാകർഷണ സിദ്ധാന്തം ഉണ്ടാകുന്നതിനുമുമ്പുതന്നെ ഇന്ത്യയിൽ ഇത്തരം ചിന്തകൾ ഉണ്ടായിട്ടുണ്ട് എന്ന രീതിയിലുള്ള തെറ്റായ കാഴ്ചപ്പാടുകൾ നിലനിർത്തിയിട്ടുണ്ട്. എങ്കിലും ഇന്ത്യയുടെ ഭൗതികവാദപരമായ നേട്ടങ്ങളെ അദ്ദേഹം തിരിച്ചറിഞ്ഞിരുന്നു. അതുപോലെതന്നെ ബുദ്ധനെ അദ്ദേഹം പൂർണ്ണമായും അംഗീകരിച്ചിരുന്നു. വർണ്ണവ്യവസ്ഥയെ തിരസ്കരിച്ച ബുദ്ധനെപ്പറ്റി അദ്ദേഹം എടുത്തുപറഞ്ഞു. വിവേകാന്ദൻ പറയുന്നു.:-

> പലർക്കും ദൈവവിശ്വാസം മാത്രംമതിയാകും (മുക്തി) മാർഗ്ഗം അനായാസമാകുവാൻ. എന്നാൽ ബുദ്ധന്റെ ജീവിതം കാണിക്കുന്നത് ഈശ്വരനിൽ വിശ്വസിക്കാത്ത ഒരാൾക്കും യാതൊരു ആദ്ധ്യാത്മികസിദ്ധാന്തവുമില്ലാത്ത ഒരാൾക്കും ഒരു മതത്തിലും പെടാത്ത ഒരു പള്ളിയിലോ അമ്പലത്തിലോ പോകാത്ത ഒരാൾക്കും എന്തിന് ഭൗതികവാദി എന്ന് സ്വയം പ്രഖ്യാപിക്കുന്ന ഒരാൾക്കുപോലും പരമപദം പ്രാപിക്കാനാവുമെന്നാണ്. (അതേ ഗ്രന്ഥം വാല്യം 4, പേജ്-132).

ഇത്തരത്തിൽ ഇന്ത്യൻ ആത്മീയജീവിതത്തെയും ഭൗതികജീവിതത്തെയും വിമർശനാത്മകമായി സമീപിച്ച ഒരു ചിന്തകനായിരുന്നു സ്വാമി വിവേകാനന്ദൻ.

ടാഗോറിനെയും വിവേകാനന്ദനെയും പോലെ തന്നെ ഗാന്ധിജിയും ഹിന്ദുത്വദേശീയവാദത്തെ അംഗീകരിച്ചിരുന്നില്ല. ഹിന്ദുക്കൾ മാത്രം അധിവസിക്കുന്ന 'ഇന്ത്യ'യിൽ വിശ്വസിക്കുന്നവർ 'സ്വപ്നലോകത്തിൽ ജീവിക്കുന്ന'വരാണെന്ന് ഗാന്ധിജി എഴുതി(Hind Swaraj of Indian Home Rule (1908) ഗാന്ധിജിയുടെ 'ഗ്രാമസ്വരാജ്' സങ്കല്പത്തെ ഹിന്ദുത്വദേശീയ സങ്കല്പവുമായി സമീകരിക്കാനുള്ള ചില ഗാന്ധിവിമർശകരുടെ ശ്രമം അടിസ്ഥാനമില്ലാത്തതാണെന്ന് എടുത്തുപറയേണ്ടതുണ്ട്. ഗ്രാമം രാജ്യമാണെന്ന് പ്രഖ്യാപിക്കുക വഴി ആധുനിക ദേശീയരാഷ്ട്ര(Nation State)ത്തെത്തന്നെ നിഷേധിക്കുകയാണ് ഗാന്ധി ചെയ്യുന്നത്. അധികാരത്തിന്റെ കേന്ദ്രിതത്വത്തെ തന്നെയാണ് ഗാന്ധി എതിരിട്ടത്. ഹിന്ദുത്വ രാഷ്ട്ര സങ്കല്പത്തെ താത്ത്വികമായും പ്രായോഗികമായും എതിരിട്ട ഗാന്ധിജിയെ ഗോഡ്സെ തീർത്തുകളഞ്ഞതുതന്നെ ദേശീയ പ്രസ്ഥാനത്തിനകത്ത് ആ സാന്നിദ്ധ്യം ഹിന്ദുത്വശക്തികൾക്ക് അസ്വസ്ഥതയുണ്ടാക്കിയെന്നതിന്റെ തെളിവാണ്.

ഇന്ത്യയിലെ കീഴാളജനതയെ ദേശീയ പൊതുധാരയിലേക്ക് കോർത്തിണക്കി കൊളോണിയൽ വിരുദ്ധ ദേശീയ വിമോചനപ്രസ്ഥാനം ശക്തിപ്പെടുത്തിയ നേതാവെന്ന നിലയിൽ ഗാന്ധിജിയുടെ കടമകൾ മഹത്തായിരുന്നു.[3] ഈ ദേശീയവിമോചനപ്രസ്ഥാനത്തിൽ പങ്കെടുത്തുകൊണ്ട് സ്വന്തം രാഷ്ട്രീയ നിലപാട് ശക്തിപ്പെടുത്താനായിരുന്നു ലെനിൻ ഇന്ത്യൻ കമ്യൂണിസ്റ്റുകളോടാഹ്വാനം ചെയ്തത്. ഗാന്ധിജിയുടെ നേതൃത്വത്തിലുള്ള ദേശീയ സ്വാതന്ത്ര്യസമരത്തിന്റെ വർഗ്ഗപരമായ നേതൃത്വം ബൂർഷ്വാസിക്കായിരുന്നതിനാൽ അതിൽനിന്നും വിട്ടുനില്ക്കണമെന്ന എം എൻ റോയിയുടെ നിലപാടിനെ ലെനിൻ ശക്തമായെതിർത്തു. തുടർന്ന് കമ്യൂണിസ്റ്റ് ഇന്റർനാഷണലിൽവെച്ച് ലെനിൻ 'കൊളോണിയൽ തിസീസിനു രൂപം കൊടുത്തു.' ഈ തിസീസ് സാർവ്വദേശീയാടിസ്ഥാനത്തിൽ ദേശീയവിമോചനപ്രസ്ഥാനത്തിന് സൈദ്ധാന്തികമായ മാർഗ്ഗനിർദ്ദേശം നല്കുന്നതായിരുന്നു. ലെനിനെത്തുടർന്ന് പ്രമുഖ ഇറ്റാ

ലിയൻ മാർക്സിസ്റ്റായ അന്റോണിയോ ഗ്രാംഷി ഗാന്ധിജിയുടെ നേതൃത്വത്തിൽ ഇന്ത്യയിൽ നടന്ന ദേശീയ പ്രക്ഷോഭ മാതൃകകളെ വിശേഷിപ്പിച്ചത് 'നിശ്ശബ്ദ വിപ്ലവം', നിലപാടു യുദ്ധം(war of position) എന്നൊക്കെയായിരുന്നു. ഏതുനിലയിൽ നോക്കിയാലും ഹിന്ദുത്വഫാസിസത്തിനും കൊളോണിയൽ- മുതലാളിത്ത രാഷ്ട്രീയ മർദ്ദന രീതികൾക്കും എതിരായിരുന്നു ഗാന്ധിജിയുടെ പരീക്ഷണങ്ങൾ. എന്നാൽ അംബേദ്കർ പ്രസ്ഥാനത്തിനെതിരായി ഗാന്ധിസത്തെ പ്രതിഷ്ഠിക്കാനും അങ്ങനെ സംഘപരിവാർ ശക്തികൾക്ക് ശക്തി പകരുകയുംചെയ്യുന്ന സമീപനമാണ് ഇന്ന് ദളിത് സൈദ്ധാന്തിക വ്യവഹാരങ്ങളിലും ബുദ്ധിജീവികൾക്കിടയിലും നിലനില്ക്കുന്നത്.

കൊളോണിയൽ ആധുനികതയുടെ ജ്ഞാനപരിസരത്തുനിന്നും രൂപവല്കരിച്ച കാലഹരണപ്പെട്ട ഈ ഗാന്ധി വിമർശനത്തിന്റെ വക്താക്കൾ ആധുനികവാദ(Modernism) ത്തിന്റെ വിമർശനമായുയർന്നുവന്ന ബദൽ ആധുനികത (alter Modernism) യെക്കുറിച്ചോ അതിന്റെ ചിന്താപരമായ വികാസങ്ങളെക്കുറിച്ചോ അജ്ഞരാണ്. ഫലത്തിൽ ഹിന്ദുത്വവാദികളെ സഹായിക്കുന്ന ബൗദ്ധികനിലപാടാണ് ഇവരുടേത്. ശത്രുവിനെയും ശത്രു ഉല്പാദിപ്പിച്ച ആശയങ്ങളെയും അബോധപൂർവ്വമായി പിന്തുടരുകയും പ്രവർത്തനങ്ങളെ പ്രതിരോധിക്കാനല്ലാതെ സ്വന്തം ലക്ഷ്യത്തിനുവേണ്ടി പ്രവർത്തിക്കാൻ കഴിയാത്ത ഈ പ്രവണതയെയാണ് നീത്ഷെ 'റിയാക്റ്റീവ്' എന്നു വിമർശിച്ചത് (Nitzche and his philosophy- Deleuze). ആധുനികതയെക്കുറിച്ച് ഇന്നുനിലനില്ക്കുന്ന ഒരു പ്രധാനപ്പെട്ട പൊതുബോധം അത് ഏക കേന്ദ്രിതമാണെന്ന വിശ്വാസമാണ്. പാശ്ചാത്യലോകത്ത് മുഖ്യധാരയിൽ നില്ക്കുന്ന ആധുനികതയ്ക്കു ബദലായി ഗ്രീക്കുതത്ത്വചിന്തകർ മുതൽ സ്പിനോസ, മാർക്സ് തുടങ്ങിയവർ വളർത്തിയെടുത്ത ബദൽ ആധുനികതയെക്കുറിച്ച് ഇവർക്കറിയില്ല.

ഹെഗലിന്റെ ദ്വന്ദ്വ-ഡയലക്ടിക്കൽ സങ്കല്പങ്ങളിൽനിന്നും മാർക്സിന്റെ ഡയലക്ടിക്സ് എങ്ങനെയാണു വേറിട്ടു നില്ക്കുന്നതെന്ന് അൽത്തൂസർ ('Reading Capital') വിശദമാക്കിയതും ഇവർ വായിച്ചിട്ടില്ല. അതിന്റെ ഏറ്റവും വലിയതെളിവാണ് നോവലിസ്റ്റ് അരുന്ധതീറോയ് ഗാന്ധിജിക്കെതിരെ നടത്തിയ പ്രസംഗങ്ങളും ലേഖനങ്ങളും. *ജാതി ഉന്മൂലനം (Anihilation of caste- Ambedkar)* എന്ന അംബേദ്കറുടെ ഗ്രന്ഥത്തിന് എഴുതിയ ആമുഖത്തിൽ അരുന്ധതീറോയി നടത്തിയ ഗാന്ധി വിമർശനങ്ങൾ വളരെ ബാലിശവും ബദൽ ആധുനികതയെക്കുറിച്ചും ഇന്ത്യൻ ചരിത്രത്തിലെ മാർക്സിസ്റ്റ് ചരിത്രശാസ്ത്രം വികസിച്ച ധാരണകളെക്കുറിച്ചുള്ള അജ്ഞത വ്യക്തമാക്കുന്നതുമാണ്. *സംസ്കാരവും നാഗരികത*യും (*Culture and civilization*) എന്ന ഗ്രന്ഥത്തിൽ ഡി ഡി കൊസാംബി കണ്ടെടുത്ത പ്രാചീന ഇന്ത്യൻ ഗ്രാമങ്ങളെക്കുറിച്ചും അതിന്റെ സാംസ്കാരികതയെക്കുറിച്ചും പഠിക്കാതെ, കൊളോണിയൽ

ചരിത്രകാരന്മാർ കിരാതസമൂഹങ്ങളായി വ്യാഖ്യാനിച്ച ചരിത്രപാഠങ്ങളെ ആശ്രയിച്ച് രൂപം കൊടുത്ത ധാരണകളിൽ അള്ളിപ്പിടിച്ചിരിക്കയാണ് അരുന്ധതി റോയിയും മറ്റും. ബ്രിട്ടീഷുകാരുടെ വരവിനുമുമ്പുള്ള ഇന്ത്യൻ ചരിത്രഘട്ടത്തെ മുഴുവൻ ഏകമുഖം ഏകവംശ (ഹിന്ദു) കേന്ദ്രിതവുമായി വ്യാഖ്യാനിക്കുന്ന ജ്ഞാനസിദ്ധാന്തം, ഏഷ്യാറ്റിക് സമൂഹത്തിൽ നിലനിന്ന ക്രിയാത്മക ധാരകളെക്കുറിച്ച് മാർക്സ് നടത്തിയ പഠനങ്ങ (ആദ്യകാലത്തെഴുതിയതല്ല, അവസാനകാലത്തെ 13 വർഷം നടത്തിയ പഠനങ്ങൾ) ളെക്കുറിച്ചും അജ്ഞരാണ്. ഇതിന്റെ വിശദമായ സംവാദമുഖങ്ങൾ ഈ ലേഖനത്തിന്റെ പരിധിയിൽ ഒതുങ്ങുന്നതല്ലാത്തതിനാൽ അതിലേക്കു കടക്കുന്നില്ല. ഹിന്ദുത്വദേശീയ രാഷ്ട്രത്തിന്റെ ഏറ്റവും വലിയ ശത്രുവായിരുന്നു ഗാന്ധിയെന്നും അതിന്റെ കാരണമെന്തെന്നും ഉള്ള ചോദ്യങ്ങളെ അഭിമുഖീകരിക്കാനുള്ള കഴിവില്ലായ്മയിൽ നിന്നുമാണ് അത്തരം വിമർശനങ്ങൾ ഉയർന്നുവരുന്നത്.

3

യൂറോപ്യൻ ഫാസിസവും ഹിന്ദുത്വ ഫാസിസവും: സമാനതയും വ്യത്യാസവും

ഹിന്ദുത്വദേശീയ രാഷ്ട്രസങ്കല്പത്തിന്റെ അടിത്തറ ഫാസിസമാണെന്നതിന് സംശയമില്ല. എന്നാൽ ഹിറ്റ്ലറുടെ നേതൃത്വത്തിൽ ജർമ്മനിയിലും മുസ്സോളിനിയുടെ നേതൃത്വത്തിൽ ഇറ്റലിയിലും ഒന്നാംലോകയുദ്ധാനന്തരം രൂപപ്പെട്ട ക്ലാസിക്കൽ ഫാസിസത്തിൽനിന്നും ഹിന്ദുത്വ ഫാസിസം എങ്ങനെ വേറിട്ടിരിക്കുന്നുവെന്നു മനസ്സിലാക്കുന്നതിൽ നിന്നു മാത്രമേ ഹിന്ദുത്വവാദികളെ ചെറുക്കാനുള്ള പുതിയ പ്രയോഗമാതൃകകൾ രൂപപ്പെടുകയുള്ളു. ഇന്ത്യൻ ഫാസിസത്തിന്റെ സവിശേഷത തിരിച്ചറിയുകയെന്നതാണ് ഈ വ്യത്യാസം മനസ്സിലാക്കുകയെന്നതിനർത്ഥം. അതിനു മുമ്പ് ഹിന്ദുത്വഫാസിസവും ക്ലാസിക്കൽ ഫാസിസവും തമ്മിലുള്ള സമാനതകളിലേക്ക് നമുക്ക് സഞ്ചരിക്കേണ്ടതുണ്ട്. അതിന് ഈയിടെ അന്തരിച്ച വിഖ്യാത ചിന്തകനായ ഉമ്പെർട്ടോ ഇക്കോ Eternal Fascism essay (1995)യിൽ ഫാസിസത്തിന്റെ 14 അടിസ്ഥാന സ്വഭാവങ്ങളെക്കുറിച്ച് വിശദീകരിക്കുന്നത് പരിശോധിക്കേണ്ടതുണ്ട്.

അന്ധമായ പാരമ്പര്യ ആരാധനയാണ് ഫാസിസത്തിന്റെ ഒരു സ്വഭാവമായി ഉമ്പർട്ടോ ഇക്കോ വിശദീകരിക്കുന്നത്. വെളിപാടുകളി(oracles)ലൂടെ വെളിവായ ആത്യന്തികജ്ഞാനമാണ് ഈ പാരമ്പര്യ ഉപാസനയുടെ അടിസ്ഥാനം എന്ന് വിശ്വസിക്കപ്പെടുന്നു. യുക്തിചിന്തയോടും സ്വതന്ത്രചിന്തയോടും ആധുനികതയോടുമുള്ള നീരസമാണ് മറ്റൊന്ന്. ബൗദ്ധികതയോടുള്ള ഭയവും സംശയവും വിയോജിപ്പുകളെ വിശ്വാസവഞ്ചനയായി കാണുന്ന സമീപനവും ഫാസിസത്തിന്റെ മുഖമുദ്രകളാണ്. ഫാസിസം ചിന്തയ്ക്കിടമില്ലാത്ത അനുഷ്ഠാനങ്ങളിൽ അധിഷ്ഠിതമാണ്. ബഹുസ്വരതയെ അത് നിരന്തരം തിരസ്കരിക്കുന്നു. ഹതാശരായ മദ്ധ്യവർഗ്ഗത്തെയാണ് ഫാസിസം ലക്ഷ്യസമൂഹമാക്കുന്നത്. മറ്റൊന്നാണ് അന്യരാജ്യവിദ്വേഷം. ഫാസിസം അപരത്വ(The other)ത്തെ നിർമ്മിച്ചെ

ടുക്കുന്നു; ഗൂഢാലോചനയിലധിഷ്ഠിതമാണ് ഫാസിസം. സമാധാനം എന്ന ആശയമുയർത്തുന്നവർ ശത്രുക്കളുമായി ചേർന്ന് വഞ്ചിക്കയാണ് എന്ന് നിരീക്ഷണം നടത്തുക, നഷ്ടപ്പെട്ട ഒരു സുവർണ്ണകാലത്തെ വീണ്ടെടുക്കാനുള്ള നിരന്തര സമരമായി ജീവിതത്തെ കാണുക. ദുർബ്ബലരോട് അവജ്ഞ നിലനിർത്തുക, ജനകീയമായ വരേണ്യത നിലനിർത്തുക, സ്ത്രീകൾ, ലൈംഗികന്യൂനപക്ഷങ്ങൾ എന്നിവരോട് നിന്ദാമനോഭാവം പുലർത്തുന്ന ആൺകോയ്മ നിലനിർത്തുക, ജീവിതത്തേക്കാൾ മരണത്തിന് പ്രാമുഖ്യം കല്പിക്കുന്ന മൃത്യുപാസന ഇവയും ഫാസിസത്തിന്റെ ലക്ഷണങ്ങളാണ്. പാർലമെന്ററി സ്ഥാപനങ്ങളോടുള്ള എതിർപ്പ്, എല്ലാറ്റിനെയും കറുപ്പും വെളുപ്പുമായി കാണുന്ന ഒരു പുതിയ ഭാഷണം, വീരാരാധന, ഇതെല്ലാം ഉമ്പർട്ടോ ഇക്കോയുടെ വീക്ഷണത്തിൽ ഫാസിസത്തിന്റെ സ്വഭാവ സവിശേഷതകളാണ്.

ഉമ്പർട്ടോ ഇക്കോ ഫാസിസത്തിന്റെ അടിസ്ഥാനസവിശേഷതകളായി കാണുന്നവയെല്ലാം ഒത്തിണങ്ങിയതാണ് സവർണ്ണഹിന്ദുത്വ ഫാസിസം. എന്നാൽ ഇന്ത്യൻ സാമൂഹികസന്ദർഭത്തിൽ നിന്നുനോക്കുമ്പോൾ മറ്റൊരു പ്രധാന സവിശേഷത കൂടി പരാമർശിക്കേണ്ടതുണ്ട്. അത് സംഘപരിവാറിന്റെ നേതൃത്വത്തിലുള്ള ഹിന്ദുത്വവാദികളുടെ കടുത്ത ജാതിഭ്രാന്താണ്. ഒരു പക്ഷേ, ഹിന്ദുത്വഫാസിസത്തിന്റെ കൊടിയടയാളവും യൂറോപ്യൻ ഫാസിസത്തിൽനിന്നുള്ള ഭിന്നതയും ഇതുതന്നെയാവും. ഈ ഭിന്നമായ സ്വഭാവം ഉമ്പർട്ടോ ഇക്കോയുടെ കണ്ണിൽപ്പെടാത്തതിൽ അത്ഭുതമില്ല. യൂറോപ്യൻ ഫാസിസം വംശീയ ശത്രുത ഉദ്ദീപിപ്പിച്ചാണ് തങ്ങളുടെ വംശമഹിമാവാദം ദൃഢമാക്കിയത്. ഇത് മാതൃകയാക്കിയാണ് ഗോൾവാൾക്കർ ജർമ്മനി ജൂതരെ 'ശുദ്ധീകരിച്ചത്' (purging) മാതൃകയാക്കണമെന്നു പറയുന്നത്.

ഇത്തരത്തിൽ കടുത്ത വംശീയവിദ്വേഷം മുഖമുദ്രയാക്കിയ മറ്റൊരു ഭാരം കൂടി ഹിന്ദുത്വഫാസിസം വഹിക്കുന്നുണ്ട്. അതാണ് ഉമ്പർട്ടോ ഇക്കോ കാണാത്ത ജാതി വ്യവസ്ഥ. നൂറ്റാണ്ടുകളായി ഇവിടെ നിലനിന്ന ജാതിവ്യവസ്ഥയുടെ സവിശേഷതയെന്നു പറയുന്നത് അത്, ഇന്ത്യയുടെ വർഗ്ഗവിഭജനവും സാമൂഹിക വിഭജനവും (വർഗ്ഗമർദ്ദനവും സാമൂഹികമർദ്ദനവും)[1] ഒരുപോലെ ഒത്തു ചേരുന്നു എന്നതാണ്. അതുകൊണ്ട് ജാതിയെ ഒരു 'സാമൂഹികവർഗ്ഗ'(Social class) മായി വിശേഷിപ്പിക്കാം. ജാതിവ്യവസ്ഥ സൃഷ്ടിക്കുന്ന വിവേചനവും മർദ്ദനങ്ങളും സാമൂഹികവും സാമ്പത്തികവുമായ അസമത്വങ്ങളും അവസരനിഷേധങ്ങളും (Unapproachability) ഇന്ത്യൻ സാഹചര്യത്തിൽ തീവ്രമായ സാമൂഹിക-രാഷ്ട്രീയ-സംഘർഷങ്ങൾക്കും ധ്രുവീകരണങ്ങൾക്കും വഴിതെളിച്ചിരിക്കുന്നു. മണ്ഡൽ കമ്മീഷൻ റിപ്പോർട്ട് പുറത്തുവന്നതിനുശേഷമാണ് ഈ ധ്രുവീകരണം രൂക്ഷമാവുന്നത്. സച്ചാർ കമ്മീഷൻ മുസ്ലീം സമൂഹം നേരിടുന്ന പരിതോവസ്ഥകൾ മറനീക്കി പുറത്തുകൊണ്ടുവന്നു. ഇതിനെയെല്ലാം മറികടക്കാൻ വേണ്ടി സംഘപരിവാർ ശക്തികൾ ബാബറി മസ്ജിദ് നശിപ്പിച്ചതും അതിനെത്തുടർന്ന് രാജ്യാധികാരം പിടിച്ചെടു

ത്തതും അനന്തരം നടന്ന ഘോരമായ സംഭവവികാസങ്ങളും ഹിന്ദുത്വ ഫാസിസത്തിന്റെ ശക്തി വിപുലപ്പെടുത്തുന്നതായിരുന്നു. രാജ്യമെങ്ങും സാമൂഹികസംവരണത്തിനെതിരായി 'സാമ്പത്തികസംവരണ'മെന്ന മേൽജാതി ഹിന്ദുക്കളുടെ മുദ്രാവാക്യം ഉയർത്തിക്കൊണ്ടുവരാൻ ഇന്ന് സംഘപരിവാർ ശ്രമിക്കുകയാണ്. ഇതിന്റെ ഭാഗമായിട്ടുതന്നെയാണ് ജാട്ടുകളുടെയും മറ്റും പ്രക്ഷോഭങ്ങളെ കാണേണ്ടത്.

ജാതിവ്യവസ്ഥയെന്ന സാമൂഹികമർദ്ദക സംവിധാനത്തെ ഒരു ശാശ്വത ഭരണകൂടരൂപമാക്കി മാറ്റുകയെന്ന ഹിന്ദുത്വവാദികളുടെ തന്ത്രം ഏറ്റവും തീക്ഷ്ണമായി സാക്ഷാൽക്കരിക്കുന്നത് ഹിന്ദുത്വദേശീയ രാഷ്ട്ര സങ്കല്പത്തിലൂടെയാണ്. അതിന്റെ ഭാഗമായി ദേശീയത്വത്തെ (Nationality) അവർ ഭരണകൂടത്തിനു മേൽ പ്രതിഷ്ഠിക്കുന്നു. ഭരണകൂടം അഥവാ സ്റ്റേറ്റ്, ദേശീയത്വത്തെ (Nationality) നിർവ്വചിക്കുകയാണ് ഇറ്റലിയിൽ ചെയ്തതെങ്കിൽ ഇന്ത്യയിൽ ഹിന്ദുത്വദേശീയതയാണ് രാഷ്ട്രത്തെ നിർവ്വചിക്കുന്നത്. അതിന് ഹിറ്റ്ലറുടെ നാസി - ഫാസിസ്റ്റ് പദ്ധതിയുമായി ആത്മബന്ധമുണ്ടെങ്കിലും ഹിന്ദുത്വ ഫാസിസം ഭരണകൂടത്തെ ആശ്രയിച്ചു നില്ക്കുന്നതിനേക്കാൾ, ദേശീയത്വത്തെയാണ് ആശ്രയിച്ചു നില്ക്കുന്നത്. പൊതുസമൂഹത്തിന്റെ അബോധമനസ്സിൽ അധിനിവേശത്തിന്റെ സൂക്ഷ്മരൂപങ്ങൾ പ്രസരിപ്പിക്കുന്നതിലാണ് ഭരണകൂടാധികാരത്തിന്റെ സ്ഥൂലരൂപങ്ങൾ സ്ഥാപിക്കുന്നതിനേക്കാൾ ഹിന്ദുത്വഫാസിസം ഊന്നൽ കൊടുക്കുന്നത്. ലൂയി അൽത്തൂസർ തന്റെ 'പ്രത്യയശാസ്ത്ര'ത്തെക്കുറിച്ച് (On Ideology) എന്ന വിശ്രുതലേഖനത്തിൽ രണ്ടുതരം ഭരണകൂട ഉപകരണങ്ങളെക്കുറിച്ചു പറയുന്നുണ്ട്. ഒന്ന് പ്രത്യക്ഷത്തിൽ തൊഴിലാളിവർഗ്ഗത്തിനു മേൽ ഉപയോഗിക്കുന്ന റിപ്രസ്സീവ് സംവിധാന (ഇന്ന് മോദി ഭരണകൂടം ചെയ്യുന്നത്) മാണെങ്കിൽ രണ്ടാമത്തേത് പ്രത്യയശാസ്ത്ര ഭരണകൂട ഉപകരണ(Ideological State Apparattus) മാണ്. ഇന്ത്യയിലെ ഹിന്ദുത്വഫാസിസത്തിന്റെ അടിസ്ഥാനസവിശേഷതയും യൂറോപ്യൻ ഫാസിസത്തിൽനിന്നും അത് പിളർന്ന് നില്ക്കുന്നതും ഇവിടെ പറഞ്ഞ ഈ സവിശേഷതയിലാണ്. ഈ പറഞ്ഞ സ്വഭാവസവിശേഷത യൂറോപ്യൻ ഫാസിസത്തിനില്ലേ എന്ന സന്ദേഹമുണ്ടാവാം. നാസികളുടെ ആര്യവംശം ഉൽക്കർഷതാവാദം ജനമനസ്സിൽ ഉറപ്പിക്കാൻ വേണ്ടി നടത്തിയ പ്രചാരണ തന്ത്രങ്ങളെ മനഃശാസ്ത്രപരമായി വിശകലനംചെയ്ത അഡോണോ (Theodor Adorno) ഹിറ്റ്ലറുടെ നാട്യങ്ങളെപ്പറ്റി പറയുന്നത് ഇവിടെ നരേന്ദ്രമോദിക്കും ബാധകമാണ്. അഡോണോ പറയുന്നു:

> ഹിറ്റ്ലർ ഒരേ സമയം കിങ് കോങ്ങും ഗ്രാമീണനായ ക്ഷുരകനും ആണെന്നു നടിച്ചിരുന്നപോലെ നേതാവ് ഒരേ സമയം അമാനുഷനും സാധാരണക്കാരനും ആയി അവതരിക്കാനുള്ള ഇന്ദ്രജാലം അറിഞ്ഞിരിക്കണം.

(Freudian Theory and the pattern of Fascist propaganda)

ഒരു ചായക്കടക്കാരനായിരുന്ന (ചെറിയ മനുഷ്യർ) ആൾ ഹിന്ദുത്വ വാദികളുടെ 'ഉയർന്ന' നേതാവായി മാറുന്നത് ഹിറ്റ്ലർ വികസിപ്പിച്ച ഈ ഇന്ദ്രജാലത്തിൽ നിന്നുമാണെങ്കിലും ഉമ്പർട്ടോ ഇക്കോ ഉപയോഗിച്ച Ur Fascism അഥവാ പ്രാകൃത ഫാസിസമെന്ന പദമാണ് ഹിന്ദുത്വത്തിന് അനുയോജ്യമെങ്കിലും മനഃശാസ്ത്രസിദ്ധാന്തങ്ങളേക്കാൾ, ഹിറ്റ്ലർ ഉപയോഗിച്ച് നടപ്പാക്കിയ തരംതാണ ചെപ്പടി വിദ്യകളേക്കാൾ ഹിന്ദുത്വഫാസിസം കടപ്പെട്ടിരിക്കുന്നത് ഒരു ഐഡിയലോളജിക്കൽ സ്റ്റേറ്റ് അപ്പാരറ്റസ് ആയി പ്രവർത്തിക്കുന്നതിനുള്ള അതിന്റെ ശേഷിയോടാണ്.

യൂറോപ്യൻ ഫാസിസം ഭരണകൂടത്തിന്റെ റിപ്രസ്സീവ് ഉപകരണങ്ങളിൽ അതിന്റെ വേരുകൾ ആഴ്ത്തിയിരിക്കുന്നതുപോലെ ഹിന്ദുത്വ ഫാസിസം അതിന്റെ വേരുകൾ ഉറപ്പിച്ചിരിക്കുന്നത് ഭരണകൂടത്തിന്റെ മർദ്ദക ഉപകരണങ്ങളിലാണ്. രോഹിത് വെമുല- ജെ എൻ യു സംഭവവികാസങ്ങളും മറ്റും ഇത് വെളിപ്പെടുത്തുന്നു. എന്നാൽ നാം വിസ്മരിക്കുന്ന ഒരു യാഥാർത്ഥ്യമുണ്ട്. ഇന്ത്യൻ പ്രധാനമന്ത്രിയായി മോദി അരങ്ങേറ്റം നടന്നതിനുശേഷം നടന്ന നരഹത്യകളേക്കാൾ കൂടുതൽ നടന്നത് അദ്ദേഹം പ്രധാനമന്ത്രിയാവുന്നതിനു മുമ്പുള്ള കാലത്താണ്. ഭരണകൂടത്തിന്റെ പ്രത്യക്ഷ സഹായത്തോടെ നടത്തിയതിനേക്കാൾ നൂറുമടങ്ങ് വംശഹത്യകളും നരഹത്യകളും ഇവിടെ നടന്നത് ഭരണകൂടത്തിന്റെ സഹായമില്ലാതെയാണ്. ചുരുക്കിപ്പറഞ്ഞാൽ ഇന്ത്യൻ ഫാസിസത്തിന് [2]ഭരണകൂടത്തിന്റെ സഹായമില്ലാതെ നിലനില്ക്കാനുള്ള ശേഷിയുണ്ട്. യൂറോപ്യൻ ഫാസിസത്തിന് ഈ ശേഷിയില്ലായിരുന്നു. അതുകൊണ്ടാണ് ഹിറ്റ്ലറുടെയും മുസ്സോളിനിയുടെയും മരണാനന്തരം ഫാസിസവും അവിടെ നിന്ന് നിർമ്മാർജ്ജനം ചെയ്യപ്പെട്ടത്. നാസിസവും ഫാസിസവും തീവ്രസമഗ്രാധിപത്യ- ഏകാധിപത്യ രാഷ്ട്രീയരൂപങ്ങളെന്ന നിലയിൽ കൂടുതൽ വ്യക്തികേന്ദ്രിതവും ഭരണകൂട കേന്ദ്രിത(State Centered) വുമായതിനാൽ ചരിത്രത്തെ സംബന്ധിച്ചിടത്തോളം അവ ക്ഷണികങ്ങളായിരുന്നു. എന്നാൽ ഹിന്ദുത്വഫാസിസം അവയുമായി താരതമ്യം ചെയ്യുമ്പോൾ നൂറ്റാണ്ടുകളുടെ വേരുകളുള്ളതാണ്. യൂറോപ്യൻ ഫാസിസം ഭരണകൂടത്തിൽ അതിന്റെ വേരുകളാഴ്ത്തുംപോലെ ഹിന്ദുത്വ ഫാസിസവും ഭരണകൂടത്തിൽ വേരുകളുറപ്പിക്കുന്നുണ്ടെങ്കിലും അതിന്റെ തായ്വേര് സഹസ്രാബ്ദങ്ങളുടെ ഭൂതകാലമുള്ള ജാതി-വർണ്ണവ്യവസ്ഥയിലാണുറപ്പിച്ചിരിക്കുന്നത് എന്നതിനാൽ ഹിന്ദുത്വഫാസിസം നിതാന്ത ഫാസിസ (Immortal Fascism) മാണ്. ചുരുക്കിപ്പറഞ്ഞാൽ യൂറോപ്യൻ ഫാസിസത്തേക്കാൾ അപകടകാരിയാണ് ഹിന്ദുത്വഫാസിസം.

ഒറ്റയടിക്ക് മനുഷ്യരെ ഉന്മൂലനം ചെയ്യുന്നതാണ് യൂറോപ്യൻ ഫാസിസമെങ്കിൽ ഹിന്ദുത്വ ഫാസിസം ഇഞ്ചിഞ്ചായി വംശീയഹത്യചെയ്ത് ഇന്ത്യൻ സമൂഹങ്ങളെ ഉന്മൂലനം ചെയ്തുകൊണ്ടിരിക്കയാണ്. ഈ അടിസ്ഥാനപരമായ യാഥാർത്ഥ്യമാണ് നമ്മുടെ മുഖ്യധാരാരാഷ്ട്രീയലോകം കാണാതെ പോയത്. ഈ അടിസ്ഥാനപരമായ യാഥാർത്ഥ്യം മനസ്സിലാ

ക്കാത്തതുകൊണ്ടാണ് പലരും അടിയന്തരാവസ്ഥ, അപ്രഖ്യാപിത അടിയന്തരാവസ്ഥ എന്നീ വിഷയങ്ങളെ ഹിന്ദുത്വഫാസിസവുമായി ബന്ധപ്പെടുത്തി സംസാരിക്കുന്നത്.

ഭരണകൂടവും ഫാസിസവും - സമകാലിക സംഭവങ്ങളുടെ പശ്ചാത്തലത്തിൽ

ഫാസിസത്തെ അടിയന്തരാവസ്ഥയോടു സമീകരിക്കുന്ന പ്രവണത പാശ്ചാത്യഫാസിസകേന്ദ്രിതമായ രാഷ്ട്രീയചിന്തയെയാണ് പ്രതിഫലിപ്പിക്കുന്നത്. നിശ്ചയമായും ഫാസിസത്തെ സംബന്ധിച്ച അടിസ്ഥാനപരമായ സങ്കല്പങ്ങളിൽ ഒന്നുതന്നെയാണിത്.

അഭിപ്രായസ്വാതന്ത്ര്യത്തെയും ആവിഷ്കാരസ്വാതന്ത്ര്യത്തെയും അടിച്ചമർത്തുന്ന ഭരണകൂട ഭീകരതയുടെ *സാത്വിക* മുഖം തന്നെയാണ് അടിയന്തരാവസ്ഥ. ഇന്ത്യയിലെ സവർണ്ണഫാസിസം ചെയ്തുകൊണ്ടിരിക്കുന്ന പ്രധാനപ്പെട്ട ഭീകരപ്രവർത്തനം ഇതു തന്നെയാണ്. അഭിപ്രായ പ്രകടന സ്വാതന്ത്ര്യവും ആവിഷ്കാരസ്വാതന്ത്ര്യവും അടിച്ചമർത്തുകയെന്നാൽ ചിന്താസ്വാതന്ത്ര്യത്തെ അടിച്ചമർത്തുകതന്നെയാണ്. കാരണം ചിന്തയാണ് [3]മനുഷ്യന്റെ ഇന്ദ്രിയ പ്രവർത്തനത്തിന്റെ കേന്ദ്രവും സ്രോതസ്സും. ചിന്തയുടെ അനിവാര്യമായ പ്രകാശനമാണ് എല്ലാത്തരം ആവിഷ്കാരങ്ങളും. ഈ നിലയിൽ നോക്കിയാൽ ഫാസിസം മനുഷ്യചിന്തയുടെ മേലുള്ള നഗ്നമായ കടന്നാക്രമണമാണ്. എന്നാൽ ചിന്താസ്വാതന്ത്ര്യം, ആവിഷ്കാരസ്വാതന്ത്ര്യം, അഭിപ്രായസ്വാതന്ത്ര്യം എന്നിവ മാത്രമല്ല സവർണ്ണഫാസിസത്തിൻ കീഴിൽ ഇന്ത്യയിൽ അടിച്ചമർത്തപ്പെടുന്നത്. സമീപകാല സംഭവവികാസങ്ങൾ പരിശോധിച്ചാൽ ഇത് കൂടുതൽ സ്പഷ്ടമാവും. നൂറ്റാണ്ടുകളായി ജാതീയമായ അടിച്ചമർത്തലുകൾക്കും ചൂഷണങ്ങൾക്കും അപമാനവീകരണങ്ങൾക്കും വിധേയരായ കീഴാളജനവിഭാഗങ്ങൾ തങ്ങളുടെ വിമോചനത്തിന്റെ വിഭിന്ന സാദ്ധ്യതകളിൽ ആദ്യത്തേത് എന്ന നിലയിൽ മതപരിവർത്തനത്തിനു തയ്യാറായതിന്റെ ഫലമായി സംഘപരിവാർ ശക്തികളുടെ അക്രമങ്ങൾക്കിരയായി.

മേൽജാതിക്കാരെ പ്രണയിച്ചതിന് അസംഖ്യം ദളിത് യുവതീയുവാക്കൾക്ക് ജീവൻ ബലിയർപ്പിക്കേണ്ടിവന്നു. അഭിമാനഹത്യയെന്ന പേരിൽ അറിയപ്പെട്ട ഇത്തരം നീചമായ കൊലപാതകങ്ങൾ തുടർന്നുകൊണ്ടിരിക്കുകയാണ്. പ്രണയത്തിനും പ്രണയവിവാഹത്തിനും സ്വന്തം ജീവൻ ബലിയർപ്പിക്കേണ്ടിവരുന്ന ഭീകരാവസ്ഥ അടിയന്തരാവസ്ഥയുമായി സമീകരിക്കാൻ കഴിയുന്നതല്ല. പ്രണയത്തിനും പ്രണയവിവാഹത്തിനും മാത്രമല്ല സവർണ്ണ ഫാസിസ്റ്റുകൾ വിലക്കേർപ്പെടുത്തുന്നത്. ഹോട്ടലുകൾ, പാർക്കുകൾ തുടങ്ങിയ പൊതു ഇടങ്ങളിൽ ഒരുമിച്ചിരിക്കുന്ന ആൺപെൺ സുഹൃത്തുക്കളെ കായികമായി നേരിടുക എന്നത് വ്യാപകമായിരിക്കുന്നു. ഇത്തരം, സംഭവങ്ങൾ വളരെ അപൂർവ്വമായിമാ

ത്രമേ മാദ്ധ്യമങ്ങളിൽ റിപ്പോർട്ടുകളായിവരുന്നുള്ളൂ.

സ്കൂളുകൾ, കോളേജുകൾ എന്നിവിടങ്ങളിലെല്ലാം ദളിതർ നേരിടുന്ന ഏറ്റവും നിഷ്ഠുരമായ പീഡനത്തിന്റെ ഭയാനകമായ ഉദാഹരണമാണ് ഹൈദരാബാദ് സെൻട്രൽ യൂണിവേഴ്സിറ്റിയിലെ രോഹിത് വെമുലയെന്ന ദളിത് വിദ്യാർത്ഥിയുടെ ആത്മഹത്യ. സംഘപരിവാർ ശക്തികളുടെ സമ്മർദ്ദത്തിനും പീഡനങ്ങൾക്കും ഇരയായ രോഹിത് വെമുലയുടെ മൃതദേഹം സ്വന്തം നാട്ടിൽ സംസ്കരിക്കുന്നതിനെ സംഘപരിവാർശക്തികൾ എതിർത്തതിന്റെ ഫലമായിട്ടാണ് പൊലീസ് മൃതദേഹം മറ്റൊരിടത്ത് സംസ്കരിച്ചതെന്ന് രോഹിത് വെമുലയുടെ മാതാവ് രാധിക വെമുലയിൽനിന്നും ഈ ലേഖകന് മനസ്സിലാക്കാൻ കഴിഞ്ഞു. പൊലീസിന്റെ നിയന്ത്രണത്തിൽ നടന്ന ശവസംസ്കാരച്ചടങ്ങിൽ രോഹിതിന്റെ ഏറ്റവും അടുത്തബന്ധുക്കൾക്ക് മാത്രമേ പങ്കെടുക്കാൻ കഴിഞ്ഞുള്ളൂ. മൃതദേഹങ്ങളോടുപോലും പകതീർക്കുന്ന വിധം മനുഷ്യമനസ്സാക്ഷിയെ മരവിപ്പിക്കുന്ന മാനസികാവസ്ഥയാണ് സംഘപരിവാർശക്തികൾക്കുള്ളത്. അഫ്സൽ ഗുരുവിനെ തൂക്കിക്കൊന്ന രീതി മറ്റൊരു ഉദാഹരണമാണ്. തൂക്കിക്കൊല്ലപ്പെടേണ്ട പ്രതികളുടെ അവകാശങ്ങൾ ഇന്ത്യൻ പീനൽകോഡുമായി ബന്ധപ്പെട്ട ജയിൽ മാനുവലിൽ വ്യക്തമാക്കിയിട്ടുണ്ട്. അതിലൊന്ന് തൂക്കിക്കൊല്ലുന്ന ദിവസം പ്രതിയെ മുൻകൂട്ടി അറിയിക്കുകയെന്നതാണ്. മറ്റൊന്ന് ഈ ദിവസം മുൻകൂട്ടി ബന്ധുക്കളെ അറിയിക്കുകയെന്നതാണ്. പ്രതിയുടെ അന്ത്യാഭിലാഷങ്ങളുമായി ബന്ധപ്പെട്ടതാണിത്. അവസാനമായി കാണാനാഗ്രഹിക്കുന്നവരെ നേരിട്ട് കാണുകയെന്ന അന്ത്യാഭിലാഷത്തിന്റെ പൂർത്തീകരണം അഫ്സൽ ഗുരുവിന്റെ കാര്യത്തിലുണ്ടായില്ല.

ബ്രിട്ടീഷുകാർപോലും പിന്തുടർന്നുവന്ന ഇത്തരം കീഴ്വഴക്കങ്ങൾ ലംഘിച്ചുകൊണ്ടായിരുന്നു അഫ്സൽഗുരുവിനെ വധിച്ചത്. ഈ സംഭവം ഒറ്റപ്പെട്ട ഒന്നായിരുന്നില്ല. ദളിതർ, മുസ്ലീങ്ങൾ തുടങ്ങിയ ജനവിഭാഗങ്ങളിൽപ്പെട്ടവരെ കുറ്റവാളികളാക്കാനും ശിക്ഷിക്കാനുമുള്ള ആസൂത്രിത ശ്രമങ്ങളുടെ ഭാഗമാണിത്. 95,000 ൽ പരം മുസ്ലീങ്ങൾ ഇന്ത്യയിലെ നിരവധി ജയിലുകളിലായി പാർപ്പിക്കപ്പെട്ടിരിക്കുകയാണ്. അതുപോലെ തന്നെ ദളിതരും ആദിവാസികളും നാടോടികളും മറ്റു പാർശ്വവല്കൃതരും കുറ്റവാളികളാക്കപ്പെടുന്നു.

മേൽ സൂചിപ്പിച്ച സംഭവങ്ങൾ ഭരണകൂടത്തിന്റെ സഹായത്തോടെയാണ് സംഘപരിവാർ ശക്തികൾ നടപ്പിലാക്കുന്നത്. എന്നാൽ ഭരണകൂടത്തിന്റെ സഹായമില്ലാതെ തന്നെ സംഘപരിവാർ ശക്തികൾക്ക് ഇത്തരം കാര്യങ്ങൾ ചെയ്യാൻ കഴിയുമെന്നതിന്റെ ഉദാഹരണങ്ങളാണ് ഗുജറാത്ത് - ഒഡിഷ കൂട്ടക്കൊലകളും മറ്റും. ഗുജറാത്ത് സംഭവങ്ങളുടെ ചരിത്രപശ്ചാത്തലം പരിശോധിക്കുന്നത് ഈയവസരത്തിൽ സഹായകരമാവും. 1974 മുതൽ 1980 വരെ ഗുജറാത്ത് ഭരിച്ചത് കോൺഗ്രസ് സർക്കാരായിരുന്നു. ഈ കാലയളവിൽ കോൺഗ്രസ് സർക്കാർ സ്വീകരിച്ച ഒരു

നയമായിരുന്നു KHAM (ക്ഷത്രിയർ(K)ഹരിജനങ്ങൾ(H), ആദിവാസികൾ (A), മുസ്ലീങ്ങൾ(M) ഈ നാലുവിഭാഗത്തിൽപ്പെട്ട ജനവിഭാഗങ്ങ (ഗുജറാത്തിലെ ക്ഷത്രിയവിഭാഗത്തിൽ കൂടുതലും പിന്നാക്കക്കാരാണ്)ൾക്ക് സാമൂഹിക-സാമ്പത്തിക മേഖലകളിൽ കൂടുതൽ ആനുകൂല്യങ്ങൾ നല്കിക്കൊണ്ട് അവരെ തങ്ങളുടെ വോട്ടുബാങ്കാക്കി മാറ്റാനുള്ള ശ്രമമായിരുന്നു കോൺഗ്രസ് നടത്തിയത്. ഇത് സംഘപരിവാർ ശക്തികളെ പ്രകോപിപ്പിച്ചു.

ഈ KHAM നയം കോൺഗ്രസിന് അനുകൂലമായി വന്നു. 1980 ഗുജറാത്ത് നിയമസഭാതിരഞ്ഞെടുപ്പിൽ കൂടുതൽ മികവോടെ കോൺഗ്രസ് വിജയിച്ചു. അതോടെയാണ് മേൽജാതി ഹിന്ദുക്കളായ പട്ടേൽമാർ, ഗുജറാത്തിൽ പലയിടത്തും വർഗ്ഗീയകലാപങ്ങൾ നടത്തിയത്. ഇതിന്റെയെല്ലാം ദാരുണമായ പര്യവസാനമായിരുന്നു കുപ്രസിദ്ധമായ ഗുജറാത്ത് വംശഹത്യ. 2000 നും 4000 നുമിടയിൽ മുസ്ലിം-മുസ്ലിം ഇതരജനവിഭാഗങ്ങളാണവിടെ കൊല്ലപ്പെട്ടത്. ആയിരക്കണക്കിനു ആളുകൾ ഭവനരഹിതരായി. അസംഖ്യം പേർക്ക് പലായനം ചെയ്യേണ്ടിവന്നു. 1500 ലധികം സ്ത്രീകൾ ബലാത്സംഗത്തിനിരയായി. (Communal violence in Gujarath - *Rethinking the role of Communalism and Institutionalised injustice in India* - Book written by Yasmeen Peer- 2006)

ഗുജറാത്തിലും ഒഡീഷയിലും മറ്റു നിരവധി സംസ്ഥാനങ്ങളിലും നടന്നിട്ടുള്ള നരഹത്യകൾ സംഘപരിവാറിന്റെ അധോലോകാടിത്തറയുടെ ബലത്തിൽ നടന്നതാണ്. സ്വാതന്ത്ര്യലബ്ധിക്കു തൊട്ടുമുമ്പും അതിനു ശേഷവും ഇന്ത്യയിൽ നടന്നിട്ടുള്ള വർഗ്ഗീയകലാപങ്ങളും ഈ അടിത്തറയുടെ ബലത്തിലായിരുന്നു. ഭരണകൂടത്തിന്റെ പിൻബലവും അധോലോകാടിത്തറയും ഒന്നിച്ചുചേർന്നാണ് ഇന്ന് സംഘപരിവാർ ശക്തികൾ ജനങ്ങൾക്കെതിരെ ആക്രമണം അഴിച്ചുവിടുന്നതെന്നത് തർക്കമറ്റ വിഷയമാണ്. എന്നാൽ ഭരണകൂടസഹായത്തോടെ ഇത്തരം ആക്രമണങ്ങൾ നടത്തുന്നതിനു മുമ്പേതന്നെ സവർണ്ണഫാസിസ്റ്റുകൾ ഇതു നടത്തിയിരുന്നുവെന്നത് ശ്രദ്ധിക്കപ്പെടാതെ പോവുകയാണ്. ഹിറ്റ്ലർ ജർമ്മനിയിൽ നാസി ആക്രമണങ്ങൾ അഴിച്ചുവിടുന്നത് അധികാരാരോഹണത്തിനുശേഷമാണ് എന്ന വസ്തുത ശ്രദ്ധിക്കുക.

ഇന്ത്യയിൽ നൂറ്റാണ്ടുകളായി വംശീയ ശത്രുതയുടെയും ജാതിമർദ്ദനത്തിന്റെയും ബഹുവിധരൂപത്തിൽ നടന്നിട്ടുള്ള ആക്രമണങ്ങൾ സാക്ഷ്യപ്പെടുത്തുന്നത് ഇന്ത്യയിലെ സവർണ്ണഫാസിസം പാശ്ചാത്യഫാസിസത്തേക്കാൾ ആഴത്തിൽ വേരുറപ്പിക്കപ്പെട്ടതാണ് എന്നതാണ്. ഇതിനർത്ഥം സവർണ്ണഫാസിസത്തിന് ഭരണകൂടത്തിലുള്ള പിടിമുറുക്കത്തെ കുറച്ചുകാണണമെന്നോ ഭരണകൂടാധികാരം അപ്രധാനമാണെന്നോ അല്ല. തീർച്ചയായും ഫാസിസ്റ്റുകളുടെ ഭരണകൂടാരോഹണം ഏറ്റവും കൂടുതൽ പ്രശ്നവല്കരിക്കപ്പെടേണ്ടതാണ്. ഭരണകൂടത്തിൽ കയറിനിന്നുകൊണ്ടാണവർ ഇന്ത്യയുടെ ബഹുസ്വരതയെയും സംസ്കാര

ത്തിന്റെ ബഹുധ്രുവത്വ (bipolarity) ത്തെയും ഏറ്റവും നഗ്നമായി വെല്ലുവിളിക്കുന്നത്. മതനിരപേക്ഷത, ഭരണഘടനയുടെ അടിസ്ഥാന തത്ത്വങ്ങൾ, ജനങ്ങളുടെ രാഷ്ട്രീയാധികാരം, സ്വയംനിർണ്ണയാവകാശം, നിയമവാഴ്ച, നൂറ്റാണ്ടുകളായി അടിച്ചമർത്തപ്പെട്ടവർക്കു പരിമിതമായ ആശ്വാസമെങ്കിലും ലഭ്യമാവുന്ന സംവരണം എന്നിവയെല്ലാം സംഘപരിവാർ ശക്തികൾ അട്ടിമറിക്കുന്നത് ഭരണകൂടത്തിന്റെ പിൻബലത്തിൽതന്നെയാണ്. അതുകൊണ്ടുതന്നെ ഫാസിസത്തിനെതിരായ പ്രതിരോധത്തിലെ മുഖ്യ അജണ്ടയാവേണ്ടത് ഫാസിസ്റ്റുകളെ അധികാരത്തിൽനിന്നും പുറത്താക്കലും കീഴാളജനവിഭാഗങ്ങൾക്കും തൊഴിലാളി കർഷക ജനവിഭാഗങ്ങൾക്കും ശക്തമായ പങ്കാളിത്തമുള്ള ജനാധിപത്യഭരണകൂടത്തെ സൃഷ്ടിക്കലുമായിരിക്കണം. എന്നാൽ ഈ അജണ്ട സാക്ഷാൽക്കരിക്കപ്പെടണമെങ്കിൽ സവർണ്ണഫാസിസത്തെ പാശ്ചാത്യഫാസിസത്തിൽനിന്നും സമഗ്രാധിപത്യഭരണകൂടങ്ങളിൽനിന്നും വ്യത്യസ്തമാക്കുന്ന ഘടകങ്ങളെ പരിഗണിച്ചേ തീരൂ.

ഭരണകൂടകേന്ദ്രിതമായ ഫാസിസമല്ല സവർണ്ണ ഫാസിസം എന്ന തിരിച്ചറിവാണ് ഇവിടെ പ്രധാനമായും ഉണ്ടാവേണ്ടത്. ഭരണകൂടത്തിന്റെ മർദ്ദക ഉപകരണങ്ങളുടെ സഹായമില്ലാതെ തന്നെ നിലനില്ക്കാനും വളരാനും തങ്ങളുടെ ഫാസിസ്റ്റ് അജണ്ട നടപ്പാക്കാനും കഴിവുള്ള ഫാസിസമാണ് സവർണ്ണഫാസിസത്തിന്റെ അപൂർവ്വത. ഭരണകൂടത്തിൽ പിടിമുറുക്കാൻ അവർക്കു കഴിഞ്ഞതുതന്നെ ഈ ഭരണകൂട ഇതരസ്വാധീനം കൊണ്ടാണ്. അതുകൊണ്ടുതന്നെ തിരഞ്ഞെടുപ്പിൽ പരാജയപ്പെട്ടാൽ അഥവാ ഭരണകൂടനിയന്ത്രണം നഷ്ടപ്പെട്ടാൽ ചരിത്രത്തിൽനിന്നും അപ്രത്യക്ഷമാകുന്നതും അപ്രത്യക്ഷമായതുമായ ഫാസിസ്റ്റ് ഭരണകൂടങ്ങളെയും സമഗ്രാധിപത്യഭരണകൂടങ്ങളെയും പോലെയുള്ള ഒന്നല്ല സവർണ്ണഫാസിസം.

അതുകൊണ്ടുതന്നെ മേല്പറഞ്ഞ സമഗ്രാധിപത്യ-ഫാസിസ്റ്റ് ഭരണകൂടങ്ങളേക്കാൾ വിനാശകരവും ഭീകരവുമാണ് ഇന്ത്യയിലെ സവർണ്ണ ഫാസിസം. അതുകൊണ്ട് ഇന്ത്യയിൽ ഫാസിസം വന്നിട്ടില്ലെന്നും ഫാസിസ്റ്റ് പ്രവണതയാണ് നിലനില്ക്കുന്നതെന്നുമുള്ള സങ്കല്പനങ്ങൾ തീർത്തും ദുർബ്ബലവും അശാസ്ത്രീയവുമാണ്. സമൂർത്തസാഹചര്യങ്ങളെ സമൂർത്തമായി വിശകലനം ചെയ്യുകയെന്ന ലെനിനിസ്റ്റ് സങ്കല്പനവുമായി ഒരിക്കലും പൊരുത്തപ്പെടുന്നതല്ല അത്. പാശ്ചാത്യ ഫാസിസ്റ്റ് ഭരണകൂടങ്ങൾ അനേകലക്ഷം ജനങ്ങളെ കൂട്ടക്കൊലചെയ്തും അസംഖ്യം പേരെ കൽത്തുറുങ്കിലടച്ചും അഭിപ്രായ - ആശയാവിഷ്കാര സ്വാതന്ത്ര്യത്തിനു കൂച്ചുവിലങ്ങിട്ടും രാഷ്ട്രങ്ങൾക്കുനേരെ നഗ്നവും കിരാതവുമായ ആക്രമണങ്ങൾ അഴിച്ചുവിട്ടും ചരിത്രത്തെ വിറപ്പിച്ചുവെന്നത് വിസ്മരിക്കാവുന്നതല്ല.

എന്നാൽ ഹ്രസ്വമെങ്കിലും ഭീതിദവും നിഷ്ഠുരവുമായ ആ ഇരുണ്ട കാലയളവിൽ മാത്രമേ ആ ഭരണകൂടങ്ങൾക്ക് ആയുസ്സ് ഉണ്ടായിരുന്നു

ളളൂവെന്ന യാഥാർത്ഥ്യം വിസ്മരിക്കരുത്. എന്നാൽ ഇന്ത്യയിലെ സവർണ്ണ ഫാസിസത്തിന് ഒരു അപ്രത്യക്ഷമാകൽ ഇല്ല. അത് ജനങ്ങളെ ഒറ്റയ്ക്കും കൂട്ടായും ഇഞ്ചിഞ്ചായും കൊന്നുകൊണ്ടിരിക്കുന്ന ഒരു സാംസ്കാരിക -രാഷ്ട്രീയാധികാരമാണ്. ചില അഭിജാതമൂല്യങ്ങളുടെയും സാംസ്കാരിക ദേശീയവാദത്തിന്റെ മുഖം മൂടിയണിഞ്ഞുകൊണ്ട് പ്രവർത്തിക്കുന്ന സവർണ്ണ ഹിന്ദുത്വം ഇന്ത്യൻ സമൂഹങ്ങളുടെ മേൽ സാംസ്കാരികവും പ്രത്യയശാസ്ത്രപരവുമായ അധിനിവേശം സ്ഥാപിച്ചുകൊണ്ടാണ് പ്രവർത്തിക്കുന്നത്.

അതുകൊണ്ടുതന്നെ സവർണ്ണഹിന്ദുത്വഫാസിസത്തിന്റെ രൂപപ്പെടലിനെ RSS ന്റെ രൂപീകരണവുമായി ലഘൂകരിച്ച് സമീകരിക്കുന്ന സാമാന്യഭാഷ്യം അടിത്തറയില്ലാത്തതാകുന്നു. RSS ന്റെ രൂപവല്കരണം ആധുനിക ജനാധിപത്യഭരണകൂടത്തിൽ പിടിമുറുക്കാനുള്ള ഹിന്ദുത്വഫാസിസത്തിന്റെ വളർച്ചയുടെ നിർണ്ണായക വഴിത്തിരിവായിരുന്നുവെന്നത് അവഗണിക്കാവുന്നതല്ല. എന്നാൽ ഒരൊറ്റ ചക്രത്തിൽ സഞ്ചരിക്കുന്ന വാഹനമല്ല സംഘപരിവാർ ഫാസിസം. അത് ഇന്ത്യയുടെ ബഹുസ്വരസംസ്കാരത്തിനും അബോധമനസ്സിനും ഉല്പാദനവ്യവസ്ഥയ്ക്കും മേൽ നിർണ്ണായകനിയന്ത്രണം സ്ഥാപിക്കുന്നത് ജാതിവ്യവസ്ഥയും അതുമായി ബന്ധപ്പെട്ട പ്രത്യയശാസ്ത്രാനുശാസനങ്ങളുമുപയോഗിച്ചാണ്. നേരത്തെ സൂചിപ്പിച്ച സാംസ്കാരികദേശീയവാദവും സാംസ്കാരികാധിനിവേശവുമെല്ലാം ഇഴചേരുന്നത് ഈ ജാതീയാസ്പദങ്ങളിലാണ്.

ജാതിവ്യവസ്ഥ - ഉല്പാദനഘടനയും സാംസ്കാരികാധിനിവേശവും

ജാതിവ്യവസ്ഥയെ ഉപരിഘടനയും ഒരു കേവലസാമൂഹികരീതിയുമായി വിശദീകരിക്കുന്ന യാന്ത്രികവാദപരമായ വീക്ഷണമായിരുന്നു നമ്മുടെ ചരിത്രരചനാ സങ്കല്പത്തിലും ധൈഷണിക മേഖലകളിലും മുമ്പ് ആധിപത്യം ചെലുത്തിയിരുന്നത്. പാശ്ചാത്യചരിത്രരചനാരീതികളെ പിന്തുടർന്ന് യാന്ത്രികമായി ഇന്ത്യൻ ചരിത്രരചന നടത്തിയ കമ്യൂണിസ്റ്റ് ചരിത്രകാരന്മാരെ നിശിതമായി വിമർശിച്ചുകൊണ്ട് ഡി ഡി കൊസാംബി ഇന്ത്യയുടെ സാമൂഹിക-ഉല്പാദന മാതൃകകളെ സവിശേഷവും സൂക്ഷ്മവുമായി വിശകലനം ചെയ്തു. (Culture and Civilization, Myth and Reality etc) വർണ്ണവ്യവസ്ഥയുമായി ജൈവപരമായി ബന്ധിപ്പിക്കപ്പെട്ടതാണ് ജാതിവ്യവസ്ഥ. ഒരേസമയം അത് സാമൂഹികമായ അദ്ധ്വാനത്തിന്റെ വിഭജനവും, അതുകൊണ്ടുതന്നെ ഉല്പാദനപരമായ സാമൂഹികവ്യവസ്ഥയുടെ സംഘടനാരൂപവുമാണ്.

ഉല്പാദനപരമായ സാമൂഹികവ്യവസ്ഥയുടെ സംഘടനാരൂപമായി വർത്തിക്കുമ്പോൾതന്നെ പ്രാചീനമായ വർഗ്ഗവിഭജനത്തിന്റെ മാതൃകയായി നില്ക്കുന്ന ജാതിവ്യവസ്ഥയിൽ ശൂദ്രരും ചണ്ഡാലരും മറ്റു അസ്പൃശ്യജനവിഭാഗങ്ങളും സാമൂഹികമായും സാംസ്കാരികമായും

സാമ്പത്തികമായും അടിച്ചമർത്തപ്പെടുന്നു. പാശ്ചാത്യസമൂഹങ്ങളിലെ അടിമ - ഉടമാ ബന്ധത്തിനും ഫ്യൂഡൽ വ്യവസ്ഥയ്ക്കും സമാന്തരമായി നിലനിന്ന ഇന്ത്യൻ വർഗ്ഗവിഭജിതാവസ്ഥയാണിത്. എന്നാൽ പാശ്ചാത്യ വർഗ്ഗവ്യവസ്ഥയുമായി ഇന്ത്യൻ ജാതിവ്യവസ്ഥയെ സമീകരിക്കാൻ കഴിയില്ല. ചില സാദൃശ്യങ്ങൾ ഇവ രണ്ടും തമ്മിലുണ്ടെന്നതിന് സംശയമില്ല. സാദൃശ്യമെന്നുപറയുന്നത് രണ്ടു വ്യവസ്ഥയിലും സാമൂഹികാദ്ധ്വാനശക്തി ചൂഷണം ചെയ്യപ്പെടുന്നുവെന്നതും സാമൂഹിക - സാംസ്കാരിക മർദ്ദനങ്ങൾക്കടിപ്പെടുന്നുവെന്നതുമാണ്. വൈജാത്യമാവട്ടെ കൂടുതൽ ആഴമാർന്നതും ദീർഘവ്യാപിയുമാണ്.

അതായത് ജാതിവ്യവസ്ഥയിൻ കീഴിൽ സാംസ്കാരിക മർദ്ദനം തീക്ഷ്ണവും അഗാധവുമാണ്. വിവാഹം, പ്രണയം, തൊഴിലവസരം, വിദ്യാഭ്യാസാവസരം, ആചാരാനുഷ്ഠാനങ്ങൾ, ആരാധന, സ്വത്തവകാശം, സാമൂഹിക തുല്യത, രാഷ്ട്രീയാധികാരം, ഭൂ ഉടമസ്ഥത തുടങ്ങിയ ജീവിതത്തിന്റെ സമസ്ത മേഖലകളിലും കടുത്ത വിലക്കുകളും രൂക്ഷമായ വിവേചനങ്ങളും അപമാനവീകരണങ്ങളും അടിച്ചേല്പിക്കപ്പെടുന്ന സാമൂഹികാവസ്ഥയാണ് ജാതിവ്യവസ്ഥ. അത് തലമുറകളുടെ ജീവിതത്തെ ഏകശിലാത്മകവും നിശ്ചേതനവുമായ രീതിയിൽ നിർണ്ണയിക്കുന്നു. അതിന്റെ ഏറ്റവും വലിയ ദൃഷ്ടാന്തമാണ് നൂറ്റാണ്ടുകൾ കഴിഞ്ഞിട്ടും അടിസ്ഥാനപരമായ യാതൊരു മാറ്റവും പുരോഗതിയുമില്ലാത്ത ഇന്ത്യയിലെ പരശ്ശതം വരുന്ന ദളിത് ജനതയുടെ ദുരിതജീവിതം. വർണ്ണവെറിയുടെയും വംശീയവിദ്വേഷത്തിന്റെയും, അന്ധവിശ്വാസങ്ങളുടെയും അന്ധകാരജഡിലമായ ലോകത്തെ തലമുറകളിലേക്ക് പരിക്രമണം ചെയ്യുന്ന അപമാനവീകൃതമായ ജീവിതവ്യവസ്ഥയാണത്. ബുദ്ധൻ, ജൈനൻ, ബസവേശ്വരൻ, ജ്യോതിബാഫൂലെ, ഇ വി രാമസ്വാമി നായ്ക്കർ, ഭക്തിപ്രസ്ഥാന നേതാക്കൾ, വൈകുണ്ഠ സ്വാമികൾ, ശ്രീനാരായണ ഗുരു, അയ്യൻകാളി, അംബേദ്കർ തുടങ്ങിയ സാമൂഹികവിപ്ലവകാരികൾ എതിരിട്ടത് ഈ അപമാനവീകൃതാവസ്ഥയോടാണ്. മാറ്റമില്ലാത്തത് ഒന്നുമാത്രമേയുള്ളൂ. അത് ലോകം മാറുന്നുവെന്ന യാഥാർത്ഥ്യമാണെന്ന് മാർക്സ് പറഞ്ഞു.

എന്നാൽ ഇന്ത്യൻ അവസ്ഥയിൽ മാറ്റമില്ലാത്ത ഒന്നുകൂടിയുണ്ടെന്ന് നമുക്ക് അനുഭവപ്പെടുന്നു. ലോകം ഇത്രയേറെ മാറിയിട്ടും ശാസ്ത്രസാങ്കേതികവിദ്യകളിൽ അത്ഭുതകരമായ വിസ്ഫോടനങ്ങൾ സംഭവിച്ചിട്ടും നമ്മുടെ സാമൂഹിക-രാഷ്ട്രീയ-സാംസ്കാരിക ജീവിതത്തിൽ മൗലികമായി മാറാതെ, മാറ്റത്തിന് വിധേയമാവാതെ നില്ക്കുന്ന പ്രതിഭാസമാണ് ജാതി. ഒരു രാഷ്ട്രത്തിനുള്ളിൽത്തന്നെ ആഭ്യന്തരകൊളോണിയലിസം അടിച്ചേല്പിക്കുന്നതും ഇരുണ്ട ഭൂഖണ്ഡം സൃഷ്ടിക്കുന്നതുമായ അധമവ്യവസ്ഥയായ ജാതിയുടെ പ്രത്യയശാസ്ത്ര ഉപകരണങ്ങൾ (Ideological apparattus) ഭരണകൂടത്തിന്റെ പരോക്ഷ ഊർജ്ജ സ്രോതസ്സുകളായി പ്രവർത്തിക്കുന്നതുകൊണ്ടാണ് ഭരണകൂടത്തിന്റെ പ്രത്യക്ഷ

സഹായമില്ലാതെ തന്നെ ഹിന്ദുത്വഫാസിസത്തിന് നിലനില്ക്കാൻ കഴിയുമെന്നു പറയുന്നത്. അൽത്തൂസർ ON Ideology എന്ന പഠനത്തിൽ ആണ് ഭരണകൂടത്തിന്റെ പ്രത്യയശാസ്ത്ര ഉപകരണങ്ങളെക്കുറിച്ചു പറയുന്നത്. സമൂഹമനസ്സിന്റെ അബോധതലങ്ങളിൽ സൃഷ്ടിക്കപ്പെടുന്ന ആശയങ്ങളും ബിംബങ്ങളും പ്രതിനിധാനങ്ങളും മുതൽ വൈകാരികാവേഗങ്ങൾവരെ ഉൾക്കൊള്ളുന്നതാണ് പ്രത്യയശാസ്ത്ര ഉപകരണങ്ങൾ.

ഇത്തരം പ്രതിനിധാനങ്ങളിലൂടെയാണ് അഭിജാതവർഗ്ഗത്തിന്റെ സാംസ്കാരികാധിനിവേശവും പ്രത്യയശാസ്ത്രാധിനിവേശവും സമൂഹത്തിൽ വേരുറയ്ക്കുന്നത്. പുരുഷാധിനിവേശത്തിലധിഷ്ഠിതമായ സവർണ്ണഫാസിസത്തിന്റെ അടിത്തറ ജാതിഘടനയും അതിന്റെ പ്രത്യയശാസ്ത്ര - സാംസ്കാരിക മുദ്രകളും ധാരണകളുമാണ്. ഈ സാംസ്കാരിക - പ്രത്യയശാസ്ത്രാധിനിവേശത്തിലൂടെ ഒരു അടിമസമൂഹത്തെ നിർമ്മിച്ചെടുക്കുകയും അതിനെ നിലനിർത്തുകയും ചെയ്യുകയെന്നതാണ് സവർണ്ണഹിന്ദുത്വത്തിന്റെ രാഷ്ട്രീയ അജണ്ട. പാശ്ചാത്യമാതൃകയിലുള്ള ഒരു മതനിരപേക്ഷ പൗരസമൂഹത്തെ നിർമ്മിച്ചെടുക്കുകയെന്ന രാഷ്ട്രീയധർമ്മം ഹിന്ദുത്വരാഷ്ട്രീയതാല്പര്യത്തിനു വിരുദ്ധമാണ്. കാരണം അത്തരത്തിലുള്ള ഒരു പൗരസമൂഹനിർമ്മിതി മതനിരപേക്ഷവും പരിഷ്കൃതവുമായ ഒരു രാഷ്ട്രീയവ്യവസ്ഥയ്ക്കു വഴിമാറും എന്ന് ഹിന്ദുത്വശക്തികൾക്കറിയാം.

അതുകൊണ്ടാണ് ഭരണഘടനാദത്തവും നിയമവാഴ്ചയിലധിഷ്ഠിതവുമായ ഒരു രാഷ്ട്രീയ സംസ്കാരത്തെ ഹിന്ദുത്വം ഭയപ്പെടുന്നത്. പ്രാകൃതവും മാനസികവും സാംസ്കാരികവും ആയ ഒരു അടിമസമൂഹത്തിലാണ് ജാതിവ്യവസ്ഥയുടെ പ്രത്യയശാസ്ത്രം വേരുറയ്ക്കുകയെന്ന് അവർക്ക് വ്യക്തമായറിയാം. അതുകൊണ്ടാണ് ശാസ്ത്രചിന്തയെയും യുക്തിവിചാരത്തെയും അടിച്ചമർത്തിക്കൊണ്ട് അന്ധവിശ്വാസത്തിന്റെയും പ്രാകൃതാനുഷ്ഠാനങ്ങളുടെയും കുടില സദാചാര നിഷ്കർഷകളുടെയും ശീലുകൾ അവർ പിന്തുടരുന്നത്. ഇതിനുപ്രതിവിധി ഒരു പൗരസമൂഹത്തെ ഇവിടെ നിർമ്മിച്ചെടുക്കുകയെന്നതല്ല. കാരണം അടിമസമൂഹത്തേക്കാൾ പരിഷ്കൃതമെങ്കിലും പാശ്ചാത്യമാതൃകയിലുള്ള ഒരു പൗരസമൂഹവും ആത്യന്തികമായി മുതലാളിത്ത വ്യവസ്ഥയുടെ അച്ചടക്ക സമൂഹമായി വർത്തിക്കുമെന്നതിനാലും ഒരുയർന്ന പൗരസമൂഹം ഇന്ത്യയിൽ രൂപപ്പെട്ടുകഴിഞ്ഞാലും അത്തരമൊരു പൗരസമൂഹത്തിൽ പിടിമുറുക്കാൻ നവഹിന്ദുത്വഫാസിസത്തിനു കഴിയും വിധം ജാതീയത ഇവിടെ രൂഢമൂലമായതിനാൽ ഒരു പുതിയ രാഷ്ട്രീയസമൂഹത്തെയാണ് ഫാസിസ്റ്റ് വിരുദ്ധ രാഷ്ട്രീയശക്തികൾ ലക്ഷ്യം വെക്കേണ്ടത്.

4

പൗരസമൂഹവും രാഷ്ട്രീയ സമൂഹവും

പൗരസമൂഹമെന്ന സംജ്ഞ നമ്മുടെ സാംസ്കാരിക-രാഷ്ട്രീയ മണ്ഡലങ്ങളിൽ വളരെ വ്യാപകമായി ഇടം ലഭിച്ചിട്ടുള്ള ഒന്നാണ്. പൗര സമൂഹത്തിന്റെ അവകാശങ്ങൾ അഥവാ പൗരാവകാശങ്ങൾ സംരക്ഷിക്കപ്പെടാൻ വേണ്ടിയുള്ള പോരാട്ടങ്ങൾ നമ്മുടെ ജനാധിപത്യസമൂഹത്തിന്റെ ഭാഗംതന്നെയാണ്. പൗരന്മാരെന്ന നിലയിൽ അവകാശങ്ങൾ നിഷേധിക്കപ്പെടുന്ന സമൂഹത്തിൽ അവ സംരക്ഷിക്കപ്പെടാൻ വേണ്ടിയുള്ള സമരങ്ങൾ പുരോഗമനപരമാണെന്നതിലും സംശയമില്ല. എന്നാൽ പൗരസമൂഹത്തെക്കുറിച്ചുള്ള ആശയങ്ങൾ ഇന്ന് വളരെയേറെ വികസിതമായിരിക്കുന്നുവെന്നും ദാർശനികമായി പൗരസമൂഹസങ്കല്പത്തെ തന്നെ ചോദ്യം ചെയ്യുകയും പൗരസമൂഹത്തിനും അതുമായി ഇഴചേർന്ന മനുഷ്യാവകാശസങ്കല്പത്തിനുമപ്പുറം ജനകീയമായ രാഷ്ട്രീയാധികാര സങ്കല്പം ജൈവരാഷ്ട്രീയതലത്തിൽ വികസിച്ചിരിക്കുന്നുവെന്നും തിരിച്ചറിയാതെയുള്ള രാഷ്ട്രീയവിശകലനങ്ങൾ നമ്മുടെ സാംസ്കാരികമണ്ഡലത്തിൽ അഭിമാനപൂർവ്വം തുടരുകയാണ്.

ആധുനിക സ്വത്തുടമയുമായി ബന്ധപ്പെട്ട വ്യക്തികളുടെ ഈഗോട്ടിസത്തിന്റെയും മത്സരബുദ്ധിയുടെയും പ്രതിരൂപമായിട്ടാണ് സിവിൽ സമൂഹത്തെ മാർക്സ് നിരീക്ഷിക്കുന്നത്. ഭരണകൂടത്തിനുമാത്രമേ സാർവ്വത്രികമായ സാമൂഹികതാല്പര്യങ്ങൾ സംരക്ഷിക്കാൻ സാധിക്കുകയുള്ളുവെന്ന വീക്ഷണത്തെ എതിർത്തുകൊണ്ട് ആദംസ്മിത്ത്, റൂസ്സോ, തുടങ്ങിയവർ പൗരസമൂഹത്തിന്റെ വികാസത്തിലൂടെമാത്രമേ പൊതുവായ നന്മ സാദ്ധ്യമാവുകയുള്ളൂവെന്ന കാഴ്ചപ്പാട് മുന്നോട്ടുവെച്ചതോടെ മുതലാളിത്ത ഭരണകൂടങ്ങൾ തന്നെ പൗരസമൂഹസങ്കല്പത്തെ പ്രോത്സാഹിപ്പിക്കുകയായിരുന്നു. ഭരണകൂടവും പൗരസമൂഹവും തമ്മി

ലുള്ള സ്വാഭാവികവൈരുദ്ധ്യങ്ങളെ ഇല്ലാതാക്കി ഭരണകൂടത്തിനു പൂർണ്ണമായും കീഴ്പ്പെട്ടും ഭരണകൂടപ്രത്യയശാസ്ത്രത്തിനനുസരിച്ച് ഭരണകൂട താല്പര്യങ്ങൾ സംരക്ഷിക്കുന്ന ഒരു പൗരസമൂഹത്തിന് രൂപംകൊടുക്കുകയും അതിനെ മെരുക്കിയിണക്കി വളർത്തുകയും ചെയ്യുകയെന്ന ദൗത്യമാണ് ആധുനിക ഭരണകൂടങ്ങൾ ചെയ്തത്.

ജർമ്മൻ ആശയവാദത്തെയും ഹെഗലിയനിസത്തെയും എതിർക്കുന്നിടത്താണ് മാർക്സ് പൗരസമൂഹമെന്ന പദം ഉപയോഗിക്കുന്നത്. പൗരസമൂഹത്തെയല്ല മനുഷ്യസമൂഹത്തെയാണ് താൻ അഭിസംബോധനചെയ്യുന്നത് എന്നാണ് മാർക്സ് പറയുന്നത്. 1844 ലെ ഒരു ലേഖനത്തിലും *ജൂത പ്രശ്നത്തെപ്പറ്റി*യും, *ഹെഗലിന്റെ ഫിലോസഫി ഓഫ് റൈറ്റ്* എന്ന ഗ്രന്ഥത്തിന്റെ വിമർശനം എന്നീ കൃതികളിലും മാർക്സ് പൗരസമൂഹത്തെക്കുറിച്ച് വിശദീകരിക്കുന്നുണ്ട്. "പഴയ ഭൗതികവാദത്തിന്റെ നിലപാട് സിവിൽ സമൂഹത്തിന്റേതാണ്. പുതിയതിന്റെ നിലപാട് മനുഷ്യസമൂഹത്തിന്റേതാണ്, സാമൂഹ്യവൽകൃതമായ മനുഷ്യത്വത്തിന്റേത്" എന്നാണ് മാർക്സ് 'ഫോയർബാഹിനെക്കുറിച്ചുള്ള തിസീസി'ൽ പറയുന്നത്. പൗരസമൂഹത്തെക്കുറിച്ചുള്ള സംവാദത്തിൽ മാർക്സിന് നേരിടേണ്ടി വന്ന ചിന്തകൾ ഹെഗലും ഫോയർബാഹുമായിരുന്നു. ഭരണകൂടകേന്ദ്രീകൃതമായ ഒരു സംവർഗ്ഗമെന്ന നിലയിൽ പൗരസമൂഹത്തെ വിമർശനാത്മകമായിട്ടാണ് മാർക്സ് വിശകലനം ചെയ്തത്.

മാർക്സിനെത്തുടർന്ന് ഇറ്റാലിയൻ ചിന്തകനായ അന്റോണിയോ ഗ്രാംഷി തന്റെ *ജയിൽകുറിപ്പു*കളിൽ പൗരസമൂഹത്തെക്കുറിച്ച് വിശദീകരിക്കുന്നു. ഹെഗലിന്റെ സിവിൽസൊസൈറ്റിയെക്കുറിച്ചുള്ള വിശകലനമാണ് സിവിൽ സൊസൈറ്റി, പൊളിറ്റിക്കൽ സൊസൈറ്റി എന്ന ദ്വിത്വ സങ്കല്പത്തിന് രൂപംകൊടുക്കുന്നത് എന്ന് ഗ്രാംഷിയും മാർക്സിസ്റ്റ് സിദ്ധാന്തവും *Gramci Marxist Theory* എന്ന ഗ്രന്ഥത്തിൽ (edited by ഷാന്താൽ മൗഫെ - Chantal Mouffe - പറയുന്നു. ആധുനിക രാഷ്ട്ര സങ്കല്പത്തിലെ ഏറ്റവും പ്രധാനപ്പെട്ട ഒന്നാണിത്. പൗരസമൂഹത്തിന്റെ ജനാധിപത്യപരമായ സാദ്ധ്യതകളിൽ അധിഷ്ഠിതമായിട്ടാണ് ഗ്രാംഷിയൻ വിശകലനം വികസിക്കുന്നത്. അദ്ദേഹം സിവിൽ സൊസൈറ്റിയുടെ സോഷ്യലിസ്റ്റ് സാദ്ധ്യതകളെയും സൈദ്ധാന്തികവല്ക്കരിക്കുന്നു. സിവിൽ സമൂഹത്തിന്റെ സ്ഥാപനങ്ങളുടെ ബഹുത്വത്തിലും ജനാധിപത്യപരമായ പ്രഹരശേഷിയിലും ഊന്നിക്കൊണ്ടാണ് ഗ്രാംഷി പൗരസമൂഹത്തെ വിശകലനംചെയ്തത്.

ഗ്രാംഷി ഭരണകൂടത്തിന്റെ കോട്ടയായി പൗരസമൂഹത്തെ വിശദീകരിക്കുന്നു. പൗരസമൂഹത്തിന്റെ സമ്മതി (Consent) യിലൂടെയും പൗരസമൂഹത്തിന്റെ സംഘാത്മകമായ പൊതുബോധ (Common Sense) ത്തിലൂടെയുമാണ് ഭരണകൂടം അതിന്റെ അധിനിവേശപ്രത്യയശാസ്ത്രം പ്രയോഗിക്കുന്നത്. അതായത് ഗ്രാംഷി പൗരസമൂഹത്തെ വിശകലനം

ചെയ്യുന്നത് ഭരണകൂടത്തിന്റെ സംരക്ഷകശക്തിയായിട്ടാണ്. ഈ സംരക്ഷക ശക്തികേന്ദ്രത്തിൽ വിപ്ലവകാരികൾ ഇടപെട്ടുകൊണ്ട് ഈ പൗര സമൂഹശക്തിയെ വിപ്ലവരാഷ്ട്രീയ ജനശക്തിയായി പരിവർത്തിപ്പിക്കാനുള്ള തീവ്രസൈദ്ധാന്തികപ്രവർത്തനമാണ് ഗ്രാംഷി നടത്തിയത്. അപ്പോൾ പൗരസമൂഹത്തെ പൗരസമൂഹമായി തന്നെ നിലനിർത്തുകയെന്നത് ഭരണകൂടത്തിന്റെ ജന്മതാല്പര്യമാണെന്നും ഈ പൗരസമൂഹം ഭരണകൂടത്തോട് പിണങ്ങുമ്പോൾ നിർദ്ദിഷ്ടഭരണകൂടം തകിടം മറിയുമെന്നും മനസ്സിലാക്കാൻ വളരെ എളുപ്പമാണ്. ഭരണഘടനാ നിയമങ്ങൾ, നിയമസംവിധാനങ്ങൾ തുടങ്ങിയ ഭരണകൂട ഉപകരണത്തിന്റെ നിർമ്മിതിക്കുള്ളിലും അതിന്റെ വ്യവഹാരങ്ങൾക്കുള്ളിലും വിഹരിക്കുന്ന അച്ചടക്കം, കടമകൾ, ദേശീയത, അവകാശങ്ങൾ എന്നിവയെല്ലാമുള്ള ഉത്തമപൗരന്മാരെ ഭരണകൂടത്തിനെതിരായി ചിന്തിക്കുന്ന യഥാർത്ഥ ജനകീയാധികാരത്തിലധിഷ്ഠിതമായ ജനാധിപത്യസമൂഹമായി രൂപപ്പെടുത്താനാണ് പത്തൊമ്പതും ഇരുപതും നൂറ്റാണ്ടുകളിലെ വിപ്ലവകാരികൾ ശ്രമിച്ചിട്ടുള്ളത്.

പൗരസമൂഹ- രാഷ്ട്രീയ സമൂഹ ദ്വന്ദ്വത്തെ മറികടക്കുന്ന ദാർശനികമായ പുതിയ അന്വേഷണം ആരംഭിക്കുന്നതും മിഷേൽ ഫൂക്കോവിൽ നിന്നുമാണ്. ഫൂക്കോ അധികാരത്തെ വിശകലനം ചെയ്തുകൊണ്ടാണ് മേല്പറഞ്ഞ ഹെഗലിയൻ ദ്വന്ദ്വത്തെ മറികടക്കുന്നത്. രാഷ്ട്രം എന്നത് ഭരണ നിർവ്വഹണം എന്ന ഒരു പ്രവൃത്തിയായി അദ്ദേഹം വ്യാഖ്യാനിച്ചു. രാഷ്ട്രത്തിന്റെ പരമാധികാരം യൂറോപ്പിൽ മദ്ധ്യകാലംമുതൽ എത്രമാത്രം ശക്തമായിരുന്നുവെന്ന് അദ്ദേഹം വിശദീകരിക്കുന്നുണ്ട്. രാജഭരണത്തിൻ കീഴിൽ പ്രജകളായിരുന്നവർ ജനാധിപത്യഭരണത്തിൻ കീഴിൽ പൗരന്മാരായി മാറുന്നു. അപ്പോൾ ഒരു അധികാരത്തിൽനിന്നും മറ്റൊരധികാരത്തിലേക്ക് മാറുന്ന രാഷ്ട്രീയ വ്യവസ്ഥയ്ക്കുള്ളിലെ പുതിയ കീഴാളർ തന്നെയാണ് പൗരന്മാർ. അധികാരത്തിൽ കീഴ്പ്പെട്ടു നില്ക്കുന്ന അഥവാ രാഷ്ട്രത്തിന് കീഴ്പ്പെട്ടു നില്ക്കുന്ന പുതിയ പ്രജകളാണ് പൗരന്മാർ. ഗ്രാംഷിയുടെ പൗരസമൂഹസങ്കല്പനത്തെ നിഷേധിച്ചുകൊണ്ട് അധികാരത്തെ ഫൂക്കോ സൂക്ഷ്മമായി വിശകലനം ചെയ്യുന്നു. രാഷ്ട്രത്തിന്റെ അധികാരം വ്യത്യസ്ത സ്ഥാപനങ്ങളിലൂടെയും സംഘങ്ങളിലൂടെയുമാണ് ആവിഷ്കരിക്കപ്പെടുന്നത്. അധികാരം സർവ്വവ്യാപിയാണ്. അത് സർവ്വസ്ഥലങ്ങളിൽനിന്നും ഉത്ഭവിക്കുന്നു. അധികാരത്തിന് ഒരു പുറംവഴി ഇല്ലെന്ന് ഫൂക്കോ നിരീക്ഷിക്കുന്നു. രാഷ്ട്രീയ സമൂഹത്തെ സിവിൽ സമൂഹത്തിൽനിന്നും വേർതിരിക്കുന്നതിനോട് ഫൂക്കോയ്ക്ക് തീരെ യോജിപ്പില്ല.

ഒരു അച്ചടക്ക സമൂഹത്തെ വാർത്തെടുത്തുകൊണ്ടാണ് ആധുനിക ഭരണകൂടം രാഷ്ട്രീയ അധികാരം വ്യാപിപ്പിക്കുന്നത്. പ്രാചീന സമൂഹങ്ങളിലെ അടിമത്ത സമ്പ്രദായത്തിന് സമാനമാണ് ആധുനിക കാലത്തെ അച്ചടക്കം എന്ന് ഫൂക്കോ നിരീക്ഷിക്കുന്നുണ്ട്. പ്രാചീന കാലത്ത് ശാരീ

രികമായി മർദ്ദിച്ചുകൊണ്ടാണ് അടിമകളെ യജമാനന്മാർ കൈകാര്യം ചെയ്തിരുന്നതെങ്കിൽ ആധുനിക ഭരണകൂടം അച്ചടക്കത്തിലൂടെ സമൂഹത്തെ മുഴുവൻ അധികാരത്തിന് കീഴ്പ്പെടുത്തുന്നു. പ്രത്യയശാസ്ത്രപരവും സ്ഥാപനപരവും ശാരീരികവുമായി നടത്തുന്ന അച്ചടക്കത്തിലൂടെയാണ് സമൂഹത്തെ ഭരണകൂടം രൂപപ്പെടുത്തുന്നത്. അങ്ങനെ വരുമ്പോൾ ആധുനിക ഭരണകൂടങ്ങളുടെ അടിത്തറയാണ് ഈ അച്ചടക്ക സമൂഹം എന്നുവരുന്നു. അതായത് ആധുനിക ഭരണകൂടത്തിന്റെ സങ്കീർണ്ണമായ അധികാരവ്യവസ്ഥയ്ക്ക് കീഴിൽ സ്വതന്ത്രമായ ഒരു സിവിൽ സമൂഹത്തിന് സ്ഥാനമില്ല. രാഷ്ട്രം എന്ന് പറയുന്നത് സമൂഹത്തിൽനിന്നും പൂർണ്ണമായി വേർതിരിക്കാൻ കഴിയുന്ന ഒന്നല്ല. മറിച്ച് അച്ചടക്കത്തിലൂടെ പരിശീലിപ്പിച്ച് നിർത്തുന്ന സമൂഹത്തിലൂടെയാണ് ഭരണകൂടം അതിന്റെ സ്വഭാവത്തെ ആവിഷ്കരിക്കുന്നത്. സ്കൂളുകൾ, കോളേജുകൾ, ആശുപത്രികൾ, സൈനിക ക്യാമ്പുകൾ തുടങ്ങി എല്ലാ സ്ഥാപനങ്ങളിലും രൂപപ്പെടുത്തുന്ന അച്ചടക്കത്തിന്റെ പരിശീലനങ്ങൾ അധികാരത്തിന്റെ മൂർത്തമായ ആവിഷ്കാരങ്ങൾ തന്നെയാണ്. അധികാരത്തിന്റെ സങ്കീർണ്ണവും സർവ്വവ്യാപിയുമായ ഉല്പാദന ക്ഷമതയിലൂടെയാണ് ഭരണകൂടം നിലനില്ക്കുന്നത്. അഭിലാഷങ്ങൾ, ആവശ്യങ്ങൾ, വ്യക്തിത്വങ്ങൾ, സ്വത്ത് സങ്കല്പങ്ങൾ തുടങ്ങിയവയെ നിരന്തരം ഉല്പാദിപ്പിച്ചുകൊണ്ടാണ് അധികാരം നിലനില്ക്കുന്നത്. സിവിൽ സമൂഹത്തിന്റെ വിദ്യാഭ്യാസപരമായ പ്രക്രിയയെ പുനർവ്യാഖ്യാനിക്കുകയാണ് ഫൂക്കോ ചെയ്യുന്നത്. എന്നാൽ ഗ്രാംഷി ദർശിച്ചപോലെ രാഷ്ട്രീയ സമൂഹത്തെ സിവിൽ സമൂഹത്തിൽനിന്നും വേർതിരിച്ചുകാണാൻ ഫൂക്കോ തയ്യാറാകുന്നില്ല. അച്ചടക്കത്തിലൂടെ പരിശീലിപ്പിച്ചെടുക്കുന്ന സിവിൽ സമൂഹം ഒരു രാഷ്ട്രീയ സമൂഹംതന്നെയാണ് എന്ന തിരിച്ചറിവ് ഫൂക്കോയെ നയിച്ചത് ഹെഗലിന്റെ ദ്വന്ദ്വസങ്കല്പങ്ങളെ മറികടക്കുന്ന ഒരു ദാർശനിക തലത്തിൽനിന്നുമാണ്. എന്നാൽ ആഗോളവല്കരണത്തെ തുടർന്നു സംജാതമായ പുതിയ സാമൂഹികരാഷ്ട്രീയാന്തരീക്ഷത്തിൽ ഗ്രാംഷി വിഭാവനംചെയ്ത പൗരസമൂഹസങ്കല്പനങ്ങൾക്ക് നിർണ്ണായകമായ മാറ്റം സംഭവിച്ചിരിക്കുകയാണ്.

പൗരസമൂഹത്തെ ഭരണകൂടത്തിന്റെ കോട്ടയാണെന്ന ഏറ്റവും വലിയ തിരിച്ചറിവ് പങ്കുവെച്ച ഗ്രാംഷിയുടെ കാലത്തെ ഭരണകൂടം നിർണ്ണായകമായ മാറ്റങ്ങൾക്ക് വിധേയമായിരിക്കുകയാണ്. മിഷേൽ ഫൂക്കോ വിശകലനം ചെയ്ത അച്ചടക്ക സമൂഹം ഇന്ന് ഒരു നിയന്ത്രിത സമൂഹമായി പരിണമിച്ചിരിക്കുകയാണ്. അതായത് പാസ്‌വേഡുകളിലൂടെയും കോഡുകളിലൂടെയും കാർഡുകളിലൂടെയും ഇന്ന് സമൂഹത്തെയും വ്യക്തികളെയും പൂർണ്ണമായി നിയന്ത്രിച്ച് നിർത്താൻ ഭരണകൂടത്തിന് കഴിയും. ഫൂക്കോ വിശകലനം ചെയ്ത അച്ചടക്കസമൂഹം ദേശരാഷ്ട്ര സങ്കല്പങ്ങൾക്ക് കീഴിലായിരുന്നു പ്രവർത്തിച്ചിരുന്നത്. എന്നാൽ ഇന്നത്തെ നിയന്ത്രിത സമൂഹം ദേശരാഷ്ട്ര സങ്കല്പങ്ങളെ മറി

കടക്കുന്നതാണ്. ആഗോളവല്ക്കരണകാലത്തെ മൂലധനവ്യാപനവും ആഗോള അധികാരത്തിന്റെ വ്യാപനവും സമന്വയിപ്പിക്കുന്ന ഒരു സങ്കീർണ്ണ പ്രസ്ഥാനമാണ്. ഈ സങ്കീർണ്ണ പ്രതിഭാസമാണ് പഴയ ദേശീയതയെയും ദേശരാഷ്ട്രസങ്കല്പത്തെയും പരമാധികാര രാഷ്ട്രത്തെയും അപ്രസക്തമാക്കുന്നത്. ശാസ്ത്രത്തിന്റെയും സാങ്കേതിക വിദ്യയുടെയും പുതിയ നെറ്റ്‌വർക്കുകളുടെയും സോഷ്യൽ മീഡിയയുടെയും വളർച്ച ഇതിന് ആക്കം കൂട്ടുന്നതാണ്. ഫാക്ടറികളുടെ കാലത്തെ തൊഴിലാളി വർഗ്ഗമല്ല ഇന്നത്തെ തൊഴിലാളിവർഗ്ഗം. ഓരോ വീടും തൊഴിൽശാലയായി മാറിയിരിക്കുന്നു. വീട്ടമ്മമാർ, ശരണാലയങ്ങളിലെ അന്തേവാസികൾ, രോഗികൾ, ജയിൽപ്പുള്ളികൾ, കുട്ടികൾ തുടങ്ങി ലോകജനസംഖ്യയുടെ വലിയൊരു വിഭാഗം തന്നെ ഇന്ന് ആഗോള മൂലധനത്തിലേക്ക് വലിച്ചടുപ്പിക്കപ്പെടുകയും തൊഴിലാളികളാക്കപ്പെടുകയും ചെയ്യുന്നു. ദേശീയ ഭരണകൂടത്തിന്റെ നിയന്ത്രണത്തിനതീതമായി മനുഷ്യർ പരസ്പരം ആശയവിനിമയം ചെയ്യുകയും പുതിയ സംരംഭങ്ങൾക്കും മറ്റും നേതൃത്വം കൊടുക്കുകയും ചെയ്യുന്നു. ലോകത്തെ മുഴുവൻ നിയന്ത്രിച്ചു നിർത്താൻ ആഗോള അധികാര ശക്തികൾ ശ്രമിക്കുമ്പോഴും ആ നിയന്ത്രണങ്ങളെ അതിലംഘിച്ചുകൊണ്ട് പുതിയ സാമൂഹ്യശക്തികൾ ഉയർന്നതും പതിനേഴാം നൂറ്റാണ്ടിൽ സ്പിനോസ ജനസഞ്ചയം (Multitude) എന്ന് വിളിച്ച ബഹുജനങ്ങൾ ആണിത്. പാർശ്വവല്കൃതരും മർദ്ദിതരും കുടിയേറ്റക്കാരും കുടിയിറക്കപ്പെട്ടവരും നാടുകടത്തപ്പെട്ടവരും, പ്രവാസികളും, ഭവനരഹിതരും, ചേരിനിവാസികളും, വഴിയോരവാസികളും അടങ്ങുന്ന അതിവിപുലമായ മനുഷ്യ സഞ്ചയമാണിത്. ഇവർ ഒരിക്കലും പഴയ പൗരസമൂഹം അല്ല. ഭരണകൂടത്തിന്റെ ആജ്ഞാനുവർത്തികളായ അഭിജാതസമൂഹവുമല്ല. ഭരണകൂടത്തിന്റെ അധിനിവേശ പ്രത്യയശാസ്ത്രം പിൻപറ്റുന്ന കുലീന രാഷ്ട്രീയ സമൂഹവുമല്ല. എന്നാൽ അവർക്ക് അതിജീവനത്തിന്റെ പുതിയ രാഷ്ട്രീയ ശക്തിയാണ്.

മേൽ വിവരിച്ച നിയന്ത്രിത സമൂഹത്തിന്റെ പ്രവർത്തന രീതികൾ പഴയ പരമാധികാര രാഷ്ട്രത്തിനുള്ളിലെ പൗരസമൂഹത്തെ അപ്രസക്തമാക്കുന്നു. അതുകൊണ്ടാണ് മിഷേൽ ഹാർഡ്ടിനെപ്പോലുള്ള ചിന്തകന്മാർ ആ കാലഘട്ടം പൗരസമൂഹത്തിന്റെ കൊഴിഞ്ഞുപോകലിന്റെ കാലഘട്ടമാണ് എന്ന് അഭിപ്രായപ്പെട്ടത്. ഇതിനർത്ഥം പൗരസമൂഹത്തിന്റെ എല്ലാ അവശേഷിപ്പുകളും ഇല്ലാതായി എന്നല്ല. മറിച്ച് പൗരസമൂഹം നിയന്ത്രിതസമൂഹത്തിന് വഴിമാറിയിരിക്കയാണ് എന്നാണ്. സിവിൽ സമൂഹം നിലംപതിച്ചുകൊണ്ടിരിക്കയാണ്. ഇന്ന് സിവിൽ സമൂഹത്തിന്റെ സഹായമില്ലാതെ തന്നെ ഭരണകൂടത്തിന് ജനങ്ങളെ അടക്കി നിർത്താൻ കഴിയുന്നു. ഈ കാലഘട്ടത്തിലും പഴയതിന്റെ ശേഷിപ്പുകൾ നിലനില്ക്കുന്നുണ്ട്. അത് എല്ലാക്കാലത്തും അങ്ങനെയായിരുന്നല്ലോ. അച്ചടക്കസമൂഹം നിയന്ത്രിതസമൂഹത്തിന് വഴിമാറിക്കൊടുത്തിരിക്കുന്ന ഈ കാലഘട്ടത്തിലും പഴയ പരിശീലന രീതികൾ കാണാവു

ന്നതാണ്. എന്നാൽ ലോകത്താകെ പുതിയ നിയന്ത്രണത്തിന്റെ ബലതന്ത്രങ്ങൾക്ക് പ്രാമുഖ്യം ലഭിച്ചിരിക്കുന്നു എന്നതാണ് യാഥാർത്ഥ്യം.

ദേശരാഷ്ട്രങ്ങൾ ശിഥിലമാകാൻ തുടങ്ങുകയും പരമാധികാര രാഷ്ട്രങ്ങൾ ദുർബ്ബലമാവുകയും ചെയ്യുന്ന കാലമാണിത്. ഇതിനർത്ഥം ഭരണകൂടത്തിന്റെ വർഗ്ഗസ്വഭാവത്തിനും മർദ്ദകസ്വഭാവത്തിനും കൂടുതൽ കാർക്കശ്യവും കാഠിന്യവുമാണ് സംഭവിച്ചിട്ടുള്ളത് എന്നാണ്. പക്ഷേ, നിർണ്ണായക മാറ്റം സംഭവിച്ചിരിക്കുന്നത് ഭരണകൂടത്തിന്റെ രാഷ്ട്രീയാധികാരത്തിന്റെ പ്രയോഗരീതികൾക്കാണ്.

അച്ചടക്കവും നിയമവാഴ്ചയ്ക്കുവേണ്ടി പ്രവർത്തിക്കുന്ന മനുഷ്യാവകാശ ബോധമുള്ളതും(പൗരാവകാശബോധം) വോട്ടുചെയ്യുകയെന്നതാണ് മഹത്തായ ഒരേയൊരു ജനാധിപത്യപ്രവർത്തനവുമെന്നു കരുതുന്ന ഇന്നത്തെ പൗരസമൂഹം ഭരണകൂടത്താൽ നേരിട്ടുനിയന്ത്രിക്കപ്പെടുന്ന ഒന്നായി അഥവാ നിയന്ത്രിതസമൂഹമായി മാറിയിരിക്കുന്നുവെന്നതാണ് യാഥാർത്ഥ്യം. പൗരസമൂഹത്തിന്റെ ഏകീകൃതസ്വഭാവവും പൊതുബോധവും ശിഥിലമാക്കപ്പെടുകയും ഭരണകൂടത്താൽ നിയന്ത്രിക്കപ്പെടുന്ന കൃത്രിമവും ശിഥിലവുമായ വ്യക്തികളുടെ കൂട്ടങ്ങളായി പരിണമിക്കപ്പെടുകയാണ്. ആഗോളവല്കൃത കാലഘട്ടത്തിലെ വാർത്താവിനിമയ രൂപങ്ങളും മാധ്യമശൃംഖലകളും മനുഷ്യരുടെ സംഘബോധത്തെ മുറിച്ചുകടന്ന് ഭരണകൂടാശയങ്ങളെ നേരിട്ട് വ്യക്തികളിലേക്ക് പ്രക്ഷേപിക്കുകയാണ്. ഇതാണ് പൗരസമൂഹാനന്തരഘട്ടത്തിലെ ഭരണകൂടത്തിന്റെ ഘടനയിലും പ്രയോഗരീതികളിലും സംഭവിച്ചിരിക്കുന്ന നിർണ്ണായകമായ മാറ്റം. സമൂഹത്തിന്റെ സംഘബോധത്തെ പിളർത്തി നശിപ്പിച്ചുകൊണ്ട് ഭരണകൂടം നടത്തുന്ന ഈ നിയന്ത്രണാധികാരത്തിന്റെ വിജയമാണ് നവഫാസിസ്റ്റുകളുടെ വിജയം. കീഴാളരാഷ്ട്രീയത്തിലും മറ്റു പിന്നോക്ക ജനവിഭാഗങ്ങളുടെ രാഷ്ട്രീയത്തിലും സംഭവിച്ചുകൊണ്ടിരിക്കുന്ന മാറ്റങ്ങൾ പരിശോധിച്ചാൽ ഇതു വ്യക്തമാവും.

മൂന്നാർ സ്ത്രീത്തൊഴിലാളികൾ സമരരംഗത്തിറങ്ങിയപ്പോൾ പൗരാവകാശപ്രശ്നം ചില എഴുത്തുകാർ ഉന്നയിക്കുകയുണ്ടായി. നവകൊളോണിയൽ മുതലാളിത്തവ്യവസ്ഥയായ തോട്ടം സമ്പദ്‌വ്യവസ്ഥയ്ക്കു കീഴിൽ മൂന്നാർ സ്ത്രീത്തൊഴിലാളികൾ നേരിടുന്ന സുപ്രധാനവിഷയങ്ങളെയാണ് ഈ എഴുത്തുകാർ പ്രശ്നവല്ക്കരിക്കാൻ ശ്രമിച്ചത്. അതിലൊരു പ്രധാന വിഷയം സ്ത്രീകൾ നേരിടുന്ന ലിംഗപരമായ വിവേചനങ്ങളും അവകാശനിഷേധങ്ങളുമാണ്. ട്രേഡ് യൂണിയൻ രംഗത്തും രാഷ്ട്രീയാധികാരത്തിലും സ്ത്രീകൾക്കു പങ്കാളിത്തമില്ലാത്ത അവസ്ഥയും വനചേരിയിലെ ലയങ്ങളിൽ സ്ത്രീകൾ പുരുഷാധികാരത്തിന് കീഴ്പ്പെടുന്നതും തമിഴ് ഭാഷാ ജനവിഭാഗമെന്ന നിലയിൽ അവകാശങ്ങൾ നിഷേധിക്കപ്പെടുന്നതും ജാതീയമായി വിവേചനവും മർദ്ദനങ്ങളും നേരിടേണ്ടിവരുന്നതും ഒരു പൗരാവകാശമായിട്ടല്ല ജനകീയ സ്വാധികാരമായിട്ടാണ് പ്രശ്നവല്ക്കരിക്കപ്പെടേണ്ടത്. കോടിക്കണക്കിനു ഭൂരഹി

തർ ടാറ്റയെപ്പോലെയുള്ള പുത്തൻ ഭൂവുടമകളുടെ കീഴിൽ അടിമത്തമനുഭവിക്കേണ്ടിവരാനുള്ള പലകാരണങ്ങളിൽ പ്രധാനപ്പെട്ട ഒന്ന്, ഇന്ത്യൻ ഭരണകൂടം ടാറ്റയുടെ പൗരാവകാശം (കൂലി നിശ്ചയിക്കാനുള്ള അവകാശവും സ്വന്തം സ്വത്തവകാശം പരിരക്ഷിക്കാനുള്ള അവകാശവും) സംരക്ഷിക്കാൻ ബാദ്ധ്യസ്ഥനാണ് എന്നതുമാണ്. കോടിക്കണക്കിനു ജനങ്ങൾക്ക് ജീവിക്കാനും ഭൂമിയിൽ തുല്യഅധികാരം സ്ഥാപിക്കാനുമുള്ള അവകാശത്തെ പൗരാവകാശമായി ഇന്ത്യൻ ഭരണകൂടം അംഗീകരിച്ചിട്ടില്ലെന്നും അനിയന്ത്രിതമായ സ്വകാര്യ സ്വത്തിന്റെ അവകാശമാണ് ഭരണകൂടം സംരക്ഷിക്കുന്നതെന്നും നമുക്കറിയാം. അതുകൊണ്ടുതന്നെ ഭരണകൂട നിർവ്വചിതമായ പൗരാവകാശത്തിന്റെ പരിധിക്കുള്ളിൽ നിന്നുകൊണ്ടല്ല, മനുഷ്യാവകാശങ്ങൾ ഉന്നയിക്കപ്പെടേണ്ടത്. മറിച്ച് ഭരണകൂടത്തിന്റെ നിർവ്വചനങ്ങൾക്കതീതമായ ജനകീയ പരമാധികാരത്തിന്റെ തലത്തിൽ നിന്നുകൊണ്ടായിരിക്കണമെന്നും വ്യക്തമാണ്.

പൗരാവകാശങ്ങളും മനുഷ്യാവകാശങ്ങളും ഒന്നല്ല. ആധാർപദ്ധതിയുമായി ബന്ധപ്പെട്ട സുപ്രീംകോടതി അഭിമുഖീകരിച്ച പ്രശ്നമായിരുന്നു വ്യക്തികളുടെ സ്വകാര്യതയെന്ന വിഷയം. വ്യക്തി സ്വകാര്യത എന്നത് സാർവ്വലൗകികമായ ഒരു മനുഷ്യാവകാശമാണ്. എന്നാൽ അത് ഇന്ത്യൻ ഭരണഘടനയനുസരിച്ച് മൗലികാവകാശമാണോ എന്ന വിഷയം പരിശോധിക്കേണ്ടതുണ്ടെന്നായിരുന്നു സുപ്രീംകോടതിയുടെ നിഗമനം. ഈ നിഗമനം ഭരണകൂടത്തിന്റെ ഭാഗത്തുനിന്നും നോക്കുമ്പോൾ തികച്ചും യുക്തിസഹമാണ്. ഇന്ത്യൻ ഭരണഘടനയെന്നല്ല ലോകത്തിലെ ഒരു ഭരണഘടനയും മനുഷ്യന്റെ മൗലികാവകാശങ്ങൾ സംരക്ഷിക്കാൻ ബാദ്ധ്യസ്ഥരല്ല. പൗരാവകാശങ്ങൾ മാത്രമേ ഭരണകൂടത്തിന്റെ പരിധിയിൽപെടുന്നുള്ളൂ.

ഭൂമിയിൽ എവിടെവേണമെങ്കിലും ജീവിക്കാനുള്ള അവകാശം ഒരു ജൈവസഹജമായ മനുഷ്യാവകാശമാണെങ്കിലും പാസ്പോർട്ടും വിസയും തിരിച്ചറിയൽ കാർഡും മറ്റുമില്ലാതെ ഈ മനുഷ്യാവകാശം ലോകത്തിലൊരിടത്തും സാദ്ധ്യമാവുകയില്ലല്ലോ. അതുകൊണ്ട് കാലഹരണപ്പെട്ടതും ഭരണകൂടാശ്രിതവും ഭരണകൂടനിർവ്വചിതവുമായ പൗരാവകാശമെന്ന നിലയിലല്ല മൂന്നാർ തൊഴിലാളികളുടെ പ്രശ്നമടക്കമുള്ള ജനങ്ങളുടെ ജീവൽപ്രശ്നങ്ങൾ ഉന്നയിക്കപ്പെടേണ്ടതെന്നും മറിച്ച് ഭരണകൂടത്തെയും മനുഷ്യരുടെ ജീവിതാധികാരത്തെ ഭരണകൂടത്തിന്റെ മർദ്ദകസ്വഭാവമുള്ളതും അധിനിവേശിതവുമായ അധികാരത്തിന് ബദലായി ഉയർത്തിപ്പിടിക്കുന്ന പുതിയ രാഷ്ട്രീയഭാവനയുടെ തലത്തിൽ നിന്നുകൊണ്ടായിരിക്കണം പ്രശ്നവല്ക്കരിക്കപ്പെടേണ്ടതെന്നും വ്യക്തമാകുന്നു.

പൗരാവകാശങ്ങൾ ഭരണകൂടനിർവ്വചിതവും മുതലാളിത്ത താല്പര്യക്കാർക്കു കീഴ്പ്പെടുന്നതുമാണ്. ഭരണകൂടത്തിന്റെ നികുതിദായകരും ഭരണകൂടനിയന്ത്രിതരുമായ വോട്ടർമാരെ പുതിയ ജനാധിപത്യ സമൂ

ഹത്തിന്റെ ഭരണാധികാരികളായി സ്വയം പ്രഖ്യാപിക്കുന്ന ഒരു രാഷ്ട്രീയ സങ്കല്പത്തിൽ മാത്രമേ ഈ മാറ്റം സാദ്ധ്യമാവുകയുള്ളൂ. വോട്ടവകാശം യഥാർത്ഥ ജനാധിപത്യാവകാശമായി മാറുന്നത് സ്വയം വോട്ടുചെയ്യാൻ അതായത് ഓരോരുത്തരും തങ്ങൾക്കു തന്നെ വോട്ടുചെയ്യുന്ന അവകാശമായി അതിനുമാറാൻ കഴിയുമ്പോഴാണ്. അഭിപ്രായസ്വാതന്ത്ര്യം ആവിഷ്കാരസ്വാതന്ത്ര്യം, ജീവിക്കാനും തൊഴിൽ ചെയ്യാനുമുള്ള അവകാശം എന്നിവയെല്ലാം പരമപ്രധാനമായി വരുന്നത് അത് ഭരണഘടനയിൽ വരുന്നതും പൗരാവകാശമായി അംഗീകരിക്കപ്പെട്ടതും കൊണ്ടല്ല. മറിച്ച് മനുഷ്യർ നൂറ്റാണ്ടുകളായി പോരാടി നേടിയതും അവ മനുഷ്യരുടെ ജൈവാവകാശമായതുംകൊണ്ടാണ്. അതുകൊണ്ടുതന്നെ ഭരണഘടനയെ അംഗീകരിക്കാത്തവർക്കും അവർ ജനാധിപത്യപരമായി ജീവിക്കുന്നുവെങ്കിൽ അവർക്ക് ഒരു സമൂഹത്തിൽ ജീവിക്കാനും സ്വന്തം അവകാശങ്ങൾ നിലനിർത്താനും സ്വാതന്ത്ര്യമുണ്ടെന്നും അതാണ് യഥാർത്ഥ സ്വാതന്ത്ര്യം എന്നും തിരിച്ചറിയപ്പെടേണ്ടതുണ്ട്. (ഇന്ത്യയിലെ പ്രധാനപ്പെട്ട പല രാഷ്ട്രീയ കക്ഷികളും നിലവിലുള്ള ഭരണകൂടത്തെ ഒരിക്കൽ അട്ടിമറിച്ച് വിപ്ലവം നടത്തുമെന്ന് പ്രഖ്യാപിക്കുന്നുണ്ട്.)

പൗരസമൂഹാനന്തര കാലത്തെ സ്വാധികാരവും ഭരണകൂട (ഘടന) അധികാരവും

പൗരസമൂഹാനന്തര കാലത്തെ സമൂഹമാണ് നിയന്ത്രിതസമൂഹം. പരമാധികാര രാഷ്ട്രങ്ങളുടെ കാലത്തെ പൗരസമൂഹം നിയന്ത്രിതസമൂഹമായി (controlled society) മാറിയതിനെക്കുറിച്ച് വിശദീകരിച്ചു കഴിഞ്ഞു. പ്രജകളിൽ (subjects) നിന്നും ദേശീയ രാഷ്ട്രങ്ങളുടെ കാലത്തെ പൗരന്മാരിലേക്കുള്ള മാറ്റം കേവലം ഘടനാപരമായ ഒരു മാറ്റം മാത്രമായിരുന്നു. രാജാവിന് കീഴിൽ ജീവിച്ചിരുന്ന പ്രജകൾ ആധുനിക ജനാധിപത്യ സമൂഹത്തിലെ പുതിയ പ്രജകളായി മാറിയതുകൊണ്ട് അവർക്ക് മൗലികമായി യാതൊരുവിധ പുരോഗതിയും ലഭിച്ചിട്ടില്ല എന്നതാണ് യാഥാർത്ഥ്യം. ഇത് ചരിത്രത്തെ നിരാകരിക്കുന്ന സമീപനമാണോ എന്നൊരു സംശയം വായനക്കാരിൽ സ്വാഭാവികമായും ഉണ്ടാകുന്നതാണ്. ചരിത്രത്തെക്കുറിച്ചുള്ള രേഖീയ സങ്കല്പങ്ങളും ഭരണകൂടത്തെ സംബന്ധിച്ച രക്ഷാകർത്തൃസങ്കല്പങ്ങളും നമ്മളിൽ ശക്തമായി പ്രവർത്തിക്കുന്നതുകൊണ്ടാണ് ഇത്തരമൊരു സംശയം ഉടലെടുക്കുന്നത്.

മതവിശ്വാസികൾ കരുതുന്നത് ദൈവം നമ്മുടെ രക്ഷകനാണെന്നാണ്. അതുപോലെതന്നെ ഉള്ള ഒരു രക്ഷകസങ്കല്പമാണ് ഭരണകൂടത്തെക്കുറിച്ചുള്ളതും. ഭരണകൂടം പൗരന്മാരെ സംരക്ഷിക്കുന്ന രക്ഷകനാണെന്നുള്ള സങ്കല്പം രൂപംകൊള്ളുന്നത് പാശ്ചാത്യലിബറൽ ജനാധിപത്യവാദികളിൽ നിന്നുമാണ്. മതാത്മകമായ ഒരു രാഷ്ട്രസങ്കല്പമാണ് പൗരസമൂഹസങ്കല്പം എന്നർത്ഥം. മതവിശ്വാസികൾ ഈശ്വരനുകൊടുക്കുന്ന സ്ഥാനമാണ് പൗരന്മാർ ഭരണകൂടത്തിന് കൊടുക്കു

ന്നത്. അതിനാൽ ഭരണകൂടം സംരക്ഷകന്റെ ധർമ്മം നിർവ്വഹിക്കുന്നു. രാഷ്ട്രീയ പാർട്ടികളും സംരക്ഷകരുടെ ധർമ്മം നിർവ്വഹിക്കുന്നു. ഈ പൊളിറ്റിക്കൽ മിഷനറിയുടെ പ്രവർത്തനം നടപ്പിൽ വരുത്തുന്നതിന്റെ ഭാഗമായി വ്യാപകമായി ഉപയോഗിക്കപ്പെടുന്ന പദമാണ് ബോധവല്കരണം എന്നത്. അതായത് ജനങ്ങൾക്ക് ബുദ്ധിയും ബോധവുമില്ലെന്നും ഭരണകൂടത്തിൽ രാഷ്ട്രീയനേതൃത്വത്തിന് അവയെല്ലാമുണ്ടെന്നും അർത്ഥം. മനുഷ്യരുടെ സംഘപരമായ അദ്ധ്വാനത്തിന്റെ ഫലമായി വികാസം പ്രാപിച്ച നേട്ടങ്ങളെയും ശാസ്ത്രസാങ്കേതിക പുരോഗതികളെയും ഭരണകൂടത്തിന്റെ ചെലവിൽ വിലയിരുത്തുന്ന ഒരു പ്രവണത നിലനില്ക്കുന്നുണ്ട്. പഴയ പ്രജ പുതിയ ഭരണകൂട പൗരപ്രജയായി മാറിയപ്പോൾ മൗലികമായി മാറ്റങ്ങളൊന്നും ഉണ്ടായിട്ടില്ല എന്നേ ഇവിടെ അർത്ഥമാക്കുന്നുള്ളൂ.

കാലികമായ പുരോഗതികൾ നിരാകരിക്കുന്നില്ല. പുതിയ പൗരപ്രജ കൂടുതൽ നിയന്ത്രണങ്ങൾക്ക് അടിപ്പെടുന്നു. അതുകൊണ്ട് പൗരാവകാശങ്ങൾക്കുവേണ്ടി വാദിക്കുന്നത് പുരോഗമനപരമായ ഒരു രാഷ്ട്രീയ സങ്കല്പത്തിൽനിന്ന് ഉണ്ടാകുന്നതല്ല. ഭരിക്കുന്നവരും ഭരിക്കപ്പെടുന്നവരും എന്ന വ്യത്യാസം ഇല്ലാതാവുമ്പോഴാണ് യഥാർത്ഥ ജനാധിപത്യം ആവിർഭവിക്കുന്നത്.

പൗരസമൂഹത്തിന്റെ അടിത്തറ ദേശീയതയും ദേശരാഷ്ട്രവുമാണ്. ഈ അടിത്തറകളുടെ അടിത്തറയാവട്ടെ മതാത്മകമായ ദേശീയതയും. ഇന്ത്യയിൽ ഉയർന്നുവന്ന ആധുനിക ദേശീയസങ്കല്പം ഹിന്ദു രാഷ്ട്ര സങ്കല്പത്തിന് പ്രാമുഖ്യമുള്ളതായിരുന്നു. മുസ്ലീങ്ങൾ, ക്രിസ്ത്യാനികൾ തുടങ്ങിയവരെല്ലാം കുടിയേറ്റക്കാരും വിദേശ സംസ്കാരത്തിന്റെ പ്രതിനിധികളുമായി ഇവിടെ മുദ്രകുത്തപ്പെട്ടു. ഇതിനൊക്കെ കാരണം ഇന്ത്യൻ ദേശീയതയിൽ ഹിന്ദുദേശീയതയ്ക്കുള്ള പ്രാമുഖ്യമാണ്. ദേശീയത എന്നത് ഒരു രാഷ്ട്രീയ സങ്കല്പമാണെങ്കിലും മതത്തിന്റെ സ്വാധീന ശക്തി അതിൽ നിർണ്ണായകമാണ്. അതുകൊണ്ടുതന്നെ പൗരസമൂഹത്തിൽ ഹിന്ദുത്വത്തിന്റെ സാംസ്കാരിക ചിഹ്നങ്ങളും മുദ്രകളും രീതികളും അടിച്ചേല്പിക്കാനുള്ള ശ്രമം ഹിന്ദുത്വഫാസിസ്റ്റുകൾ നടത്തിക്കൊണ്ടിരിക്കുന്നത് നാം കാണുന്നു. ഇത് പരിഹരിക്കാൻ ഹിന്ദുത്വ നിർമുക്തമായ ഒരു പൗരസമൂഹം കെട്ടിപ്പടുക്കാനല്ല മറിച്ച് പൗരനിർമുക്തമായ ഒരു പുതിയ മനുഷ്യസമൂഹത്തെ വളർത്തിയെടുക്കാനാണ് ജനാധിപത്യവാദികൾ മുന്നോട്ട് വരേണ്ടത്. പൗരാവകാശത്തിനുപകരം ജനകീയ സ്വാധികാര സമൂഹങ്ങളായി നമുക്ക് സ്വയം പ്രഖ്യാപിക്കാൻ കഴിയണം.

ആധുനിക ഇന്ത്യയിൽ പൗരസമൂഹമെന്നത് ഒരു ന്യൂനപക്ഷ വിഭാഗം മാത്രമാണ്. [1]ചാതുർവർണ്യവ്യവസ്ഥയിലെ വരേണ്യ വിഭാഗത്തെപ്പോലെതന്നെ വരേണ്യരായ ഒരു ന്യൂനപക്ഷമാണ് ഇവിടത്തെ പൗരസമൂഹം. ശൂദ്രന്മാരും ചണ്ഡാളന്മാരും മറ്റും അവർണ്ണരായിട്ടാണ് ഇവിടെ പരിഗണിക്കപ്പെട്ടത്. ഇതുപോലെതന്നെ ഭൂരിപക്ഷം വരുന്ന അദ്ധ്വാനി

ക്കുന്ന ജനങ്ങൾ നമ്മുടെ പൗരസമൂഹത്തിന് പുറത്തായിരുന്നു. പ്രശസ്ത രാഷ്ട്രീയ ചിന്തകനായ പാർത്ഥാ ചാറ്റർജി തന്റെ *Politics of the governed* എന്ന ഗ്രന്ഥത്തിൽ ഇന്ത്യയിലെ ചേരിനിവാസികളുടെ ദുരിത പൂർണ്ണമായ ജീവിതത്തെ വിശദീകരിച്ചുകൊണ്ട് പൗരസമൂഹസങ്കല്പത്തെ വിമർശിക്കുന്നു. ദളിതരും ചേരിനിവാസികളും നാടോടികളും ആദിവാസികളും അടങ്ങുന്ന വലിയൊരു വിഭാഗം ജനതയെ നമ്മുടെ ഭരണകൂടം സിവിൽസൊസൈറ്റിയായിട്ടല്ല പോപ്പുലേഷൻ ആയിട്ടാണ് കാണുന്നതെന്ന് പാർത്ഥാ ചാറ്റർജി നിരീക്ഷിക്കുന്നത്. അതായത് ഭരണകൂടത്തിന് അലോസരമായിട്ടുള്ള ജനസംഖ്യയാണ് ഇവരെല്ലാം തന്നെ. നഗരങ്ങൾ വികസിപ്പിക്കുമ്പോഴും മോടി പിടിപ്പിക്കുമ്പോഴും തുടച്ചുമാറ്റപ്പെടേണ്ട തടസ്സങ്ങളാണിവർ. അതുകൊണ്ട് എല്ലാ നഗരങ്ങളിലെയും പ്രധാനതടസ്സം ചേരികളാണ്. 'ശുചിത്വനഗരം', 'ചേരിരഹിത നഗരം', 'വികസനം', 'ദേശസുരക്ഷ', 'ഏകീകൃത തിരിച്ചറിയൽ കാർഡ്', 'ക്ഷേമം' തുടങ്ങി നിരവധി ഭരണകൂട പരിഷ്കാരങ്ങളുടെയെല്ലാം ഉന്നം മേൽ പരാമർശിച്ച നിരാലംബരമായ ജനതയാണ്.

ദക്ഷിണ കൊൽക്കത്തയിലെ ഒരു റെയിൽവെ ചേരിയിലെ ആയിരക്കണക്കിന് ജനങ്ങൾ നിർദ്ദയമായി കുടിയൊഴിപ്പിക്കുന്നതിനെക്കുറിച്ച് പാർത്ഥാ ചാറ്റർജി പരാമർശിക്കുകയുണ്ടായി. രവീന്ദ്രസരോവർ തടാകം മലിനമാക്കുന്നുവെന്ന ഒരു പൊതു പരാതിയുടെ അടിസ്ഥാനത്തിലാണ് റെയിൽവെ ചേരി നിവാസികൾ കുടിയൊഴിപ്പിക്കപ്പെട്ടത്. സ്വന്തമായി ഭൂമിയും കിടപ്പാടവും ഇല്ലാത്തവർ ഭരണകൂടത്തിന്റെ കണ്ണിൽ പൗരന്മാർപോലുമല്ല എന്ന യാഥാർത്ഥ്യം ഇവിടെ തിരിച്ചറിയപ്പെടുന്നില്ല.

ഈയൊരു സാഹചര്യത്തിൽ പൗരത്വത്തെ സംബന്ധിച്ചും പൗരാവകാശത്തെ സംബന്ധിച്ചും പുതിയൊരു തിരിച്ചറിവ് നമ്മുടെ ജനാധിപത്യ സമൂഹത്തിന് അനിവാര്യമായിരുന്നു. സമൂഹത്തിലെ ഒരു മഹാഭൂരിപക്ഷം ജനത സിവിൽ സമൂഹമായിട്ടല്ല പോപ്പുലേഷൻ ആയിട്ടാണ് പരിഗണിക്കപ്പെടുന്നത് എന്ന യാഥാർത്ഥ്യം തിരിച്ചറിയേണ്ടതുണ്ട്. പൗരസമൂഹ പദവിയും പൗരത്വപദവിയും പൗരാവകാശങ്ങളും സ്ഥാപിച്ചെടുക്കാനുള്ള ശ്രമങ്ങൾ മാനസികമായി അടിമത്തം അനുഭവിക്കുന്ന ഒരു സമൂഹത്തിന്റേതാണ്. പൗരാവകാശത്തിനുപകരം ജനകീയാധികാരത്തിനുവേണ്ടി ശബ്ദിക്കുന്ന രാഷ്ട്രീയ ശക്തികൾ ഇന്ന് രൂപപ്പെട്ടുവരുന്നുണ്ട്. അന്റോണിയോ നെഗ്രി തന്റെ 'കോമൺവെൽത്ത്', 'മൾട്ടിറ്റൂഡ്' തുടങ്ങിയ ആശയങ്ങളിലൂടെ വികസിപ്പിച്ച പുതിയ ജനാധിപത്യ- ജനാധികാര, രാഷ്ട്രീയ ചിന്തകൾ പുതിയകാലത്തിന്റെ രാഷ്ട്രീയ യാഥാർത്ഥ്യങ്ങളുമായി എങ്ങനെയാണ് പൊരുത്തപ്പെടുന്നത് എന്ന് പരിശോധിക്കേണ്ടതുണ്ട്.

5

സ്വാധികാരം, ജൈവാധികാരം, നവ ഫാസിസം

കമ്യൂണിസത്തെക്കുറിച്ചും അതിന്റെ രാഷ്ട്രീയ പ്രയോഗത്തെക്കുറിച്ചുമുള്ള ചിന്തകളും സംവാദങ്ങളും സർഗ്ഗപരമായിത്തന്നെ നിലച്ചുപോയെന്നു കരുതിയ അന്തരീക്ഷം ആഗോളതലത്തിൽ തന്നെ മാറിയിരിക്കുന്നു. സോവിയറ്റ് യൂണിയന്റെയും കിഴക്കൻ യൂറോപ്യൻ രാഷ്ട്രങ്ങളുടെയും പതനം പ്രതിലോമപരവും മതാധിഷ്ഠിതവും ശുഷ്കവുമായ ആശയങ്ങൾക്ക് സ്വീകാര്യത നല്കി-ഹണ്ടിങ്ടന്റെ *സംസ്കാരങ്ങളുടെ സംഘർഷം* ഫുക്കുയാമയുടെ *പ്രത്യയശാസ്ത്രത്തിന്റെ അന്ത്യം* തുടങ്ങിയ ഗ്രന്ഥങ്ങൾ ലോകതലത്തിൽ തന്നെ ആഘോഷിപ്പിക്കപ്പെടുന്നത് അങ്ങനെയാണ്. എന്നാൽ ആഗോളതലത്തിൽ മുതലാളിത്തം സൃഷ്ടിച്ച ജീവിതപ്രതിസന്ധികൾ മാർക്സിസത്തെയും അതിന്റെ രാഷ്ട്രീയ പ്രയോഗത്തെയും വീണ്ടും സജീവമായി മനുഷ്യസമൂഹത്തിന്റെ ജാഗ്രതയിലേക്ക് കൊണ്ടുവന്നിടത്താണ് വിഖ്യാത ചിന്തകരായ അന്റോണിയോ നെഗ്രിയുടെയും മിഷേൽ ഹാർട്ടിന്റെയും ചിന്തകളെ നാം വായിച്ചു തുടങ്ങേണ്ടത്.

മോഡേൺ സ്റ്റേറ്റ്, വിപ്ലവത്തിനുള്ള കാലം എന്നീ ഗ്രന്ഥങ്ങളിലും നിരവധി സെമിനാർ പ്രബന്ധങ്ങളിലും പ്രസംഗങ്ങളിലും അഭിമുഖ സംഭാഷണങ്ങളിലും നെഗ്രി തന്റെ ബയോപവർ എന്ന ആശയം വിശദീകരിക്കുന്നുണ്ട്.

ജൈവാധികാരമെന്നാൽ മുതലാളിത്ത ജൈവാധികാരം (capitalist bio-power) ആണ്. Communism: some thoughts on the concept and practice - Negri (2009)

യഥാർത്ഥത്തിൽ ജൈവാധികാരം എന്ന സങ്കല്പനം മിഷേൽ ഫൂക്കോയുടേതാണ്. തന്റെ *സാമ്രാജ്യം* എന്ന ഗ്രന്ഥത്തിന്റെ അടിസ്ഥാനാശയം ഫൂക്കോയിൽനിന്നാണെന്ന് നെഗ്രി സമ്മതിക്കുന്നുണ്ട്. (ഫൂക്കോ

സെമിനാറിനുള്ള സംഭാവന - സെമിനാർ പേപ്പർ -2004)

ക്ലാസിക്കൽ സാമൂഹിക- രാഷ്ട്രീയശാസ്ത്രങ്ങൾ അധികാരത്തെ വിശകലനം ചെയ്തതിന്റെ ദാർശനികപരിമിതികൾ പരിഹരിക്കുന്നത് ഫൂക്കോയാണ്. സ്വകാര്യസ്വത്തിനുമുമ്പേ ചരിത്രത്തിൽ ജന്മംകൊണ്ട അധികാരത്തിന്റെ ഒരു ഉല്പന്നം മാത്രമാണ് സ്വകാര്യസ്വത്ത്. എന്നാൽ സ്വകാര്യസ്വത്തിനെ കേന്ദ്രീകരിച്ചുകൊണ്ടാണ് മാർക്സിസ്റ്റുകൾ അധികാരത്തെ വിശകലനം ചെയ്തത്. മാക്സ് വെബ്ബറെ പോലുള്ള സാമൂഹിക ശാസ്ത്രകാരന്മാർ രാഷ്ട്രത്തെ അധികാരത്തിന്റെ കേന്ദ്രമായി ലഘൂകരിക്കുകയായിരുന്നു. അധികാരമെന്നത് വ്യക്തികൾക്കും സ്ഥാപനങ്ങൾക്കും സ്വകാര്യമായി കൈവശം വെക്കാവുന്ന സമ്പത്തായി വിശകലനം ചെയ്ത സാമ്പ്രദായിക ധാരണകളെ ഭേദിച്ച് സമൂഹത്തിന്റെ എല്ലാ ത്തലങ്ങളിലും ബന്ധങ്ങളിലും വിന്യസിക്കപ്പെടുന്ന അധികാരബന്ധങ്ങളായി വിശകലനം ചെയ്യുകയായിരുന്നു ഫൂക്കോ.

മതം, രാഷ്ട്രീയാധികാരം, ജനാധിപത്യം, വിദ്യാഭ്യാസം, സംസ്കാരം, അറിവ്, കുടുംബം, വ്യക്തിബന്ധങ്ങൾ തുടങ്ങി എല്ലാ മേഖലകളിലും സൂക്ഷ്മമായും ശൃംഖലാരൂപത്തിലും വിന്യസിക്കപ്പെടുന്ന അധികാരബന്ധത്തെക്കുറിച്ചുള്ള ഫൂക്കോവിയൻ സമീപനം അങ്ങനെ ലോകധൈഷണിക മേഖലകളിൽ സജീവ ചർച്ചാവിഷയമായി. എഴുത്തുകാരും ദാർശനികരും പലതരത്തിൽ അതിനെ വികസിപ്പിച്ചു. അറിവിനെത്തന്നെ അധികാര രൂപമായി ഫൂക്കോ വ്യാഖ്യാനിച്ചത് നിർണ്ണായകമായ ചുവടുവെപ്പായിരുന്നു. എന്നാൽ ഇതിലേറ്റവും പ്രധാനം അധികാരത്തെ ഉല്പാദനപരമായി വ്യാഖ്യാനിച്ച ഫൂക്കോവിയൻ സമീപനമായിരുന്നു.

അധികാരമെന്നാൽ തിന്മയാണെന്നും വർജ്ജിക്കേണ്ടതാണെന്നും അത് മനുഷ്യനെ ദുഷിപ്പിക്കുമെന്നുമുള്ള ക്ലാസിക്കൽ കാല്പനിക രാഷ്ട്രീയചിന്തകളെ തിരസ്കരിച്ചുകൊണ്ട് അധികാരപ്രയോഗങ്ങളിലൂടെയാണ് പ്രതിരോധങ്ങളും പ്രക്ഷോഭങ്ങളും കർത്തൃത്വങ്ങളും സർഗ്ഗാത്മകതയും സൃഷ്ടിക്കപ്പെടുന്നതെന്ന ഫൂക്കോയുടെ വിശകലനം ശരിയാണെന്ന് ചരിത്രപരമായി തെളിയിക്കപ്പെട്ടതാണ്. കൊളോണിയൽ കാലഘട്ടത്തിലെ അധികാരപ്രയോഗങ്ങളിലൂടെ മൂന്നാം ലോകരാജ്യങ്ങളിൽ ഉയർന്നുവന്നത് ദേശീയ - രാഷ്ട്രീയ പ്രസ്ഥാനങ്ങൾ മാത്രമായിരുന്നില്ല. പോസ്റ്റ് കൊളോണിയൽ സാഹിത്യരൂപങ്ങളും സാംസ്കാരിക നിർമ്മിതികളും കർത്തൃത്വങ്ങളും ഫൂക്കോയുടെ വിശകലനത്തെ സാധൂകരിക്കുന്നതായിരുന്നു.

എന്നാൽ അധികാരബന്ധങ്ങളെക്കുറിച്ചുള്ള ഫൂക്കോയുടെ ചിന്ത നിർണ്ണായകമായി വികസിക്കുന്നത് *ഹിസ്റ്ററി ഓഫ് സെക്ഷ്വാലിറ്റി* എന്ന ഗ്രന്ഥത്തിലാണ്. ലൈംഗികതയെക്കുറിച്ചുള്ള ചർച്ചയിൽ രാഷ്ട്രീയാധികാരം മനുഷ്യശരീരത്തെയും മനുഷ്യവംശത്തെതന്നെയും നിർണ്ണയിക്കുകയും ആധിപത്യം ചെലുത്തുകയും ചെയ്യുന്ന സൂക്ഷ്മരാഷ്ട്രീയപ്രയോഗമായും സ്ഥൂലാധിനിവേശരൂപമായും മാറുന്നതിനെക്കുറിച്ചുള്ള നിരീക്ഷ

ണത്തെ പിന്തുടർന്നുകൊണ്ടാണ് നെഗ്രി ജൈവാധികാരസങ്കല്പനം രൂപപ്പെടുത്തുന്നത്. എന്നാൽ ഫൂക്കോയുടെ അച്ചടക്കത്തിലൂടെ രൂപപ്പെട്ട സമൂഹത്തിൽനിന്നും ദെലേസിയൻ പരികല്പനയനുസരിച്ചുള്ള നിയന്ത്രിത സമൂഹത്തിലേക്കാണ്- നെഗ്രി അധികാരം എന്നതിനുപകരം അധികാരബന്ധങ്ങൾ എന്ന സംയുക്തം (Collocation) ഉപയോഗിക്കുന്നത്.

ഇത് കേവലം ഭാഷാപരമായ പരിണാമമല്ല. അമ്പതിനായിരം വർഷം മുമ്പേ രൂപപ്പെട്ട കെ വേണു നിരീക്ഷിക്കുന്ന ജനാധിപത്യത്തിന്റെ അടിസ്ഥാനവും ഈ അധികാരബന്ധങ്ങളാണ്. അച്ചടക്കം, ക്രമീകരണം, ശിക്ഷാവിധികൾ, നിയമങ്ങൾ, അറിവുകൾ, ആശുപത്രികൾ, മരുന്നുകൾ, മനോരോഗചികിത്സ, ജയിലുകൾ, സർവ്വകലാശാലകൾ തുടങ്ങിയ വിപുലമായ ശൃംഖലകളിലൂടെയും ബന്ധങ്ങളിലൂടെയും പ്രയോഗങ്ങളിലൂടെയും വളരുന്ന അധികാരബന്ധങ്ങളെക്കുറിച്ചാണ് ഫൂക്കോ പറയുന്നത്. ഭരണകൂടത്തിന്റെ മർദ്ദകസംവിധാനങ്ങളെന്ന നിലയിൽ അൽത്തൂസർ *പ്രത്യയശാസ്ത്രത്തെക്കുറിച്ച്* എന്ന ഗ്രന്ഥത്തിൽ വിശദമായി പ്രതിപാദിക്കുന്നുണ്ട്. എന്നാൽ അധികാരബന്ധത്തിന്റെ ഉല്പാദനപരമായ സവിശേഷതകളെക്കുറിച്ച് സങ്കല്പിക്കുന്നില്ല. മാർക്സിസ്റ്റ് അധികാരസങ്കല്പത്തിന്റെ പരിമിതിയാണിത്.

നമുക്ക് നെഗ്രിയുടെ ജൈവാധികാരരാഷ്ട്രീയത്തിലേക്കു തിരിച്ചുവരാം. സോഷ്യലിസ്റ്റ് രാഷ്ട്രങ്ങളുടെ പതനത്തിനുശേഷം നെഗ്രിക്കുണ്ടായ തീവ്രവാദ രാഷ്ട്രീയാഭിമുഖ്യ കാലഘട്ടത്തിലാണ് അദ്ദേഹത്തെ ഫൂക്കോയുടെ അധികാരസങ്കല്പം ആകർഷിക്കുന്നത്. അതോടൊപ്പം വിഖ്യാത ഫ്രഞ്ചുചിന്തകനായ ദെലേസ് തീവ്രവാദരാഷ്ട്രീയത്തിനെതിരെ നെഗ്രിക്ക് താക്കീത് നല്കുന്നത് നിർണ്ണായക വഴിത്തിരിവാകുന്നു. (Contribution on Fucault-Negri). അബോധ ശരീരമെന്നത് ഫ്രോയ്ഡിൽ നിന്നും നെഗ്രി സ്വീകരിച്ചതാണ്. എന്നാൽ ഫ്രോയ്ഡിന്റെ വിമർശകനായ ദെലേസിന്റെ പരികല്പനയാണ് അബോധമനസ്സിനെ പ്രശ്നവല്ക്കരിക്കുന്നത്. സ്റ്റാലിനെ വിമർശിച്ചുകൊണ്ട് മുതലാളിത്ത ജൈവാധികാരത്തിനെതിരെ തൊഴിലാളികളുടെ പുതിയ അധികാര ബന്ധങ്ങളെക്കുറിച്ച് ദെലേസ് പരാമർശിച്ചതാണ് നെഗ്രിക്ക് പ്രചോദനമാവുന്നത്.

ആ കാലത്തുതന്നെയാണ് മാർക്സിന്റെ *ഗ്രുൻഡ്രിസ്സെ* യിലെ മൂലധനം എല്ലാറ്റിനെയും ആവാഹിക്കുന്നുവെന്ന പ്രവചനാത്മക നിരീക്ഷണം നെഗ്രിയുടെ ശ്രദ്ധയിൽപ്പെടുന്നത്. മൂലധനം എല്ലാറ്റിനെയും ആവാഹിക്കുന്നുവെന്ന മാർക്സിന്റെ നിരീക്ഷണമാണ് ജനസഞ്ചയം എന്ന കൃതിയിൽ നെഗ്രിയും ഹാർട്ടും ഫൂക്കോവിൽനിന്നും വികസിപ്പിക്കുന്നത്. അത് സാമൂഹികശാസ്ത്രത്തിന്റേയോ ചരിത്രത്തിന്റേയോ അടിത്തറയില്ലാതെ വികസിച്ച ഒരു ഉത്തരാധുനികമായ കാല്പനിക സങ്കല്പമല്ല. ഫൂക്കോയുടെ *അറിവിന്റെ ആർക്കിയോളജി, ലൈംഗികതയുടെ ചരിത്രം* എന്നീ ഗ്രന്ഥങ്ങൾ പരിശോധിച്ചാൽ തന്നെ അദ്ദേഹം തന്റെ

അധികാരബന്ധങ്ങളെക്കുറിച്ച് വിശകലനം ചെയ്യുന്നത് ഭൗതികവും സാമൂഹികവും ചരിത്രപരവുമായ ഉപാദാനങ്ങളുടെ അടിസ്ഥാനത്തിലാണെന്ന് വ്യക്തമാവും. അതിന്റെ അടിസ്ഥാനത്തിൽ നെഗ്രി കണ്ടെത്തുന്ന പുതിയ ഭൗതികസന്ദർഭങ്ങളെന്തെന്നു നോക്കാം:

മാർക്സിന്റെ കാലത്തെ വ്യവസായതൊഴിലാളികളുടെ സ്ഥാനത്ത് പുതിയൊരു രീതിയിലുള്ള വർഗ്ഗരൂപവല്ക്കരണം സംഭവിച്ചതിനെക്കുറിച്ചുള്ള നിരീക്ഷണമാണ് അദ്ദേഹം ജൈവാധികാരം, ജനസഞ്ചയം, അന്തഃസ്ഥിതാധികാരം തുടങ്ങിയ പരികല്പനകളാക്കി വികസിപ്പിച്ചത്. അധികാരത്തിന്റെ സർവ്വവ്യാപിയായ സങ്കീർണ്ണസഞ്ചാരം എന്ന ഫൂക്കോവിയൻ പരികല്പനയ്ക്കുള്ളിൽനിന്നും രണ്ടുതരത്തിലുള്ള അധികാരബന്ധങ്ങളെക്കുറിച്ച് (Constituent and constituted) നെഗ്രി ചിന്തിക്കുന്നു. ഓരോ കുഞ്ഞും ഭൂമിയിൽ പിറന്നുവീഴുന്നത് അധികാരബന്ധത്തിനുള്ള ആഭിമുഖ്യവുമായിട്ടാണ്. കുഞ്ഞിന്റെ കരച്ചിലിലൂടെ പിടിച്ചുപറ്റുന്ന അമ്മയുടെ ലാളനയും സ്നേഹവുമെല്ലാം ഈ അന്തഃസ്ഥിതാധികാരത്തിന്റെ ഉദാഹരണമാണ്. ഗർഭപാത്രത്തിൽനിന്നുള്ള ചലനത്തിൽ നിന്നും തന്നെ കുഞ്ഞ് ഈ അധികാരബന്ധത്തിനുള്ള പരിശീലനം സ്വയമേവ നേടുന്നു. ഇതാണ് സ്വാധികാരം അഥവാ അന്തഃസ്ഥിതാധികാരത്തിന്റെ രൂപം.

സ്വാധികാരത്തെ വെല്ലുവിളിക്കുന്ന ജനങ്ങളുടെ ജീവനും ജീവിതത്തിനും മേലുള്ള സർവ്വാധികാരശക്തിയായി ആഗോളവല്ക്കരണകാലത്തെ അധികാരപ്രയോഗം വിശദീകരിക്കാൻ ഫൂക്കോയുടെ ചില പരിമിതികളെ മറികടന്നുകൊണ്ട് നെഗ്രി വികസിപ്പിക്കുന്നതാണ് മുതലാളിത്ത ജൈവാധികാരമെന്ന സങ്കല്പനം. അഭൗതികമായ ചരക്കുകളുടെ ഉല്പാദനത്തിന് പ്രാമുഖ്യം കൈവരുന്നു. ധൈഷണികവും ജ്ഞാനസംബന്ധവുമായ ഭൗതികങ്ങളുടെയും ആശയങ്ങളുടെയും നെറ്റ് വർക്കുകൾ തന്നെ അനന്തമായി ഉല്പാദിപ്പിക്കപ്പെടുന്നു. പ്രായ-ലിംഗ ഭേദമില്ലാതെ, സമയബന്ധിതമായല്ലാതെ മനുഷ്യരാശിയിലെ വലിയൊരുവിഭാഗത്തെയും അത് തൊഴിലാളിവർഗ്ഗമാക്കുന്നു. മനുഷ്യരാശിയുടെ ഏതാണ്ട് മൂന്നിലൊന്ന് ഭാഗം നഗരങ്ങളിൽ ജീവിക്കാൻ നിർബ്ബന്ധിതമാവുകയും അതിൽ മൂന്നിലൊരുഭാഗം ചേരികളിലേക്ക് വലിച്ചെറിയപ്പെടുകയും ചെയ്യുന്നു.

കുടിയേറ്റക്കാരും പ്രവാസികളും തെരുവുതെണ്ടികളും നിരാശ്രയരുമായ ജനകോടികളുടെ ദുരിതപൂർണ്ണമായ ജീവനും ജീവിതവും തന്നെ നശിപ്പിക്കപ്പെടുന്ന ആഘാതങ്ങളും അധികാരപ്രയോഗങ്ങളും ചൂഷണരൂപങ്ങളും ഉടലെടുക്കുന്നു. ഇതു കേവലം പരിസ്ഥിതി രാഷ്ട്രീയ പ്രശ്നമല്ല. മനുഷ്യവംശത്തിന്റെയും പരിസ്ഥിതി നിലനില്പിന്റെയും മേൽ പിടിമുറുക്കുന്ന, മൂലധനാധിനിവേശവും അധികാരവും ഒന്നിച്ചു കൈകോർക്കുന്ന സർവ്വാധിനിവേശമാണ്. ഈ ഭീതിദമായ യാഥാർത്ഥ്യത്തോടുള്ള തീക്ഷ്ണമായ പ്രതികരണമാണ് അടുത്ത കാലത്ത് നാം കാലാവസ്ഥാമാർച്ചിൽ ലോകമെങ്ങും കണ്ടത്. ലക്ഷക്കണക്കിനാളുകൾ നൂറു

കണക്കിനു നഗരങ്ങളിൽ അണിനിരന്ന ആ പ്രവാഹം ജീവനും ജീവിതത്തിനും വേണ്ടിയുള്ള ചെറുത്തുനില്പായിരുന്നു. അറിവിന്റെ നെറ്റ്‌വർക്കുകളെത്തന്നെ അനന്തമായി അത് ഉല്പാദിപ്പിക്കുന്നു. ജീവിതത്തിന്റെ രൂപങ്ങളെ തന്നെ ഉല്പാദനമായി മാറ്റുന്നുവെന്ന് നെഗ്രി നിരീക്ഷിക്കുന്നു.

വിത്തുകൾ, പാരമ്പര്യസാങ്കേതികവിദ്യകൾ, നാട്ടറിവുകൾ, ജനിതക വസ്തുക്കൾ തുടങ്ങി മനുഷ്യനെത്തന്നെ ഉല്പാദിപ്പിക്കുന്ന രീതിയിൽ വളരുന്ന ഇന്നത്തെ മുതലാളിത്തം നമ്മുടെ സാമ്പത്തിക വിദഗ്ദ്ധർ ആശങ്കപ്പെടുന്നതുപോലെ സാമ്പത്തിക പ്രതിസന്ധി മാത്രമല്ല സൃഷ്ടിക്കുന്നത്, അത് ആഗോള മനുഷ്യജീവിതത്തെയും പരിസ്ഥിതിയെയും പ്രതിസന്ധിയിലാക്കിയിരിക്കുന്നു. ഇത് കേവലം ധനകാര്യപ്രതിസന്ധിയല്ല, ജീവിതത്തിന്റെയും ജീവന്റെയും പ്രതിസന്ധിയാണ്. ഈ പ്രതിസന്ധിയെ രൂക്ഷമാക്കും വിധം മനുഷ്യസമൂഹത്തെ കടുത്ത നിരീക്ഷണത്തിനും നിയന്ത്രണത്തിനും അടിമപ്പെടുത്തുന്ന അധികാരപ്രയോഗങ്ങൾ, സൃഷ്ടിക്കപ്പെടുന്ന വംശീയസംഘർഷങ്ങൾ, യുദ്ധങ്ങൾ, ഇത്തരത്തിലുള്ള മനുഷ്യരാശിയുടെ മേൽ നടത്തുന്ന അധികാരപ്രയോഗത്തെ വിശദീകരിക്കാനാണ് നെഗ്രി ജൈവാധികാരം എന്ന പദം ഉപയോഗിച്ചത്. ഇത് ഒരു പദം മാത്രമല്ല. ഒരു യാഥാർത്ഥ്യമാണ്. ഇതൊന്നും പുതിയതല്ലെന്നും പണ്ടേ ഉള്ളതായിരുന്നെന്നും ധ്വനിപ്പിക്കത്തക്കവിധത്തിലാണ് പലരും നെഗ്രിയെ വിമർശിക്കുന്നത്.

നമ്മുടെ രാജ്യത്തെ പരിസ്ഥിതിപ്രവർത്തകർക്കും ആദിവാസി സമരം നയിക്കുന്നവർക്കും, ഭൂമിക്കും ശുദ്ധജലത്തിനും വേണ്ടി പോരാടുന്ന ദളിത് ജനവിഭാഗങ്ങൾക്കും എൻഡോസൾഫാൻ ദുരിതബാധിതർക്കും ജനകീയപ്രക്ഷോഭങ്ങൾ നയിക്കുന്ന എണ്ണമറ്റ വിഭാഗങ്ങൾക്കും നെഗ്രിയുടെ സങ്കല്പനം മനസ്സിലാവും. നെഗ്രിയുടെ ഗ്രന്ഥം വായിക്കാതെ തന്നെ ജനസഞ്ചയരാഷ്ട്രീയത്തിന്റെ സത്ത തിരിച്ചറിഞ്ഞ് വ്യവസ്ഥാപിത രാഷ്ട്രീയത്തിന്റെ പിൻബലമില്ലാതെ, ജനാധിപത്യസമൂഹത്തിനും ഹൈക്കോടതിക്കും സർവ്വകക്ഷിരാഷ്ട്രീയതീരുമാനങ്ങൾക്കും ഭരണകൂടത്തിനും അതിന്റെ മർദ്ദകസംവിധാനത്തിനുമെതിരെ ഒറ്റയ്ക്കു നിന്നുപോരാടിയ വിളപ്പിൽശാലയിലെ ജനങ്ങൾക്കും അത് നന്നായറിയാം. - ഈ സംഭവമൊന്നും പുതിയതല്ലെന്ന് ആർക്കുംതന്നെ പറയാൻ കഴിയില്ല.

ജനസഞ്ചയം എന്ന ഗ്രന്ഥത്തിൽ നർമ്മദാ നദിയിലെ അണക്കെട്ടിനെതിരായി ഇന്ത്യൻ ജനങ്ങൾ നടത്തുന്ന ആത്മഹത്യാഭീഷണിയെക്കുറിച്ചും പ്രക്ഷോഭസമരങ്ങളെക്കുറിച്ചും നെഗ്രിയും ഹാർട്ടും പരാമർശിക്കുന്നുണ്ട്. ജനസഞ്ചയരാഷ്ട്രീയം എന്നത് നെഗ്രി കണ്ടുപിടിച്ച ഒരു കൃത്രിമ രാഷ്ട്രീയ സിദ്ധാന്തമോ വിപ്ലവപദ്ധതിയോ അല്ല. അത് ഒരു വിപ്ലവപദ്ധതിയാണെന്നു കരുതിയിട്ടാണ് പലരും അതിനെ തീവ്രമായി എതിർക്കുന്നത്. 1848 ൽ കമ്യൂണിസ്റ്റ് മാനിഫെസ്റ്റോ എഴുതപ്പെട്ട് 68 വർഷ

ങ്ങൾക്കുശേഷമാണ് വിജയകരമായ ഒരു വിപ്ലവം നടക്കുന്നത്. മാർക്സിന്റെ മുതലാളിത്തത്തെക്കുറിച്ചുള്ള വിമർശനാത്മക വിശകലനവും മൂലധനത്തിൽ പ്രയോഗവല്ക്കരിച്ച വൈരുദ്ധ്യവാദ സങ്കല്പനവും ചരിത്രാപഗ്രഥന രീതിശാസ്ത്രവും അദ്ദേഹത്തിന്റെ പരിമിതികളെ മറികടന്ന് നിലനില്ക്കുന്നു.

ആദ്യകാലത്ത് മാർക്സ് ആവിഷ്കരിച്ച മുതലാളിത്ത വികസന സങ്കല്പം (മുതലാളിത്ത വികസനമാണ് വിപ്ലവം സാദ്ധ്യമാക്കുന്നതെന്ന ധാരണ) അദ്ദേഹത്തിന്റെ അവസാനകാലത്ത് പുനഃപരിശോധിക്കാൻ തയ്യാറാവുന്നുണ്ട്. (റഷ്യയിൽ കർഷക സമൂഹത്തിന് കമ്യൂണിസ്റ്റ് സമൂഹത്തിലേക്ക് പരിവർത്തിപ്പിക്കപ്പെടാനുള്ള സാദ്ധ്യതയെക്കുറിച്ചുള്ള നിരീക്ഷണവും ഏഷ്യാറ്റിക് സമൂഹത്തെക്കുറിച്ചുള്ള പുനഃപരിശോധനയും ഇതിന്റെ ഭാഗമാണ്) പറഞ്ഞുവരുന്നത് മുൻകൂട്ടി തയ്യാർചെയ്ത ഒരു കർമ്മപദ്ധതിയെന്ന നിലയിലോ ആസൂത്രണം ചെയ്യപ്പെട്ട ഒരു വിപ്ലവപരിപാടിയെന്ന നിലയിലോ പരാജയങ്ങളും തിരിച്ചടികളുമേല്ക്കാത്ത പ്രസ്ഥാനത്തിന്റെ സിദ്ധാന്തമെന്ന നിലയിലോ വിപ്ലവസിദ്ധാന്തമാവിഷ്കരിച്ചതിനെത്തുടർന്നുവരുന്ന പ്രക്ഷോഭങ്ങളുടെ വിജയമെന്ന നിലയിലോ നമുക്ക് മാർക്സിസത്തെ കാണാൻ കഴിയില്ല എന്നാണ്. അത്തരമൊരു വിമർശനത്തിന്റെ അടിസ്ഥാനത്തിൽ മാർക്സിസത്തെയെന്നല്ല ഒരു രാഷ്ട്രീയദർശനത്തെയും വിലയിരുത്താനാവില്ല.

ജനസഞ്ചയരാഷ്ട്രീയം എന്നത് ദേശീയ അതിർത്തികൾ ഭേദിച്ച് പ്രചണ്ഡശക്തിയായി പ്രവർത്തിക്കുന്ന ആഗോളവല്ക്കരണ കാലത്തെ മുതലാളിത്ത ജൈവാധികാരത്തിനെതിരായ മുഴുവൻ ജനങ്ങളുടെയും പ്രതിരോധങ്ങളും പ്രക്ഷോഭങ്ങളുമാണ്. സായുധസൈന്യം, പാർട്ടി നേതൃത്വം, പരമ്പരാഗതമായതും കേന്ദ്രീകൃതവുമായ അധികാരത്തിന്റെ ബലതന്ത്രത്തിൽ പ്രവർത്തിക്കുന്ന സംഘടനകൾ, ട്രേഡ് യൂണിയനുകൾ എന്നിവയെയെല്ലാം തിരസ്കരിച്ചുകൊണ്ടു മനുഷ്യർ, പൗരസമൂഹമെന്നോ രാഷ്ട്രീയസമൂഹമെന്നോ വേർതിരിവില്ലാതെ സ്വാധികാരം ഉറപ്പിക്കുന്ന പുതിയകാലഘട്ടത്തിലെ ബഹുജനസമരമാണത്. എന്നാൽ ഇത് അതിന്റെ പൊതുപ്രവണതയാണ്. ഏതെങ്കിലും ഒരു പ്രസ്ഥാനത്തെയോ പ്രക്ഷോഭത്തെയോ സവിശേഷമായെടുത്താൽ ജനസഞ്ചയരാഷ്ട്രീയത്തിന്റെ പ്രവണതകൾ കാണാൻ കഴിയും. ചിലത് നിലവിലുള്ള സമരമാർഗ്ഗങ്ങളിൽനിന്നും ജനസഞ്ചയ സമരനിരയിലേക്കുള്ള പരിവർത്തന ദിശയിലായിരിക്കാം. അതാണ് ഇന്ത്യയിലെ അണ്ണാഹസാരെ നേതൃത്വം കൊടുത്ത സമരത്തിലും ആം ആദ്മി പാർട്ടിയിലും മറ്റും കാണുന്നത്.

ചരിത്രത്തിൽ ഏതൊരു പുതിയ പ്രവണത രൂപം കൊള്ളുമ്പോഴും പഴയതിന്റെ ചില തുടർച്ചകൾ ഉണ്ടാവുമെന്ന് പറയുന്നത് ശരിയാണ്. ഈ പരിവർത്തനദശയിലെ പഴയ പ്രവണതകൾകൂടി ഉൾച്ചേർന്നുകൊണ്ടുമാത്രമേ പുതിയ പ്രവണതകളെ സങ്കല്പിക്കാനാവുകയുള്ളൂ.

എങ്കിലും ഇവിടെയെല്ലാം പൊതുവായ സാദൃശ്യം വളരെ പ്രധാനപ്പെട്ട താണ്. പ്രാതിനിധ്യരാഷ്ട്രീയത്തിനെതിരായി വർഗ്ഗാതീതമെന്നു തോന്നി പ്പിക്കുമെങ്കിലും സൂക്ഷ്മാർത്ഥത്തിൽ വർഗ്ഗപരമായി ഉയർന്നുവരുന്ന ജന സഞ്ചയമാണത്. അണ്ണാഹസാരെ സമരം ആം ആദ്മി പ്രതിഭാസത്തിനു രൂപംകൊടുക്കുമെന്ന് നാമാരും, അണ്ണാഹസാരെ പോലും അന്ന് സങ്കല്പിച്ചിട്ടില്ലാതിരുന്നതുപോലെ ആം ആദ്മിയിൽ നിന്നും ചിലപ്പോൾ വളരെയേറെ സഞ്ചരിച്ചായിരിക്കും ജനസഞ്ചയരാഷ്ട്രീയത്തിലേക്ക് ഇന്ത്യൻസമൂഹം വളരുന്നത്. ഇതൊരു പ്രവാഹവും പരിണാമവും പ്രക്രി യയുമാണ്. ചരിത്രത്തിൽ ഏതൊരു പ്രസ്ഥാനവും അഭിമുഖീകരിച്ചപോ ലെതന്നെ (അതിന്റെ വളർച്ചയുടെ ശൈശവത്തിൽ നാം പ്രജനനം ആവ ശ്യപ്പെടുകയില്ലെങ്കിൽ,) ഈ യാഥാർത്ഥ്യത്തെ കൺമുന്നിൽ തന്നെ കാണാൻ കഴിയും.

ജൈവാധികാരം എന്നത്, ആഗോളവല്ക്കരണകാലത്തെ മൂലധന ത്തിന്റെ ആധിപത്യത്തിലും വർഗ്ഗരൂപവല്ക്കരണത്തിലും ഉല്പാദനരീ തിയുടെ ഘടനയിലും സ്വഭാവത്തിലും വന്ന നിർണ്ണായകമായ വിച്ഛേദ ത്തിന്റെ പരിണതിയാണ്. ജൈവാധികാരമെന്നാൽ ജീവനും ജീവിത ത്തിനുമെതിരെ ഉയർന്നുവരുന്ന അധികാരപ്രയോഗമാണെന്നു പറഞ്ഞു വല്ലോ. മനുഷ്യരാശിയെയാകെ, അവരുടെ ശരീരത്തിൽതന്നെ കേന്ദ്രീ കരിച്ചുകൊണ്ട്, വംശീയതയെയും മതാത്മകതയെയും ഉപയോഗപ്പെടു ത്തിയും നിയന്ത്രിക്കുന്ന കാലഘട്ടമാണിത്. സാമൂഹിക ജീവിതത്തെ അതിന്റെ ആന്തരികതയിൽ ക്രമീകരിക്കുകയും നിയന്ത്രിക്കുകയും പല പ്പോഴും നശിപ്പിക്കുകയും ചെയ്യുന്ന അധികാരമാണത്.

> ഇന്നു ജീവിച്ചിരിപ്പുള്ള പ്രശസ്ത ഇറ്റാലിയൻ ചിന്തകൻ ജോർജ്യോ അഗംബൻ പറയുന്നു; എയ്ഡ്സിനു മരുന്നു കണ്ടെ ത്തിയ ആഫ്രിക്കക്കാരിൽനിന്നും അതിന്റെ പേറ്റന്റ് അവകാശം തട്ടിയെടുത്തശേഷം വിലകൂടിയ മരുന്ന് ആഫ്രിക്കൻ ജനതയ്ക്ക് അപ്രാപ്യമാവുകയും ആയിരക്കണക്കിനാളുകൾ ആഫ്രിക്കയിലു ടനീളം എയ്ഡ്സ് ബാധിതരായി മരിച്ചതും ജൈവാധികാരത്തിന്റെ അനേകം ക്രൂരതകളിലൊന്നുമാത്രമാണ്. വംശീയതയുടെ പേരിൽ ലക്ഷക്കണക്കിനു ജനവിഭാഗങ്ങൾ ഭൂമുഖത്തുനിന്നും ഉന്മൂലനം ചെയ്യപ്പെടുന്നതും നാസികളുടെ ഭീകരമായ വംശീയഹത്യയും കമ്യൂണിസ്റ്റ് വേട്ടയും ജൈവാധികാരത്തിന്റെ പുത്തൻ രൂപമാണ്. ഇന്ന് പക്ഷേ, ഭരണകൂടത്തിന്റെ, കൃത്യമായി പറഞ്ഞാൽ ദേശീ യഭരണകൂടത്തിന്റെ, ഫാസിസ്റ്റ് ജൈവാധികാരത്തിന്റെ സ്ഥാനത്ത് മൂലധനത്തിന്റെ ആഗോള മരണവ്യാപാരത്തിലൂടെയാണ് ജൈവാ ധികാരം പ്രാവർത്തികമാകുന്നത്. ലോകബാങ്കിന്റെയും മറ്റും നിയ ന്ത്രണത്തിൽത്തന്നെ ആരോഗ്യവ്യവസായത്തിന്റെ ഭാഗമായി വന്ധ്യംകരണം, വന്ധ്യതാനിർമ്മാർജ്ജനയജ്ഞം, കുടുംബാസൂ

ത്രണം, ഭ്രൂണഹത്യ, തുടങ്ങി നിരവധി മാർഗ്ഗങ്ങളിൽ നടക്കുന്ന മനുഷ്യവംശത്തിന്റെ മേലുള്ള അധികാരവും ജൈവാധികാരത്തിന്റെ മൂർത്ത രൂപങ്ങളാണ്.[1]

ഫാസിസത്തിന്റെ വർത്തമാനരൂപങ്ങൾ:

ഫാസിസത്തിന്റെ പുതിയ രൂപമാണ് ജൈവാധികാരം. ഫാസിസം പ്രധാനമായും ദേശീയഭരണകൂടത്തെ കേന്ദ്രീകരിച്ചുകൊണ്ടാണ് നിലനിന്നത്. അതുകൊണ്ടാണ് ജർമ്മനിയിൽ ഹിറ്റ്ലറുടെ പതനത്തിനുശേഷം നാസിസം അല്ലെങ്കിൽ ഫാസിസം അസ്തമിച്ചത്. നാളിന്നുവരെ ഉണ്ടായിട്ടുള്ളതിൽ വെച്ച് ഏറ്റവും വലിയ രാഷ്ട്രീയ ഭീകരതയായിരുന്നു ഫാസിസം. എന്നാൽ ഇന്നത് ജൈവാധികാരമായി വികാസം പ്രാപിച്ചിരിക്കുന്നു. ഫാസിസം ഇന്ന് ആഗോള പ്രതിഭാസമായി മാറിക്കഴിഞ്ഞിരിക്കുന്നു എന്നത് ഇവിടെ എടുത്തുപറയേണ്ടതാണ്. നാം കേട്ടിടത്തോളം ചരിത്രത്തിലെ ഏറ്റവും ഭീകരമായ അധികാരപ്രയോഗം ഫാസിസമാണ്. എന്നാൽ ആ ചരിത്രം മാറി. ഇന്ന് അതിനേക്കാൾ ആഗോളതലത്തിൽത്തന്നെ സ്ഥൂലവും സൂക്ഷ്മവുമായി ദൃശ്യവും അദൃശ്യവുമായി മനുഷ്യവംശത്തിനുമേൽ പ്രയോഗിക്കപ്പെടുകയാണ് പുത്തൻ ഫാസിസം അഥവാ ജൈവാധികാരം.

ജീവൻ സംരക്ഷിക്കാനെന്നപേരിൽ ജീവിതത്തെത്തന്നെ നശിപ്പിച്ചും ജീവിതത്തെ നിലനിർത്താനെന്ന പേരിൽ രോഗം വിതച്ചും ജീവനെത്തന്നെ സംഹരിച്ചും വളർത്തുവാനെന്നപേരിൽ മനുഷ്യരെ തന്നെ വില്പനചെയ്തും സദാചാരം സംരക്ഷിക്കാൻ വേണ്ടി മനുഷ്യരെ കൊലചെയ്തും വികസിക്കുന്ന ആഗോള ക്രിമിനൽ അധികാരശൃംഖലായന്ത്രത്തിന്റെ പേരാണ് ജൈവാധികാരം. ഫാസിസമെന്നത് അതിനുമുമ്പുണ്ടായിരുന്ന രാഷ്ട്രീയപ്രതിഭാസത്തിൽനിന്നും എത്രമാത്രം വ്യത്യസ്തമായിരുന്നുവോ അത്രമാത്രം വ്യത്യസ്തമാണ് ഇന്ന് ജൈവാധികാരം. ജൈവാധികാരമെന്നത് പണ്ടും നിലനിന്നിരുന്നുവെന്ന് വാദിക്കുകയാണെങ്കിൽ ഫാസിസവും പണ്ടേ ഉണ്ടായിരുന്നുവെന്ന് പറഞ്ഞുകൊണ്ട് നമുക്ക് മഹാഭാരതം മാത്രം വായിച്ചു തൃപ്തിയടയാം. പകർച്ച വ്യാധിയും തജ്ജന്യ രോഗങ്ങളും (Epidemic and endemic) തമ്മിലുള്ള വ്യത്യാസം പോലെയാണ് പഴയകാല ഭരണകൂടമർദ്ദനങ്ങളും ജൈവാധികാരവും തമ്മിലുള്ളത്.

ഭരണകൂടഭീകരത ദേശീയാതിർത്തികളിൽമാത്രം നിലനിന്നിരുന്ന കാലഘട്ടം മാറുകയാണ്. ജൈവാധികാരം ആഗോളതലത്തിൽ പ്രവർത്തിക്കുന്നു. സർവ്വവ്യാപിയായി പുതിയ ദിശയിൽ ക്രമീകരിച്ചിരിക്കുന്നു. നെഗ്രിപറയുംപോലെ അധികാരം ദേശീയാതിർത്തി കടന്ന് പൊലീസും പട്ടാളവും തമ്മിലുള്ള വ്യത്യാസം മായ്ച്ചുകൊണ്ട് (അമേരിക്കയെ ലോകപൊലീസെന്ന് നാം വിളിക്കുന്നു) രാജ്യപ്രതിരോധത്തെ (defence) സുരക്ഷ (security) യാക്കി പരിവർത്തിപ്പിച്ചുകൊണ്ട് രാഷ്ട്രത്തെ ഗവർ

മെന്റാലിറ്റിയാക്കി പുനഃസംവിധാനം ചെയ്തുകൊണ്ട് വികസിക്കുന്നതാണ് ജൈവാധികാരം. എന്നാൽ ഇത്രയും വിശദീകരിച്ചതുകൊണ്ട് ജൈവാധികാരമെന്നത് നാശം മാത്രം സൃഷ്ടിക്കുന്ന പ്രതിഭാസമാണെന്ന് തെറ്റിദ്ധരിക്കരുത്. അവിടെയാണ് ഫൂക്കോയുടെ അധികാരബന്ധങ്ങളെക്കുറിച്ചുള്ള നിരീക്ഷണത്തെ വീണ്ടും നാം ശ്രദ്ധിക്കേണ്ടത്.അധികാരത്തിന്റെ ഉല്പാദനപരമായ ശേഷിയെക്കുറിച്ചുള്ള കാഴ്ചപ്പാടാണത്.

ജീവനെയും ജീവിതത്തിന്റെ രൂപങ്ങളെയും ഉല്പാദിപ്പിക്കുകയും നിയന്ത്രിക്കുകയും ചെയ്യുന്ന ജൈവാധികാരം പുതിയ കർത്തൃത്വങ്ങളെയും വിമോചനശക്തികളെയും സൃഷ്ടിക്കുന്നു. ആഗോള അറിവ് ശൃംഖലകളെ അനന്തമായി സൃഷ്ടിക്കുന്ന മൂലധനത്തിന് അവയെ മുഴുവൻ മെരുക്കാനോ സ്വകാര്യസമ്പത്തായി നിലനിർത്താനോ കഴിയില്ല. കുടിവെള്ളം, മാത്രമല്ല പ്രാണവായുപോലും വിറ്റഴിക്കുന്ന മൂലധനശക്തികൾ, സാമൂഹികബന്ധങ്ങളെ നെറ്റ് വർക്കിലൂടെ ഉല്പാദിപ്പിക്കുന്ന, ശിശുക്കളെപ്പോലും ചൂഷണം ചെയ്യുന്ന മുതലാളിത്തം പരോക്ഷമായി സൃഷ്ടിക്കുന്ന വിമോചനശക്തികളാണ് അറബ് വസന്തത്തിലും ഈജിപ്ഷ്യൻ കലാപങ്ങളിലും ഇടിമുഴക്കം സൃഷ്ടിച്ചത്.

ജൈവാധികാരം പരോക്ഷമായി സൃഷ്ടിച്ച രാഷ്ട്രീയ കർത്തൃത്വമാണ് ജനസഞ്ചയരാഷ്ട്രീയം. ഫാക്ടറിയും ഓഫീസും വീടും അടുക്കളയും ലൈബ്രറിയും ജയിലും തമ്മിൽ പണ്ടുണ്ടായിരുന്ന വ്യത്യാസം ഇല്ലാതായിക്കൊണ്ടിരിക്കുന്ന പ്രതിഭാസമാണിത്. എല്ലാ ഉല്പാദനകേന്ദ്രങ്ങളും നിയന്ത്രിതമേഖലകളായിമാറുന്നു. അടുക്കള വീട്ടമ്മയ്ക്ക് ജയിലായും ജയിൽ തടവുപുള്ളിക്ക് ഭക്ഷ്യ ഉല്പാദനകേന്ദ്രമായും മാറുന്നു. (ചൈനയെപ്പോലുള്ള രാജ്യങ്ങളിൽ പക്കാ ഫാക്ടറിതന്നെ ജയിൽ) സുരക്ഷയുടെ പേരിൽ കാൽനടക്കാരെപ്പോലും വഴിയിൽ തടയുന്ന പൊലീസ് സംവിധാനം, പൊലീസിനെ പട്ടാളമാക്കി മാറ്റുക മാത്രമല്ല, ജനങ്ങളുടെ ജീവിതാധികാരത്തെ തന്നെ തടഞ്ഞുവെക്കുകയാണ് ചെയ്യുന്നതെന്നും ഈ പ്രവണത ആഗോളതലത്തിൽ സർവ്വസാധാരണമാണെന്നും തിരിച്ചറിയേണ്ടതുണ്ട്. (പ്രൊഫസർ എം എൻ വിജയനും, കെ വേണുവുമെല്ലാം ഫാസിസത്തെക്കുറിച്ച് വളരെ പ്രസംഗിച്ചിരുന്നതും എഴുതിയിരുന്നതുമോർക്കുക.) എന്നാൽ വേണുവും, എം എൻ വിജയനും പ്രശ്നവല്ക്കരിച്ച ഫാസിസത്തിന്റെ പതിന്മടങ്ങ് ഭീകരവും സങ്കീർണ്ണവുമാണ് ഇന്നത്തെ ജൈവാധികാരം. ഫാസിസം തുറന്നതും നഗ്നവുമായ കിരാതഹിംസയാണെങ്കിൽ ജൈവാധികാരം സമാധാനത്തിന്റെ പേരിൽ ഹിംസാത്മകയുദ്ധം നടത്തുകയും സുരക്ഷയുടെ പേരിൽ മരണം വിതയ്ക്കുകയും ചെയ്യുന്നു. 2001 സെപ്തംബർ 1 ന്റെ ഭീകരാക്രമണത്തിനു ശേഷം, ഭീകരതയ്ക്കെതിരായി അമേരിക്ക നടത്തിയ ആഗോളയുദ്ധം ലോകമെങ്ങുമുള്ള ജനകീയ പ്രതിരോധസമരങ്ങളെ നിർവീര്യമാക്കുകയായിരുന്നു. അതാണ് ജൈവാധികാരത്തിന്റെ സങ്കീർണ്ണമായ പ്രവർത്തനപദ്ധതി. ജനസഞ്ചയരാഷ്ട്രീയത്തെ അത് ഉണർത്തിവിടുമ്പോൾ തന്നെ

അതിനെ അമർത്തുകയും ചെയ്യുന്നു.

1933 ൽ ഹിറ്റ്ലർ അധികാരത്തിൽ വന്ന ഉടനെ അദ്ദേഹം വീമർ ഭരണഘടനയിലെ വ്യക്തിസ്വാതന്ത്ര്യത്തിന്റെ ആർട്ടിക്കിൾ സസ്പെന്റുചെയ്തുകൊണ്ടുള്ള പ്രഖ്യാപനം നടത്തി. എന്നാലിന്ന് ജൈവാധികാരകാലഘട്ടത്തിലെ ഭരണകൂടങ്ങൾ അപ്രഖ്യാപിതമായിത്തന്നെ സുരക്ഷയുടെ പേരിൽ വ്യക്തിസ്വാതന്ത്ര്യങ്ങൾ തടയുന്നു. അത് നിരന്തരം ആവർത്തിക്കുന്നു. സാമ്പത്തികപ്രതിസന്ധി(crisis)യുടെ പേരിൽ കടുത്ത നിയന്ത്രണങ്ങൾ വരുന്നു. crisis എന്ന പദത്തിന് മെഡിക്കൽ ഭാഷയിൽ ഡോക്ടറുടെ 'വിധിനിമിഷം' എന്നാണർത്ഥം. രോഗി മരിക്കുമോ ജീവിക്കുമോ എന്ന് ഡോക്ടർ തീരുമാനിക്കുന്ന, വിധിയെഴുതുന്ന സമയം. ദൈവശാസ്ത്രത്തിൽ ലോകാവസാന നാളിൽ ക്രിസ്തുനടത്തുന്ന അന്ത്യവിധിയാണത്. രാഷ്ട്രീയത്തിൽ ഈ വിധിനിമിഷം അനന്തമായി നീളുകയും പ്രതിസന്ധി ഒരു ശാശ്വതപ്രതിഭാസമായി മാറുകയും ചെയ്യുന്നതിന്റെ ഫലമായി ജീവിതത്തെ ശാശ്വതമായ അടിയന്തരാവസ്ഥയുടെ അപ്രഖ്യാപിതമായ ഫാസിസത്തിന്റെ തലത്തിലേക്കു ചുരുക്കുകയും ചെയ്യുന്ന പ്രതിഭാസമാണ് ജൈവാധികാരം. ആധുനിക കാലത്തെ ജയിൽ കാലത്തെ അലിയിച്ചുകളയുന്നതുപോലെ ജീവിതകാലത്തെ മുഴുവൻ (ജീവിക്കുന്നവർ, ജീവിച്ചിരിക്കുന്നുവെന്ന് അറിയിക്കാതെ സമയത്തെ നശിപ്പിച്ചുകൊണ്ട്) ഇല്ലാതാക്കുന്ന പ്രവണതയാണിത്. ബയോമെട്രിക് വിവരങ്ങൾ ശേഖരിച്ചുകൊണ്ട് ഭരണകൂടം സൃഷ്ടിക്കുന്ന നിയന്ത്രണം ജൈവാധികാരത്തിന്റെ മറ്റൊരു രൂപമാണ്.

കുറ്റം ആവർത്തിക്കുന്ന കുറ്റവാളികളെ തിരിച്ചറിയാൻ വേണ്ടി ഉപയോഗിക്കുന്ന ഈ പദ്ധതി ഇന്ന് മുഴുവൻ പൗരന്മാർക്കുമേലും ഉപയോഗിക്കുന്നു. മൃഗങ്ങൾ, ജൂതന്മാർ, അപരിചിതർ, കുറ്റവാളികൾ എന്നിവരെ തിരിച്ചറിയാൻവേണ്ടി നിർമ്മിച്ചിരുന്ന ബയോമെട്രിക് കാർഡുകൾ ഇന്നു മുഴുവൻ മനുഷ്യർക്കും ബാധകമാണ്. നിത്യജീവിതത്തിലെ എല്ലാ പൊതു ഇടങ്ങളും പൊലീസ് സ്റ്റേഷനാവുകയും വ്യക്തികൾ മുഴുവൻ കുറ്റവാളികളെപ്പോലെ പരിഗണിക്കപ്പെടുകയും ചെയ്യുന്നു. Thales, Financecamia, EADSET BSAE system തുടങ്ങിയ, ആയുധങ്ങൾ മാത്രം നിർമ്മിച്ചിരുന്ന ഫാക്ടറികൾ ഇന്ന് ബയോസെക്യൂരിറ്റി ബിസിനസ് ഫാക്ടറികളായി പരിണമിച്ചിരിക്കുന്നു. ഒരുകാലത്ത് ജൂതന്മാരെ കൊന്നൊടുക്കാൻ വേണ്ടി അവരെ വേർതിരിച്ചറിയാൻ വേണ്ടി ഉപയോഗിച്ച രീതിയാണിത്. രാഷ്ട്രത്തിന്റെ സ്ഥാനത്ത് ആഗോളവ്യാപകവും ശാശ്വതവുമായ പൊലീസ് ഉടലെടുത്തതോടെയാണ് ദേശീയ ഭരണകൂടം അപ്രസക്തമാവുന്നത്. ദേശീയഭരണകൂടം ഭൗതികമായി നിലനില്ക്കുന്നുവെങ്കിലും പൗരന്മാരെ സംബന്ധിച്ചിടത്തോളം ആഗോള പൊലീസിങ്ങാണ് ലോകത്തിൽ നിലനില്ക്കുന്നത്.

(Insurgencies:constituent power and constituted power)എന്ന അന്റോണിയോ നെഗ്രിയുടെ ഗ്രന്ഥത്തിൽ പാരിസ് കമ്യൂൺ, സോവി

യറ്റ് അനുഭവങ്ങൾ, ലെനിൻ നേരിട്ട പ്രശ്നങ്ങൾ തുടങ്ങിയ വിഷയങ്ങളെല്ലാം വിശദമായി പരിശോധിക്കപ്പെടുന്നുണ്ട്. നെഗ്രിയുടെയും ഹാർട്ടിന്റെയും കണ്ടുപിടുത്തമല്ല ജനസഞ്ചയം ആശയം സ്പിനോസ[2]യാണ് മൾട്ടിട്യൂഡ് എന്ന ആശയം ആദ്യമായി യുക്തിയുക്തമായി വിശദീകരിക്കുന്നത്. ഫൂക്കോ, മാർക്സ്, ദെലേസ് തുടങ്ങിയവർ ഈ ആശയത്തെ വികസിപ്പിക്കുന്നതിന്റെ അടിസ്ഥാനത്തിലാണ് നെഗ്രിയും ഈ വിഷയത്തെ ഗൗരവമായി സ്വീകരിക്കുന്നത്. "ജെറുസലേം ദേവാലയത്തിലെ യുവ ക്രിസ്തുവിനെപ്പോലെ സമകാലിക ദാർശനിക സംവാദങ്ങളുടെ മദ്ധ്യത്തിൽ വിരാജിക്കുന്ന സ്പിനോസയെ"ക്കുറിച്ച് നെഗ്രി നടത്തുന്ന പരാമർശവും സ്പിനോസയുടെ തത്ത്വശാസ്ത്രത്തെക്കുറിച്ചുള്ള വിശകലനവും വളരെ പ്രധാനപ്പെട്ടതാണ്. സ്പിനോസയുടെ തത്ത്വചിന്തയുടെ അടിസ്ഥാനത്തിലാണ് അൽത്തൂസർ മാർക്സിസ്റ്റ് വൈരുദ്ധ്യശാസ്ത്രത്തെ ഹെഗലിയൻ വൈരുദ്ധ്യശാസ്ത്രത്തിൽനിന്നും വേർതിരിച്ച് കാണുന്നത്. അതേ സ്പിനോസയുടെ ദാർശനിക സംഭാവനകളിൽ നിന്നുമാണ് ജനസഞ്ചയം എന്ന ആശയം വികസിക്കുന്നത്.

മാത്രമല്ല ജനാധിപത്യത്തിന്റെ മാനിഫെസ്റ്റോ എന്ന് വിശേഷിപ്പിക്കപ്പെടുന്ന സ്പിനോസയുടെ ആശയങ്ങൾ 17-ാം നൂറ്റാണ്ടിലെ ചരിത്ര-സാമൂഹിക സന്ദർഭങ്ങളെ ആസ്പദമാക്കിയായിരുന്നുവെങ്കിലും അത് ചരിത്രത്തെ കടന്ന് മുന്നേറുന്ന ആശയമായിരുന്നു. കാരണം നെഗ്രിയുടെ ആശയങ്ങൾ ഒരു വിപ്ലവപദ്ധതിയല്ല. അനന്തമായി നിലനില്ക്കുന്ന, അനന്തം എന്ന പദം അതിശയോക്തിയാണെന്ന് തോന്നുന്നുവെങ്കിൽ തുടർച്ചയായി നിലനില്ക്കുന്ന ജനകീയ പ്രതിരോധത്തിന്റെയും, പ്രക്ഷോഭത്തിന്റെയും ആശയമാണത്. ജനപക്ഷത്തുനിന്നുകൊണ്ട് സോഷ്യൽ ഫാസിസത്തെ നിരാകരിക്കുകയും ജനങ്ങളുടെ രാഷ്ട്രീയ ഇടപെടലിനെ, ജീവിക്കുന്ന ജനാധിപത്യത്തെ പ്രശ്നവല്ക്കരിക്കുകയും ചെയ്യുന്ന നെഗ്രിയുടെ രാഷ്ട്രീയ ചിന്തകൾ വളരെ പ്രസക്തിയുള്ളതാണ്. അന്തിമമായ തീർപ്പുകളല്ല, ജീവിക്കുന്ന ജനകോടികളുടെ, മൗലിക പ്രശ്നങ്ങളാണ് നെഗ്രി ചർച്ചചെയ്യുന്നത്. അവിടെ നിന്നും പുതിയ അന്വേഷണങ്ങൾ ഉയർന്നുവരേണ്ടത് മനുഷ്യരാശിയുടെ പൊതുവായ ആവശ്യമാണ്.

6

ദെലേസ്, ഗത്താരി- സൂക്ഷ്മഫാസിസം, സ്ഥൂലഫാസിസം, ബഹുമുഖ ഫാസിസം

എ തൌസന്റ് പ്ലാറ്റ്യൂസ് എന്ന ഗ്രന്ഥത്തിൽ വിഖ്യാത ചിന്തകനായ [1]ദെലേസും ഗത്താരിയും ഫാസിസത്തിന്റെ സർവ്വവ്യാപിയും സൂക്ഷ്മവുമായ ബലതന്ത്രങ്ങളെ വിശദമായി പ്രതിപാദിക്കുന്നുണ്ട്. പുതിയ കാലഘട്ടത്തിലെ ഏറ്റവും വലിയ ദാർശനികരിൽ മുൻനിരയിലാണ് ഫ്രഞ്ച് ചിന്തകനായ ദെലേസിന്റെ സ്ഥാനം. ഫാസിസത്തിന്റെ ഏറ്റവും വിനാശകരമായ പ്രവണത എന്നുപറയുന്നത് അത് സമൂഹത്തിന്റെ സൂക്ഷ്മകോശങ്ങളിൽ പ്രവർത്തിക്കുന്നുവെന്നതാണെന്ന് ദെലേസ് വ്യക്തമാക്കുന്നു. ഒരു സമഗ്രാധിപത്യ പ്രതിഭാസമെന്നതിലുപരി ജനകീയപ്രസ്ഥാനങ്ങളുടെ ശരീരം മുഴുവൻ ബാധിച്ചിട്ടുള്ള അർബ്ബുദമായിട്ടാണ് ഫാസിസത്തെ ദെലേസ് വിശേഷിപ്പിക്കുന്നത്. അമേരിക്കൻ സിനിമകൾ ഫാസിസത്തിന്റെ വാഹനങ്ങളെ ചിത്രീകരിക്കുന്നത് ഡെല്യൂസ് ചൂണ്ടിക്കാണിക്കുന്നു. ബാന്റ്, ഗാങ്ങുകൾ, കുടുംബം, പട്ടണം എന്നിവയെല്ലാം ഫാസിസത്തിന്റെ സൂക്ഷ്മസ്ഥലികളായ വാഹനങ്ങളാണെന്ന് അദ്ദേഹം നിരീക്ഷിക്കുന്നു. ഫാസിസം ഒരിടത്തെയും വെറുതെവിടുന്നില്ല. ആഗോള പ്രശ്നങ്ങളെക്കുറിച്ച് കൃത്യമായ വിശദീകരണം നല്കുന്നത് *സൂക്ഷ്മഫാസിസ*മാണെന്ന് ദെലേസ് പറയുന്നു. മുതലാളിത്ത വ്യവസ്ഥ ഉണർത്തിവിടുന്ന തൃഷ്ണ (desire) യിലാണ് ഫാസിസത്തിന്റെ ബീജം വളരുന്നതെന്ന് ദെലേസ് കണ്ടെത്തുന്നു.[1]

മുതലാളിത്ത കാലഘട്ടത്തിലെ മനുഷ്യതൃഷ്ണയുടെ ഒരു പ്രധാന സവിശേഷത, തൃഷ്ണ അതിന്റെ തന്നെ അമർത്ത (repression)ലിനെ ആഗ്രഹിക്കുന്നുവെന്നതാണ്. തൃഷ്ണയെ ദമനം ചെയ്യാനുള്ള തൃഷ്ണ.

ദെലേസും ഗത്താരിയും എഴുതുന്നു:

ജനങ്ങൾ നിശ്ചയമായും ഉദാസീനമായി അധികാരത്തിന് കീഴടങ്ങു

ന്നില്ല. ആത്മപീഡാപരമായ മനോവിഭ്രാന്തിയുടെ രീതിയിൽ തൃഷ്ണാപരമായ പ്രലോഭനത്തിന്റെ കെണിയിൽ അവർ അകപ്പെടുന്നുമില്ല. (Gillies Deleuze and Felix Guttari- *A Thousnad Plateaus: Capitalism and Schizophrenia,* page 214-15) സാമൂഹികജീവിതത്തിന്റെ സൂക്ഷ്മ ജൈവസ്ഥലികളിൽ അനിവാര്യമായും രൂപംകൊള്ളുന്ന സങ്കീർണ്ണമായ സമുച്ചയം അഥവാ സമ്മേളന(assemblage) ത്തിൽ നിന്നും തൃഷ്ണയെ വേർതിരിക്കാൻ കഴിയില്ലെന്നും ദെലേസ് പറയുന്നു. അതായത് വ്യക്തി ഒറ്റയ്ക്കല്ല തൃഷ്ണക്കടിപ്പെടുന്നത്. സാമ്പത്തികമെന്നും, സാംസ്കാരികമെന്നും സാമൂഹികമെന്നും ഭൗതികമെന്നും അഭൗതികമെന്നും വേർതിരിക്കപ്പെട്ട വസ്തുക്കളുമായും പ്രതിഭാസങ്ങളുമായും മനുഷ്യരുടെ സംഘബോധം (collective unconscious) സംയോജിക്കപ്പെടുന്നു. ഈ സംയോജനത്തിൽ നിന്നുമാണ് തൃഷ്ണ രൂപമെടുക്കുന്നത്. തൃഷ്ണയെന്നത് ജന്മസിദ്ധമായ ഊർജ്ജമാണെന്നുള്ള സാമ്പ്രദായിക മനഃശാസ്ത്രത്തിന്റെയും അതിഭൗതികവാദത്തിന്റെയും ധാരണയാണ് ദെലേസ് തകർത്തെറിയുന്നത്. നമ്മുടെ ധാരണകളെയും കാഴ്ചപ്പാടുകളെയും പ്രതീക്ഷകളെയും ചിഹ്നവ്യവസ്ഥകളെയും രൂപപ്പെടുത്തുന്നത് ഇവിടെ പറഞ്ഞ അസംബ്ലേജിൽ നിന്നുമാണ്. ഇവയെല്ലാം രൂപപ്പെട്ടുകഴിഞ്ഞാൽ അതിന്റെ പരിണതഫലം ഫാസിസ്റ്റ് നിർണ്ണയനമായിരിക്കും..

ഒരു മുസ്ലീം തൊപ്പിവെച്ചതുകാണുമ്പോൾ അല്ലെങ്കിൽ ഇടത്തോട്ടു മാറി മുണ്ടുടുത്തതുകാണുമ്പോൾ അതെല്ലാം വർഗ്ഗീയമാണെന്ന് എളുപ്പത്തിൽ മുദ്രചാർത്തുന്ന രീതി ഒരു വർഗ്ഗീയനിർണ്ണയമാണെന്ന് ഇന്ത്യൻ പരിസരത്തുനിന്നും നമുക്ക് മനസ്സിലാക്കാൻ എളുപ്പം കഴിയും. എന്നാൽ തങ്ങൾ നടത്തുന്നത് വർഗ്ഗീയനിർണ്ണയമാണെന്ന് ഈ വർഗീയനിർണ്ണയത്തിനടിപ്പെടുന്നവർ മനസ്സിലാക്കുന്നില്ല. കാരണം ഈ നിർണ്ണയം അഥവാ നിർണ്ണയങ്ങൾ ഒരു വ്യക്തി മനസ്സിൽനിന്നും ചിന്തിച്ചുരൂപപ്പെടുത്തുന്നതല്ല. സാമൂഹികവ്യവസ്ഥയിലെ സൂക്ഷ്മജൈവ സ്ഥലികളിൽ പെറ്റുപെരുകുന്ന ബോധാബോധങ്ങളുടെ സമ്മേളനമാണതിന്റെ പ്രഭവകേന്ദ്രം. അതുകൊണ്ട് സ്ഥൂലതലത്തിൽ നമുക്ക് ഫാസിസ്റ്റ് വിരുദ്ധരാവാൻ എളുപ്പം കഴിയും. എന്നാൽ നമ്മുടെയുള്ളിലെ ഫാസിസ്റ്റിനെ കണ്ടെത്താൻ, തിരിച്ചറിയാൻ ഒരിക്കലും സാധിക്കുന്നില്ല. നമുക്കുള്ളിലെ ഫാസിസ്റ്റിനെ നാം നിലനിർത്തുകയും വളർത്തുകയും നമ്മുടെ വ്യക്തിഗത ജീവിതത്തിലും സാമൂഹിക ജീവിതത്തിലും സാക്ഷാൽക്കരിക്കുകയും ചെയ്യുന്നു.

നമ്മുടെ നിത്യജീവിത വ്യവഹാരങ്ങളിലും ചിന്തകളിലും, സ്വപ്നങ്ങളിലും, ശീലങ്ങളിലും ഭാഷയിലും, ബന്ധങ്ങളിലും, ബന്ധങ്ങളിലെ അധികാരവ്യവഹാരങ്ങളിലും സൂക്ഷ്മരാഷ്ട്രീയം രൂപപ്പെടുകയും പ്രവർത്തിച്ചുകൊണ്ടിരിക്കുകയും ചെയ്യുന്നു. ഇതാണ് ഫാസിസത്തിന്റെ സൂക്ഷ്മരാഷ്ട്രീയം. എന്നാൽ ഒരു ഫാസിസ്റ്റ് ഭരണകൂട അതിക്രമത്തെ അഥവാ സ്ഥൂലതലത്തിൽ നടക്കുന്ന ഒരു ഫാസിസ്റ്റ് അധിനിവേശത്തെ

നമുക്ക് എളുപ്പം തിരിച്ചറിയാനായെന്നുവരും. എന്നാൽ സൂക്ഷ്മമായി പ്രവർത്തിക്കുന്ന ഫാസിസം സാമൂഹിക തൃഷ്ണയിലധിഷ്ഠിതമായതും മരണാഭിമുഖ്യത്തോളം വളരുന്നതും അടിമത്തത്തെ സ്വയം വരിക്കാൻ പ്രേരിപ്പിക്കുന്ന സ്വഭാവമാർന്നതാണെന്നും തിരിച്ചറിയാൻ സാധിക്കുന്നില്ല. ദെലേസിന്റെ സൂക്ഷ്മഫാസിസം എന്ന ആശയത്തോട് സാമ്യമുള്ളതാണ് കാഞ്ച ഐലയ്യായുടെ *പച്ചിലയിലെ പച്ച പാമ്പ്.* എന്ന പഴയ പ്രയോഗം. പച്ചിലയിലെ പച്ച പാമ്പിനെ എളുപ്പം തിരിച്ചറിയാൻ കഴിയില്ല. എന്നാൽ പച്ചിലയിലെ വെളുത്ത പാമ്പിനെ എളുപ്പം കാണാൻ കഴിയും. പച്ച പാമ്പാണ് സൂക്ഷ്മഫാസിസം. വെളുത്ത പാമ്പ് സ്ഥൂലഫാസിസമാണ്. (*Post Hindu India*- Kancha Iliah)

ഫാസിസം ഒരു ചരിത്രഘട്ടത്തിൽ ഉദയംചെയ്ത് മറഞ്ഞതും മറ്റൊരു ചരിത്രസന്ദർഭത്തിൽ പ്രേതരൂപംപോലെ ഉയിർത്തെഴുന്നേറ്റുവരുന്നതുമായ പ്രതിഭാസമായി കാണാൻ ദെലേസ് തയ്യാറാവുന്നില്ല. സർവ്വമേഖലകളിലും പ്രസരിച്ചുകിടക്കുന്ന അധികാരംതന്നെയായിട്ടാണ് ദെലേസ് ഫാസിസത്തെ വിശദീകരിക്കുന്നത്. അദ്ദേഹം ഗത്താരിയുമായി ചേർന്ന് രചിച്ച Anti Oedipus എന്ന കൃതിയിലും ഫാസിസത്തെ കേവലം ഒരു രാഷ്ട്രീയ പ്രത്യയശാസ്ത്രമായി വിശദീകരിക്കുന്ന പ്രവണതയെ നിശിതമായി ചോദ്യംചെയ്യുന്നുണ്ട്. വിദ്യാവിഹീനരായ ജനങ്ങൾക്കുമേൽ നിഷ്ഠുരരായ ഒരു കൂട്ടം കുലീനർ അടിച്ചേല്പിക്കുന്ന രാഷ്ട്രീയപ്രത്യയശാസ്ത്രമല്ല ഫാസിസമെന്നാണ് ഡെല്യൂസിന്റെ അഭിപ്രായം. ബുദ്ധി കുറഞ്ഞവരും ഉപകരണരഹിതരുമായ ജനങ്ങളുടെമേലുള്ള ക്രൂരരായ ഒരു അഭിജാത വർഗ്ഗത്തിന്റെ രാഷ്ട്രീയാധിനിവേശമായി ഫാസിസത്തെ വിശദീകരിക്കുന്ന സാമ്പ്രദായിക രാഷ്ട്രീയ വീക്ഷണത്തെയാണ് ദെലേസ് നേരിടുന്നത്. സാമൂഹികമായ കർത്തൃത്വത്തിന്റെ തലത്തിൽ ഫാസിസത്തെ വിശകലനംചെയ്യാനാണ് അദ്ദേഹത്തിന്റെ ശ്രമം. മേൽ പരാമർശിച്ച ഗ്രന്ഥമടക്കമുള്ള നിരവധി പഠനങ്ങളിൽ അദ്ദേഹം ഈ ധർമ്മം നിർവ്വഹിക്കുന്നുണ്ട്.

ജനതയുടെ തൃഷ്ണയുടെ പ്രകാശനമായിട്ടാണ് ദെലേസ് ഫാസിസത്തെ കാണുന്നത്. സ്വന്തം തൃഷ്ണയുടെ അമർത്തലിനും നാശത്തിനും വേണ്ടിയുള്ള ജനങ്ങളുടെ തൃഷ്ണയെ അഴിച്ചുവിടുന്ന യുദ്ധയന്ത്രം അഥവാ വിധ്വംസക യന്ത്രം ആയിട്ടാണ് ദെലേസ് ഫാസിസത്തെ വ്യാഖ്യാനിക്കുന്നത്. തൃഷ്ണ എന്നത് ബുദ്ധന്റെ കാലഘട്ടത്തിലെ തൃഷ്ണയല്ല. മുതലാളിത്തകാലഘട്ടത്തിലെ തൃഷ്ണ അതിന്റെ തന്നെ അടിച്ചമർത്തലിനോടുള്ള തൃഷ്ണയായും തൃഷ്ണയ്ക്കെതിരെ ആത്മഹത്യാപരമായി നടത്തുന്ന തൃഷ്ണയുമാണ്. ഒരാളുടെ ആഗ്രഹത്തെ അമർത്താൻ അയാൾതന്നെ ആഗ്രഹിക്കുകയും സ്വയം നാശത്തിലേക്ക് പതിക്കുകയും ചെയ്യുന്ന അവസ്ഥ. നമ്മുടെ കാലഘട്ടത്തിലെ തൃഷ്ണയുടെ സവിശേഷത അത് നാശോന്മുഖവും ദുരന്തഗ്രസ്തവുമായ ഒരു പ്രതിഭാസമായി മാറുന്നു എന്നതാണ്. രാഷ്ട്രീയ ശരീരത്തെയും സമസ്ത

ജീവിത മണ്ഡലത്തെയും ആശ്ലേഷിക്കുന്ന അധികാരത്തിന്റെ വൃത്തവലയത്തിൽ നിന്നുകൊണ്ടാണ് ദെലേസ് ഫാസിസത്തെ വിലയിരുത്തുന്നത്.

പ്രാതിനിധ്യത്തിൽനിന്നും മുക്തമായ ഒരു പ്രതിഭാസമായിട്ടല്ല അദ്ദേഹം ഫാസിസത്തെ കാണുന്നത്. അതുപോലെതന്നെ ഏതെങ്കിലും ഒരു നിശ്ചിത ചരിത്ര-സാമൂഹിക സൃഷ്ടമായ രാഷ്ട്രീയവ്യവസ്ഥയായും ഫാസിസത്തെ കാണാനാവില്ല എന്നാണ് ദെലേസിന്റെ പക്ഷം. ഏതെങ്കിലും ഒരു സവിശേഷ സംസ്കാരം, സമൂഹം എന്നിവയോടൊക്കെ ബന്ധിപ്പിച്ച് കാണേണ്ടതല്ല ഫാസിസം. എന്നാൽ ഫാസിസത്തെ ഒരു സൂക്ഷ്മ പ്രതിഭാസമായി കാണണമെന്നാണ് ദെലേസ് ആവശ്യപ്പെടുന്നത്.

ലിബറൽ ആധുനികതയുടെ അന്തസ്ഥിത സ്വഭാവമായ ഫാസിസത്തെ പ്രശ്നവല്ക്കരിക്കാൻ ദെലേസിന്റെ നിരീക്ഷണങ്ങൾ സഹായകമാകും. സാർവ്വലൗകികമായി നിലനില്ക്കുന്ന ഒരു പ്രശ്നമായിട്ടാണ് ഫാസിസത്തെ ആഗോളതലത്തിൽ നാം വിലയിരുത്തുന്നതെങ്കിൽ ഇന്നത്തെ ഫാസിസം ആധുനികരാഷ്ട്രങ്ങളുടെയും സമൂഹങ്ങളുടെയും ഉദാരവല്ക്കരണത്തിന്റെ സൃഷ്ടിയാണെന്ന് പറയേണ്ടിവരും. ദെലേസ് വിശേഷിപ്പിക്കുന്ന നിയന്ത്രിത സമൂഹം (controlled society) നിയോ ലിബറൽ ഫാസിസത്തിന്റെ അഥവാ ജൈവാധികാരത്തിന്റെ (bio power) മൂർത്തരൂപമാണ്. ജീവനും ജീവിതത്തിനും പരിസ്ഥിതിക്കും പ്രകൃതിക്കും അതിന്റെ ആവാസവ്യവസ്ഥയ്ക്കുമെതിരായ ദൃശ്യവും അദൃശ്യവുമായ സൂക്ഷ്മവും സ്ഥൂലവുമായ ആന്തരികവും ബാഹ്യവുമായ ഹിംസകളാണ് ജൈവാധികാരം എന്ന് അന്റോണിയോ നെഗ്രി[1] നിരീക്ഷിക്കുന്നുണ്ട്. മൂലധനാധിനിവേശം അതിന്റെ അസാമാന്യമായ രൂപഭാവങ്ങളിൽ ലോകത്തെ കീഴടക്കുമ്പോൾ അതിന്റെ തന്നെ ഭാഗമായി സർവ്വാധികാരം സർവ്വവ്യാപിയായി പ്രവർത്തിക്കുന്നു. അധികാരവും മൂലധനവും തമ്മിലുള്ള ഈ അസാമാന്യ സംസ്സർഗത്തിലൂടെയാണ് നവലിബറൽ ഫാസിസം പ്രവർത്തിക്കുന്നത്.

നവലിബറൽ ഫാസിസം

ക്ലാസിക്കൽ ഫാസിസത്തിന്റെ അടിസ്ഥാനപദ്ധതികളായ വംശഹത്യയുടെയും പ്രതിപക്ഷ ഹിംസകളുടെയും പുരോഗമന മുഖംമൂടിയണിഞ്ഞ നവ ഫാസിസ്റ്റ് പദ്ധതികൾ അമേരിക്കയുടെ കാർമ്മികത്വത്തിൻ കീഴിൽ ലോകത്ത് പുനരുജ്ജീവിക്കപ്പെടുന്നത് നവലിബറലിസത്തിന്റെ[2] രൂപത്തിലാണ്. 1980 കളിൽ ആരംഭിച്ച നവലിബറൽ നടപടികളോടെ ക്ലാസിക്കൽ ഫാസിസത്തിന്റെ സ്വകാര്യവല്ക്കരണ നടപടികളും ഉദാരവല്ക്കരണ നടപടികളും ആഗോളതലത്തിൽ വ്യാപിച്ചു. ഇതോടുകൂടി ദേശീയത്വത്തിലധിഷ്ഠിതമായതും ഏകാധിപത്യത്തിൽ അടിയുറച്ചതുമായ ഫാസിസം ഭരണകൂട നിയന്ത്രിതമായ നവഫാസിസത്തിന് വഴിമാറുകയുംചെയ്തു. ഈ ഭരണകൂട ഫാസിസം പഴയ ദേശീയത്വഭരണ

കൂടമല്ല. മറിച്ച് ദേശീയാതിർത്തികൾക്കതീതമായി പ്രവർത്തിക്കുന്ന അധികാരമാണ്. ഇന്ത്യയടക്കം അപൂർവ്വം ചില രാജ്യങ്ങളിൽ ദേശീയവാദവും നവലിബറലിസവും കൈകോർത്തുകൊണ്ട് പ്രവർത്തിക്കുന്നുണ്ട്.

2001 സെപ്തംബർ 11 ന് അമേരിക്കയിലെ വേൾഡ് ട്രേഡ് സെന്ററിൽ നടന്ന ഭീകരാക്രമണത്തെ തുടർന്ന് അമേരിക്ക ആഗോളതലത്തിൽ ഭീകരവാദത്തിനെതിരായി സൈനിക ക്യാമ്പയിനു നേതൃത്വം കൊടുത്തു. 2001 സെപ്തംബർ 20 ന് അമേരിക്കൻ പ്രസിഡന്റ് ജോർജ്ജ് ബുഷ് ഭീകരതയ്ക്കെതിരായ യുദ്ധം തുടങ്ങുകയാണെന്ന് പ്രഖ്യാപിച്ചു. ഭീകരതയ്ക്കെതിരായ യുദ്ധത്തിന്റെ മുഖ്യ ഉന്നം ഇസ്ലാമിക ഭീകരവാദികളായിരുന്നു. തുടർന്ന് അമേരിക്കൻ പ്രസിഡന്റ് ബറാക് ഒബാമ ഭീകരതയ്ക്കെതിരായ യുദ്ധത്തെ ഹിംസയുടെയും വിദ്വേഷത്തിന്റെയും നെറ്റുവർക്കുകൾക്കെതിരായ യുദ്ധമായി പരിവർത്തിപ്പിച്ചു. ഇതിനെത്തുടർന്ന് ഇന്ത്യയടക്കമുള്ള പലരാഷ്ട്രങ്ങളും ഭീകരവാദ - തീവ്രവാദ വേട്ടയാടലുകളെ ഏകോപിപ്പിക്കാൻ തുടങ്ങി.

7

നോം ചോംസ്കിയും അമേരിക്കയുടെ നവഫാസിസവും

നാം കണ്ടിട്ടുള്ളതിൽ വെച്ചേറ്റവും നിഷ്ഠുരമായ രാഷ്ട്രീയാധികാര ശക്തിയായ അമേരിക്കൻ സാമ്രാജ്യത്വത്തെ അതിന്റെ ആസ്ഥാനത്തിരുന്നുകൊണ്ട് എതിരിടുന്ന വിഖ്യാത ചിന്തകനാണ് നോംചോംസ്കി. ഭാഷാശാസ്ത്രജ്ഞൻ, രാഷ്ട്രീയചിന്തകൻ, മാധ്യമവിമർശകൻ എന്നീ നിലകളിലെല്ലാം പ്രശസ്തനായ നോം ചോംസ്കി ഇന്ന് ലോകത്തേറ്റവും സംവാദസദസ്സുകളെ ആകർഷിക്കുന്ന രാഷ്ട്രീയ വിമർശകനാണ്. അമേരിക്കയിലെ മസാച്യുസെറ്റ്സ് ഇൻസ്റ്റിറ്റ്യൂട്ട് ഓഫ് ടെക്നോളജി -MIT- എന്ന ലോകപ്രസിദ്ധമായ ഗവേഷണ യൂണിവേഴ്സിറ്റിയിലെ പ്രൊഫസറാണ് നോം ചോംസ്കി. നിരവധി ഗ്രന്ഥങ്ങളുടെ കർത്താവ് എന്നതിലുപരി ഏറ്റവും കർമ്മനിരതനായ - activist-ബുദ്ധിജീവി എന്ന വിശേഷണമായിരിക്കും ചോംസ്കിക്ക് കൂടുതൽ ഉചിതമാവുക. അങ്കിൾസാം എന്ന അമേരിക്കൻ സാമ്രാജ്യത്വത്തിന്റെ നെറികെട്ട സൈനിക ഫാസിസ്റ്റ് അതിക്രമങ്ങളെയും മുതലാളിത്ത ചൂഷണതന്ത്രങ്ങളെയും അതിന്റെ ലോകമെങ്ങുമുള്ള സഖ്യശക്തികളെയും ഇതിനെല്ലാം അനുകൂലമായി പ്രചാരണം നടത്തുന്ന മാധ്യമ ശക്തികളെയും അദ്ദേഹം വിശ്രമമില്ലാതെ എതിർത്തുവരികയാണ്.

അമേരിക്ക എന്നത് ഒരു രാജ്യത്തിന്റെ പേരല്ല. ധാരാളം അമേരിക്കകളുണ്ട്. ലോകത്തിൽ അമേരിക്കൻ ഐക്യനാടുകൾ എന്നു പറയുന്ന സാമ്രാജ്യത്വഭരണകൂടത്തെയാണ് അവിടുത്തെ പരമാധികാര ജനങ്ങൾ എന്ന അർത്ഥത്തിലുള്ള രാഷ്ട്രത്തെയല്ല നോം ചോംസ്കി എതിർക്കുന്നത്. ഇതു രണ്ടും തമ്മിലുള്ള അഗാധവും വിസ്തൃതവുമായ വിടവുകളെക്കുറിച്ചുള്ള അറിവാണ് രാഷ്ട്രീയവിമർശനത്തിന്റെ യഥാർത്ഥ അടിത്തറ. ഈ ലളിതമായ രാഷ്ട്രീയപാഠം നമുക്കു മുമ്പേ അറിയാമായിരു

ന്നതുകൊണ്ടാണ്, ഇന്ത്യയെന്നാൽ ഇന്ദിരയല്ല എന്ന് ജനം ആക്രോശിച്ചത്. ഇംഗ്ലീഷിൽ സ്റ്റേറ്റ് എന്ന പദം ഭരണകൂടം, രാഷ്ട്രം എന്നീ രണ്ട് അർത്ഥത്തിലും ഉപയോഗിക്കപ്പെടുന്നുണ്ട്. രക്തദാഹികളായ ഭരണാധികാരികൾ തങ്ങൾക്കു പിറകിൽ ജനങ്ങളെ അണിനിരത്തുന്നത് ഈ രണ്ടു പദങ്ങളെയും - ഭരണകൂടത്തെയും രാഷ്ട്രത്തെയും കൂട്ടിക്കലർത്തിക്കൊണ്ടാണ്. ലോകമെങ്ങും കിരാതത്വം കയറ്റുമതിചെയ്യുന്ന ലോകപൊലീസ് പദവി സ്വയം എറ്റെടുത്ത അമേരിക്ക രാഷ്ട്രീയ പദങ്ങളെയും ആശയങ്ങളെയും എങ്ങനെയാണ് ദുർവ്യാഖ്യാനിക്കുന്നത് എന്ന് നോം ചോംസ്കി തന്റെ രചനകളിലൂടെ വിശദമാക്കുന്നുണ്ട്. Understanding power, Culture of Terrorism, Hegemony or Survival - America's quest for global dominance എന്നിവയെല്ലാം തന്നെ സമകാലിക ലോകസംഭവവികാസങ്ങളെ വിശദമായി വിശകലനം ചെയ്യുന്നതും ലോകമെങ്ങും ചർച്ച ചെയ്യപ്പെട്ടുകൊണ്ടിരിക്കുന്നതുമാണ്.

ഞാനാണ് രാഷ്ട്രം - I am the state - എന്ന് ഓരോ മനുഷ്യനും സമൂഹവും പ്രഖ്യാപിക്കുന്ന രാഷ്ട്രീയ സ്വത്വത്തെ അമേരിക്കൻ സാമ്രാജ്യത്വമടക്കം ഭരണകൂടങ്ങളെല്ലാം ഭയപ്പെടുന്നു. സ്വാതന്ത്ര്യം ജനാധിപത്യം അഭിപ്രായസ്വാതന്ത്ര്യം എന്നീ രാഷ്ട്രീയ സംജ്ഞകളെല്ലാം വംശീയ ഉന്മൂലനത്തിനും പ്രതിയോഗികളെ അമർച്ചചെയ്യുന്നതിനും വേണ്ടി അമേരിക്ക എങ്ങനെയാണ് രാഷ്ട്രീയമായി ദുർവ്യാഖ്യാനിച്ചത് എന്ന് ചോംസ്കി പരിശോധിക്കുന്നുണ്ട്. സ്വാതന്ത്ര്യം എന്ന രാഷ്ട്രീയപദത്തിന്റെ ക്ലാസിക്കൽ അർത്ഥപരിമിതി വിശകലനം ചെയ്തുകൊണ്ട് ചോംസ്കി പറയുന്നത്, ഈ പദത്തിന്റെ സൗന്ദര്യത്തെക്കുറിച്ച് ധാരാളം ആളുകൾ വാഴ്ത്തിയിട്ടുണ്ടെന്നും തന്റെ ധർമ്മം സൗന്ദര്യമെന്ന പദത്തിന് പിറകിലുള്ള വൈരൂപ്യത്തെ തുറന്നുകാണിക്കുക എന്നുള്ളതാണെന്നാണ്. സ്വാതന്ത്ര്യമെന്ന മനോഹരമായ പദത്തിന്റെ പിറകിൽ ഒളിഞ്ഞു കിടക്കുന്ന കരുണയറ്റ ലോകത്തിന്റെ വൈരൂപ്യമാണ് ചോംസ്കി തുറന്നുകാണിക്കുന്നത്.

സ്വാതന്ത്ര്യം എന്ന പദം അമേരിക്കയുടെ തന്നെ ക്ലാസിക്കൽ പ്രതീകമായി -liberty Statue- സ്ഥാപിക്കപ്പെട്ടിരിക്കുന്നു. എന്നാൽ ലോകത്തിലെ ഒരു ജനതയുടെയും ഒരൊറ്റ രാഷ്ട്രത്തിന്റെയും സ്വാതന്ത്ര്യത്തെ മാനിക്കാത്ത ചരിത്രമാണ് അമേരിക്കയ്ക്കുള്ളത്. അമേരിക്കയുടെ ചരിത്രം എണ്ണമറ്റ രാഷ്ട്രങ്ങളുടെ സ്വാതന്ത്ര്യത്തെ പിച്ചിച്ചീന്തിയതിന്റേതാണ്. അമേരിക്കയുടെ സ്വാതന്ത്ര്യപ്രതിമയ്ക്ക് ഒരു രക്തസ്നാനത്തിന്റെ ചരിത്രംകൂടിയുണ്ട്. ലക്ഷക്കണക്കിന് റെഡ് ഇന്ത്യൻ ജനതയെ ചുട്ടെരിച്ചതിന്റെ ചരിത്രമാണത്. അവരുടെ ഹൃദയരക്തത്തിലാണ് അമേരിക്കയുടെ സ്വാതന്ത്ര്യദേവതയുടെ പ്രതിമ ഉയർന്നുനില്ക്കുന്നത്. ഈ പ്രതീകാത്മകത തന്നെയാണ് ചോംസ്കി പ്രശ്നവല്ക്കരിക്കുന്നത്.

വിയറ്റ്നാം യുദ്ധം, ക്യൂബയടക്കമുള്ള ലാറ്റിനമേരിക്കൻ രാജ്യങ്ങളിലെ രാഷ്ട്രീയ ഇടപെടൽ, അട്ടിമറികൾ, ഗൾഫ് യുദ്ധം, കിഴക്കൻ ടിമോ

റിലെ വംശീയ ഉന്മൂലനം തുടങ്ങി അമേരിക്ക നടത്തിയ ക്രൂരവും നിന്ദ്യവുമായ സൈനികഫാസിസ്റ്റ് നടപടികൾക്ക് പിറകിലെല്ലാം ഇത്തരത്തിലുള്ള സൈദ്ധാന്തികവല്ക്കരണങ്ങൾ ഉണ്ടായിരുന്നുവെന്ന് ചോംസ്കി നിരീക്ഷിക്കുന്നു. ഇതിന്റെയെല്ലാം തുടർച്ചയായിട്ടാണ് സെപ്തംബർ 11, 2001 ലെ ഭീകരാക്രമണത്തെ ചോംസ്കി കാണുന്നത്. ഇറാഖ് യുദ്ധകാലത്ത് അബുഗരീബ് ജയിലറയിൽ തടവുകാരുടെമേൽ അമേരിക്കൻ സൈനികർ നടത്തിയ ബലാത്സംഗങ്ങളും കൊലകളും പീഡനങ്ങളുമെല്ലാം ഇതിന്റെ ഭാഗമായിരുന്നു. ഐക്യരാഷ്ട്രസഭയെയും മനുഷ്യാവകാശപ്രഖ്യാപനങ്ങളെയുമെല്ലാം നഗ്നമായി നിഷേധിച്ചുകൊണ്ട് പശ്ചിമേഷ്യയിലും ലാറ്റിനമേരിക്കയിലുമെല്ലാം അമേരിക്ക നടത്തിയ അട്ടിമറികളും യുദ്ധങ്ങളും ചരിത്രത്തിലെ സമാനതകളില്ലാത്ത സംഭവങ്ങളാണ്. സാമുവൽ ഹണ്ടിങ്ടന്റെ *സംസ്കാരങ്ങൾ തമ്മിലുള്ളസംഘട്ടനം - clash of civilizations* -എന്ന ഗ്രന്ഥത്തിലൂടെ അമേരിക്കൻ ഭരണകൂടത്തിന് ഒരു വംശീയ പ്രത്യയശാസ്ത്രവും രാഷ്ട്രീയനയവും കൈവന്നു.

സാമുവൽ ഹണ്ടിങ്ടൺ ഉയർത്തിയ വെല്ലുവിളികളെ -രാഷ്ട്രീയപരവും വർഗ്ഗപരവുമായ പ്രത്യയശാസ്ത്രങ്ങളുടെ യുഗം കഴിഞ്ഞെന്നും ഇനിയുള്ളത് പാശ്ചാത്യസംസ്കാരത്തിന്റെ മേധാവിത്വത്തിന്റെ കാലമാണെന്നും മറ്റുമുള്ള സങ്കല്പം - താത്ത്വികമായി എതിർക്കാനുള്ള ചോംസ്കിയുടെ പരിമിതികളെ തിരിച്ചറിയുമ്പോൾത്തന്നെ അദ്ദേഹം ഹണ്ടിങ്ടൺ ആദർശവല്ക്കരിച്ച അമേരിക്കയുടെ ഇരുണ്ടമുഖം തുറന്നു കാണിക്കുന്നുണ്ട്.

മനുഷ്യരാശിയോടുള്ള തീവ്രമായ പ്രതിബദ്ധതയിൽ നിന്നാണ് നോം ചോംസ്കി പെന്റഗണെയും വെള്ളക്കൊട്ടാരത്തെയും അവർ കെട്ടിയുയർത്തിയ കോർപ്പറേറ്റ് ഗോപുരങ്ങളെയും വെല്ലുവിളിക്കുന്നത്. സെപ്തംബർ 11, 2001 ന് നടന്ന ഭീകരാക്രമണത്തിന് ശേഷം അതുയർത്തിക്കാണിച്ച് അമേരിക്ക ലോകമൊട്ടുക്കും അതിന്റെ ഫാസിസ്റ്റ് സൈനിക-പൊലീസ് നടപടികൾക്കും നിരീക്ഷണപദ്ധതികൾക്കും ആക്കംകൂട്ടി. മാത്രമല്ല ഇറാഖിന്റെ അമൂല്യമായ എണ്ണപ്പാടങ്ങൾ കീഴടക്കാനുള്ള ഒരവസരമായും സെപ്തംബർ 11 ന്റെ ഭീകരാക്രമണത്തെ അമേരിക്ക ഉപയോഗപ്പെടുത്തി. ഇതിനെത്തുടർന്നാണ് ഇറാഖി പ്രസിഡണ്ട് സദ്ദാം ഹുസൈനെ വധിക്കുന്നത്. ഒരുകാലത്ത് സദ്ദാംഹുസൈന്റെ ക്രൂരമായ നടപടികൾക്ക് പിന്തുണയും പ്രോത്സാഹനവും നല്കിയ അമേരിക്കതന്നെയാണ് അതിന്റെ പുതിയ ഭീകരവിരുദ്ധ വായ്ത്താരികളുമായി ഗൾഫ്മേഖലയിൽ *സമാധാനം* സ്ഥാപിക്കാൻ ഒരുമ്പെട്ടത്. ഒരുകാലത്ത് ഇറാഖിനെതിരെ ഇറാന് പിന്തുണ നല്കിയ അമേരിക്ക തന്നെയാണ് പിന്നീട് ഇറാനെ അക്രമിച്ച് ഇറാഖിനും സദ്ദാം ഹുസൈനും പിന്തുണ നല്കിയത്. ഇറാനിലെ ജനങ്ങൾക്കുനേരെ രാസായുധങ്ങൾ പ്രയോഗിക്കാൻ സദ്ദാം ഹുസൈനെ പിന്തുണച്ച അമേരിക്ക തന്നെയാണ് അദ്ദേഹത്തെ ഈ ലോകത്തിനു മുന്നിൽവെച്ച് പരസ്യമായി തൂക്കിക്കൊ

ന്നത്. യഥാർത്ഥത്തിൽ ഈയൊരു ലക്ഷ്യം നേടാൻവേണ്ടിയാണ് അമേരിക്ക സദ്ദാം ഹുസൈനെ സഹായിച്ചുകൊണ്ടിരുന്നത്.

നോം ചോംസ്കിയുടെ രാഷ്ട്രീയ ഇടപെടലുകൾ അമേരിക്കയെ അങ്ങേയറ്റം പ്രകോപിപ്പിച്ചിരുന്നു എന്നതിന് സംശയമില്ല. അദ്ദേഹത്തിന്റെ പ്രധാനപ്പെട്ട പല രാഷ്ട്രീയ ലേഖനങ്ങളും അമേരിക്കയിൽ പ്രസിദ്ധീകരിക്കപ്പെട്ടിട്ടില്ല എന്നുള്ളത് ശ്രദ്ധേയമാണ്. *ന്യൂയോർക്ക് ടൈംസ്, ലോസ് ആഞ്ചൽസ് ടൈംസ്, ബോസ്റ്റൺ ഗ്ലോബ്, വാഷിങ്ടൺ പോസ്റ്റ്* തുടങ്ങിയ അമേരിക്കയിലെ പ്രധാനപ്പെട്ട പത്രങ്ങളെല്ലാം തന്നെ ചോംസ്കിയുടെ പ്രക്ഷുബ്ധജനകമായ ലേഖനങ്ങൾ പ്രസിദ്ധീകരിച്ചിരുന്നില്ല. എന്നാൽ ലോകമൊട്ടുക്കും അവ പ്രസിദ്ധീകരിക്കപ്പെടുകയും വൻതോതിൽ ചർച്ചചെയ്യപ്പെടുകയുമുണ്ടായി.

അനാർക്കോ-സിന്റിക്കലിസ്റ്റ് എന്ന് സ്വയം വിശേഷിപ്പിക്കുന്ന ചോംസ്കി തന്റെ രാഷ്ട്രീയാശയങ്ങളിൽ യാതൊരുവിധ മറച്ചുവയ്ക്കലുകളും നടത്തുന്നില്ല. പ്രൂധോൺ, ബക്കുനിൻ, ക്രോപോട്കിൻ തുടങ്ങിയ അനാർക്കിസ്റ്റുകളുടെ പല വീക്ഷണങ്ങളും നോം ചോംസ്കി പങ്കുവയ്ക്കുന്നുണ്ട്. ട്രോട്സ്കിയുടെ ആശയങ്ങളോടും റോസ ലക്സംബർഗിന്റെ ചിന്തകളോടും എല്ലാം അനുഭാവം പുലർത്തുകയും ചെയ്യുന്ന ചോംസ്കിയെ പക്ഷേ, പല അനാർക്കിസ്റ്റുകളും അംഗീകരിക്കുന്നുമില്ല. ചോംസ്കി അനാർക്കിസത്തിൽ വർഗ്ഗസമരം കടത്തിവിടുന്നുവെന്ന് അനാർക്കിസ്റ്റുകളും അദ്ദേഹം മാർക്സിസത്തിൽ അനാർക്കിസം കലർത്തുന്നുവെന്ന് തീവ്ര ഇടതുപക്ഷവും ആരോപിക്കുന്നുണ്ട്. ജോർജ് വുഡ് കോക് എന്ന അനാർക്കിസ്റ്റ് ചരിത്രകാരൻ പറയുന്നത് തന്റേതായ മാർക്സിസ്റ്റ് നിലപാട് ഉറപ്പിക്കാൻവേണ്ടി അനാർക്കിസത്തെ ഉപയോഗിക്കുന്ന ആളാണ് ചോംസ്കി എന്നാണ്. മാർക്സിസത്തോടുള്ള ചോംസ്കിയുടെ നിലപാട് രാഷ്ട്രീയ വിദ്യാർത്ഥികളെ സംബന്ധിച്ചിടത്തോളം വളരെ പ്രാധാന്യമുള്ളതാണ്.

മാർക്സിന്റെ റഷ്യൻകർഷകരെ സംബന്ധിച്ച അവസാനകാല വെളിപ്പെടുത്തലുകൾ ശ്രദ്ധിക്കേണ്ടതാണ്. മാർക്സ് മരിക്കുന്നതിന്റെ 2 വർഷം മുമ്പ് റഷ്യൻ കർഷകരെ വിപ്ലവശക്തികളായി കാണുന്നുണ്ട്. അവർക്ക് റഷ്യയെ കമ്മ്യൂണിസത്തിലേക്ക് പരിവർത്തിപ്പിക്കാനുള്ള ശേഷിയുണ്ടെന്ന് മാർക്സ് അഭിപ്രായപ്പെട്ടിരുന്നു. നോം ചോംസ്കി ആ നിലപാടിനോട് യോജിക്കുന്നുണ്ട്. ക്രിസ്റ്റഫർ ഹിലാലി -Christopher Helali-യുമായി -Pax Marxista, March 12, 2013- നടത്തിയ അഭിമുഖത്തിൽ ലെനിനിസത്തോടും ലെനിന്റെ നേതൃത്വത്തിൽ നടന്ന വിപ്ലവത്തോടുമുള്ള വിയോജിപ്പുകളും ചോംസ്കി വ്യക്തമാക്കുന്നുണ്ട്. റഷ്യയിലെ ജനകീയവിപ്ലവത്തെ - Popular Revolution-നിയന്ത്രിച്ചുനിർത്തിയ ലെനിനിസ്റ്റ് നിലപാടിനെ ചോംസ്കി അംഗീകരിക്കുന്നില്ല. കേന്ദ്രീകൃത രാഷ്ട്രീയ അധികാര സ്ഥാപനങ്ങളും അവയുടെ മർദ്ദനങ്ങളും നിയന്ത്രണങ്ങളും ഇല്ലാത്തതും തൊഴിലാളിവർഗ്ഗം നേരിട്ട് നിയന്ത്രിക്കുന്നതുമായ

സാമൂഹ്യവ്യവസ്ഥയെയാണ് അനാർക്കിസ്റ്റുകൾ പിന്തുണയ്ക്കുന്നത്. ഈ നിലപാട് തന്നെയാണ് ചോംസ്കിക്കുമുള്ളത്. കോർപ്പറേറ്റ് ദുർഭരണത്തോടും ഫാസിസത്തോടുമാണ് അദ്ദേഹം ബോൾഷെവിസത്തെ തുലനം ചെയ്യുന്നത്. ഇവയെല്ലാം ഹെഗലിയൻ അടിത്തറയിൽനിന്നും ഉയർന്നുവരുന്നതാണ് എന്ന് അദ്ദേഹം അഭിപ്രായപ്പെടുന്നു -Chomsky, Class Warfare, P.23-

ഉയർന്നതും വിശാലവുമായ ഒരു ജനാധിപത്യവ്യവസ്ഥ നിലനിർത്തുക എന്നതാണ് തന്റെ ലക്ഷ്യമെന്ന് അദ്ദേഹം പറയുന്നുണ്ട്. ഉന്നതമായ ജനാധിപത്യം എന്നാൽ കുലീനവർഗ്ഗങ്ങളുടെ ആധിപത്യമില്ലാത്തതും ഭരണകൂടം *നീതിരഹിതമായ നിയമം* ജനങ്ങളുടെ മേൽ അടിച്ചേല്പിക്കാത്തതുമായ സമൂഹമാണ്. നീതിരഹിതമായ അധികാരവ്യവസ്ഥ മനുഷ്യന്റെ സർഗ്ഗാത്മകതയെയും സ്വാതന്ത്ര്യത്തെയും അപകടപ്പെടുത്തുന്നതാണെന്ന കാഴ്ചപ്പാട് ലിബർട്ടേറിയൻ സോഷ്യലിസത്തോടും ക്ലാസിക്കൽ ലിബറലിസത്തോടും ചായ്വുള്ളതാണ്. വ്യക്തിയുടെ മേൽ ബലപ്രയോഗങ്ങൾ നടത്താത്തതും അധികാരം കേന്ദ്രീകരിക്കപ്പെടാത്തതും സാമൂഹ്യമർദ്ദനങ്ങളില്ലാത്തതും ആയ ഒരു സമൂഹത്തിനുവേണ്ടിയാണ് താൻ നിലകൊള്ളുന്നതെന്ന് ചോംസ്കി പറയുമ്പോൾ ഈ വാക്കുകളിൽതന്നെ അദ്ദേഹത്തിന്റെ രാഷ്ട്രീയപ്രത്യയശാസ്ത്രം തിരിച്ചറിയുക എന്നതായിരിക്കും ഏറ്റവും ഉചിതം. ലളിതമായി പറഞ്ഞാൽ ചോംസ്കിയുടെ മാർക്സിസം അല്ലെങ്കിൽ ചോംസ്കിയുടെ രാഷ്ട്രീയം നാം കണ്ടെത്തേണ്ടത് അദ്ദേഹത്തിന്റെ പ്രവർത്തനങ്ങളിലാണ്. ഇന്ന് ലോകത്തിൽ ഏറ്റവും ആധിപത്യം വഹിക്കുന്ന ശക്തിയോടാണ് അദ്ദേഹം ഏറ്റുമുട്ടുന്നത്.

നീതിനിഷ്ഠമായ സമൂഹം സാദ്ധ്യമാക്കാനാണ് നാം അധികാരം പ്രയോഗിക്കേണ്ടതെന്നും മറിച്ച് അധികാരം നിലനിർത്താൻവേണ്ടി ഒരിക്കലും നീതിയെയും നീതിവ്യവസ്ഥയെയും ദുരുപയോഗം ചെയ്യരുതെന്നും അദ്ദേഹം വിഖ്യാത ഫ്രഞ്ച് ചിന്തകനായ മിഷേൽ ഫൂക്കോയുമായുള്ള സംവാദത്തിനിടെ അഭിപ്രായപ്പെട്ടിട്ടുണ്ട്. ഈ നീതിബോധമാണ് ചോംസ്കിയെ നിർഭയനായ രാഷ്ട്രീയവിമർശകൻ എന്ന നിലയിൽ ലോകമെങ്ങും പ്രിയങ്കരനാക്കിയത്. ഈ നിർഭയത്വമാണ് അമേരിക്കൻ പ്രസിഡന്റ് ഒബാമയാണ് ലോകത്തിലെ ഏറ്റവും വലിയ ഭീകരവാദി എന്ന് പറയാൻ ചോംസ്കിയെ പ്രചോദിപ്പിച്ചത്. എന്നാൽ മിഷേൽ ഫൂക്കോ ചോംസ്കിയുടെ നീതിസങ്കല്പം ആദർശാത്മകമാണെന്ന് വിമർശിക്കുന്നുണ്ട്. മാത്രമല്ല, മനുഷ്യപ്രകൃതി എന്ന ചോംസ്കിയൻ പരികല്പനയെയും ഫൂക്കോ എതിർക്കുന്നുണ്ട്. സമൂഹത്തിലെ വർഗ്ഗങ്ങളിൽനിന്നും അവയുടെ പരസ്പരബന്ധത്തിൽനിന്നും സംഘട്ടനങ്ങളിൽനിന്നും വേറിട്ടുനില്ക്കുന്ന മനുഷ്യപ്രകൃതി -human nature - എന്ന സങ്കല്പം ആശയവാദപരമാണ് എന്നുതന്നെയാണ് ഫൂക്കോ നിരീക്ഷിക്കുന്നത്. ഇത്തരം വിഷയങ്ങളിൽ ചോംസ്കി നിലനിർത്തിയ ആശയ

വാദപരവും കേവലവുമായ സങ്കല്പങ്ങൾ നിലനില്ക്കെതന്നെ അദ്ദേഹത്തിന്റെ പൊതുരാഷ്ട്രീയനിലപാടുകളോടും പ്രവർത്തനങ്ങളോടും പുരോഗമനശക്തികൾക്കെല്ലാം യോജിക്കാവുന്നതാണ് എന്നതിന് യാതൊരു സംശയവുമില്ല.

ഒരു മാധ്യമവിമർശകനെന്ന നിലയിൽ ചോംസ്കി നടത്തിയിട്ടുള്ള വിമർശനങ്ങളെ സ്പർശിക്കാതെ ഒരു രാഷ്ട്രീയവിദ്യാർത്ഥിക്കും മുമ്പോട്ടുപോകാനാവില്ല. മുഖ്യധാരാ മാധ്യമങ്ങളുടെ മുഖ്യധർമ്മം നിലനില്ക്കുന്ന ഭരണകൂടത്തിന്റെ രാഷ്ട്രീയ - പ്രത്യയശാസ്ത്ര സങ്കല്പങ്ങൾ പ്രചരിപ്പിക്കുക എന്നതാണെന്നും ആധുനിക മാധ്യമങ്ങൾ കോർപ്പറേറ്റ് വ്യവസ്ഥയുടെ നിയന്ത്രണത്തിലാണെന്നും ചോംസ്കി അഭിപ്രായപ്പെടുന്നു. ഇത് കേവലം സാമ്പത്തികമായ നിയന്ത്രണമല്ല. ആധുനിക മുഖ്യധാരാ മാധ്യമപ്രവർത്തകർ മുതലാളിത്തത്തിന്റെ മാനേജർമാരാണെന്ന് ചോംസ്കി വിമർശിക്കുന്നു. ആഗോളവല്കൃത മുതലാളിത്ത സമ്പദ് വ്യവസ്ഥയുടെയും ഭരണകൂടത്തിന്റെയും അതിന്റെ ജീർണ്ണിച്ച സംസ്കാരത്തിന്റെയും കാവലാളുകളായി മുഖ്യധാരാ മാധ്യമങ്ങളും മാധ്യമപ്രവർത്തകരും അധഃപതിക്കുന്നതിനെക്കുറിച്ച് തന്റെ വിഖ്യാതമായ *ഡെമോക്രസി ആന്റ് മീഡിയ, നെസ്സസ്സറി ഇല്ല്യൂഷൻസ്, മാനുഫാക്ചറിങ് കൺസെന്റ്* എന്നീ ഗ്രന്ഥങ്ങളിൽ ചോംസ്കി വിശദമായി പ്രതിപാദിക്കുന്നുണ്ട്. ഉയർന്ന നിലവാരമുള്ള പ്രൊഫഷണലിസവും ധീരതയും ജോലിയിലെ സത്യസന്ധതയുമെല്ലാം മാധ്യമപ്രവർത്തകരിൽ എത്രത്തോളം ശക്തിപ്പെടുന്നുവോ അത്രത്തോളം ഗംഭീരമായി അവർ തങ്ങളുടെ ഭരണകൂട അനുകൂല നിലപാടുകളെ സേവിക്കുന്നുവെന്ന് ചോംസ്കി നിരീക്ഷിക്കുന്നു. മാധ്യമങ്ങളും അവയുടെ പ്രചാരകരായ അഭിജാതവർഗ്ഗവും ഭരണകൂടത്തിന്റെ എല്ലാ കിരാതവൃത്തികളെയും ആദർശവല്ക്കരിക്കുന്നു. നാലാം എസ്റ്റേറ്റെന്നും സ്വാതന്ത്ര്യത്തിന്റെ ഭവനമെന്നും വിശേഷിപ്പിക്കപ്പെടുന്ന മാധ്യമസ്ഥാപനങ്ങൾ നല്കിയ പിന്തുണയാണ് അനേകലക്ഷം കുഞ്ഞുങ്ങളെയും സ്ത്രീകളെയും മൃഗീയമായി കൊലചെയ്യാൻ അമേരിക്കൻ സാമ്രാജ്യത്വത്തിന് ശക്തി നല്കിയത് എന്ന് ചോംസ്കി കണ്ടെത്തുന്നുണ്ട്.

മുതലാളിത്ത മാധ്യമങ്ങൾ പൗരന്മാരെ വാർത്തകളുടെയും വിവരങ്ങളുടെയും ഉപഭോക്താക്കളും നിരീക്ഷകരുമായി തരംതാഴ്ത്തുന്നു. വാർത്തകളുടെയും വിവരങ്ങളുടെയും രൂപവല്ക്കരണത്തിൽ ജനങ്ങളുടെ പങ്കാളിത്തത്തെ മുതലാളിത്ത മാധ്യമങ്ങൾ അംഗീകരിക്കുന്നില്ല. ജനങ്ങൾക്ക് സ്വയം വിവരങ്ങൾ നല്കാനും അന്വേഷണത്തിൽ ഏർപ്പെടാനും നയരൂപവല്ക്കരണം നടത്താനും രാഷ്ട്രീയ ഇടപെടലിലൂടെ പദ്ധതികൾ ആവിഷ്കരിക്കാനും കഴിയുമെന്ന സങ്കല്പം ഭരണകൂടത്തിനോ മാധ്യമങ്ങൾക്കോ ഇല്ല. അവർ ജനങ്ങളെ അതതുകാലം ബോധവല്കരിക്കുന്ന അഭിജാതരായി നിയോഗിക്കപ്പെടുന്നു. അങ്ങനെ ജനാധിപത്യ മാധ്യമപ്രവർത്തനം ഒരുതരം മിഷനറി പ്രവർത്തനമായി മാറുന്നു. മാധ്യ

മങ്ങളുടെ ജനാധിപത്യവല്ക്കരണം എന്ന ആശയത്തെ ജനാധിപത്യത്തിന്റെ പ്രതിസന്ധിയായിട്ടാണ് ഭരണകൂടം കാണുന്നത്. നവ ഭരണകൂടത്തിന്റെ സമ്മതിയുടെ നിർമ്മാണം മാത്രമല്ല, ഒരു സമാന്തരക്യാബിനറ്റ് ശക്തിയായിതന്നെ മാധ്യമസ്ഥാപനങ്ങളായി മാറുന്നു. സാംസ്കാരികാധികാരമാണ് ഈ ക്യാബിനറ്റിലൂടെ അടിച്ചേല്പിക്കുന്നത്.

ഭാഷാശാസ്ത്രജ്ഞനെന്ന നിലയ്ക്ക് നോം ചോംസ്കി നടത്തിയ ഇടപെടലുകളെ 20-ാം നൂറ്റാണ്ടിലെ ചോംസ്കിയൻ വിപ്ലവമെന്നാണ് വിശേഷിപ്പിക്കപ്പെടുന്നത്. *ജനറേറ്റീവ് ഗ്രാമർ* എന്ന ചോംസ്കിയൻ സിദ്ധാന്തവും മനുഷ്യശരീരത്തിൽ ജന്മനാ ഭാഷ സ്വായത്തമാക്കാൻ ശേഷിയുള്ള ഒരു അമൂർത്ത അവയവം ഉണ്ടെന്നുള്ള സങ്കല്പവും ആധുനിക ഭാഷാശാസ്ത്രത്തിൽ വളരെ പ്രാധാന്യമുള്ളവയാണ്.

മനുഷ്യശരീരത്തിന് ജനിതകമായി ലഭിച്ചിട്ടുള്ള ഭാഷാർജ്ജനശേഷി -Language Acquisition Device- യെക്കുറിച്ചുള്ള ചോംസ്കിയൻ സിദ്ധാന്തം ഒട്ടേറെ സംവാദങ്ങൾക്ക് വഴിതെളിയിച്ചിട്ടുണ്ട്. ഭാഷാരൂപീകരണത്തിൽ മനുഷ്യന്റെ സാമൂഹികവും ചരിത്രപരവുമായ പ്രയോഗത്തെ നിഷേധിക്കുന്ന ജൈവശാസ്ത്ര നിർണയസങ്കല്പമാണ് ചോംസ്കിയൻ ഭാഷാചിന്തകളെന്ന് മാർക്സിസ്റ്റ് ഭാഷാശാസ്ത്രജ്ഞരിൽ പലരും വിമർശിക്കുന്നുണ്ട്.

മനുഷ്യശരീരത്തെ സാമൂഹികവും ചരിത്രപരവുമായ ഒരു നിർമിതിയായി കാണേണ്ടതുണ്ട്. എന്നാൽ മനുഷ്യശരീരത്തിന് ജൈവപരമായ പ്രവർത്തനശേഷിമാത്രമല്ല. സാംസ്കാരികമായ ഉല്പാദനശേഷികൂടി ഉണ്ടെന്ന് സ്ഥാപിക്കുന്നതിൽ ചോംസ്കിയൻ ഭാഷാദർശനം വിജയിക്കുന്നുവെന്നത് ശ്രദ്ധേയമാണ്. അങ്ങനെ ഭാഷാദർശനം, മാധ്യമവിമർശനം എന്നീ മേഖലകളിലെല്ലാം തന്നെ അധിനിവേശത്തിനെതിരായ രാഷ്ട്രീയ ചിന്ത ഉയർത്തിപ്പിടിക്കുന്ന ഈ കാലഘട്ടത്തിലെ ഏറ്റവും ധീരമായ ശബ്ദമാണ് നോം ചോംസ്കിയുടേത്.

ഭീകര രാഷ്ട്രങ്ങളിൽ പ്രധാനം അമേരിക്ക തന്നെ: നോം ചോംസ്കി

2001 സെപ്തംബർ 11 ന് അമേരിക്കയ്ക്കെതിരെ നടന്ന ഭീകരാക്രമണത്തെതുടർന്ന് അമേരിക്കയിൽ വ്യാപകമായ പ്രതിഷേധവും പ്രക്ഷുബ്ദാവസ്ഥയും ഉണ്ടായി. കൂട്ടക്കൊലകളും മുസ്ലീം പള്ളികൾക്കും സിഖ് ക്ഷേത്രങ്ങൾക്കുമെതിരായ ആക്രമണങ്ങളും രൂപപ്പെട്ടു. *ന്യൂയോർക്ക് ടൈംസ്* പോലുള്ള പത്രങ്ങൾ വളരെ ഗൗരവത്തിൽ തന്നെ കാര്യങ്ങൾ റിപ്പോർട്ട് ചെയ്തു. ഭീകരാക്രമണത്തിന്റെ സ്മരണകളെ അടയാളപ്പെടുത്തുന്നതിൽ പത്രമാധ്യമങ്ങൾ വളരെ പ്രാധാന്യം കൊടുത്തു. അമേരിക്കക്കെതിരെ നടന്ന ആക്രമണത്തിന് പ്രതികാരം ചെയ്യാൻ ബ്രിട്ടൻ അമേരിക്കയെ സഹായിച്ചു. രാഷ്ട്രീയമായ സംഭവങ്ങളെ വളരെ ആകാംക്ഷയോടെ നോക്കിക്കാണാൻ പത്ര മാധ്യമങ്ങൾ ഉത്സാഹം കാണിച്ചു. ഭീകരാക്രമണത്തെക്കുറിച്ചുള്ള വിവരങ്ങൾ വിവിധ സ്രോതസ്സുകളിലൂടെ

ശേഖരിക്കപ്പെട്ടു. ബിൻലാദന്റെ കേന്ദ്രത്തിൽ നിന്നുമാണ് അമേരിക്കക്കെതിരായ ഭീകരാക്രമണങ്ങൾ ആസൂത്രണം ചെയ്യപ്പെട്ടതെന്ന് സംശയിക്കപ്പെട്ടു. ബിൻലാദന് വളരെ സങ്കീർണ്ണമായ നെറ്റ്‌വർക്കുകൾ ഉണ്ടായിരുന്നു. അത് വളരെ പ്രധാനപ്പെട്ട ഒരു നെറ്റ്‌വർക്ക് തന്നെയായിരുന്നു. വിവരങ്ങളുടെ മറ്റൊരു സ്രോതസ്സ് രാജ്യത്തെ ജനസംഖ്യ തന്നെയായിരുന്നു. ഇതെല്ലാം പരസ്പരം ബന്ധിപ്പിക്കപ്പെട്ടവയായിരുന്നു. യഥാർത്ഥത്തിൽ സി ഐ എയുടെ നെറ്റ്‌വർക്കിനേക്കാൾ മെച്ചപ്പെട്ടതാണ് ബിൻലാദന്റേത് എന്ന് ഞാൻ സംശയിക്കുന്നു. ഇത്തരം കാര്യങ്ങളെല്ലാം രാഷ്ട്രീയ സംഭവവികാസങ്ങളെ വളരെ ആഴത്തിൽ സ്വാധീനിച്ചു. 1979 ൽ തന്നെ ഇത്തരം നെറ്റ്‌വർക്കുകളുടെ പുരോഗതി ദൃശ്യമായിരുന്നു. അമേരിക്കൻ പ്രസിഡന്റ് കാർട്ടറുടെ ദേശീയസുരക്ഷിതത്വ സംവിധാനം ഈ അവസരത്തിൽ സ്മരണീയമാണ്. അഫ്ഗാനിസ്ഥാനിലെ സർക്കാരിനെതിരായി പോരാടുന്ന മുജാഹിദുകളുടെ പിന്തുണ അദ്ദേഹം തേടുകയുണ്ടായി.

ബിൻലാദൻ രൂപപ്പെടുത്തിയ നെറ്റ്‌വർക്ക് സംവിധാനം ഇപ്പോഴും നിലനില്ക്കുന്നുണ്ട്. അദ്ദേഹത്തിന് കീഴിൽ ധാരാളം സൈനികർ പരിശീലിക്കപ്പെട്ടിട്ടുണ്ട്. റഷ്യക്കാർക്കെതിരെ വിശുദ്ധയുദ്ധം നടത്താൻ വേണ്ടി സി ഐ എയുടെയും ഈജിപ്റ്റിന്റെയും പാകിസ്ഥാന്റെയും നേതൃത്വത്തിൽ ആണ് ബിൻലാദന്റെ സൈന്യം പരിശീലിക്കപ്പെട്ടത്. റഷ്യക്കെതിരായി അവർ വിശുദ്ധയുദ്ധം നടത്തുകതന്നെ ചെയ്തു. റഷ്യയുടെ ഭൂമേഖലകളിൽ അവർ ഭീതി വിതയ്ക്കുകതന്നെ ചെയ്തു. ഇതിനെക്കുറിച്ച് രാഷ്ട്രീയ കേന്ദ്രങ്ങളിൽ പലതരത്തിലുള്ള അഭിപ്രായങ്ങൾ നിലനില്ക്കുന്നുണ്ടെങ്കിലും റഷ്യക്കെതിരായ യുദ്ധത്തിൽ ഈ സൈനികർ വിജയം വരിക്കുക തന്നെ ചെയ്തു. അതിന്റെ ഫലമായിട്ടാണ് റഷ്യക്കാർ പിൻവാങ്ങിയത്. യുദ്ധം ബിൻലാദന്റെ സൈനികരുടെ മാത്രം പ്രവർത്തനമായിരുന്നില്ല. 1981 ൽ ഇതേ നെറ്റ്‌വർക്കിന്റെ അടിസ്ഥാനത്തിൽ ഈജിപ്റ്റിലെ പ്രസിഡന്റ് സാദത്തിനെ വധിച്ചു. 1983 ൽ ഇതേ നെറ്റ്‌വർക്കുമായി ബന്ധപ്പെട്ട ഒരു ചാവേർ പടയാളി അമേരിക്കൻ സൈന്യത്തെ സവിശേഷരീതിയിൽ നയിച്ചതായിട്ടാണ് വിവരം ലഭിച്ചത്.

അഫ്ഗാനിസ്ഥാനെതിരായി അവർ വിശുദ്ധയുദ്ധം ആരംഭിച്ചു. സെപ്തംബർ 11 ന്റെ ഭീകരാക്രമണത്തോടുള്ള പ്രതികാരമായിരുന്നു അതും. അവിടെ നിലനിന്ന താലിബാൻ ഭരണാധികാരികളെ പുറത്താക്കി അമേരിക്കയുടെ ഒരു പാവ ഗവൺമെന്റിനെ അവിടെ പ്രതിഷ്ഠിച്ചു. സൗദി അറേബ്യയിലും അമേരിക്ക അതിന്റെ സ്ഥിരമായ സൈനികാധിപത്യം സ്ഥാപിച്ചു. ഇതിനോട് ബിൻലാദൻ ശക്തമായി പ്രതികരിച്ചു. സൗദി അറേബ്യയിലെ അമേരിക്കൻ സൈനികാധിപത്യം അഫ്ഗാനിസ്ഥാനിലെ റഷ്യൻ ആധിപത്യത്തിന് സമാനമാണെന്ന് ബിൻലാദൻ പ്രതികരിക്കുകയുണ്ടായി. ലിബിയയിൽ നിലനിന്നിരുന്ന ഗദ്ദാഫി സർക്കാരിനേയും അമേരിക്കയുടെ നേതൃത്വത്തിൽ പുറത്താക്കി. ഇത് തികച്ചും ജനാധി

പത്യ വിരുദ്ധമായ ഒരു പ്രവർത്തനമായിരുന്നു എന്നതിൽ ആർക്കും സംശയമുണ്ടാകില്ല. അമേരിക്ക മർദ്ദക ഭരണകൂടങ്ങളുടെ ലോകത്തിന്റെ പല ഭാഗങ്ങളിൽ പ്രതിഷ്ഠിച്ചിട്ടുണ്ടെന്ന് നമുക്കറിയാവുന്നതാണ്. സമഗ്രാധിപത്യ ഭരണകൂടങ്ങളെയും നിഷ്ഠുര ഭരണാധികാരികളെയും ലോകത്തിന്റെ പല ഭാഗങ്ങളിൽ നിലനിർത്തി ജനാധിപത്യ പ്രസ്ഥാനങ്ങളെ തകർക്കുകയും ജനങ്ങൾക്കെതിരെ അക്രമണം നടത്തുകയും ചെയ്യുക എന്നതായിരുന്നു എക്കാലത്തെയും അമേരിക്കൻ പദ്ധതി. അൽജീരിയ ഒരു ഉദാഹരണം മാത്രമാണ്. തുർക്കി മറ്റൊന്ന്. അറേബ്യൻ മേഖകളിൽ മുഴുവൻ അമേരിക്ക നടപ്പാക്കിയതും മറ്റൊന്നല്ല. ലാറ്റിനമേരിക്കൻ രാജ്യങ്ങളിലും ആഫ്രിക്കൻ രാജ്യങ്ങളിലും അമേരിക്ക ഇതുതന്നെയാണ് ചെയ്തത്. ഇറാഖ് മറ്റൊരുദാഹരണം. അവിടെ സദ്ദാംഹുസൈനെ വധിച്ചുകൊണ്ടാണ് അമേരിക്ക അതിന്റെ സ്വേച്ഛാധിപത്യ നയം കൂടുതൽ വ്യക്തമാക്കിയത്. ഇറാഖിൽ സദ്ദാംഹുസൈൻ കുർദുകൾക്കെതിരായി നടത്തിയ ഹീനമായ ഹിംസകളുടെ പേരു പറഞ്ഞുകൊണ്ടാണ് അമേരിക്ക അവിടെ കിരാത വാഴ്ച നടത്തിയത്. അങ്ങനെ ഇറാഖി ജനതയ്ക്കെതിരായ രക്തഭരിതമായ നടപടികളെ ബ്രിട്ടനും പിന്തുണച്ചു.

1991 ൽ ഗൾഫ് യുദ്ധത്തിനു ശേഷം ഇറാഖിന്റെ ദക്ഷിണ ഭാഗങ്ങളിൽ ശക്തമായ കലാപങ്ങൾ പൊട്ടിപ്പുറപ്പെട്ടിരുന്നു. സദ്ദാംഹുസൈനെ പുറത്താക്കുക എന്നതായിരുന്നു അവരുടെ ആവശ്യം. പക്ഷേ, ഈ കലാപകാരികൾ അതിന് അമേരിക്കയുടെ സഹായം ആവശ്യപ്പെട്ടിരുന്നില്ല. മാത്രമല്ല വളരെ വിചിത്രമായ ഒരു കാര്യം സദ്ദാംഹുസൈനെതിരെ ദക്ഷിണ ഇറാഖിൽ നടന്ന കലാപങ്ങളെ നിഷ്ഠുരമായി അടിച്ചമർത്താൻ അമേരിക്ക സഹായിക്കുകയായിരുന്നു. അമേരിക്കയും സദ്ദാംഹുസൈനും തമ്മിലുണ്ടായിരുന്ന ഈ കൂട്ടുകെട്ട് ലോകം അറിയാത്തതല്ല. *ന്യൂയോർക്ക് ടൈംസ്* പോലുള്ള പത്രങ്ങൾ ഈ വിഷയത്തെക്കുറിച്ച് ധാരാളമായി എഴുതിയിട്ടുണ്ട്. അമേരിക്ക ലോകത്ത് നടപ്പിലാക്കിയ ഭീകരാക്രമണങ്ങളുടെ കണക്കുകൾ വെളിപ്പെടുത്തുക എന്നത് വളരെ വിഷമകരമാണ്. ആ കണക്കുകൾ നിഗൂഢമായതുകൊണ്ടല്ല മറിച്ച് അത് അസാധാരണമാം വിധം വിപുലമായതുകൊണ്ടാണ്. നിക്കാരാഗ്വയിൽ അമേരിക്ക നടപ്പിലാക്കിയ ക്രൂരമായ തേർവാഴ്ചകൾ എല്ലാവർക്കും അറിയാവുന്നതാണല്ലോ. 1980 ലാണ് ഇത് നടന്നത്. ആയിരക്കണക്കിന് ജനങ്ങൾ അവിടെ കൊലചെയ്യപ്പെട്ടു. ആ രാജ്യം തകർക്കപ്പെടുകയായിരുന്നു. അമേരിക്കയിൽ ഭീകരാക്രമണത്തെത്തുടർന്നുണ്ടായ ദുരന്തങ്ങളുടെ നൂറ് മടങ്ങായിരുന്നു അത്. എന്നാൽ ഇങ്ങനെ അമേരിക്കയുടെ രാക്ഷസീയമായ ഹിംസകളുടെ ഇരയായ രാഷ്ട്രങ്ങളൊന്നും തന്നെ അമേരിക്കക്കെതിരെ ബോംബു വർഷിച്ചില്ല. അമേരിക്കയിൽനിന്നും ഭീകരമായ ആക്രമണങ്ങൾ നേരിട്ട നിക്കാരാഗ്വ ലോക കോടതിയെ സമീപിക്കുകയായിരുന്നു. അന്താരാഷ്ട്ര കോടതി അമേരിക്കയുടെ നടപടികളെ തീക്ഷ്ണമായി അപലപിച്ചു. നിയമവിരുദ്ധമായി അമേരിക്ക നിക്കാരാഗ്വൻ ജനത

യ്ക്കെതിരെ നടത്തിയ നടപടികളെ അന്താരാഷ്ട്ര കോടതി ഭീകരാക്രമണമായിട്ടു തന്നെയാണ് വിശേഷിപ്പിച്ചത്. അതൊരു അന്താരാഷ്ട്ര ഭീകരവാദമായി അല്ലെങ്കിൽ ഭീകരആക്രമണമായി അന്താരാഷ്ട്ര കോടതി വിശദീകരിച്ചു. മാത്രമല്ല, നിക്കാരാഗ്വൻ ജനതക്കെതിരെ നടത്തിയ നരനായാട്ടിന് മാപ്പു പറയാനും അവിടത്തെ ജനങ്ങൾക്ക് മതിയായ നഷ്ടപരിഹാരം നല്കാനും കോടതി വിധിച്ചു. പക്ഷേ, അമേരിക്ക അന്താരാഷ്ട്ര കോടതിയുടെ വിധിയെ പുച്ഛത്തോടെ അല്ലെങ്കിൽ അതീവമായ നിന്ദയോടെ അവഗണിക്കുകയായിരുന്നു. മാത്രമല്ല, കോടതിവിധിയെ അവഹേളിക്കുംവിധം വീണ്ടും ആക്രമണങ്ങളുടെ പരമ്പരതന്നെ അവിടെ നടപ്പിലാക്കി. അതിനെത്തുടർന്ന് നിക്കാരാഗ്വ ഐക്യരാഷ്ട്ര സഭയുടെ സെക്യൂരിറ്റി കൗൺസിലിനെ സമീപിച്ചു. സെക്യൂരിറ്റി കൗൺസിൽ സാർവ്വദേശീയമായ നിയമം പിന്തുടരാൻ അമേരിക്കയോട് നിർദ്ദേശിച്ചു. അമേരിക്കയാവട്ടെ ഈ പ്രയോഗം വീറ്റോ ചെയ്തു. അതിനെത്തുടർന്ന് നിക്കാരാഗ്വ ഐക്യരാഷ്ട്ര സഭയുടെ ജനറൽ അസംബ്ലിയെ സമീപിച്ചു. ജനറൽ അസംബ്ലിയും സമാനമായ പ്രമേയം തന്നെ ഏകകണ്ഠമായി പാസാക്കി. എന്നാൽ അമേരിക്കയും ഇസ്രായേലും ഈ പ്രമേയത്തെ എതിർത്തു.

ഇന്ന് ലോകത്താകെ 132 രാജ്യങ്ങളിലായി 702 സൈനികകേന്ദ്രങ്ങൾ അമേരിക്കയ്ക്കുണ്ട്. പതിനായിരത്തിലധികം ആണവായുധങ്ങളാണ് അമേരിക്ക സ്വന്തമാക്കിയിരിക്കുന്നത്. 1989 ൽ അമേരിക്കയുടെ സൈനിക ചിലവ് 30,408 കോടി ഡോളറായിരുന്നു. ഇന്നത് 1.14 ലക്ഷം കോടി ഡോളറായി വളർന്നിരിക്കുന്നു. 2009 ലും അതേത്തുടർന്നും ഈ സൈനിക ചിലവ് വർദ്ധിക്കുകയായിരുന്നു. അമേരിക്ക സമാഹരിക്കുന്ന ഈ സൈനിക ശക്തികളും ചിലവഴിക്കുന്ന ഭീമമായ തുകയും ലോകത്താകെ ഭീകരാക്രമണങ്ങൾ പലരീതിയിൽ നടത്താൻ വേണ്ടി മാത്രമാണ്. പാവപ്പെട്ട രാജ്യങ്ങളാണ് അമേരിക്കയുടെ ഉന്നം.

ലോകത്തിലെ പ്രധാനപ്പെട്ട ഭീകരവാദ ശക്തിയായി അറിയപ്പെടുന്ന ഐ എസ് എന്ന ഇസ്ലാമിക രാജ്യം അമേരിക്കയുടെ തന്നെ സൃഷ്ടിയാണ്. അമേരിക്കയാണ് ഈ ശക്തിയെ പണം കൊടുത്ത് വളർത്തിയത്. പാരീസിലെ ഐ എസ് ആക്രമണത്തെത്തുടർന്ന് ലോകം മുഴുവൻ പരിഭ്രാന്തി പരക്കുകയുണ്ടായി. ഭീകരാക്രമണമെന്നത് മനുഷ്യമനസ്സാക്ഷിയെ ഞെട്ടിപ്പിക്കുന്നതാണ്. നിശ്ചയമായും അത് അപലപിക്കപ്പെടുകതന്നെ വേണം. പാരീസ് ആക്രമണത്തെ തുടർന്ന് നിരവധി രാജ്യങ്ങൾ ഭീകരതയ്ക്കെതിരെ ശബ്ദിക്കുകയുണ്ടായി. മുമ്പുകാലത്തായിരുന്നെങ്കിൽ അതായത് സോവിയറ്റ് യൂണിയന്റെ കാലത്തായിരുന്നെങ്കിൽ ഇത്തരം ആക്രമണങ്ങൾക്കെതിരെ രാഷ്ട്രീയ നടപടികൾ സ്വീകരിക്കപ്പെടാറുണ്ടായിരുന്നു. എന്നാൽ ഇന്ന് ഐക്യരാഷ്ട്രസഭയെപ്പോലും അപ്രസക്തമാക്കിക്കൊണ്ട് അമേരിക്ക നാറ്റോ ശക്തികളുടെ പിന്തുണയോടെ ലോക പൊലീസ് എന്ന നിലയിൽ പ്രവർത്തിക്കുകയാണ്. സി ഐ എ ലോകത്തിന്റെ പല ഭാഗത്തും അമേരിക്കയുടെ ശത്രുക്കളെന്ന് അവർ

സ്വയം കരുതുന്നവർക്കെതിരെ കൊലപാതക പരമ്പര നടത്തുകയാണ്. ബെയ്റൂട്ടിൽ സി ഐ എ നടത്തിയ ഒരു കാർബോംബിങ്ങിനെപ്പറ്റി ഞാൻ പരാമർശിച്ചിട്ടുണ്ട്. അതൊരു രഹസ്യസംഭവമായിരുന്നില്ല. പക്ഷേ, പ്രമുഖ മുഖ്യധാരാ മാധ്യമങ്ങളിൽ ഈ സംഭവം ഇടംപിടിച്ചിരുന്നെങ്കിലും അതെല്ലാം എളുപ്പം വിസ്മരിക്കപ്പെടുകയായിരുന്നു. സി ഐ എ മാത്ര മല്ല അമേരിക്കയ്ക്കുവേണ്ടി ഇത്തരം ഭീകരാക്രമണങ്ങൾ നടത്തുന്നത്. നിക്കാരാഗ്വയിൽ ഒരു ഭീകര സൈന്യത്തെ തന്നെ സംഘടിപ്പിക്കുകയു ണ്ടായി. അതിന്റെ പ്രധാന ലക്ഷ്യം അവിടത്തെ അപ്രതിരോധ്യ മേഖല കളിൽ മിന്നലാക്രമണം സംഘടിപ്പിക്കുക എന്നതായിരുന്നു. സൈനിക പരിരക്ഷയോ സുരക്ഷാക്രമീകരണങ്ങളോ ഇല്ലാത്ത കാർഷിക സഹ കരണ സ്ഥാപനങ്ങളിലും ഹെൽത്ത് ക്ലിനിക്കുകളിലും ആക്രമണം സംഘടിപ്പിക്കുക എന്നതായിരുന്നു ഈ ഭീകര സൈന്യത്തിന്റെ അജണ്ട. എന്താണിതിന്റെയൊക്കെ അർത്ഥം? ബിൻലാദന്റെ നെറ്റ് വർക്ക് പോലെ തന്നെയാണ് അമേരിക്കയുടേതും. എന്നാൽ വ്യത്യാസമുണ്ട്. ബിൻലാ ദന്റെ ഭീകരാക്രമണം ഒരു വ്യക്തിയുടെ നേതൃത്വത്തിലുള്ളതാണെങ്കിൽ ഇത് ഒരു രാഷ്ട്രത്തിന്റെ, അതായത് അമേരിക്കയുടെ നേതൃത്വത്തിലു ള്ളതാണ്. അതുപോലെതന്നെ ഇസ്രായേലിനു ഹെലികോപ്റ്ററുകളും മറ്റ് സൈനികോപകരണങ്ങളും നല്കിക്കൊണ്ട് അമേരിക്ക രാഷ്ട്രീയ കൊലപാതകങ്ങളും ജനങ്ങൾക്കെതിരായ ആക്രമണങ്ങളും സംഘടി പ്പിച്ചു. ഇത് പക്ഷേ, നടത്തിയത് സി ഐ എ ആയിരുന്നില്ല. മറിച്ച് അമേ രിക്കൻ ഔദ്യോഗിക ഭരണസംവിധാനത്തിന്റെ നേതൃത്വത്തിലായിരുന്നു അത് സംഘടിപ്പിക്കപ്പെട്ടത്. പക്ഷേ, അമേരിക്കയാണ് അത്തരം ഭീ കരാക്രമണങ്ങൾ സംഘടിപ്പിച്ചത് എന്നതുകൊണ്ട് അതിനെതിരെ പറ യത്തക്ക പ്രതിഷേധങ്ങളൊന്നും ഉണ്ടായിരുന്നില്ല. മാത്രമല്ല അത്തരം ആക്രമങ്ങൾ റിപ്പോർട്ട് ചെയ്യപ്പെടുക എന്നതുപോലും ഉണ്ടായില്ല.

ലോകത്തിലെ എല്ലാത്തരത്തിലുള്ള ഭീകരാക്രമണങ്ങളിലും അമേ രിക്കയുടെ പരോക്ഷമായ സാന്നിദ്ധ്യമുണ്ട്. പല ഭീകരാക്രമണങ്ങളും അമേരിക്കയുടെ തന്നെ സൃഷ്ടികളാണ്. അമേരിക്കയ്ക്ക് സഹായകമായി പ്രവർത്തിക്കുന്നത് ബ്രിട്ടൻ, ഫ്രാൻസ് തുടങ്ങിയ രാജ്യങ്ങളിലെ ഭരണ കൂടങ്ങളാണ്. അമേരിക്കയുടെ നേതൃത്വത്തിലുള്ള ഇത്തരം പ്രവർത്ത നങ്ങളാണ് മദ്ധ്യേഷ്യയിലും മറ്റ് അറബ് രാജ്യങ്ങളിലും പറഞ്ഞറിയി ക്കാനാവാത്ത ദുരന്തങ്ങൾ വിതച്ചത്. ലോകമെങ്ങും അമേരിക്ക പതിറ്റാ ണ്ടുകളായി സംഘടിപ്പിച്ചിട്ടുള്ള ഇത്തരം ഭീകരപ്രവർത്തനങ്ങളോടുള്ള തീവ്രമായ പ്രതികരണം എന്ന നിലയിലാണ് പാരീസ് ആക്രമണം ഉണ്ടാ യത്. ചുരുക്കി പറഞ്ഞാൽ ലോകത്തിലെ ഭീകരാക്രമണങ്ങളുടെ എല്ലാം അടിത്തറയായി പ്രവർത്തിക്കുന്നത് അമേരിക്കയാണ്. സാമ്രാജ്യത്വ ത്തിന്റെ മൂലധന താല്പര്യങ്ങളുമായി ബന്ധപ്പെട്ടാണ് ഇത്തരം ജനാധി പത്യ വിരുദ്ധവും മനുഷ്യരാശിക്കാകെ വിനാശകരവുമായ പ്രവർത്തന ങ്ങൾ ശക്തിപ്പെടുന്നത്.

(CNN - 1915 ജൂൺ 20 ന് ചോംസ്കി ചെയ്ത പ്രഭാഷണത്തിന്റെ സംക്ഷിപ്തരൂപം)

8

ലിബറൽ ജനാധിപത്യം

ജനാധിപത്യവ്യവസ്ഥയുമായി ബന്ധപ്പെട്ട് സാർവ്വജനീനമായി ഉപയോഗിക്കപ്പെടുന്ന ഒരു പദമാണ് ഉദാരവാദം അഥവാ ലിബറലിസം. ഭരണകൂടത്തിന്റെ കർക്കശസ്വഭാവങ്ങളെ എതിർക്കുന്നതും വ്യക്തികൾക്കും സമൂഹത്തിനും അതിന്റെ പ്രകൃതിദത്തമായ അവകാശങ്ങളെ പിന്തുണയ്ക്കുന്നതുമായ ചിന്താഗതിയെന്ന് ഉദാരവാദത്തെ വിശേഷിപ്പിക്കാവുന്നതാണ്. രാജാധികാരത്തിലും ഫ്യൂഡലിസത്തിലും മതമേധാവിത്വഭരണത്തിലും ഫാസിസത്തിലും സൈനികാധിപത്യത്തിലും സമഗ്രാധിപത്യത്തിലും വ്യക്തികളുടെ അവകാശങ്ങൾ നിഷേധിക്കപ്പെടുന്നത് സാർവ്വത്രികമായി കണ്ടുവരുന്നു. അങ്ങനെ വിവിധകാലഘട്ടങ്ങളിൽ വിവിധ രാജ്യങ്ങളിൽ സ്വേച്ഛാധിപത്യത്തെ എതിർക്കുന്ന രാഷ്ട്രീയവീക്ഷണമായി ഉദാരവാദം ഉയർന്നുവന്നിട്ടുണ്ട്. പരിഷ്കരണവാദത്തെ പിന്തുണയ്ക്കുന്നതും വിപ്ലവത്തെ എതിർക്കുന്നതുമായ രാഷ്ട്രീയ കാഴ്ചപ്പാടായും ഉദാരവാദം വിലയിരുത്തപ്പെടുന്നുണ്ട്. ഈ അർത്ഥത്തിൽ ഉദാരവാദമെന്നത് ഒരു യാഥാസ്ഥിതിക രാഷ്ട്രീയസങ്കല്പമാണ്.

മദ്ധ്യവർഗ്ഗത്തിന്റെ രാഷ്ട്രീയവീക്ഷണമെന്ന് വേണമെങ്കിൽ ഉദാരവാദത്തെ വിലയിരുത്താവുന്നതാണ്. മദ്ധ്യവർഗ്ഗവും അതിന്റെ സൃഷ്ടിയായ ഉദ്യോഗസ്ഥ-ബുദ്ധിജീവിവൃന്ദവും പലപ്പോഴും വിപ്ലവകരമായ മാറ്റത്തെ ഭയപ്പെടുന്നു. നിലവിലുള്ള രാഷ്ട്രീയാശയസംഹിതകളെയും അതിന്റെ മൂല്യവ്യവസ്ഥകളെയും തകിടംമറിക്കുന്നതിനെ ഭയക്കുന്ന ഒരു സ്വഭാവം ഉദ്യോഗസ്ഥവൃന്ദത്തിൽ വിശേഷിച്ചും സർക്കാർ സർവ്വീസിലുള്ളവരിൽ പ്രകടമാണല്ലോ. എന്നാൽ പരിഷ്കരണവാദപരമായ മാറ്റങ്ങൾ നടത്തുന്നതിൽ മറ്റാരെക്കാൾ ഇവർ മുമ്പന്തിയിൽ നില്ക്കുകയും ചെയ്യും. പെറ്റിബൂർഷ്വാസിയുടെ ഗണത്തിലാണ് ലെനിൻ ഇക്കൂട്ടരെ ഉൾപ്പെടു

ത്തിയിട്ടുള്ളത്. ഇത്തരത്തിലുള്ള പെറ്റിബൂർഷ്വാവീക്ഷണം വിപ്ലവപാർട്ടികളിലും കടന്നുകൂടാമെന്ന് ലെനിൻ മുന്നറിയിപ്പ് നല്കിയിരുന്നു. സോവിയറ്റ് റഷ്യയിൽ മെൻഷെവിക്കുകൾ ഇത്തരത്തിൽ പെറ്റിബൂർഷ്വാരാഷ്ട്രീയ പ്രവണതയ്ക്ക് അടിപ്പെട്ടവരായിരുന്നു. അദ്ധ്വാനിക്കുന്നവരും സമൂഹത്തിന്റെ ഏറ്റവും അടിയിൽ കിടക്കുന്നവരുമായ ജനങ്ങളുടെ സഹജമായ വർഗ്ഗവികാരം ഇവർക്കുണ്ടാവുകയില്ല. മാത്രമല്ല, ഇത്തരത്തിലുള്ള ജനവിഭാഗങ്ങൾ രാഷ്ട്രീയരംഗത്തേക്കു കടന്നുവരുന്നതിനെ ഇവർ ഭയക്കുകയും ചെയ്യുന്നു. ഡോക്ടർമാർ, വക്കീലന്മാർ, സാധാരണമനുഷ്യരുമായി ബന്ധമില്ലാത്ത ഉപരിപ്ലവബുദ്ധിജീവികൾ തുടങ്ങിയ കുലീന വർഗ്ഗത്തിൽപ്പെട്ട പരമ്പരാഗത ബുദ്ധിജീവികൾവരെ ഉൾപ്പെടുന്ന വിപുലമായ ഒരു വൃന്ദമാണിത്. അതുകൊണ്ടുതന്നെ ഉദാരവിദത്തെ ഇടത്തരക്കാരുടെ വീക്ഷണം എന്ന് പൊതുവിൽ വിശേഷിപ്പിക്കാവുന്നതാണ്.

അങ്ങനെ വിപ്ലവവിരുദ്ധവും പരിഷ്കരണോന്മുഖവുമായ ഉദാരവാദ സ്വേഛാധിപത്യത്തെയും സമഗ്രാധിപത്യത്തെയും എതിർക്കുന്നു. വോട്ടവകാശം, പൗരസ്വാതന്ത്ര്യം, ഉത്തരവാദഭരണം, പ്രാതിനിധ്യഭരണം, വ്യക്തിസ്വാതന്ത്ര്യം, ഭരണഘടനാവിധേയത്വം, തുടങ്ങിയ രാഷ്ട്രീയാവശ്യങ്ങൾ ഉയർത്തിപ്പിടിക്കുന്ന ഔപചാരിക ജനാധിപത്യവാദമാണ് ഉദാരവാദം. അതുപോലെ നിയമവാഴ്ചയോടും നിയമസംവിധാനങ്ങളോടും കടുത്ത വിധേയത്വം പുലർത്തുന്ന രാഷ്ട്രീയ പ്രവണതയാണിത്.

രാഷ്ട്രവ്യവഹാര തലത്തിൽ ഉദാരവാദത്തിന്റെ മുഖ്യപ്രണേതാവായി അറിയപ്പെടുന്നത് ജോൺലോക്ക് (1632–1704) ആണ്. ഇംഗ്ലണ്ടിലെ പ്രശസ്തനായ രാഷ്ട്രീയചിന്തകനായിരുന്നു ജോൺലോക്ക്. ബെനഡിക്ട് സ്പിനോസ, ലൈബ്നിസ്, എന്നിവരുടെ സമകാലികനായിരുന്നു ജോൺലോക്ക്. ജോൺലോക്കിന്റെ ചിന്തകൾ ഫ്രഞ്ച് വിപ്ലവത്തെ വളരെയേറെ സ്വാധീനിച്ചിട്ടുണ്ട്. അതുപോലെ അമേരിക്കൻ സ്വാതന്ത്ര്യസമരത്തിലും ലോക്കിന്റെ സ്വാധീനം പ്രകടമായിരുന്നു. 17 ഉം 18 ഉം നൂറ്റാണ്ടുകളിലെ യൂറോപ്യൻ വിപ്ലവങ്ങളിൽ ജോൺലോക്കിന്റെ സ്വാധീനം നിർണ്ണായകമായിരുന്നുവെന്ന് ചരിത്രകാരന്മാർ അഭിപ്രായപ്പെടുന്നു. ഫ്രഞ്ചുവിപ്ലവത്തിന്റെ ആചാര്യനായ വോൾട്ടയറെ ലോക്ക് വല്ലാതെ സ്വാധിനീച്ചിരുന്നു. പ്രത്യക്ഷാനുഭവവാദ (empiricism)ത്തിന്റെ വക്താവായിട്ടാണ് ലോക്ക് അറിയപ്പെടുന്നത്. മനുഷ്യന്റെ അറിവുകളുടെയെല്ലാം ഉറവിടം പ്രത്യക്ഷാനുഭവ (കാഴ്ച, കേൾവി, ഗന്ധം, രുചി, സ്പർശം) മാണെന്നുള്ള വാദമാണ് പ്രത്യക്ഷാനുഭവവാദം. അമൂർത്തയാഥാർത്ഥ്യങ്ങളെ നിഷേധിക്കുന്ന പ്രവണതയാണിത്. മനുഷ്യന്റെ യുക്തിബോധത്തെയും ഭാവനാശക്തിയെയും നിഷേധിക്കുന്ന ചിന്താപദ്ധതിയാണിത്. പ്രത്യക്ഷാനുഭവവാദമനുസരിച്ച് പരീക്ഷണ-നിരീക്ഷണങ്ങൾക്കു വിധേയമല്ലാത്ത യാഥാർത്ഥ്യം യാഥാർത്ഥ്യമല്ല. ഇന്ദ്രിയാനുഭൂതികളിലൂടെയല്ലാതെ മനുഷ്യന് യാതൊരുവിധ അറിവും ആർജ്ജിക്കാൻ കഴിയുകയില്ലെന്ന് ജോൺലോക്ക് വാദിച്ചു. ജ്ഞാനോദയകാലഘട്ടത്തിന്റെ മുഖ്യ

പ്രണേതാക്കളിൽ ഒരാളായിരുന്നു ജോൺലോക്ക്.

ഗവൺമെന്റിനെ സംബന്ധിച്ച രണ്ട് പ്രബന്ധങ്ങൾ എന്ന ഗ്രന്ഥത്തിലൂടെയാണ് മുഖ്യമായും ഉദാരവാദസങ്കല്പങ്ങൾ വ്യക്തമാക്കിയത്. ഉയർന്നുവരുന്ന മുതലാളിത്ത രാഷ്ട്രീയചിന്തയുടെ ആദ്യാങ്കുരങ്ങൾ ജോൺലോക്കിൽ കാണാവുന്നതാണ്. രാജകീയാധികാരത്തെയും ഫ്യൂഡലിസത്തെയും തകർത്തെറിഞ്ഞുകൊണ്ട് യൂറോപ്പിൽ ഉയർന്നുവന്ന മുതലാളിത്ത രാഷ്ട്രീയചിന്താപദ്ധതിയുടെ ബീജങ്ങൾ ലോക്കിന്റെ രാഷ്ട്രീയ ദർശനത്തിലുണ്ട്. ഉയർന്നുവരുന്ന മദ്ധ്യവർഗ്ഗത്തിന്റെ പ്രതിനിധിയായിരുന്നു ജോൺലോക്ക്. വ്യക്തിവാദത്തിലധിഷ്ഠിതമായിരുന്നു ജോൺലോക്കിന്റെ ഉദാരവാദം. രാഷ്ട്രത്തിന്റെ പരമാധികാരത്തെ നിഷേധിക്കുന്ന രാഷ്ട്രീയദർശനമാണ് വ്യക്തിവാദം. രാഷ്ട്രത്തിന്റെ പരമാധികാരത്തെ നിരാകരിച്ചുകൊണ്ടുള്ള ഒരുതരം സാർവ്വദേശീയവാദമാണ് വ്യക്തിവാദം. ഗിൽഡ് സോഷ്യലിസ്റ്റുകൾ വ്യക്തിവാദികളായിരുന്നു. വിഭിന്നമേഖലകളിൽ വിരാജിക്കുന്നവരുടെ സംഘാതമാണ് സമൂഹം എന്ന് ഗിൽഡ് സോഷ്യലിസ്റ്റുകൾ വിശ്വസിച്ചു. 18-ാം നുറ്റാണ്ടിൽ യൂറോപ്പിൽ ഉയർന്നുവന്ന വ്യത്യസ്ത സോഷ്യലിസ്റ്റ് ചിന്താപദ്ധതികളിൽ പ്രധാനപ്പെട്ട ഒന്നായിരുന്നു ഗിൽഡ്സോഷ്യലിസം. കേന്ദ്രീകരിക്കപ്പെട്ട അധികാരത്തെ അവർ ചോദ്യംചെയ്തിരുന്നു. സമൂഹത്തിന്റെ നിലനില്പ് സുഗമമാവണമെങ്കിൽ അധികാരം വികേന്ദ്രീകരിക്കപ്പെടേണ്ടതുണ്ടെന്ന് ഗിൽഡ്സോഷ്യലിസ്റ്റുകൾ വാദിച്ചു. വിവിധവിഭാഗം ജനങ്ങൾ തമ്മിൽ സംയോജിച്ചുകൊണ്ട് നടത്തുന്ന സ്വതന്ത്രമായ പ്രവർത്തനങ്ങളാണ് സമൂഹത്തിൽ നിലനില്പിനാധാരം എന്നവർ വിശ്വസിച്ചു. ജോൺലോക്കിനെ കൂടാതെ ധാരാളം ചിന്തകന്മാർ വ്യക്തിവാദഉദാരചിന്തയുടെ വിധാതാക്കളായി അറിയപ്പെടുന്നുണ്ട്. തോമസ് ഹോബ്സ്, റൂസ്സോ, എന്നിവരുടെ സാമൂഹിക കരാർ സിദ്ധാന്തത്തിൽ വ്യക്തിവാദത്തിന്റെ നിഴലാട്ടമുണ്ട്. ഓരോ വ്യക്തിയും തന്റെ പ്രകൃതിദത്തമായ അവകാശങ്ങൾ സമൂഹത്തിന് അടിയറവെക്കുന്നതോടെ ആ വ്യക്തികളുടെ സുരക്ഷയും സമാധാനവും നിലനിർത്തേണ്ട ചുമതല ഭരണകൂടത്തിനാണെന്ന് വാദിക്കുമ്പോൾ അന്തിമമായി അത് വ്യക്തിവാദത്തിലധിഷ്ഠിതമാണെന്ന് പറയാം. വ്യക്തിയെയും സമൂഹത്തെയും കൃത്രിമമായി വിഭജിക്കുന്ന പാശ്ചാത്യ രാഷ്ട്രീയ തത്ത്വചിന്തയുടെ ഭാഗമാണ് റൂസ്സോയുടെയും ഹോബ്സിന്റെയും ചിന്തകളും.

ഇവരെക്കൂടാതെ ഹെർബർട്ട് സ്പെൻസർ, ജെ എസ് മിൽ, ആഡം സ്മിത് തുടങ്ങിയവരും വ്യക്തിവാദികളായിരുന്നു. എല്ലാ ഉദാരവാദവും വ്യക്തിവാദത്തിലധിഷ്ഠിതമാണ്. അതുപോലെതന്നെ എല്ലാ വ്യക്തിവാദവും ഉദാരവാദത്തിലധിഷ്ഠിതമാണ്. 18-ാം നൂറ്റാണ്ടിലാണ് വ്യക്തിവാദം ഒരു പ്രധാനപ്പെട്ട രാഷ്ട്രീയചിന്താപദ്ധതിയായി യൂറോപ്പിൽ ഉയർന്നുവന്നത്. സാമ്പത്തിക മേഖലകളായ വാണിജ്യം, വ്യവസായം എന്നിവിടങ്ങളിൽ സർക്കാരിന്റെ നിയന്ത്രണമില്ലാതിരിക്കുക എന്നതായിരുന്നു

വ്യക്തിവാദത്തിന്റെ പ്രധാനപ്പെട്ട ആവശ്യം. ഫ്യൂഡൽ-രാജാധിപത്യ ചങ്ങലകൾ പൊട്ടിച്ചുയർന്നുവരാൻ വെമ്പിയ മദ്ധ്യവർഗ്ഗത്തിന്റെ അഭിലാഷങ്ങളെ ശക്തമായി ആവിഷ്കരിക്കുന്നതായിരുന്നു ഈ ചിന്താപദ്ധതി. ലേസേഫെയർ- Laissez-Faire- എന്ന ഫ്രഞ്ചുപദത്തിൽനിന്നാണ് ഇതിന്റെ ഉറവിടം. ഇടപെടാതിരിക്കൽ എന്നാണിതിന്റെ അർത്ഥം. വ്യക്തികൾക്ക് സാമ്പത്തിക പ്രവർത്തനങ്ങളിൽ സ്വച്ഛന്ദത ഉണ്ടായിരിക്കണം എന്നാണ് ഫ്രഞ്ച് വ്യക്തിവാദികൾ വാദിച്ചത്. ഭരണകൂടനിയന്ത്രണങ്ങളിൽനിന്നും വിമുക്തമായ വ്യക്തികളെയാണവർ വിഭാവനം ചെയ്തത്. വ്യക്തികളുടെ സർവ്വവിധ കഴിവുകളും അഭിലാഷങ്ങളും വികസിപ്പിക്കുക എന്നതായിരുന്നു അവരുടെ ലക്ഷ്യം. ഇത്തരത്തിലുള്ള വ്യക്തിവാദം എന്നത് 18-ാം നൂറ്റാണ്ടിന്റെ ലോകാവസ്ഥയുടെ മുഖ്യസൂചകമായിരുന്നു. ഉയർന്നുവരുന്ന മുതലാളിത്ത ലോകത്തിന് വ്യക്തിയുടെ മുഴുവൻ കഴിവുകളും ആവശ്യമാണ്. മാത്രമല്ല, ഫ്യൂഡൽ-രാജാധിപത്യ വ്യവസ്ഥകളിൽനിന്നും വ്യത്യസ്തമായി ഉല്പാദനശക്തികളെ മുഴുവൻ കെട്ടഴിച്ചുവിടുന്ന വ്യവസ്ഥയാണ് മുതലാളിത്തം. അത് അതിനുമുമ്പുള്ള ലോകം കെട്ടിപ്പൊക്കിയ എല്ലാ അതിർവരമ്പുകളെയും മതിലുകളെയും സ്വന്തം താല്പര്യമനുസരിച്ച് പൊളിച്ചുമാറ്റുകയോ പുതുക്കിപ്പണിയുകയോ ചെയ്യുന്നു. ഭാഷ, ലിംഗം, ദേശം, ഭൂഖണ്ഡം, ജാതി, മതം, തുടങ്ങിയ അതിർവരമ്പുകൾ മുതലാളിത്തത്തിന്റെ സ്വതന്ത്രമായ വികാസത്തിന് തടസ്സമാവാൻ അത് ആഗ്രഹിക്കുന്നില്ല. മാത്രമല്ല ഇത്തരം വിഭജനങ്ങൾ പലപ്പോഴും മുതലാളിത്തത്തിന്റെ സ്വതന്ത്രമായ വളർച്ചയ്ക്ക് വിഘാതമാവുന്നു. അതുകൊണ്ട് വ്യത്യസ്ത സ്വത്വങ്ങളിൽ തളയ്ക്കപ്പെട്ട മനുഷ്യരുടെ അഥവാ വ്യക്തികളുടെ സ്വാതന്ത്ര്യത്തെ മുതലാളിത്തം അഭിസംബോധനചെയ്തു. വ്യക്തികളുടെ സർവ്വവിധ സ്വാതന്ത്ര്യത്തെയും അത് പ്രോത്സാഹിപ്പിച്ചു.

ജോൺലോക്കിന്റെ ഉദാരവാദസങ്കല്പത്തിന്റെ അടിസ്ഥാനം വ്യക്തിവാദമാണെന്ന് പറഞ്ഞുവല്ലോ. രാഷ്ട്രത്തേക്കാൾ പ്രാധാന്യം അദ്ദേഹം വ്യക്തിക്കാണ് നല്കിയത്. രാഷ്ട്രത്തിന്റെ കർത്തവ്യം വ്യക്തികളുടെ സുഖ-സന്തോഷങ്ങൾ നിലനിർത്തുക എന്നതാണെന്ന് അദ്ദേഹം വിശ്വസിച്ചു. രാഷ്ട്രം ഉത്ഭവിക്കുന്നതിനുമുമ്പുതന്നെ സമൂഹത്തിൽ വ്യക്തികൾക്ക് സുഖസന്തോഷങ്ങളും സ്വാതന്ത്ര്യങ്ങളും ഉണ്ടായിരുന്നുവെന്നും അവ പ്രകൃതിസിദ്ധമായിരുന്നുവെന്നും ലോക്ക് വാദിച്ചു. വ്യക്തികളുടെ അവകാശങ്ങൾക്കും സ്വാതന്ത്ര്യത്തിനും സീമയില്ല എന്നും രാഷ്ട്രത്തിന്റെ പ്രവർത്തനത്തിന് സീമയുണ്ടെന്നും ലോക്ക് പറയുന്നു. അപരിമിതമായ വ്യക്തിസ്വാതന്ത്ര്യം എന്നത് ജ്ഞാനോദയ കാലഘട്ടത്തിന്റെ ഒരു പ്രധാന ആശയമായി വികസിച്ചു. നവോത്ഥാനം ഉണർത്തിവിട്ട ഈ വ്യക്തിവാദ-ഉദാരജനാധിപത്യസങ്കല്പങ്ങളാണ് ആധുനികയുഗത്തിന്റെ മുഖ്യസവിശേഷതയായി വിശേഷിപ്പിക്കപ്പെടുന്നത്. ഈ കാലയളവിൽ രൂപംകൊണ്ട കല, സാഹിത്യം തുടങ്ങിയവയിൽ വ്യക്തിവാദ-ഉദാര

സങ്കല്പങ്ങൾ സർഗ്ഗാത്മകതയുടെ മുഖ്യ ഉറവിടവും സൃഷ്ടിയുമായിരുന്നു.

ജോൺലോക്കിന്റെ ഉദാരവാദാശയങ്ങൾ വ്യക്തിവാദത്തിലധിഷ്ഠിതമായിരുന്നെങ്കിലും അവ സാമൂഹിക താല്പര്യങ്ങൾക്കെതിരായിരുന്നില്ല. വ്യക്തികളുടെ സർവ്വവിധ അഭിലാഷങ്ങളും സ്വാതന്ത്ര്യങ്ങളും പരിരക്ഷിക്കപ്പെടുന്ന സമൂഹം സമൃദ്ധവും സമ്പന്നവുമായ സമൂഹമായിരിക്കുമെന്ന് അദ്ദേഹം ഉറച്ചുവിശ്വസിച്ചു. അങ്ങനെ വ്യക്തിക്ഷേമവും സാമൂഹികക്ഷേമവും അനന്യതയിൽ വർത്തിക്കുന്ന രാഷ്ട്രസങ്കല്പമായിരുന്നു ജോൺലോക്കിന്റെ ഉദാരവാദം.

മുതലാളിത്ത ധനശാസ്ത്രജ്ഞനായ ആഡം സ്മിത്തിന്റെ *Wealth of Nations* എന്ന കൃതി ഉദാരവാദത്തിന്റെ 'മാനിഫെസ്റ്റോ' ആയി പരിഗണിക്കപ്പെടുന്നു. ഉദാരവാദത്തിന്റെ 'ബൈബിൾ' എന്ന പേരിലും ഇതറിയപ്പെടുന്നു. ആഡം സ്മിത്ത് സാമ്പത്തിക ഉദാരവാദത്തിന്റെ വക്താവായിരുന്നു. മുതലാളിത്തത്തിന് നിർബ്ബാധം വളരാനും വികസിക്കാനും അക്കാലത്ത് ഉദാരവാദം പ്രചരിപ്പിക്കേണ്ടത് അനിവാര്യമായിരുന്നു. വ്യാപാര-വ്യാവസായിക മേഖലകളിൽ ശ്രദ്ധകേന്ദ്രീകരിച്ചിരുന്ന സമ്പന്ന വർഗ്ഗത്തിന് - മുതലാളിത്തത്തിന് - സർക്കാർ നിയന്ത്രണങ്ങളിൽനിന്നും സ്വതന്ത്രമാവേണ്ടത് അത്യാവശ്യമായിരുന്നു. പില്കാലത്ത് ഈ സാമ്പത്തിക ഉദാരവാദം മുതലാളിത്തത്തിനുതന്നെ വിഘാതമായി. വിദേശരാഷ്ട്രങ്ങളുടെ വ്യാവസായിക ഉല്പന്നങ്ങൾ തങ്ങളുടെ ഉല്പന്നങ്ങൾക്ക് ഭീഷണിയായപ്പോൾ മുതലാളിത്തരാഷ്ട്രങ്ങൾ ഉദാരവാദം ഉപേക്ഷിക്കുകയും സർക്കാർ നിയന്ത്രണത്തെ സ്വാഗതം ചെയ്യുകയും ചെയ്തു. ഇറക്കുമതി നിരോധിക്കുക, നികുതിവർദ്ധിപ്പിക്കുക തുടങ്ങിയ നിയന്ത്രണങ്ങൾ സർക്കാർ ഏർപ്പെടുത്തി. 'ലൈസൻസ് രാജ്' എന്ന പേരിലാണ് ഈ പ്രവണത അറിയപ്പെടുന്നത്. ഇന്നും പലരാജ്യങ്ങളിലും ഈ പ്രവണതയുണ്ടെങ്കിലും ആഗോളവല്ക്കരണത്തോടെ നവ ഉദാരവാദ (Neo-liberalism) മുയർന്നുവരികയും ലോകം ഒരു പൊതുമാർക്കറ്റ് ആയി മാറുകയും ചെയ്യുന്ന കാഴ്ചയാണ് നാം കാണുന്നത്. ജനാധിപത്യത്തെപ്പറ്റിയുള്ള ഏതൊരുചിന്തയും അതിന്റെ ഉത്ഭവത്തിന്റെ ചരിത്രവും അഭേദ്യമായി ബന്ധപ്പെട്ടിരിക്കുന്നത് ഈ സാമ്പത്തിക പ്രതിഭാസങ്ങളുമായിട്ടാണ്. കാരണം രാഷ്ട്രങ്ങളുടെ സാമ്പത്തിക-രാഷ്ട്രീയ പരിവർത്തനങ്ങളുമായി ബന്ധപ്പെടുത്തിമാത്രമേ ജനാധിപത്യത്തെക്കുറിച്ചു ചിന്തിക്കാൻ കഴിയുകയുള്ളൂ.

ക്ലാസിക്കൽ സാമ്പത്തിക ഉദാരവാദം ആഡം സ്മിത്തിലൂടെ രൂപം കൊണ്ട് വികസിച്ചതിന്റെ വർത്തമാനരൂപമാണ് നവഉദാരവാദം. ഈ പ്രതിഭാസത്തെക്കുറിച്ച് അടുത്ത അദ്ധ്യായത്തിൽ വിശദമായി പ്രതിപാദിക്കുന്നതാണ്. സർക്കാർ നിയന്ത്രണത്തിൽനിന്നും സാമ്പത്തികപ്രവർത്തനങ്ങളെ സ്വതന്ത്രമാക്കുകയെന്നാൽ വ്യക്തികളുടെ സ്വകാര്യസ്വത്തുടമസ്ഥതയെയും അതിന്റെ വികാസത്തെയും ഉത്തേജിപ്പിക്കുക എന്നാ

ണർത്ഥം. അതുകൊണ്ടുതന്നെ ഉദാരജനാധിപത്യവാദമെന്നത് അടിസ്ഥാനപരമായി ഒരു മുതലാളിത്താശയമാണെന്ന് വരുന്നു.

സർക്കാർ നിയന്ത്രണങ്ങളില്ലാത്ത സ്വകാര്യ സ്വത്തുടമാവ്യവസ്ഥയെ സ്വാഭാവികസമ്പദ്‌വ്യവസ്ഥയെന്നാണ് ആഡംസ്മിത്ത് വിശേഷിപ്പിക്കുന്നത്. ഇവിടെയാണ് ഉദാരവാദത്തിന്റെ വർഗ്ഗപക്ഷപാതം പ്രകടമാവുന്നത്. സ്വകാര്യ സ്വത്തുടമാവ്യവസ്ഥ അഥവാ മുതലാളിത്തം എന്നത് ചൂഷണാധിഷ്ഠിതമായ ഒരു സാമൂഹികവ്യവസ്ഥയാണെന്ന അടിസ്ഥാനയാഥാർത്ഥ്യം ആഡംസ്മിത് കാണുന്നില്ല. മുതലാളിത്തവ്യവസ്ഥയിലെ വ്യക്തികളുടെ ക്ഷേമത്തെ ആത്യന്തികമായി നിർണ്ണയിക്കുന്നത് മൂലധനവ്യവസ്ഥയാണെന്ന യാഥാർത്ഥ്യം മറച്ചുവെക്കുന്നതായിരുന്നു ആഡംസ്മിത്തിന്റെ സാമ്പത്തിക ഉദാരവാദസങ്കല്പം. മുതലാളിത്ത സാമൂഹികവ്യവസ്ഥയിൽ ധനികവർഗ്ഗത്തിന് അഥവാ സ്വകാര്യസ്വത്തുള്ള വിഭാഗങ്ങൾക്കുമാത്രമേ യഥേഷ്ടം വളരാനും വികസിക്കാനും കഴിയുകയുള്ളൂ എന്ന യാഥാർത്ഥ്യമാണ് ഉദാരവാദസങ്കല്പത്തിൽ മറച്ചുവെക്കപ്പെട്ടത്. സമ്പന്നരും ദരിദ്രരും തമ്മിലുള്ള ഒടുങ്ങാത്ത വൈരുദ്ധ്യം പരിഹരിക്കാൻ ഈ വാദത്തിനുകഴിയുകയില്ല എന്നുമാത്രമല്ല ഈ വൈരുദ്ധ്യത്തെ മൂർച്ഛിപ്പിക്കുകയാണതുചെയ്യുന്നത്. കാരണം തൊഴിലാളികളുടെ അദ്ധ്വാനശക്തിയെ ചൂഷണം ചെയ്തുകൊണ്ടാണ് മിച്ചമൂല്യം സമാഹരിക്കപ്പെടുന്നത്. ഈ മിച്ചമൂല്യമാണ് മുതലാളിത്തത്തിന്റെ നിർബ്ബാധമായ വളർച്ചയ്ക്കടിസ്ഥാനം. തൊഴിലാളികൾ, കൃഷിക്കാർ, സ്ത്രീകൾ, കുട്ടികൾ എന്നിങ്ങനെ ഒരു മഹാഭൂരിപക്ഷം ജനത മുതലാളിത്തവ്യവസ്ഥയിൻ കീഴിൽ നരകതുല്യമായ ജീവിതം നയിക്കേണ്ടിവരുന്നു. അതുകൊണ്ടുതന്നെ മുതലാളിത്തത്തിൽ സമ്പന്നർക്കുമാത്രമേ സ്വതന്ത്രരായി ജീവിക്കാൻ കഴിയുകയുള്ളൂ. മുതലാളിത്തത്തിലെ കൊടിയ ദാരിദ്ര്യവും തൊഴിലില്ലായ്മയും പട്ടിണിമരണങ്ങളും മാരകമായ പകർച്ചവ്യാധികളും പരിസ്ഥിതി തകർച്ചയുമെല്ലാം ഉദാരവാദസങ്കല്പത്തെ യാഥാർത്ഥ്യബോധമില്ലാത്ത ഒരു ആശയസംഹിതയാക്കി ചുരുക്കുന്നു.

പില്ക്കാലത്ത് വ്യക്തിഗതമായ ഉദാരവാദം ഏറ്റെടുത്ത് സമ്പുഷ്ടമാക്കിയത് ഉപയുക്തതാവാദികൾ അഥവാ യൂട്ടിലിറ്റേറിയൻസ് ആണ്. അതിന്റെ പ്രധാനപ്പെട്ട പ്രണേതാക്കളായിരുന്നു ജെറമി ബന്താമും ജെയിംസ് മില്ലും. ക്ലാസിക്കൽ ഉദാരവാദത്തിൽനിന്നും വ്യത്യസ്തമായി സമൂഹത്തിൽ കൂടുതൽ പരിഷ്കാരങ്ങൾ നടപ്പാക്കാനാണ് അവർ വാദിച്ചത്. നിയമനടപടികൾ വ്യക്തികളുടെ സ്വാതന്ത്ര്യത്തെ സാർത്ഥകമാക്കുമെന്ന് ഉപയുക്തവാദികൾ വിശ്വസിച്ചു. മുതലാളിത്ത സമൂഹത്തെ കാലാനുചിതമായി പരിഷ്കരിക്കാനുള്ള നിർദ്ദേശങ്ങളായിരുന്നു ഉപയുക്തവാദികൾ മുന്നോട്ടുവെച്ചത്. ഭരണഘടനാപരവും നിയമപരവും സാമൂഹികവുമായ പരിഷ്കരണനടപടികളിലൂടെ ജനാധിപത്യത്തെ വികസിപ്പിക്കുക എന്നതായിരുന്നു അവരുടെ ലക്ഷ്യം. സാമൂഹിക സുരക്ഷ, പൊതുഹിതം, പൗരാവകാശങ്ങൾ, തുടങ്ങിയ ആശയങ്ങളിൽ കേന്ദ്രീക

രിച്ചുകൊണ്ടുള്ള പ്രവർത്തനമാണവർ നടത്തിയത്. ഭരണകൂടത്തിന്റെ പ്രധാന ധർമ്മം പൊതുജനക്ഷേമമാണെന്ന് അവർ ഊന്നിപ്പറഞ്ഞു. അതുപോലെതന്നെ സാർവ്വത്രിക വോട്ടവകാശം, സാർവ്വത്രിക വിദ്യാഭ്യാസം, തുടങ്ങിയ മുദ്രാവാക്യങ്ങളും അവരുയർത്തി. ഫ്യൂഡലിസത്തിലും രാജവാഴ്ചയിലും മഹാഭൂരിപക്ഷം ജനങ്ങൾക്ക് ഭരണത്തിൽ പങ്കാളിത്തമുണ്ടായിരുന്നില്ല. ജനാധിപത്യത്തിന്റെ അഥവാ ജനാധിപത്യ വിപ്ലവങ്ങളുടെ ആരംഭത്തോടെയാണ് ജനങ്ങൾക്ക് ഭരണത്തിൽ പങ്കാളിത്തം ലഭിക്കുന്നത്. എന്നാൽ ആദ്യകാലത്തും ഒരു ന്യൂനപക്ഷം വരുന്ന ധനികരും ഉയർന്ന സാമൂഹിക പദവി കൈയാളിയിരുന്നവരും മാത്രമേ ഭരണപങ്കാളിത്തം നിർവ്വഹിച്ചിരുന്നുള്ളൂ. ഫ്രഞ്ച് ദേശീയപാർലമെന്റ് രൂപീകരിക്കുക എന്നതായിരുന്നു സാധാരണ പൗരന്മാരുടെ രാഷ്ട്രീയ പ്രാതിനിധ്യം എന്ന ആശയമായിരുന്നു ഫ്രഞ്ചുവിപ്ലവത്തിന്റെ പ്രധാന ആവശ്യം. ഇങ്ങനെ വോട്ടവകാശം സാർവ്വത്രികമാക്കാനുള്ള നിതാന്തമായ പ്രക്ഷോഭങ്ങളാണ് ലോകത്തിൽ ജനാധിപത്യവിപ്ലവങ്ങൾക്ക് തിരികൊളുത്തിയത്.

18-ാം നൂറ്റാണ്ടിൽ ഉയർന്നുവന്ന മദ്ധ്യവർഗ്ഗത്തിന്റെ ഉയർച്ച വ്യക്തിഗത ഉദാരവാദത്തെ ശക്തിപ്പെടുത്തുകയായിരുന്നുവെന്ന് പറഞ്ഞുവല്ലോ. ഉപയുക്തതാവാദികളുടെ ഉദാരവാദജനാധിപത്യ സങ്കല്പം മദ്ധ്യവർഗ്ഗത്തിന്റെ രാഷ്ട്രീയതാല്പര്യങ്ങളെ സംരക്ഷിക്കുന്നതായിരുന്നു. സമൂഹത്തിന്റെ അടിത്തട്ടിൽ ജീവിക്കുന്ന പാവപ്പെട്ടവരെ സംരക്ഷിക്കാനുള്ള കഴിവ് സമൂഹത്തിലെ കുലീനവർഗ്ഗത്തിനുണ്ടെന്ന് അവർ വിശ്വസിച്ചു. സമ്പന്നരും, കുലീനരും, ഉൽബുദ്ധരും, ബുദ്ധിജീവികളും വിദ്യാസമ്പന്നരുമായ വിഭാഗങ്ങളുടെ സംരക്ഷണയിലും രക്ഷാകർത്തൃത്വത്തിലും വളർന്നുവരുന്ന വ്യവസ്ഥയായിട്ടാണ് ഉദാരവാദികൾ ജനാധിപത്യത്തെ കണ്ടത്. മഹാഭൂരിപക്ഷം വരുന്ന ജനങ്ങൾക്ക് വോട്ടവകാശം ലഭിക്കണമെന്ന് പറയുമ്പോൾപോലും ഭരണാധികാരികളായി അവർ ഉയർന്നുവരണം എന്ന ആഗ്രഹം ഉദാരവാദികൾക്കുണ്ടായിരുന്നില്ല. ജനങ്ങൾ വോട്ടു ചെയ്യുക, കുലീനവർഗ്ഗം ഭരിക്കുക എന്ന നവവരേണ്യവീക്ഷണം തന്നെയാണവർ ജനാധിപത്യം എന്നപേരിൽ ഉയർത്തിക്കൊണ്ടുവന്നത്. അങ്ങനെ ജനാധിപത്യവ്യവസ്ഥയിൽ അപ്രഖ്യാപിതമായ ഒരു വരേണ്യ സമീപനം എക്കാലത്തും ഉദാരവാദികൾ നിലനിർത്തിയിരുന്നു. ഇന്ന് ജനാധിപത്യം നേരിടുന്ന ഏറ്റവും വലിയ പ്രതിസന്ധികളിൽ ഒന്ന് മഹാഭൂരിപക്ഷം വരുന്ന ജനസഞ്ചയം രാഷ്ട്രീയകർത്തൃത്വത്തിൽനിന്നു പുറത്താക്കപ്പെടുന്നതാണ്. പ്രതിനിധികളെ തിരഞ്ഞെടുക്കാനുള്ള അവകാശം ലഭിച്ചതുകൊണ്ടുമാത്രം ജനാധിപത്യം പൂർണ്ണമാവും എന്നത് ഒരു തെറ്റിദ്ധാരണയാണ്. ജനങ്ങൾക്ക് രാഷ്ട്രീയകർത്തൃത്വം അഥവാ, നേരിട്ട് ഭരണത്തിൽ പങ്കാളിത്തം ലഭ്യമാവുമ്പോഴേ ജനാധിപത്യവ്യവസ്ഥ അർത്ഥപൂർണ്ണമാവുകയുള്ളൂ. എന്നാൽ ഉപയുക്തവാദികളടക്കമുള്ള എല്ലാ ഉദാര

ജനാധിപത്യവാദികളും ജനങ്ങൾക്കുമേൽ ഒരു കുലീനവർഗ്ഗത്തെ പ്രതിഷ്ഠിക്കുന്നു.

സാങ്കേതികവിദഗ്ദ്ധർ, അദ്ധ്യാപകർ, ഭരണവിദഗ്ദ്ധർ, വ്യക്തിപ്രഭാവമുള്ള നേതാക്കൾ തുടങ്ങിയ ഒരു ചെറു ന്യൂനപക്ഷത്തിന്റെ സംരക്ഷണയിൽ വികസിക്കേണ്ട വ്യവസ്ഥയായി അവരെല്ലാം ജനാധിപത്യത്തെ കാണുന്നു. പ്രാചീനകാലത്ത് പുരോഹിതന്മാർ, രാജാക്കന്മാർ, സേനാനായകർ തുടങ്ങിയ വിഭാഗങ്ങൾക്ക് സമൂഹത്തിലും രാജ്യഭരണത്തിലും ഉന്നതമായ സ്ഥാനമുണ്ടായിരുന്നു. എന്നാൽ ആധുനിക ജനാധിപത്യത്തിൽ ഈ സ്ഥാനം പുതിയ രൂപഭാവങ്ങളിൽ പുനഃസ്ഥാപിക്കപ്പെടുകയാണ്. വോട്ടുചെയ്യാനുള്ള അവകാശമുള്ളവന് സ്ഥാനാർത്ഥിയാവാനും, നേതാവാകാനും അവകാശമുണ്ട് എന്നത് തർക്കമില്ലാത്ത സംഗതിയാണെങ്കിലും വോട്ടവകാശത്തെയും നേതാവാകാനുള്ള അവകാശത്തെയും പരസ്പരം വിഭജിക്കുന്നത് ആധുനികജനാധിപത്യത്തിലെ ഇരട്ടത്താപ്പാണ്. എല്ലാ പൗരന്മാരും രാഷ്ട്രത്തിനുമുന്നിൽ തുല്യരാണെങ്കിൽ എല്ലാ പൗരന്മാർക്കും നേതാവാകാൻ കഴിയണം. എന്നാൽ നേതൃത്വപരിഗണന വരുമ്പോൾ വ്യക്തിപ്രഭാവം എന്ന കപടപരിവേഷം നേരത്തെ പറഞ്ഞ ജനാധിപത്യത്തിലെ സമത്വസങ്കല്പത്തെ തകിടംമറിക്കുന്നത് കാണാം. പ്രാതിനിധ്യ ജനാധിപത്യസങ്കല്പം നേരിടുന്ന അപരിഹാര്യമായ പ്രതിസന്ധിയാണിത്. സവിശേഷപദവികളും സാമൂഹിക ശ്രേണികളും ലിംഗപദവിയും സമ്പത്തും മറ്റധികാരമാനദണ്ഡങ്ങളും ചേർന്ന് നിർണ്ണയിക്കപ്പെടുന്ന കുലീനത്വവികാരങ്ങളുടെ ആധിപത്യം ജനാധിപത്യത്തെക്കുറിച്ചുള്ള എല്ലാ ഉദാരവാദ വായ്ത്താരികളെയും നിരർത്ഥകമാക്കുന്നു.

നേരത്തെ വിശദീകരിച്ച രാഷ്ട്രപരമാധികാരസിദ്ധാന്തത്തിന്റെ നിരാകരണമാണ് ഉദാരജനാധിപത്യവാദം. ഉദാരവാദമനുസരിച്ച് രാഷ്ട്രത്തിന് നാമമാത്രമായതും ഔപചാരികവുമായ അധികാരമേയുള്ളൂ. സമൂഹം വികസിക്കുന്നതിനനുസരിച്ച് രാഷ്ട്രത്തിന്റെ അധികാരപദവി നാമമാത്രമാവുകയും സ്വകാര്യസംരംഭകരുടെ ഉത്തരവാദിത്തങ്ങളും അവകാശങ്ങളും വർദ്ധിച്ചുവരികയും ചെയ്യുന്നുവെന്ന് അവർ വിശ്വസിക്കുന്നു. ആഭ്യന്തരവും വൈദേശികവുമായ സമാധാനം നിലനിർത്തുക, നിയമനടപടികൾ എന്നിവയിൽ ഒതുങ്ങുന്നതാണ് രാഷ്ട്രത്തിന്റെ ചുമതലകൾ. ആരോഗ്യസംരക്ഷണം, ക്ഷേമപ്രവർത്തനങ്ങൾ, വാർത്താവിനിമയം, വിദ്യാഭ്യാസം എന്നീ മേഖലകളിൽനിന്നെല്ലാം ഭരണകൂടം ഒഴിഞ്ഞുനില്ക്കണമെന്നും അവയെല്ലാം സ്വകാര്യ സംരംഭകർക്കു നല്കണമെന്നും ഉദാരവാദികൾ വാദിക്കുന്നു. സർക്കാർ ധർമ്മസ്ഥാപനങ്ങളും, വിദ്യാഭ്യാസവും നടത്തുന്നതിനെ ഉദാരവാദികളിൽ പലരും എതിർക്കുന്നു.

ഉദാരവാദ ജനാധിപത്യസങ്കല്പം യുക്തിവാദത്തിൽ അധിഷ്ഠിതമായിരുന്നു. ജ്ഞാനോദയം സൃഷ്ടിച്ച മഹത്തായ ആശയങ്ങളാണ് വ്യക്തിവാദം, മതനിരപേക്ഷത, ദേശീയവാദം, സ്വാതന്ത്ര്യസങ്കല്പം, മാനവി

കത, യുക്തിചിന്ത, അന്വേഷണതൃഷ്ണ, പര്യവേക്ഷണ തൃഷ്ണ എന്നിവ. ഈ ആശയങ്ങളെല്ലാംതന്നെ പരസ്പരബന്ധിതമായിരുന്നു. നവോത്ഥാനസൃഷ്ടമായ ഈ ആശയങ്ങൾ ജനാധിപത്യാശയങ്ങളെ ശക്തിപ്പെടുത്തുന്നതായിരുന്നു. 18 ഉം 19 ഉം നൂറ്റാണ്ടുകളിൽ ഉയർന്നുവന്ന മുതലാളിത്ത വികാസത്തിന് വളരെ സഹായകമായിരുന്നു ഈ ആശയങ്ങളെല്ലാംതന്നെ. വ്യക്തികളുടെ യുക്തിചിന്തയിൽ വിശ്വാസമർപ്പിക്കുന്ന രാഷ്ട്രീയദർശനമാണ് ഉദാരജനാധിപത്യവാദം. സാമൂഹികപുരോഗതിയുടെ വികസനത്തിന്റെയും അടിത്തറ വ്യക്തികളുടെ ബോധനിലവാരവും യുക്തിവിചാരവുമാണെന്ന് ഉദാരവാദം സങ്കല്പിക്കുന്നു.

വ്യക്തികളുടെ അവകാശങ്ങൾക്കും സ്വാതന്ത്ര്യങ്ങൾക്കും രാഷ്ട്രം വിലക്കുകളും നിയന്ത്രണങ്ങളും ഏർപ്പെടുത്തുന്നില്ലെങ്കിൽ സാമൂഹിക പുരോഗതി യുക്തിബോധമുള്ള വ്യക്തികളിൽ സുരക്ഷിതമായിരിക്കും എന്നുദാരവാദികൾ പറയുന്നു. ആധുനികജനാധിപത്യ ഭരണഘടനകൾ അടിവരയിടുന്ന മൗലികാവകാശങ്ങളും സ്വാതന്ത്ര്യങ്ങളുമാണ് ഉദാരവാദികൾ ഉയർത്തിപ്പിടിച്ചത്. മതസ്വാതന്ത്ര്യം, അഭിപ്രായസ്വാതന്ത്ര്യം, സംഘടനാസ്വാതന്ത്ര്യം, ജീവിക്കാനും വിദ്യാഭ്യാസം ചെയ്യാനും, തൊഴിൽചെയ്യാനും ലോകത്തിലെവിടെയും സഞ്ചരിക്കാനുള്ള സ്വാതന്ത്ര്യം ഇതെല്ലാം ഉദാരവാദികൾക്ക് പ്രിയങ്കരമാണ്. ഇന്ന് ഉദാരവാദം വിശേഷിച്ചും നവഉദാരവാദം ആഗോളവല്ക്കരണ താല്പര്യങ്ങൾ സംരക്ഷിക്കുന്നതാണെങ്കിൽ ജനാധിപത്യത്തിന്റെ ചരിത്രപരമായ ആവിർഭാവത്തിന് ഉദാരവാദം നല്കിയ സംഭാവനകളെ നിരാകരിക്കുന്നത് ശരിയായിരിക്കില്ല. അഭിപ്രായസ്വാതന്ത്ര്യവും മൗലികാവകാശങ്ങളും എവിടെയെല്ലാം നിഷേധിക്കപ്പെടുന്നുണ്ടോ അവിടെയെല്ലാം അവ സംരക്ഷിക്കാൻവേണ്ടി ജനാധിപത്യവിശ്വാസികൾക്ക് പോരാടേണ്ടിവരുമെന്നതിന് സംശയമില്ലല്ലോ.

9

നവലിബറൽ ഫാസിസം

നേരത്തെ വിശദീകരിച്ചതുപോലെ മുതലാളിത്ത ലോകത്തിന്റെ ആന്തരികവൈരുദ്ധ്യങ്ങൾ പരിഹരിക്കാൻ ക്ലാസിക്കൽ ഉദാരവാദം ശക്തമല്ലെന്ന തിരിച്ചറിവിലാണ് നവ ഉദാരവാദം രൂപംകൊള്ളുന്നത്. ഇംഗ്ലീഷ് രാഷ്ട്രീയചിന്തകരായ ജെ എസ് മിൽ, ടി എച്ച് ഗ്രീൻ, ജെ എസ് കംപീറ്റർ, ആർ എ ദാൽ തുടങ്ങിയവരായിരുന്നു ഇതിന്റെ മുഖ്യപ്രണേതാക്കൾ. ക്ലാസിക്കൽ ഉദാരവാദത്തിന്റെ അടിസ്ഥാനാശയമായ, സ്വതന്ത്രമത്സരമെന്ന ആശയത്തിൽനിന്നുള്ള വ്യതിയാനമായിരുന്നു നവ ഉദാരവാദം. എന്നാൽ അത് ക്ലാസിക്കൽ ഉദാരവാദത്തിൽനിന്നുമുള്ള അടിസ്ഥാനപരമായ വിച്ഛേദമായിരുന്നില്ല. മാത്രമല്ല മൗലികമായി നോക്കിയാൽ മുതലാളിത്തതാല്പര്യങ്ങൾ സംരക്ഷിക്കുന്നതും മുന്നോട്ടുകൊണ്ടുപോകുന്നതുമായ നയത്തെ ശക്തിപ്പെടുത്തുന്ന ചിന്താഗതിയാണ് നവ ഉദാരവാദം. മുതലാളിത്ത സാമ്പത്തിക വ്യവസ്ഥയുടെ ഏറ്റവും വലിയ ന്യൂനത എന്നുപറയുന്നത് അസമത്വമാണ്. 'സാമ്പത്തികവും സാമൂഹികവുമായ അസമത്വമാണ് ഏറ്റവും പ്രധാനപ്പെട്ട അസമത്വം. ആധുനിക ജനാധിപത്യത്തെക്കുറിച്ചുള്ള എല്ലാ അവകാശവാദങ്ങളെയും നിഷേധിക്കുന്നതാണ് മുതലാളിത്തലോകത്തിലെ സാമ്പത്തികസാമൂഹികാസമത്വം.

ജനാധിപത്യവും അസമത്വവും ഏറ്റവും വൈരുദ്ധ്യത്തിൽ വർത്തിക്കുന്ന രണ്ട് സംജ്ഞകളായി മനുഷ്യ ചിന്തയിൽ ഉയർന്നുവന്നിരിക്കുന്നു. ഇത് രാഷ്ട്രീയചിന്തയിലെ പരിഹാരമില്ലാത്ത ഒരു പ്രശ്നമായി നിലകൊള്ളുന്നു. സാമൂഹികാസമത്വം പരിഹരിക്കാൻ കഴിയാത്ത ജനാധിപത്യം അർത്ഥശൂന്യമാണ്. അത്തരമൊരുവ്യവസ്ഥ ജനാധിപത്യമല്ല മറിച്ച് ധനാധിപത്യമാണ് എന്ന് സോഷ്യലിസ്റ്റ് ചിന്തകന്മാർ വിമർശിക്കുന്നു. ധനികരും ദരിദ്രരും തമ്മിലുള്ള ഉച്ചനീചത്വം പരിഹരിക്കാൻ കഴിയാത്ത സാമൂഹികവ്യവസ്ഥയെ ജനാധിപത്യവ്യവസ്ഥയെന്ന് ഒരിക്കലും വിശേഷിപ്പി

ക്കാൻ കഴിയുകയില്ല. ആധുനികജനാധിപത്യത്തിന്റെ ഉപകരണങ്ങളായ പാർലമെന്റ്, കോടതികൾ, പത്രമാധ്യമങ്ങൾ, ഗവൺമെന്റ്, ഭരണഘടന എന്നിവയെല്ലാം സാമൂഹികസമത്വം കൈവരിക്കാൻ അശക്തമാണ് എന്നാണ് ലോകചരിത്രം തെളിയിക്കുന്നത്. ഇവയെല്ലാം ജനാധിപത്യത്തിന്റെ ഔപചാരികസ്ഥാപനങ്ങളാണ്. സ്വേച്ഛാധിപത്യഭരണരൂപങ്ങളുമായി താരതമ്യംചെയ്യുമ്പോൾ ഒരു ഔപചാരിക ജനാധിപത്യരാഷ്ട്രം എത്രയോ ഉന്നതമാണ് എന്നത് വിസ്മരിക്കാൻ കഴിയുന്നതല്ല. എന്നാൽ സ്വേച്ഛാധിപത്യത്തിന്റെയും ഫാസിസത്തിന്റെയും അഭാവം സൃഷ്ടിക്കുന്ന ആശ്വാസംകൊണ്ട് സാമൂഹിക അസമത്വമെന്ന ശാപത്തിൽനിന്നും മനുഷ്യരാശിക്കു വിമോചനം നേടാനാവില്ല. സ്വേച്ഛാധിപത്യ ജനാധിപത്യ കൃത്രിമ ദ്വന്ദ്വമുപയോഗിച്ച് പരിഹരിക്കാവുന്നതല്ല ഈ പ്രതിസന്ധി. ഇന്നു ലോകത്തിൽ നിലനില്ക്കുന്ന ജനാധിപത്യവ്യവസ്ഥയുടെ മൗലികമായ പ്രതിസന്ധി പരിഹരിച്ചുകൊണ്ടല്ലാതെ സാമൂഹികാസമത്വം ഇല്ലാതാക്കാനാവില്ല. സാമൂഹികാസമത്വം പരിഹരിച്ച് സാമൂഹികനീതിയും സാമൂഹികസുരക്ഷയും നടപ്പാക്കുക, ദാരിദ്ര്യം ഇല്ലായ്മചെയ്യുക, സമൂഹത്തിലെ ദുർബ്ബലരും അശരണരുമായ ജനവിഭാഗങ്ങൾക്ക് രാഷ്ട്രം പരിരക്ഷനല്കുക തുടങ്ങിയ ആവശ്യങ്ങളുയർത്തുകവഴി നവ ഉദാരവാദികൾ ക്ലാസിക്കൽ ഉദാരവാദത്തിൽനിന്നും വ്യതിചലിക്കാൻ തുടങ്ങി.

എന്നാൽ നവ ഉദാരവാദികളാരും തന്നെ സാമ്പത്തിക-സാമൂഹികാസമത്വം ഇല്ലാതാക്കുന്നതിനുള്ള ഒരു വിപ്ലവത്തെ സ്വാഗതം ചെയ്യുന്നില്ല. സ്വകാര്യസ്വത്തിനെ ഉദാരവാദികൾ ഭർത്സിക്കുന്നുണ്ടെങ്കിലും അതെങ്ങനെ ഇല്ലാതാക്കും എന്നകാര്യത്തിൽ ആർക്കും ഒരു ഉത്തരമില്ല. ഉട്ടോപ്യൻ സോഷ്യലിസ്റ്റുകൾ, അനാർക്കിസ്റ്റുകൾ, സിൻഡിക്കലിസ്റ്റുകൾ, ഫേബിയൻ സോഷ്യലിസ്റ്റുകൾ തുടങ്ങിയവരെല്ലാംതന്നെ സ്വകാര്യസ്വത്തിനെയും സാമൂഹികാസമത്വത്തെയും എതിർക്കുന്നുണ്ടെങ്കിലും വിപ്ലവത്തിന് അവരാരും അംഗീകാരം നല്കുന്നില്ല.

പുതിയ ഉദാരവാദമനുസരിച്ച് ഭരണകൂടമെന്നത് ഒരു സ്വതന്ത്ര സംരംഭവ്യവസ്ഥയാണ്. കമ്പോളവ്യവസ്ഥയിലധിഷ്ഠിതമായ ജനാധിപത്യമാണ് ആഗോളവല്ക്കരണത്തെത്തുടർന്ന് രൂപംകൊണ്ട നവഉദാരവാദം. ഇതനുസരിച്ച് സ്വതന്ത്രമായി മത്സരിക്കാനും സാമ്പത്തിക സംരംഭങ്ങളിൽ ഏർപ്പെടാനുമുള്ള അവകാശം എല്ലാ വ്യക്തികൾക്കുമുണ്ട്. സർക്കാർ നവ ഉദാരവാദസങ്കല്പമനുസരിച്ച് ഒരു സ്വതന്ത്ര സംരംഭവ്യവസ്ഥ മാത്രമാണ്. അതുകൊണ്ട് പൊതുമണ്ഡലങ്ങളിൽനിന്ന് സർക്കാർ പിൻവാങ്ങുന്ന ഒരു വ്യവസ്ഥയാണ് നവഉദാരവാദം പിന്തുണയ്ക്കുന്നത്. സാമൂഹികക്ഷേമവും സുരക്ഷയും നിലനിർത്താൻ സർക്കാരിന് സവിശേഷമായ ഒരു അധികാരമില്ലെന്ന് ഇത് സിദ്ധാന്തിക്കുന്നു. ഇതനുസരിച്ച് മുതലാളിത്തരാഷ്ട്രങ്ങൾ ക്ഷേമപ്രവർത്തനങ്ങളിൽനിന്നും പിൻവാങ്ങുന്നു. ഒരർത്ഥത്തിൽ ദേശീയഭരണകൂടങ്ങൾ നിരർത്ഥകമാവുന്ന ആഗോള മുതലാളിത്തകാലഘട്ടത്തിന്റെ രാഷ്ട്രീയചിന്തയാണ് നവ ഉദാരവാദം.

ആഗോളവല്ക്കരണത്തെത്തുടർന്ന് ഉയർന്നുവന്ന ഒരു സാമ്പത്തിക-രാഷ്ട്രീയ പദ്ധതിയും ആശയസംഹിതയുമാണ് നവ ഉദാരവാദം. അന്താരാഷ്ട്രനാണയനിധി, ലോകബാങ്ക് തുടങ്ങിയ സ്ഥാപനങ്ങളിലൂടെ അടിച്ചേല്പിക്കപ്പെട്ട പദ്ധതിയാണ് നവ ഉദാരവാദം. പാശ്ചാത്യ-കമ്പോള ജനാധിപത്യത്തിന്റെ പര്യായപദമായിട്ടാണ് നവ ഉദാരവാദം പരിഗണിക്കപ്പെടുന്നത്.

ആഗോളവല്ക്കരണത്തിന്റെ ഏറ്റവും പ്രധാനപ്പെട്ട സാമ്പത്തിക-രാഷ്ട്രീയ ആശയമാണ് നവ ഉദാരവാദം. നവ ഉദാരവാദത്തിന്റെ പ്രധാനപ്പെട്ട ഉള്ളടക്കങ്ങളിലൊന്ന് കമ്പോളത്തിന്റെ വികസനമാണ്. മൂലധനത്തിന്റെ സമ്പൂർണ്ണമായ ആവാഹന ഘട്ടമാണ് ആഗോളവല്ക്കരണ കാലഘട്ടം. ഈ സന്ദർഭത്തിൽ കമ്പോളത്തെ വികസിപ്പിക്കുക എന്നത് മുതലാളിത്തത്തിന്റെ ഏറ്റവും പ്രധാനപ്പെട്ട ഒരു പദ്ധതിയാണ്. മൂലധനത്തിന്റെ സ്ഫോടനാത്മകമായ ഘട്ടമാണ് ആഗോളവല്ക്കരണ കാലഘട്ടം. മുതലാളിത്തവികാസത്തിന്റെ മൂന്നാംഘട്ടമാണ് ഈ ആവാഹനകാലഘട്ടം. രണ്ടാംഘട്ടം സാമ്രാജ്യത്വകാലഘട്ടമായിരുന്നു. എന്നാൽ മുതലാളിത്ത വികാസത്തിന്റെ മൂന്നാംഘട്ടത്തിലൂടെയാണ് നാം കടന്നുപൊയ്ക്കൊണ്ടിരിക്കുന്നത്. എല്ലാ ജനവിഭാഗങ്ങളെയും ഫാക്ടറികളുടെ സഹായമില്ലാതെ തന്നെ, വീടും കളിസ്ഥലവും സ്കൂളുകളും, കോളേജുകളും കേന്ദ്രമാക്കി, യാതൊരു മദ്ധ്യവർത്തിയുടെയും സഹായമില്ലാതെ, സമയനിഷ്ഠയില്ലാതെ ചൂഷണത്തിനു വിധേയമാക്കുന്ന മൂലധനത്തിന്റെ സമ്പൂർണ്ണ ആവാഹനത്തിന്റെ ഘട്ടമാണിത്. വർഗ്ഗം എന്ന പരിഗണനയ്ക്ക് സംഭവിച്ച പരിണാമത്തെ ഈ സന്ദർഭത്തിലാണ് വിലയിരുത്തേണ്ടത്. മൂലധനം സർവ്വതിനെയും അതിന്റെ ചൂഷണയന്ത്രത്തിലേക്ക് ആഗിരണം ചെയ്യുകയാണ്. മൂലധനത്തിന്റ അധിനിവേശ ഘടന ഇന്ന് വിപുലമാവുകയാണ്. അധിനിവേശ പ്രത്യയശാസ്ത്രം മാത്രമല്ല, അധിനിവേശത്തിന്റെ മൂർത്തവും എന്നാൽ സൂക്ഷ്മവുമായ ഘടന ഒരു ഭീമൻ വലപോലെ ലോകത്തിനുമേൽ വിരിച്ചിട്ടിരിക്കുകയാണ്. അധിനിവേശ പ്രത്യയശാസ്ത്രത്തെ ഈ വലയ്ക്കുള്ളിലേക്കാണ് ലോകമുതലാളിത്തം വലിച്ചടുപ്പിച്ച് ആവാഹനം ചെയ്യുന്നത്. മൂലധനത്തിന്റെ അസാധാരണമായ വിസ്ഫോടനത്തിന്റെ ഫലമായി ഈ അധിനിവേശയന്ത്രം കൂടുതൽ ശക്തമാവുകയാണ്. ഗ്രാംഷി വിലയിരുത്തിയപോലുള്ള അധിനിവേശ പ്രത്യയശാസ്ത്രത്തിനുമപ്പുറമാണ് ഈ അധിനിവേശ ഘടനായന്ത്രം പ്രവർത്തിക്കുന്നത്. അത് ഹിന്ദുത്വത്തെ, അധിനിവേശ പ്രത്യയശാസ്ത്രത്തെ, അധിനിവേശത്തിന്റെ സർവ്വവ്യാപിയായ ഘടനായന്ത്രത്തിലേക്കാവാഹിച്ച്, ന്യൂനപക്ഷങ്ങൾക്കും, പാർശ്വവല്കൃത ജനവിഭാഗങ്ങൾക്കുമെതിരെ ഹിംസാത്മകമായി തിരിച്ചുവിടുന്നു.

മൂലധനത്തിന്റെ ഈ സമ്പൂർണ്ണ ആവാഹനം ദേശീയപരമാധികാര ഭരണകൂടങ്ങളെ നിർവ്വീര്യമാക്കുകയാണ്. ഭരണകൂടം എന്ന പഴയ സംഘടനാരൂപത്തിന് വന്ന പരിവർത്തനമാണിത് സൂചിപ്പിക്കുന്നത്. പഴയ ഭര

ണകൂട ഉപകരണങ്ങൾ ഇന്ന് മിക്കതും അപ്രസക്തമാണ്. പൊലീസ്, പട്ടാളം, കോടതികൾ തുടങ്ങിയ ഭരണകൂട ഉപകരണങ്ങളുടെ സഹായമില്ലാതെ തന്നെ ലോകത്തെ മുഴുവൻ വിദൂരനിയന്ത്രണ യന്ത്രങ്ങളിലൂടെ നിയന്ത്രിച്ചുനിർത്താൻ മുതലാളിത്തത്തിനു സാധിക്കുന്നു. അന്റോണിയോ ഗ്രാംഷിയുടെ സിവിൽ സമൂഹസങ്കല്പനത്തെത്തന്നെ ഇന്ന് മൂലധനം അപ്രസക്തമാക്കിയിരിക്കുന്നു. ഈ വിഷയത്തെ പ്രശസ്ത മാർക്സിസ്റ്റ് ചിന്തകനായ ബി രാജീവൻ ഇങ്ങനെ വിശദീകരിക്കുന്നു:

> സിവിൽസമൂഹം യഥാർത്ഥത്തിൽ ഈ പഴയ മുതലാളിത്തവ്യവസ്ഥയിലെ അധികാരബന്ധങ്ങളാൽ നിർണ്ണയിക്കപ്പെട്ട ഒരു മണ്ഡലമാണ്. മൂർത്തമായ ഈ അധികാരബന്ധങ്ങളുടെ ചരിത്രകാരനാണ് മിഷേൽ ഫൂക്കോ. വ്യവഹാരങ്ങളുടെയും സാമൂഹിക സ്ഥാപനങ്ങളുടെയും വിവിധ സങ്കേതങ്ങളിലൂടെ പൗരസമൂഹത്തിലെ കർത്തൃത്വസ്വരൂപങ്ങളെ സൃഷ്ടിക്കുകയും നിയന്ത്രിക്കുകയും ചെയ്യുന്ന പരിപാലനപരതയുടെ (governmentality) ചരിത്രമാണ് മിഷേൽഫൂക്കോ അന്വേഷിക്കുന്നത്. ലിബറൽ പൗരസമൂഹത്തിന്റെ അടിസ്ഥാനമാതൃകയെ അച്ചടക്കസമൂഹം എന്ന പേരുകൊണ്ടാണ് ഫൂക്കോ നിർദ്ദേശിക്കുന്നത്.
>
> ഫൂക്കോയ്ക്കുശേഷം ഭരണകൂടവും സിവിൽ സമൂഹവും തമ്മിൽ ഉണ്ടെന്നുകരുതപ്പെട്ടിരുന്ന വിഭജനം ഒരു കാഴ്ചപ്പിശകു മാത്രമായി മാറിക്കഴിഞ്ഞിരിക്കുന്നു. ഭരണകൂടത്തെയും സിവിൽ സമൂഹത്തെയും വേർതിരിക്കുന്ന ലിബറൽ രാഷ്ട്രീയത്തിന്റെ സങ്കല്പം അധികാരത്തെ മുകളിൽനിന്നു പ്രവഹിക്കുന്ന ഒരു ശക്തിയായി കാണുന്ന മതാത്മകതയുടെ തുടർച്ചമാത്രമാണ്. സിവിൽസമൂഹം സ്വയംതന്നെ ഒരു ഭരണകൂടസമൂഹമാണ്. സ്വന്തം ഭരണകൂടസ്ഥാപനങ്ങളെ സൃഷ്ടിക്കുകയും പ്രവർത്തിപ്പിക്കുകയും ചെയ്യുന്നതിലൂടെമാത്രം നിലനില്ക്കാൻ കഴിയുന്ന ഒരു സമൂഹം. ഇത്തരമൊരു സിവിൽസമൂഹത്തിന്റെ ഭദ്രതയെ ആശ്രയിക്കാതെ പഴയ ലിബറൽ മുതലാളിത്തവ്യവസ്ഥയ്ക്ക് പ്രവർത്തിക്കാനാവുമായിരുന്നില്ല. അതിനാൽ പഴയ മുതലാളിത്തം കാലഹരണപ്പെടുമ്പോൾ, മറ്റൊരു ഘടനയിലേക്കു കടക്കുമ്പോൾ പഴയ സിവിൽസമൂഹവും അതിൽ പ്രവർത്തിക്കുന്ന അധികാരബന്ധങ്ങളും സ്ഥാപനങ്ങളും അപ്രസക്തമായിത്തീരുക സ്വാഭാവികമാണ്. സിവിൽസമൂഹത്തിലെ ഉത്തമപൗരന്മാരെ സൃഷ്ടിക്കുകയും പരിപാലിക്കുകയും ചെയ്യുന്ന അച്ചടക്കസ്ഥാപനങ്ങളുടെ സ്ഥാനം പുതിയ നിയന്ത്രണ സങ്കേതങ്ങൾ ഏറ്റെടുക്കുന്നു. അദ്ധ്വാനക്കമ്പോളത്തിന്റെ ആഗോളവല്കരണം ഇന്ന് ആവശ്യപ്പെടുന്നത് പഴയ അച്ചടക്ക സിവിൽസമൂഹങ്ങളിലെ തൊഴിലാളിയെ അല്ല. ഏതെങ്കിലും ഒരു ദേശീയതയിൽ വേരുറപ്പിച്ച തൊഴിലാളിയെ അല്ല ദേശഭേദമില്ലാതെ

അധ്വാനത്തിന്റെ ആഗോളകമ്പോളത്തിലേക്ക് ഏകമാനമായി പ്രവഹിക്കുന്ന അദ്ധ്വാനശക്തിയുടെ ഉറവിടത്തെയാണ് അതാവശ്യപ്പെടുന്നത്. അങ്ങനെ തൊഴിലാളിവർഗ്ഗത്തിന് നഷ്ടപ്പെടാൻ സ്വന്തം രാജ്യംപോലുമില്ല എന്ന് മാർക്സ് പറഞ്ഞതിനെ ഇന്ന് ആഗോളവല്കരണം യാഥാർത്ഥ്യമാക്കിയിരിക്കുകയാണ്. എന്നാൽ നഷ്ടപ്പെടാനുള്ള ആ ഒരേയൊരു വസ്തുവായ ചങ്ങലയാകട്ടെ നഷ്ടപ്പെടുന്നുമില്ല.

(വാക്കുകളും വസ്തുക്കളും - ബി രാജീവൻ)

നവ ഉദാരവാദത്തിന്റെ രാഷ്ട്രീയപരിസരമാണ് നമ്മൾ കണ്ടത്. നവ ഉദാരതയുടെ അടിസ്ഥാനസ്വഭാവം കമ്പോളവ്യവസ്ഥയുടെ അനിയന്ത്രിതമായ വികാസമാണ്. ഭരണകൂടങ്ങൾ വിശേഷിച്ചും ദേശീയഭരണകൂടങ്ങൾ നിർവ്വീര്യമാവുകയും ലോകം ഒരു ആഗോളകമ്പോളമായി മാറുകയും ചെയ്യുന്നു. ഇത് ക്ലാസിക്കൽ ലിബറലിസത്തിൽനിന്നുമുള്ള വ്യതിയാനമാണ്. നവ ഉദാരകാലഘട്ടത്തിൽ തൊഴിൽമേഖല എന്നത് വിപുലമായ ഒരു ആഗോളജീവിതവ്യവസ്ഥയായി മാറുന്നു. തൊഴിൽശാലകളിൽനിന്ന് വ്യത്യസ്തമായി നമുക്ക് സാമ്പത്തികഘടനയെപ്പറ്റി ചിന്തിക്കാൻ കഴിയുമായിരുന്നില്ല. എന്നാൽ ആഗോളവല്കരണകാലഘട്ടത്തിൽ സ്കൂളുകളും, കോളേജുകളും, വീടുകളും, വിനോദശാലകളും, വിശ്രമകേന്ദ്രങ്ങളും എല്ലാംതന്നെ വിപുലമായ ഫാക്ടറികളായിമാറുന്നു. ഇത് നവ-ഉദാരജനാധിപത്യഘട്ടത്തിന്റെ പ്രധാനസവിശേഷതയാണ്. എല്ലാം വാണിജ്യവല്കരിക്കപ്പെടുക എന്നതാണ് ഈ ഘട്ടത്തിന്റെ ഒരു പ്രധാന സവിശേഷത.

വർദ്ധിച്ചുവരുന്ന അസമത്വമാണ് ആഗോളവല്കരണകാലഘട്ടത്തെ ഒരു പ്രധാന പ്രതിഭാസം. ഉപഭോഗത്തിനും വരുമാനത്തിനും ഈ അസമത്വം നിലനില്ക്കുന്നു. ആരോഗ്യം വിദ്യാഭ്യാസം, സംസ്കാരം, എന്നിവയെല്ലാം കമ്പോളവല്കരണത്തിന് അടിപ്പെടുന്നു. അരൂപികളായ ചരക്കുകളാണ് നവഉദാരകാലഘട്ടത്തിൽ പ്രധാനമായും ഉല്പാദിപ്പിക്കപ്പെടുന്നത്. അതായത് വിദ്യാഭ്യാസമേഖലയിലെ ആശയങ്ങൾ, അറിവുകൾ, ചിന്താപദ്ധതികൾ, കല, സാഹിത്യം, അനുഭൂതികൾ, വാർത്താവിനിമയപദ്ധതികൾ തുടങ്ങിയ മേഖലകളാണ് ഇന്ന് ഏറ്റവും പ്രധാനമായി വന്നിരിക്കുന്നത്. ഏറ്റവും വലിയ സാമ്പത്തികകേന്ദ്രങ്ങളാണ് ഇവയെല്ലാം.

നവ ഉദാരകാലഘട്ടത്തിൽ ഏറ്റവുംകൂടുതൽ കമ്പോളവല്കരണം നടക്കുന്നു എന്ന് പറഞ്ഞുവല്ലോ. അതിരുകളില്ലാത്ത ഉപഭോഗതൃഷ്ണയാണ് ഈ കാലഘട്ടത്തിൽ ആഗോളവല്കരണം സൃഷ്ടിക്കുന്നത്. അതുപോലെതന്നെ വളരെചുരുങ്ങിയ സമയംകൊണ്ട് ഉല്പാദനവും മൂല്യവും സൃഷ്ടിക്കപ്പെടുന്നു. പൊതുമണ്ഡലത്തിന്റെ പ്രാധാന്യംതന്നെ ഇല്ലാതാവുന്നു. അതായത് നവ ഉദാരതയുടെ പ്രധാന സവിശേഷത എന്നുപറയുന്നത് അതിരുകളില്ലാത്ത സ്വകാര്യവല്കരണമാണ്. സർക്കാർ എന്നത് സ്വകാര്യകുത്തകകളുടെ ഒരു ഏജൻസി മാത്രമായി ചുരുങ്ങുന്നു.

ആഗോളവല്കരണം, നവ ഉദാരവാദം എന്നിവ പരസ്പരപൂരകമായ പദങ്ങളാണ്. നവ ഉദാരസങ്കല്പമനുസരിച്ച് രാഷ്ട്രമെന്നത് ഒരു ബിസിനസ് സ്ഥാപനമാണ്. സാമ്രാജ്യത്വത്തിന്റെ ധനകാര്യസ്ഥാപനങ്ങൾ ലോകത്തെയാകെ നിയന്ത്രിക്കുന്ന ഘട്ടമാണിത്. ലാറ്റിനമേരിക്കൻ രാജ്യങ്ങൾ, ഏഷ്യൻരാജ്യങ്ങൾ എന്നിവിടങ്ങളിലെല്ലാം ആഗോളവല്കരണ-നവഉദാരവല്കരണ പരീക്ഷണങ്ങൾ സൃഷ്ടിച്ചിട്ടുള്ള പ്രത്യാഘാതങ്ങൾ ഭയാനകമാണ്. സാമ്പത്തികദേശീയവാദം, സ്വാശ്രയത്വം, സാമൂഹ്യസുരക്ഷ, പൊതുവിപണി തുടങ്ങിയവയെല്ലാം അട്ടിമറിക്കപ്പെടുന്നു.

10

മിഷേൽ ഫൂക്കോ - ജൈവാധികാരവും നവലിബറലിസവും

ആഗോള തലത്തിൽ അമേരിക്കയുടെ സൈനികശേഷി അസാമാന്യമായ രീതിയിൽ വകസിപ്പിക്കാനും ലോകപൊലീസിങ് നടപ്പാക്കാനും തുടങ്ങിയതോടെ നവ ലിബറലിസം ലോകത്ത് ശക്തിപ്രാപിച്ചു. ഇതോടെ മുതലാളിത്ത രാഷ്ട്രങ്ങൾ വെൽഫെയർ രാഷ്ട്രസങ്കല്പം കൈവെടിയുകയും ജനക്ഷേമകരമായ നടപടികളിൽനിന്നും ഭരണകൂടത്തെ പിൻവലിക്കുകയുംചെയ്തു. പൊതുജനാരോഗ്യം, പൊതുവിദ്യാഭ്യാസം തുടങ്ങിയ മേഖലകളിൽനിന്നും ഭരണകൂടം പിറകോട്ടുവലിയാൻ തുടങ്ങി. ഈ മേഖലകളിലെ സർക്കാർ ചെലവുകൾ ഗണ്യമായി വെട്ടിക്കുറച്ചുകൊണ്ടാണിതിനു തുടക്കമിട്ടത്. ഇതിനുപകരം ജയിൽ ബജറ്റ് വർദ്ധിപ്പിച്ചും സമ്പന്നർക്ക് നികുതിയിളവുകൾ ചെയ്തുകൊടുത്തും പാവപ്പെട്ടവരെ ക്രിമിനലുകളാക്കിയും അമേരിക്കയടക്കമുള്ള മുതലാളിത്ത രാഷ്ട്രങ്ങൾ അവയുടെ വർഗ്ഗപരമായ മുഖം പുറത്തുകാണിച്ചു.

കെയ്നീഷ്യൻ ജനക്ഷേമരാഷ്ട്ര (Welfare State) സങ്കല്പങ്ങൾ കൈവെടിഞ്ഞ് സ്വകാര്യവല്ക്കരണ-ഉദാരവല്ക്കരണ നടപടികൾ ശക്തമാക്കി. സ്വതന്ത്രവിപണിയെ പ്രോത്സാഹിപ്പിച്ചും മുതലാളിത്ത - വിപണി മത്സരം സുഗമമാക്കിയും സ്വതന്ത്രവ്യാപാരം ശക്തിപ്പെടുത്തിയും സാമ്പത്തിക നിയന്ത്രണനടപടികൾ റദ്ദുചെയ്തും പാവപ്പെട്ടവർക്കുള്ള സബ്സിഡികൾ വെട്ടിക്കുറച്ചും നവലിബറലിസം അതിന്റെ നവഫാസിസ്റ്റ് നയങ്ങൾ നടപ്പിലാക്കി. പൊതുമണ്ഡല (Public sphere) ത്തെ തകർത്തുകൊണ്ടും ദാരിദ്ര്യം, തൊഴിലില്ലായ്മ, പോഷകാഹാരക്കുറവ് തുടങ്ങിയ അടിസ്ഥാന സാമൂഹിക പ്രശ്നങ്ങളോട് മുഖംതിരിഞ്ഞുനിന്നുകൊണ്ടും നവലിബറൽ മുതലാളിത്തം മുന്നോട്ടുപോവുകയാണിന്ന്. ഭക്ഷ്യസുരക്ഷ, ഭക്ഷ്യവസ്തുക്കളുടെ കരുതൽ, ആരോഗ്യരക്ഷാനടപടികൾ എന്നീ വിഷയങ്ങളെല്ലാം തന്നെ നിഷ്കരുണം തമസ്കരിക്കപ്പെടുകയാണ്. പരി

സ്ഥിതിയെയും ആവാസവ്യവസ്ഥയെയും ക്രൂരമായി കൊലചെയ്തുകൊണ്ട് കോർപ്പറേറ്റുകൾക്ക് ഏവിടെയും കടന്നുവരാനും ജനങ്ങളെ അവരുടെ ജീവിതത്തിൽനിന്നും പറിച്ചെറിയാനും കഴിയുന്നു. ജലം, മണ്ണ്, അന്തരീക്ഷം, ആഹാരം എന്നിവയെല്ലാം ഭയാനകമായരീതിയിൽ മലിനീകരണത്തിന് വിധേയമാവുന്നത് നവലിബറൽ ജനാധിപത്യത്തിന്റെ അഥവാ നവലിബറൽ ഫാസിസത്തിന്റെ നിഷ്ഠുരത വെളിപ്പെടുത്തുന്നതാണ്.

അന്താരാഷ്ട്ര നാണയനിധി, ലോകബാങ്ക് തുടങ്ങിയ സാമ്രാജ്യത്വസ്ഥാപനങ്ങളുടെ സാഹയത്തോടെ മൂന്നാംലോകരാഷ്ട്രങ്ങളെയെല്ലാം സാമ്രാജ്യത്വത്തിന്റെ മുഖച്ഛായയിൽ പുനർനിർമ്മിക്കുകയാണിന്ന് ആഗോളവല്ക്കരണശക്തികൾ രാഷ്ട്രീയപാർട്ടികൾ, സാംസ്കാരിക-സാമൂഹിക-വിദ്യാഭ്യാസസ്ഥാപനങ്ങൾ, സമിതികൾ, സന്നദ്ധസംഘടനകൾ എന്നിവയെയെല്ലാംതന്നെ നവലിബറൽ സാമ്പത്തിക നയങ്ങൾക്കനുസൃതമായി പുനസംഘടിപ്പിച്ചുകൊണ്ട് നവലിബറൽ ആഗോളവല്കൃതശക്തികൾ ലോകത്തെ മൂലധനത്തിനും അതിന്റെ സമ്പൂർണ്ണാവാഹനത്തി (subsumption) നും കീഴ്പ്പെടുത്തിയിരിക്കുകയാണ്. ഇതിന്റെയെല്ലാം ഫലമായി കൃഷിക്കാരും അദ്ധ്വാനിക്കുന്ന ജനവിഭാഗങ്ങളും കടക്കെണിയിൽ അകപ്പെടുകയും ആത്മഹത്യയ്ക്കും കൂട്ട പലായനത്തിനും വിധേയരാവുന്നു. കുടിയേറ്റക്കാരും, കുടിയിറക്കപ്പെട്ടവരും, കിടപ്പാടം നഷ്ടപ്പെട്ടവരും, തെരുവുയാചകരും, ചേരിനിവാസികളും എല്ലാം നഷ്ടപ്പെട്ട ആദിവാസികളും ഭൂരഹിതരായ ദളിതരും, നാടോടികളും, മറ്റുപാർശ്വവല്കൃതരുമടങ്ങുന്ന ഒരിരുണ്ട ഭൂഖണ്ഡം ലോകസമ്പന്നരുടെ മറുപുറത്തായി രൂപംകൊണ്ടിരിക്കുന്നു.

മിഷേൽ ഫൂക്കോ – നവലിബറൽ രാഷ്ട്രീയ സമ്പദ്വ്യവസ്ഥയുടെ സൈദ്ധാന്തികൻ

1978 ലും 1979 ലും മിഷേൽ ഫൂക്കോ ഫ്രാൻസ് കോളേജിൽ നടത്തിയ പ്രഭാഷണങ്ങളിലാണ് ആധുനിക രാഷ്ട്രത്തിന്റെ പ്രവർത്തനങ്ങളെ വിശേഷിച്ചും നവലിബറൽ രാഷ്ട്രീയത്തെയും സാമ്പത്തിക പ്രവർത്തനങ്ങളെയും പരിപാലനപരതയെയും (governmentality) വിശദമായ പഠനത്തിനു വിധേയമാക്കുന്നത്. നവലിബറലിസത്തിന്റെ ഏറ്റവും ആധികാരികമായ സൈദ്ധാന്തിക വിശകലനം രൂപപ്പെടുന്നത് ഫൂക്കോയുടെ ഈ പ്രഭാഷണങ്ങളിലാണ്. പ്രാചീനഗ്രീക്ക് ഭരണകൂടങ്ങൾ മുതൽ ആധുനിക നവലിബറൽ ഭരണക്രമങ്ങൾവരെ ചരിത്രപരമായ പുനർനിർമ്മാണത്തിനു വിധേയമാവുന്ന അന്വേഷണാത്മക വിശകലനമാണ് ഫൂക്കോ നടത്തുന്നത്. അധികാരത്തെയും അറിവിനെയും ബന്ധിപ്പിച്ചുകൊണ്ട് ഭരണപരിപാലനത്വത്തിലധിഷ്ഠിതമായ ഫൂക്കോ നടത്തിയ അന്വേഷണങ്ങൾ ആഗോളവല്ക്കരണകാലഘട്ടത്തിലെ നവ ഫാസിസത്തെയും മുതലാളിത്താധിനിവേശത്തെയും സമഗ്രമായി വിലയിരുത്തുന്നതാണ്.

ആധുനിക ഭരണകൂടങ്ങൾ, നിയന്ത്രണം, മാനേജ്മെന്റ്, ഭരണനടപടികൾ തുടങ്ങിയ പ്രവർത്തനങ്ങൾക്കുപരിയായി കുടുംബങ്ങളെയും വ്യക്തികളെയും കുട്ടികളെയും ആത്മീയവും മാനസികവും ശാരീരികവുമായി സംവിധാനം ചെയ്യുന്ന പ്രവർത്തനമായി വികസിപ്പിച്ചിരിക്കുന്നു. സ്വയം നിയന്ത്രണം നടത്തുകയും സ്വത്വത്തെയും മറ്റുള്ളവരെയും ഭരിക്കുകയും ചെയ്യുന്ന പ്രവർത്തനമാണ് നവലിബറൽ കാലഘട്ടിൽ ഭരണകൂടം നടത്തുന്നത്. 1979 ൽ ഫൂക്കോ നടത്തിയ പ്രഭാഷണങ്ങളിൽ ലിബറൽ -നവലിബറൽ ഭരണക്രമങ്ങളെക്കുറിച്ച് വിശദമായി പരാമർശിച്ചിട്ടുണ്ട്. ആഡംസ്മിത്ത്, ഡേവീഡ് ഹ്യൂം, ആദംഫെർഗുസൺ തുടങ്ങിയ ലിബറൽ വാദികളുടെ നിരീക്ഷണങ്ങളെയും ജർമ്മൻ പോസ്റ്റ് വാർ ലിബറലിസത്തെയും ചിക്കാഗോ സ്കൂൾ ലിബറലിസത്തെയും ഫൂക്കോ സൂക്ഷ്മമായി പരിശോധിച്ചു.

നവലിബറലിസവും മനുഷ്യമൂലധനവും

ക്ലാസിക്കൽ മുതലാളിത്തത്തിലെ അദ്ധ്വാനവുമായി ബന്ധപ്പെടുത്തിയുള്ള വിമർശനത്തിൽനിന്നും വ്യതിചലിച്ചുകൊണ്ടാണ് നവലിബറലിസം മനുഷ്യ മൂലധനത്തെക്കുറിച്ച് വിശദീകരിക്കുന്നത്. ക്ലാസിക്കൽ സമ്പദ്ശാസ്ത്രം ചരക്കുല്പാദനത്തിന്റെ ആസ്പദങ്ങളായി 3 കാര്യങ്ങളാണ് വിശദീകരിക്കുന്നത്. റിയൽ എസ്റ്റേറ്റ്, മൂലധനം, അദ്ധ്വാനം, എന്നിവയാണവ. നവലിബറലിസം യഥാർത്ഥ മൂലധന ചൂഷണത്തെ മറച്ചുവെക്കുന്നതിനു മനുഷ്യമൂലധനമെന്ന സംജ്ഞ ഉപയോഗപ്പെടുത്തുന്നു. ഈ സങ്കല്പമനുസരിച്ച് ഒരു തൊഴിലാളിയുടെ അദ്ധ്വാനശക്തിയെയും തൊഴിലാളിയുടെ മാനസികമായ വൈദഗ്ദ്ധ്യം, പ്രതിഭ എന്നിവയെയും വേർതിരിക്കാൻ കഴിയില്ല. ഒരാളുടെ അദ്ധ്വാനശക്തിയടങ്ങുന്ന ശാരീരിക -മാനസിക സർഗ്ഗസിദ്ധിയാണ് അയാളുടെ മൂലധനം. ആ മൂലധനത്തിൽ നിന്നുള്ള വരുമാനമാണ് അയാളുടെ വേതനം. ആഗോളവല്ക്കരണകാലഘട്ടത്തിലെ കൊടിയ ചൂഷണത്തെ സമർത്ഥമായി മറച്ചുവെക്കാൻ ഉപയോഗിക്കുന്ന ഒരു സങ്കല്പമാണ് മനുഷ്യമൂലധനമെന്നത്. തൊഴിലാളികൾ മിച്ചമൂല്യം സൃഷ്ടിക്കുന്നുവെന്നും ആ മിച്ചമൂല്യം പങ്കുവെക്കപ്പെടുന്നുവെന്നും ആ പങ്കുവെക്കലിന്റെ ഒരു പങ്കാണ് മുതലാളിയുടെ ലാഭമെന്നുമുള്ള മാർക്സിന്റെ കാഴ്ചപ്പാടുകളുടെ നിഷേധമാണ് നവലിബറൽ മനുഷ്യ മൂലധനസിദ്ധാന്തം.

മനുഷ്യമൂലധനസംജ്ഞയിലൂടെ മനുഷ്യരാശിയെ മുഴുവൻ തൊഴിൽ കമ്പോളത്തിലേക്ക് ആവാഹിക്കാൻ മുതലാളിത്തത്തിനു കഴിയുന്നു. നവലിബറൽ ഫാസിസത്തിന്റെ ഒരു പ്രധാന സവിശേഷത മനുഷ്യജീവിതത്തിന്റെ ആന്തരികവും ബാഹ്യവുമായ മറ്റൊരു ഭാഷയിൽ പറഞ്ഞാൽ സ്വകാര്യവും സാമുദായികവുമായ മേഖലകളിലാകെ നിയന്ത്രണം ചെലുത്താൻ കഴിയുന്ന രീതിയിലുള്ള ഭരണകൂട അധികാരശക്തികളുടെ വ്യാപനമാണ്. വ്യക്തികളെ വിവിധ ഏജൻസികളുടെ

സഹായത്തോടെ സമ്പൂർണ്ണമായും ഭരണകൂടത്തിനു കീഴ്പ്പെടുത്താൻ കഴിയുന്നുവെന്നതാണ് നവഫാസിസത്തിന്റെ രാഷ്ട്രീയകാർമ്മികത്വത്തെ അടയാളപ്പെടുത്തുന്നത്.

ക്ലാസിക്കൽ ഫാസിസം, പൊലീസ്, സൈന്യം, രഹസ്യ ഏജൻസികൾ എന്നിവയുടെ സഹായത്തോടുകൂടിയാണ് ജനജീവിതത്തെ കീഴ്പ്പെടുത്തി ഭരിച്ചിരുന്നതെങ്കിൽ നവലിബറൽ ഫാസിസം രഹസ്യ ഏജൻസിയേക്കാൾ പരസ്യഏജൻസികളുടെ പിൻബലത്തിലാണിതു ചെയ്യുന്നത്. സ്കൂളുകളിൽ വിദ്യാർത്ഥികൾക്ക് പൊലീസിങ് പരിശീലനം നടപ്പാക്കുകയും കുട്ടിപ്പൊലീസ് സൈന്യം രൂപീകരിക്കുകയും ചെയ്യുന്നത് ഒരുദാഹരണം മാത്രം. വ്യക്തികൾ ഭരണകൂടത്തിന്റെ അച്ചടക്കമുള്ള പൗരസമൂഹത്തിന്റെ പൽച്ചക്രങ്ങൾ എന്ന പൗരസമൂഹ സങ്കല്പത്തിൽനിന്നും വ്യക്തികൾ ഭരണകൂടത്തിന്റെ ചാവേറുകളായി പരികല്പന ചെയ്യപ്പെടുന്ന പ്രതിഭാസമാണിത്. ശത്രുവിനെ നേരിടുക, ശത്രുവിനെ വധിക്കുക അല്ലെങ്കിൽ മരിക്കുക എന്നത് ജീവിതലക്ഷ്യമായി അംഗീകരിക്കപ്പെടുക എന്നതാണ് സൈനികവല്കൃത സമൂഹത്തിന്റെ മുഖമുദ്ര. മുസ്സോളിനിയും ഹിറ്റ്ലറും ജനറൽ ഫ്രാങ്കോയും നടപ്പാക്കിയ സൈനികവല്ക്കരണത്തിന്റെ ഒരു രൂപംതന്നെയാണിത്.

തങ്ങളുടെ *സാമ്രാജ്യം* (Empire) എന്ന വിഖ്യാത കൃതിയിലൂടെ അന്റോണിയോ നെഗ്രിയും മിഷേൽ ഹാർദടും (Antonio Negri and Michael Hardt) മൂലധനത്തിന്റെ ഭീതിദവ്യാപനത്തെയും സമഗ്രാധിപത്യ അധികാരശക്തിയെയും അനന്യതയിൽ വർത്തിക്കുന്ന ഒരു രാഷ്ട്രീയ പ്രതിഭാസമായി വിഭാവനംചെയ്യുന്നു. ഇതനുസരിച്ച് പരമാധികാര സങ്കല്പം പുതിയ രാഷ്ട്രീയ സിദ്ധാന്തത്തിന് വഴിമാറുന്നു. ഹെഗൽ എന്ന ജർമ്മൻ ചിന്തകൻ ആദർശവല്ക്കരിച്ച 19-ാം നൂറ്റാണ്ടിലെ സാമ്രാജ്യത്വം, സാമ്രാജ്യത്തിനു വഴിമാറുന്നു സാമ്രാജ്യത്വം എന്നത് ദേശീയ ഭരണകൂടത്തിൽ കേന്ദ്രിതമായ ഒരു രാഷ്ട്രീയപ്രതിഭാസമായിരുന്നു. എന്നാൽ *സാമ്രാജ്യ*മാവട്ടെ ദേശീയ ഭരണകൂട കേന്ദ്രിതത്വത്തിൽ നിന്നും വളർന്നു വികസിച്ച മൂലധനത്തിന്റെയും സർവ്വാതിശായിയായ പരമാധികാരത്തിന്റെയും സമന്വയം(Assemblage) ആണ് ഏതെങ്കിലും ഒരു രാഷ്ട്രത്തിന് നിർണ്ണായകാധിനിവേശമില്ലാത്തതും അതിന്റെ നിയന്ത്രണത്തിനതീതവുമായ പുതിയ രാഷ്ട്രീയ രൂപമാണിത്. അത് ബഹുവിധ അധികാരശക്തികളുടെ മിശ്രണമാണ്. അധികാരശക്തികളും പ്രതി അധികാരശക്തികളും (Counter powers) സീമാതീതവും സ്വാംശീകരണ ഘടനാധിഷ്ഠിതവുമായി ചേർന്ന നവഫാസിസമാണിത്.

സാർവ്വജനീനമായ നിയന്ത്രണാധികാരത്തിന്റെ രൂപഭാവങ്ങളിലാണ് സാമ്രാജ്യം പ്രവർത്തിക്കുന്നത്. ഈ സാമ്രാജ്യാധികാരത്തിൽ ദേശീയ ഭരണകൂടശക്തി ഇല്ലാതാവുകയല്ല മറിച്ച് ദേശീയഭരണകൂടാധികാരം കരകവിഞ്ഞ് ആഗോളതലത്തിൽ ഒരു പുതിയ ബഹുമുഖാധികാരമായി സമ്മേളിക്കപ്പെടുകയാണ്. ഇങ്ങനെ സമ്മേളിക്കപ്പെടുന്ന അധികാരബഹു

ലതയ്ക്ക് ഒരു നിശ്ചിത അധികാരകേന്ദ്രമില്ല എന്നതാണ് അതിന്റെ സവിശേഷത. പെരുമഴക്കാലത്ത് കരകവിഞ്ഞൊഴുകുന്ന നദികൾ സൃഷ്ടിക്കുന്ന പ്രളയജലപ്രവാഹങ്ങൾ പോലെ ദേശീയഭരണകൂടാധികാരങ്ങൾ അതിന്റെ ദേശീയാതിർത്തിവിട്ട് ആഗോളതലത്തിൽ പുതിയ അധികാര പ്രവാഹങ്ങൾ സൃഷ്ടിക്കുന്നു. ഇങ്ങനെ രൂപംകൊള്ളുന്ന സാമ്രാജ്യാധികാരമെന്ന നവഫാസിസത്തിന് ഒരു ഹിറ്റ്ലറോ മുസ്സോളിനിയോ ഇല്ല. അത് വ്യക്തിഗതമോ ഭരണകൂടരൂപത്തിലുള്ളതോ ആയ നേതൃത്വമില്ലാത്ത അധികാരത്തിന്റെ അസാമാന്യമായതും കേന്ദ്രരഹിതവുമായ ശക്തികളുടെ ബഹുലതയാണ്. ഇങ്ങനെ സംജാതമായ നവഫാസിസത്തിന് ഒരു കേന്ദ്രീകൃതമോ വ്യവസ്ഥാപിതമോ യുക്തിപരമോ ആയ ഒരു ഘടനയില്ല. അയുക്തികവും അകേന്ദ്രിതവും അവ്യവസ്ഥാപിതവുമായ ഈ രാഷ്ട്രീയാധിനിവേശത്തിനുമേൽ നിയന്ത്രണം ചെലുത്താൻ വിപണിവ്യവസ്ഥയ്ക്കോ സാർവ്വദേശീയ ഏജൻസികൾക്കോ സാദ്ധ്യമല്ല. ഇത് ലോകരാഷ്ട്രീയ ശക്തികളുടെ ബലാബലത്തിൽ വന്ന നിർണ്ണായകവും നാടകീയവുമായ വിച്ഛേദമായിട്ടാണ് നെഗ്രിയും ഹാർട്ടും വിശദീകരിക്കുന്നത്. ലെനിൻ തന്റെ സാമ്രാജ്യത്വം മുതലാളിത്തത്തിന്റെ ഉയർന്ന ഘട്ടം[5] (Imperialism the high stage of capitalism) എന്ന ഗ്രന്ഥത്തിൽ വിശകലനംചെയ്ത മുതലാളിത്തത്തിന്റെ നിർണ്ണായകവികാസത്തെയാണ് വിശദീകരിക്കുന്നത്. ഇത് ലെനിന്റെ അപൂർവ്വമായ മുതലാളിത്ത വിശകലന കാഴ്ചപ്പാടുകളെ നിഷേധിക്കുകയല്ല അതിനെ സാധൂകരിക്കുകയാണ് ചെയ്യുന്നത്. അന്റോണിയോ നെഗ്രിയും ഹാർട്ടും വിചിന്തനംചെയ്ത സാമ്രാജ്യമെന്ന നവഫാസിസ്റ്റ് അധികാരലോകത്തിൽ മൂലധനശക്തികൾ മാത്രമല്ല, അത് പടച്ചുവിടുന്ന അദ്ധ്വാനശക്തികളും (multitude) പ്രവർത്തിക്കുന്നുണ്ട്. നിരന്തരം ബഹുവിധരൂപത്തിൽ പ്രവർത്തിക്കുന്ന നിതാന്തമായ പ്രതിരോധശക്തിയാണിത്. ഈ മൾട്ടിറ്റ്യൂഡ് അഥവാ ജനസഞ്ചയമെന്ന പുതിയ ശക്തിയെക്കുറിച്ചുള്ള സങ്കല്പം നെഗ്രിയും ഹാർട്ടുമാണ് പ്രശ്നവല്കരിച്ചതെങ്കിലും മൾട്ടിറ്റ്യൂഡ് എന്ന പദം 17-ാം നൂറ്റാണ്ടിലെ തത്ത്വചിന്തകനായ സ്പിനോസ[6] യാണ് രാഷ്ട്രീയതലത്തിൽ ആദ്യമായുപയോഗിക്കുന്നത്.

ജനസഞ്ചയ(multitude) മെന്നത് തന്നെയല്ലേ ജനങ്ങൾ (people) എന്നത് ഇവിടെ ന്യായമായും ഉയർന്നുവരാവുന്ന സംശയമാണ്. എന്നാൽ ഒരു രാഷ്ട്രീയ കേന്ദ്രഘടനയ്ക്കുള്ളിൽ നിശ്ചിത ഭൂവിഭാഗത്ത് നിശ്ചിതഭാഷ സംസാരിക്കുകയും സവിശേഷ സാംസ്കാരികതകൾ പങ്കുവെച്ചുകൊണ്ട് ജീവിക്കുകയും ചെയ്യുന്ന വരെയാണ് ജനങ്ങൾ എന്നുവിളിക്കുന്നത്. എന്നാൽ ജനസഞ്ചയം അങ്ങനെയല്ല. മൂലധനത്തിന്റെ സർവ്വാതിശയിയായ സമഗ്ര ആവാഹനം സൃഷ്ടിച്ച ഘോരമായ ആഘാതങ്ങളുടെ ഭാഗമായി ചിന്നിച്ചിതറിപ്പോയവരുടെയും കടുത്ത ചൂഷണത്തിനിരകളായി കൂട്ടുകാരും കിടപ്പാടവും തൊഴിലും നഷ്ടപ്പെട്ടവരും കടംവന്ന് പലായനം ചെയ്യപ്പെട്ടവരും കുറ്റവാളികളാക്കപ്പെട്ടവരും കുടി

യേറ്റം നടത്തിയവരും പാർശ്വവല്കൃതരുമായ ജനവിഭാഗങ്ങളുടെ സംഘാതമാണ് ജനസഞ്ചയം. പൗരസമൂഹത്തിൽപ്പോലും അംഗത്വമില്ലാത്തവരും സംഘടിതശക്തിയില്ലാത്തവരും അവകാശങ്ങൾ നിഷേധിക്കപ്പെട്ടവരും അപരവല്ക്കരിക്കപ്പെട്ടവരും അപമാനവീകൃതജീവിതാവസ്ഥയിൽ നരകിക്കുന്നവരുമായ മർദ്ദിത ജനതയുടെ സമന്വയമാണിത്.

ജനസഞ്ചയകാലഘട്ടത്തിലെ രാഷ്ട്രീയത്തെയാണ് ജൈവരാഷ്ട്രീയം (Bio politics) എന്നു വിളിക്കുന്നത്. ഈ പദം കണ്ടുപിടിക്കുന്നത് മിഷേൽ ഫൂക്കോ ആണെന്ന് മുമ്പൊരിടത്ത് സൂചിപ്പിച്ചിട്ടുണ്ട്. ഭരണകൂടത്തിന് സർവ്വാതിശായിയായ അധികാരം സംജാതമാവുന്ന കാലത്തെ രാഷ്ട്രീയാധികാരത്തെയാണ് ജൈവരാഷ്ട്രീയം എന്നു പറയുന്നത്. മനുഷ്യസമൂഹം, പൂർണ്ണമായും ഭരണകൂടനിയന്ത്രിതമാവുന്ന ഒരു കാലഘട്ടത്തിൽ സാംസ്കാരവും പ്രതിഭയും നന്മ/തിന്മകളുമെല്ലാം ഭരണകൂട നിർവ്വചിതമാവുന്നു. കൊല്ലാനും ജീവിതം രൂപപ്പെടുത്താനുമുള്ള സർവ്വാധികാരം ഭരണകൂടത്തിൽ നിക്ഷിപ്തമാവുന്നു. എല്ലാം മുകളിൽനിന്നും അടിത്തട്ടിൽ നിന്നും അകത്തുനിന്നും പുറത്തുനിന്നും നിർണ്ണയിക്കാനും നിയന്ത്രിക്കാനുമുള്ള അധികാരം ഭരണകൂടത്തിനു കൈവരുന്നു. ജനന നിയന്ത്രണം, ലിംഗനിർണ്ണയം, ജനന -മരണനിരക്ക്, ലൈംഗിക ശേഷി, നഗരാസൂത്രണം, ജനസംഖ്യ, സ്ഥിതിവിവരക്കണക്കുകൾ, ജനക്ഷേമപദ്ധതികൾ എന്നിവയെല്ലാം ഭരണകൂടത്തിന്റെ അച്ചടക്ക സമൂഹരൂപവല്ക്കരണത്തിന്റെ സഹായത്തോടെ നടപ്പാക്കുന്നതിലൂടെയാണ് ജൈവരാഷ്ട്രീയം ഉദയം ചെയ്യുന്നത്.

മനോരോഗാശുപത്രികൾ, പൊലീസിങ്, ജയിലുകൾ, കോടതികൾ, വിദ്യാഭ്യാസ സ്ഥാപനങ്ങൾ, ആശുപത്രികൾ, ഇവയെല്ലാംതന്നെ ജനങ്ങളുടെ ജീവിതത്തെ നിയന്ത്രിക്കുന്ന സ്ഥാപനങ്ങളായിവളരുന്നു. ഭരണകൂടത്തിന്റെ അധികാരത്തെ വെല്ലുവിളിക്കുംവരെ നിങ്ങൾക്കിവിടെ ജീവിക്കാം. ഭരണകൂടത്തെ വെല്ലുവിളിക്കാത്ത ഏതു നീചപ്രവൃത്തികളും നീതിയുക്തമാവുകയും ഭരണകൂടത്തെ വെല്ലുവിളിക്കുന്ന ഏതു മഹത്തായ ആശയങ്ങളും പ്രവൃത്തികളും കുറ്റകരമാവുകയും ചെയ്യുന്ന കാലഘട്ടമാണ് നവഫാസിസകാലഘട്ടം. ആധുനിക പൂർവ്വ (pre-modern) കാലഘട്ടത്തിൽനിന്നും ആരംഭിച്ച് ആധുനിക ദേശീയ ഭരണകൂട കാലഘട്ടത്തിലൂടെ വളർന്നുവികസിക്കുന്ന പ്രതിഭാസമാണ് ജൈവരാഷ്ട്രീയം. ഫൂക്കോയുടെ കാഴ്ചപ്പാടിൽ നവലിബറൽ കാലഘട്ടത്തിലെ ഭരണകൂടാധികാരം ശരീരങ്ങളെ അച്ചടക്കങ്ങളിലൂടെ ഭരണകൂടത്തിനു വിധേയമാവുന്ന രീതിയിൽ പരിശീലിപ്പിക്കുന്നതിനുപകരം ജൈവരാഷ്ട്രീയകാലഘട്ടത്തിൽ ജീവിക്കുന്ന പ്രതിഭാസമെന്ന നിലയിൽ മനുഷ്യരെ നിയന്ത്രിക്കുന്നു. കേവലം ദൃശ്യമായ ശരീരത്തിനുമപ്പുറത്താണ് മനുഷ്യന്റെ യഥാർത്ഥ ശരീരപ്രവർത്തനം എന്നു തിരിച്ചറിഞ്ഞ മുതലാളിത്ത ഭരണകൂടങ്ങൾ മനുഷ്യന്റെ ചിന്താശേഷിയെ ഉന്നംവെച്ചുകൊണ്ട് അതിനെ അടിച്ചമർത്തുന്നു. ആധുനിക സാങ്കേതിക വിദ്യകൾ, നെറ്റുവർക്കുകൾ

എന്നിവയിലൂടെയെല്ലാം കർക്കശമായ നിയന്ത്രണവിദ്യകൾ നടപ്പാക്കപ്പെടുന്നു. ബയോമെട്രിക്ക് പരിശോധനകളിലൂടെ ജനസമൂഹങ്ങളുടെ സ്വത്വപരവും വംശീയവുമായ സവിശേഷതകൾ തിരിച്ചറിയാൻ വേണ്ടി തിരിച്ചറിയൽ കാർഡുകൾ നടപ്പാക്കുന്നത് ഇതിന്റെ ഭാഗമായിട്ടാണ്.

മനുഷ്യമൂലധനം

മനുഷ്യമൂലധനമെന്ന സങ്കല്പത്തിലൂടെ കുഞ്ഞുങ്ങളെ മുതൽ ഭിന്നശേഷിയുള്ളവർ മുതൽ വൃദ്ധജനവിഭാഗങ്ങൾ തുടങ്ങി മനുഷ്യരാശിയെ മുഴുവൻ തങ്ങളുടെ മനുഷ്യമൂലധനമെന്ന ആശയത്താൽ അഭിമാനിതരാക്കി മൂലധനകമ്പോളത്തിലേക്ക് അടുപ്പിക്കുന്നു.അങ്ങനെ മനുഷ്യസമൂഹത്തെ മുഴുവൻ ശേഷീയന്ത്രങ്ങൾ ആക്കിമാറ്റുന്നു. സ്വയം പുരോഗതിയിലൂടെ പരസ്പരം മത്സരിക്കുന്ന ശേഷീയന്ത്രങ്ങളായി മനുഷ്യർ മുഴുവൻ മാറുന്നു. ആത്മ ആദർശവല്ക്കരണ (self-valorization) ത്തിലൂടെയാണ് ഇങ്ങനെ മനുഷ്യർ നവലിബറൽ കാലഘട്ടത്തിൽ തങ്ങളുടെ അദ്ധ്വാനശക്തിയെ ആഗോളമൂലധനവിപണിയിൽ നിക്ഷേപിക്കുന്നത്. ഇങ്ങനെയുള്ള ഈ കാലഘട്ടത്തിൽ കഴിവുകൾ, അറിവ്, വൈദഗ്ദ്ധ്യത്തിന്റെ തെളിവുരേഖകൾ, ശാരീരിക ഘടകങ്ങൾ, ഭാഷ എന്നിവയെല്ലാം തന്നെ സാമ്പത്തികസ്രോതസ്സുകളായി മാറുന്നു. ഈ മാറ്റങ്ങളെല്ലാംതന്നെ പ്രകൃതിദത്തമല്ല. സമൂഹത്തിന്റെ വികാസവുമായി ബന്ധപ്പെട്ട അനിവാര്യമായ ഫലപരിണതിയുമല്ല. നവലിബറൽ വ്യവസ്ഥ സമൂഹത്തിൽ അടിച്ചേല്പിച്ച മർദ്ദനഉപാധികളുടെ സൃഷ്ടിയാണിത്.

വ്യക്തികളുടെ അദ്ധ്വാനശക്തിയെ ഉദാത്തവല്ക്കരണത്തിലൂടെ ചരക്കുവല്കരിക്കുകയും അങ്ങനെ അദ്ധ്വാനക്ഷമതവർദ്ധിപ്പിക്കുകയും അങ്ങനെ നിതാന്തമായ മൂലധനവല്ക്കരണത്തിനും അതിന്റെ അനിവാര്യമായ ജൈവാധികാരത്തിനും കീഴ്പ്പെടുത്തുന്ന സങ്കീർണ്ണ ബലതന്ത്രമാണിത്. ഭരണകൂടം ഒരു ബാഹ്യയന്ത്രത്തിന്റെ സഹായമില്ലാതെ തന്നെ വ്യക്തികളെ സ്വയം നിയന്ത്രിതശക്തിയാക്കി മാറ്റുന്നുവെന്നതാണ് ജൈവരാഷ്ട്രീയത്തിന്റെ സവിശേഷത. ജോർജിയോ അഗമ്പനെ (Georgio Agamben) പ്പോലെ നിരവധി ഇറ്റാലിയൻ രാഷ്ട്രീയചിന്തകർ മിഷേൽ ഫൂക്കോയുടെ ഈ ജൈവരാഷ്ട്രീയ സങ്കല്പനമുപയോഗിച്ച് ധാരാളം പഠനങ്ങൾ നടത്തിയിട്ടുണ്ട്. മതിയായ രേഖകളില്ലാത്തിന്റെ പേരിൽ വർഷങ്ങളോളം തടവിൽ കിടക്കേണ്ടിവരുന്നവരെക്കുറിച്ച് അഗമ്പൻ പറയുന്നുണ്ട്. ഫാസിസ്റ്റുകാലഘട്ടത്തിലെ കോൺസൻട്രേഷൻ ക്യാമ്പുകൾക്കു പകരം ഇത്തരം *സംശയാസ്പദകുറ്റവാളികളെ* പാർപ്പിക്കുന്ന ജയിലുകൾ ഉയർന്നുവരുന്ന ദേശീയത്വം, പൗരത്വം, പ്രായപൂർത്തി, വംശീയത, ജാതീയത എന്നിവയെല്ലാം സംശയദൃഷ്ടിയോടെ വീക്ഷിക്കാൻ ഇടയാക്കുകയും അങ്ങനെ വർഷങ്ങളോളം ജയിൽശിക്ഷ അനുഭവിക്കാൻ കാരണമാവുകയും ചെയ്യുന്നു.

ഫൂക്കോയുടെ ജൈവരാഷ്ട്രീയത്തെ സമകാലിക ലിബറൽ ഫാസി

സവുമായി ബന്ധിപ്പിച്ചുകൊണ്ട് വിശദമായ പഠനം നടത്തിയവരാണ് നെഗ്രിയും ഹാർട്ടും. ജൈവരാഷ്ട്രീയമെന്നത് ജനങ്ങളുടെ ജീവനും ജീവിതത്തിനും മേൽ മൂലധനത്തിന്റെയും സർവ്വാധികാരത്തിന്റെയും കുന്തമുനകൾ ഒരേസമയം ആഴ്ത്തുന്ന രാഷ്ട്രീയമാണ്. ഇതുതന്നെയാണ് നവലിബറൽ ഫാസിസം. നവലിബറൽ കാലഘട്ടത്തിൽ ഭൗതികോല്പാദനത്തേക്കാൾ പ്രാമുഖ്യം ലഭിക്കുന്നത് ഭൗതികേതര ശക്തികളുടെ ഉല്പാദനത്തിനാണ്. സാങ്കേതിക വസ്തുക്കൾ, വിദ്യാഭ്യാസം, ആരോഗ്യസേവനം, വിദ്യാഭ്യാസം, ഭരണം, വിവരസാങ്കേതികത, ശാസ്ത്രവിജ്ഞാനം, കമ്പ്യൂട്ടർ, സെക്രട്ടേറിയൽ ജോലികൾ, ശാസ്ത്രവിജ്ഞാനം, മാധ്യമപ്രവർത്തനം, എന്നിങ്ങനെ നീളുന്നതാണിത്. വ്യാവസായിക മുതലാളിത്തത്തിന്റെ അടിസ്ഥാനസ്തംഭമാണ് ന്യൂക്ലിയർ കുടുംബം എന്നതിനാൽ കുടുംബപരിപാലനവും ആരോഗ്യവ്യവസായവും ഇന്ന് ഏറ്റവും വലിയ വ്യവസായമായി പരിണമിച്ചിരിക്കുന്നു. ഇതിനെല്ലാം പുറമെ വ്യക്തിത്വ വികസനം, ശരീരക്രമീകരണം, പ്രശ്നപരിഹാരം, ബോധവല്കരണം, മന:ശാസ്ത്രപരമായ കൗൺസലിങ്, സൗന്ദര്യവ്യവസായം, ഇമേജ് മാനേജ്മെന്റ്, ബന്ധങ്ങൾ വളർത്തിയെടുക്കൽ തുടങ്ങി ആശയങ്ങൾ രൂപീകരിക്കുന്നതുവരെ ബിഗ്ബിസിനസ് ആയി മാറിക്കഴിഞ്ഞു.

ചുരുക്കിപ്പറഞ്ഞാൽ മാർക്സിന്റെ കാലഘട്ടത്തിൽ അദ്ധ്വാനശക്തി മാത്രമായിരുന്നു തൊഴിലാളിവർഗ്ഗത്തിന്റേതായി ചൂഷണം ചെയ്യപ്പെട്ടിരുന്നതെങ്കിൽ നവലിബറൽ കാലഘട്ടത്തിൽ വ്യക്തികളുടെ അദ്ധ്വാന ഇതരമേഖലകളെല്ലാം മൂലധനചൂഷണത്തിനു കീഴ്പ്പെടുന്നു. ക്ലാസിക്കൽ മുതലാളിത്തം ഒരു നിശ്ചിതകാലയളവിൽ മാത്രമായിരുന്നു തൊഴിലാളികളെ ചൂഷണം ചെയ്തിരുന്നതെങ്കിൽ (പെൻഷൻ ആകുംവരെ) ഇന്ന് ഒരു വ്യക്തിയുടെ മരണംവരെ മൂലധനചൂഷണത്തിന് വിധേയമാവുന്നു. ക്ലാസിക്കൽ മുതലാളിത്തകാലഘട്ടത്തിൽ *എട്ടുമണിക്കൂർ ജോലി*യായിരുന്നു അംഗീകൃതരീതിയിൽ തൊഴിലാളി ചെയ്തിരുന്നതെങ്കിൽ ഇന്ന് തൊഴിൽശക്തി ചൂഷണംചെയ്യപ്പെടുന്നതിന് സമയപരിധിയില്ലാതാവുന്നു. തൊഴിലാളി അറിയാതെ തന്നെ തൊഴിൽ ചെയ്യുന്ന ഒരു സാഹചര്യം സംജാതമായിരിക്കുന്നു.

നവലിബറലിസവും യാന്ത്രികവാദവും

സാമ്പത്തികരംഗത്തു ദൃശ്യമായ ഈ പ്രതിഭാസങ്ങളൊന്നും തന്നെ രാഷ്ട്രീയവ്യവസ്ഥയിൽനിന്നും വേറിട്ടുനില്ക്കുന്നതല്ല. യാന്ത്രികഭൗതികവാദികളുടെ കാഴ്ചപ്പാടിൽ ലിബറലിസമെന്നാൽ സാമ്പത്തികമാത്രമായ ഒരു പ്രവണതയാണ്. ലിബറലിസത്തെക്കുറിച്ച് പറയുമ്പോൾ സാമ്പത്തിക ഉദാരവല്ക്കരണത്തെക്കുറിച്ചും സാമ്പത്തികക്കുഴപ്പത്തെക്കുറിച്ചുമാണ് യാന്ത്രികഭൗതികവാദികൾ വാചാലരാവുന്നത്. എന്നാൽ യഥാർത്ഥത്തിൽ സാമ്പത്തികരംഗത്ത് ആഗോളവല്ക്കരണകാലഘട്ടത്തിൽ സംജാതമായ മൂലധനത്തിന്റെ സമ്പൂർണ്ണ ആവാഹനം (subsumption) തുട

ങ്ങിയ പ്രതിഭാസങ്ങളെന്തെന്നോ നേരത്തെ വിശദീകരിച്ച അദ്ധ്വാനശക്തിയെ ചൂഷണംചെയ്യുന്നതിൽ വന്ന വിച്ഛേദാത്മകമായ മാറ്റങ്ങളെന്തെന്നോ ഇവർക്കറിയില്ല. മാർക്സിന്റെ ഗ്രന്ഥങ്ങളെക്കുറിച്ച് മറ്റുചിലർ എഴുതിയിട്ടുള്ള വ്യാഖ്യാനങ്ങളിൽ നിന്നുമാത്രം *മാർക്സിസം* പഠിച്ച ഇത്തരം വരട്ടുതത്ത്വവാദികൾ മാർക്സിസത്തെ വികൃതമാക്കുകയാണ് ചെയ്യുന്നത്.

നവലിബറലിസത്തോടെ സാമ്പത്തികമെന്നും രാഷ്ട്രീയമെന്നും പറയപ്പെട്ടിരുന്ന വിഭജനങ്ങൾ തന്നെ ഒരർത്ഥത്തിൽ ഇല്ലാതാവുകയും (ഇത്തരം വിഭജനത്തെ പ്രാചീനഗ്രീക്കുകാർ തന്നെ അംഗീകരിച്ചിരുന്നില്ല എന്നതിന്റെ തെളിവാണ് *Political Economy* എന്ന ഗ്രീക്കു സങ്കല്പനം) ജൈവാധികാരവും മൂലധനചൂഷണവും സമഗ്രമായി ഉൽഗ്രഥിക്കപ്പെടുകയും ചെയ്യുന്ന പ്രവണത ശക്തിപ്പെട്ടു.

ലിബറലിസത്തെ സാമ്പത്തികമാത്രമായ ഒരു പ്രതിഭാസമായി വിശദീകരിക്കുന്നവർ യഥാർത്ഥത്തിൽ ഫാസിസത്തെ പിന്തുണയ്ക്കുകയാണ് ചെയ്യുന്നത്. സാമ്പത്തികരംഗത്ത് നടപ്പാക്കപ്പെടുന്ന ആഗോള മൂലധനക്കൊള്ളയുടെ ഫലമായി തൊഴിലാളികൾ തൊഴിലിടങ്ങളിൽനിന്നും ജീവിതത്തിൽനിന്നും പറിച്ചെറിയപ്പെടുമ്പോൾ അതിനെതിരെ ഉയർന്നുവരുന്ന രാഷ്ട്രീയപ്രതിരോധങ്ങളെ എതിർക്കുകയാണ് ലോകമെങ്ങുമുള്ള യാന്ത്രികവാദികൾ ചെയ്യുന്നത്. ഇത്തരം പ്രതിരോധങ്ങളുടെ പുതിയ ജനസഞ്ചയരാഷ്ട്രീയത്തെ എതിർക്കുകവഴി നവലിബറൽ ഫാസിസത്തിന്റെ ബൗദ്ധിക ചോറ്റുപട്ടാളമായി മാറുകയാണിവർ ചെയ്യുന്നത്.

ഭരണകൂടത്തെ നീതീകരിക്കുന്ന (legitimize) ബഹുമുഖമായ അധികാരവ്യാപനത്തിലൂടെയാണ് ഫാസിസം യൂറോപ്പിൽ ഉയർന്നുവന്നത്. മുതലാളിരാഷ്ട്രീയ നയങ്ങൾ, സൈനികവല്ക്കരണം, പൗരത്വനിയന്ത്രണം, ഭരണകൂടനിരീക്ഷണം, സദാചാര നിയന്ത്രണങ്ങൾ, മാധ്യമനിയന്ത്രണം, ദേശീയത്വനടപടികൾ തുടങ്ങിയവയിലൂടെയാണ് ഹിറ്റ്ലർ ജർമ്മനിയിൽ ഫാസിസ്റ്റുവല്ക്കരണ നടപടികൾ പൂർത്തിയാക്കിയത്. ഹിറ്റ്ലറുടെ ഇത്തരം പരിഷ്കരണങ്ങളിൽ പലതും ആധുനിക ലിബറലിസ്റ്റുകളുടെ രാഷ്ട്രീയ നിഘണ്ടുവിൽ സ്ഥാനം പിടിച്ചിട്ടുള്ളതാണ്. ജോ മക്കാർത്തി, (Mccarthy) വുഡ്രോ വിൽസൺ(Woodrow Wilson) ജോർജ് ഡബ്ള്യൂ ബുഷ്(George W Bush) തുടങ്ങിയ ലിബറലിസത്തിന്റെ വക്താക്കളെല്ലാം തന്നെ ഹിറ്റ്ലറിസത്തിന്റെ അടിസ്ഥാനപദ്ധതികൾ പിന്തുടർന്നവരാണ്. അമേരിക്കൻ ലിബറലിസത്തിന്റെ രാഷ്ട്രീയ രൂപമായിരുന്നു പ്രോഗ്രസീവിസം. ഇടതുപക്ഷത്തിനും വലതുപക്ഷത്തിനും മദ്ധ്യേയുള്ള (Third way) മാർഗ്ഗമാണ് ഇറ്റാലിയൻ ഫാസിസത്തിന്റെ രാഷ്ട്രീയപദ്ധതി.

ഫാസിസത്തിന്റെ ഈ *മൂന്നാം മാർഗ്ഗ*ത്തെ കണക്കിലെടുക്കാതെ അതിനെ വലതുപക്ഷമായി ലഘൂകരിക്കുന്ന രീതി ഇന്ത്യൻ കമ്യൂണിസ്റ്റുകളും പിന്തുടരുന്നുണ്ട്. ഇന്ത്യൻ മുതലാളിത്തത്തിന്റെ രാഷ്ട്രീയാടി

ത്തറയെ പ്രതിനിധീകരിക്കുന്ന വർഗ്ഗീയഹിന്ദുക്കളുടെ ഗണമാണ് സംഘപരിവാറെന്നും രണ്ടാമത്തെ വിഭാഗമാണ് കോൺഗ്രസെന്നുമുള്ള സാമ്പ്രദായിക വിശകലനമാണ് പൊതുവിൽ ഇടതുപക്ഷം സ്വീകരിച്ചിരിക്കുന്നത്. നവലിബറൽ ഫാസിസത്തിന്റെ ദേശീയത്വ കേന്ദ്രിതവും വംശീയവുമായ തദ്ദേശീയ പദ്ധതികളെ കണക്കിലെടുക്കാതെ നവഫാസിസമെന്നാൽ കേവലം ആഗോളവല്ക്കരണസാമ്പത്തിക നടപടികളാണെന്ന ലളിതവല്കൃതവും സാമാന്യവുമായ സമവാക്യങ്ങളിൽ രമിക്കുകയാണ് *മരത്തലയന്മാരെ*ന്ന് മാർക്സ് പരിഹസിച്ച യാന്ത്രികവാദികൾ ലോകമെങ്ങും ചെയ്യുന്നത്. ഫാസിസത്തിന്റെ ആരാധകരായ ഇക്കൂട്ടരെ തിരിച്ചറിയാൻ പ്രയാസമാവുംവിധം ഇവർ നവലിബറലിസത്തിന്റെ *സാമ്പത്തിക സമവാക്യങ്ങൾ* വിരസമായി ഉരുവിട്ടുകൊണ്ടേയിരിക്കും. നവലിബറലിസത്തിനു കീഴിൽ ഭരണകൂടം ഒരു ബദൽമതമായി ഉയർന്നുവരുന്നത് കാണാം. അമേരിക്കയിലെ പ്രോഗ്രസീവിസം ഇതിനുദാഹരണമായിരുന്നു.

നവഫാസിസത്തെക്കുറിച്ച് വളരെ ആഴത്തിൽ പഠനം നടത്തിയിട്ടുള്ള എഴുത്തുകാരനാണ് എ ജെയിംസ് ഗ്രിഗർ (A James Greger) അദ്ദേഹത്തിന്റെ നവഫാസിസത്തെ സംബന്ധിച്ച അന്വേഷണം (The Search for Neo-Fascism - The use and abuse of Social Science) എന്ന ഗ്രന്ഥത്തിൽ യാന്ത്രികസാമ്പത്തിക വാദികൾ വിട്ടുകളയുന്ന അടിസ്ഥാനപരമായ ഫാസിസ്റ്റ് ബലതന്ത്രങ്ങളെപ്പറ്റി വിശദീകരിക്കുന്നുണ്ട്. വംശീയത, (racism) സാഡോമസോക്കിസം അഥവാ പരപീഡ-ആത്മപീഡരതി (sadomasochism), ഭീകരവാദം (terrorism), ആന്റി-സെമിറ്റിസം (Anti-Semitism)ഹിംസ, യുദ്ധാഭിമുഖ്യം എന്നിവയാണവ. സവിശേഷ ദേശീയത്വ-വംശീയ-സാംസ്കാരിക ഘടകങ്ങളെ പരിഗണിക്കാതെ നവഫാസിസത്തെ ഒരു സാർവ്വജനീനരാഷ്ട്രീയാവസ്ഥയായി നെയ്തെടുക്കുന്നത് ഒരു ശാസ്ത്രീയവിശകലനരീതിയല്ല. സമൂർത്തസാഹചര്യങ്ങളുടെ സമൂർത്തവിശകലനമാണ് മാർക്സിസമെന്ന ലെനിന്റെ വീക്ഷണത്തിന് കടകവിരുദ്ധമാണിത്. ഇറ്റാലിയൻ സമൂർത്തരാഷ്ട്രീയസാഹചര്യങ്ങളെ വിശകലനംചെയ്യാതെ ഫാസിസത്തെ ഒരു സാമ്പത്തിക പ്രതിഭാസമായി വിലയിരുത്തിയ *സാമ്പത്തികമാത്രവാദി*കളെ അന്റോണിയോ ഗ്രാംഷി വിമർശിക്കുന്നത് ശ്രദ്ധിക്കേണ്ടതാണ്. ഫാസിസത്തിന്റെ മത-ദേശീയത്വ-വംശീയ-സാംസ്കാരിക ഘടകങ്ങളെയെല്ലാം അരിച്ചെടുത്ത് ശുദ്ധസാമ്പത്തിക കാരണങ്ങൾ മാത്രമെടുത്ത് പ്രദർശിപ്പിക്കുകയാണ് സമീർ അമീൻ, പുതിയ കാലഘട്ടത്തിലെ ജൈവരാഷ്ട്രീയ പ്രശ്നങ്ങളെ പഴയ നൂറ്റാണ്ടിന്റെ *പ്രോക്രറ്റസ്സിന്റെ കട്ടിലിൽ*[7] കിടത്തി ചികിത്സിക്കുന്ന സമീർ അമീൻ ഇന്ന് സാമ്പത്തിക മാർക്സിസ്റ്റുകൾക്കെല്ലാം പരക്കെ സ്വീകാര്യനായതിനാൽ അത്ഭുതപ്പെടാനില്ല.

11

സമീർ അമീൻ വിമർശിക്കപ്പെടുന്നു

മുപ്പതിലധികം ഗ്രന്ഥങ്ങളുടെ കർത്താവായ ഈജിപ്ഷ്യൻ മാർക്സിസ്റ്റ് സാമ്പത്തിക വിദഗ്ദ്ധനാണ് സമീർ അമീൻ. *ആഗോളവല്ക്കരണയുഗത്തിലെ മുതലാളിത്തം* (Capitalism in the age of Globalization), *മുതലാളിത്തത്തിന്റെ ഭൂതങ്ങൾ* (Spectres of capitalism), *യൂറോസെൻട്രിസം* (Eurocentrism), *അമേരിക്കൻ അധിനിവേശത്തിനുമപ്പുറം* (Beyond US hegemony), *യൂറോപ്പും അറബ് ലോകവും*, (Europe and the Arab World), *അസമവികസനം* (Unequal development) തുടങ്ങി *മാവോയിസത്തിന്റെ ഭാവി*, (The Future of Maoism) എന്ന സമീറിന്റെ കൃതികളെല്ലാം തന്നെ ജൈവരാഷ്ട്രീയകാലഘട്ടത്തിലെ പുതിയ രാഷ്ട്രീയ വിഷയങ്ങളെ തമസ്കരിക്കുന്നതാണ്. Monthly Review (2014 Vol September) വിൽ സമീർ അമീൻ എഴുതിയ The Return of Fascism in Contemporary Capitalism എന്ന ലേഖനത്തിൽ ഫാസിസത്തെക്കുറിച്ച് അമിൻ എന്തുപറയുന്നുവെന്നു പരിശോധിക്കുന്നതിനു മുമ്പ് അദ്ദേഹത്തിന്റെ പ്രബന്ധത്തിന്റെ ശീർഷകം തന്നെ ശ്രദ്ധിക്കുക. *സമകാലിക മുതലാളിത്തത്തിലെ ഫാസിസത്തിന്റെ തിരിച്ചുവരവ്* എന്ന തലക്കെട്ടിൽതന്നെ ഫാസിസം ഒരു ചരിത്രഘട്ടത്തിൽ ഇല്ലാതായതോ ഒരു തിരിച്ചുവരവ് നടത്താൻ കഴിയും വിധം അപ്രത്യക്ഷമായതോ ആയ രാഷ്ട്രീയ പ്രതിഭാസമാണെന്ന ലഘൂകരണമാണുള്ളത്. നിരന്തരം വളർന്നുകൊണ്ടിരിക്കുന്ന മൂലധനാധിനിവേശവും സർവ്വവ്യാപിയായ നവരാഷ്ട്രീയാധികാരവും സമന്വയിപ്പിച്ചുകൊണ്ടു രൂപപ്പെട്ട നവഫാസിസത്തിന്റെ സങ്കീർണ്ണമായ ബലതന്ത്രത്തെയാണ് Return എന്ന പ്രയോഗത്തിലൂടെ സമീർ അമീൻ ലഘൂകരിക്കുന്നത്. തുടർന്നദ്ദേഹം ആദ്യവാക്യത്തിൽ തന്നെ പറയുന്നതുനോക്കൂ-

സമകാലിക മുതലാളിത്ത പ്രതിസന്ധിയുമായി ബന്ധപ്പെട്ട് രാഷ്ട്രീയരംഗത്തെ ഫാസിസത്തിന്റെ തിരിച്ചുവരവുമായി ഈ ലേഖനത്തിന്റെ ശീർഷകം ബന്ധിക്കപ്പെടുന്നത് യാദൃച്ഛികമല്ല (It is not by chance that the very little of this contribution thinks the return of facsism on the political scene with the crisis of contemporary capitalism) തന്റെ *മാർക്സിസ്റ്റ്* വിശകലനത്തിന്റെ തുടക്കത്തിൽ തന്നെ ഫാസിസത്തെ മുതലാളിത്ത പ്രതിസന്ധിയുമായിട്ടാണ് ഈ സാമ്പത്തിക വിദഗ്ദ്ധൻ സമീകരിക്കുന്നത്. മുതലാളിത്ത സമൂഹത്തെ മാനേജ് ചെയ്യുന്ന ഒരു രാഷ്ട്രീയ പ്രതികരണമായിട്ടാണ് ഫാസിസത്തെ അദ്ദേഹം വിലയിരുത്തുന്നത്. മുതലാളിത്ത പ്രതിസന്ധിയുമായി ബന്ധപ്പെട്ടാണ് ഫാസിസം ഇറ്റലിയിലും ജർമ്മനിയിലും രൂപംകൊള്ളുന്നത്.

ഇന്നത്തെ നവഫാസിസത്തിന്റെ വളർച്ചയും മൂലധനാധിനിവേശവുമായി ബന്ധപ്പെട്ടതാണ് എന്ന വീക്ഷണമാണ് ഈ ഗ്രന്ഥത്തിന്റെ അടിസ്ഥാന ആശയങ്ങളിലൊന്ന്. എങ്കിൽ സമീർ അമീൻ അടക്കമുള്ള സാമ്പത്തിക വിദഗ്ദ്ധരുടെ ഫാസിസ്റ്റ് വിശകലനത്തിന്റെ പിഴവ് എന്താണ്?. ഫാസിസത്തെ സമഗ്രമായി വിലയിരുത്തുന്നതിൽ ഇവർക്കെവിടെയാണ് തെറ്റുപറ്റിയത്? ഈ ചോദ്യത്തിനുത്തരം അത്ര ലളിതമല്ല. കാരണം ഗ്രാംഷിയെപ്പോലുള്ള സൈദ്ധാന്തികർ മുതലാളിത്ത പ്രതിസന്ധിയുമായി ബന്ധപ്പെട്ടാണ് ഇറ്റാലിയൻ ഫാസിസത്തെ വിലയിരുത്തിയിട്ടുള്ളത്. എന്നാൽ മുതലാളിത്ത പ്രതിസന്ധിയുമായി ബന്ധപ്പെട്ട ഒരു സാമ്പത്തികമോ രാഷ്ട്രീയമോ ആയ ഒരു മാനേജ്മെന്റ് ആയിട്ടല്ല ഗ്രാംഷി ഇറ്റാലിയൻ ഫാസിസത്തെ വിശദീകരിക്കുന്നത്. മാത്രമല്ല ലോകമുതലാളിത്ത പ്രതിസന്ധിയുടെ ആഘാതം ഇറ്റലിയിൽ ഏല്പിച്ചത് ഏകീകൃതമായ ഒരു രാഷ്ട്രഘടനയുടെ തകർച്ചയുടെ രൂപത്തിലാണ് ഇറ്റലിയിൽ പ്രതിഫലിച്ചത്. മറ്റുരാജ്യങ്ങളിലേതിനേക്കാൾ ഇറ്റാലിയൻ മദ്ധ്യവർഗ്ഗം കൂടുതൽ ആത്മശൈഥില്യത്തിനും അപചയത്തിനും വിധേയമായിരുന്നു. ഇറ്റാലിയൻ മുതലാളിത്തത്തിന് പിടിച്ചുനില്ക്കാൻ മദ്ധ്യവർഗ്ഗത്തിന്റെ സ്വത്ത് കവർന്നെടുക്കുകയും കൊള്ളയടിക്കുകയും ചെയ്തു. മുതലാളിത്തം ഇറ്റലിയിലെ ഈ പെറ്റി ബൂർഷ്വാവർഗ്ഗത്തിന്റെ മൗലികാവകാശങ്ങൾ ലംഘിക്കുകയും ഇറ്റാലിയൻ ജനതയുടെ മേൽ കടന്നാക്രമണം നടത്തുകയും ചെയ്തപ്പോൾ അവിടെ രൂപംകൊണ്ട രാഷ്ട്രീയപ്രതികരണമായിരുന്നു ഫാസിസം. ദേശീയവാദപ്രത്യയശാസ്ത്രത്തിന്റെ രൂപത്തിലാണത് പ്രത്യക്ഷപ്പെട്ടത്. അന്റോണിയോ ഗ്രാംഷി എഴുതുന്നു-

> ഈ പ്രതിസന്ധിയുടെ പ്രക്ഷുബ്ധ ഭൂമികകളിൽനിന്നാണ് ഫാസിസത്തിന്റെ ഉത്ഭവവും വികാസവും. കാരണം, ഫാസിസം തൊഴിലാളിവർഗ്ഗത്തിനെതിരെ അടരാടുകയും പെറ്റി ബൂർഷ്വാസിയുടെ ആത്മവീര്യരാഹിത്യത്തെയും ആത്മബോധമില്ലായ്മയെയും ചൂഷണം ചെയ്തുകൊണ്ട് അധികാരം പിടിച്ചടക്കുകയും ചെയ്തു.

> തൊഴിലാളിവർഗ്ഗത്തിനെതിരായ വിദ്വേഷം നുരഞ്ഞുപൊന്തുന്ന ലഹരിയാണതിന്റെ മുഖമുദ്ര. എന്നാൽ മുതലാളിത്തപ്രതിസന്ധി തങ്ങളിലേല്പിക്കുന്ന പ്രഹരങ്ങളെ തങ്ങളുടെ സംഘടനാബലം കൊണ്ട് മയപ്പെടുത്തുന്നതിൽ ഫാസിസം വിജയിക്കുന്നുണ്ട്.

ഫാസിസം അപചയിക്കുകയും കൃത്യമായും മരിക്കുകയും ചെയ്യുകയാണ് കാരണം അത് ജനങ്ങൾക്ക് നല്കിയ വാഗ്ദാനങ്ങൾ സാക്ഷാത്ക്കരിക്കുകയോ ജനകീയാഭിലാഷങ്ങൾ സഫലമാക്കുകയോ, അവരുടെ ദുരിതങ്ങൾ ലഘൂകരിക്കുകയോ ചെയ്തിട്ടില്ല. അത് തൊഴിലാളിവർഗ്ഗത്തിന്റെ വിപ്ലവകാമനയെ ശിഥിലമാക്കി, വർഗ്ഗഐക്യത്തെ ചിതറിത്തെറിപ്പിച്ചു. കൂലി കുറച്ചു, ജോലിസമയം വർദ്ധിപ്പിച്ചു, പക്ഷേ, മുതലാളിത്തത്തിന് പരിമിതമായ ജീവചൈതന്യം പകരാൻപോലും ഇതൊന്നും സഹായകമായില്ല. മുതലാളിത്തത്തിന് പിടിച്ചുനില്ക്കാൻ മദ്ധ്യവർഗ്ഗത്തിന്റെ ജീവിതനിലവാരം കുറയ്ക്കേണ്ടത് അനിവാര്യമായിരുന്നു. അതോടൊപ്പം പെറ്റിബൂർഷ്വാസിയുടെ സമ്പത്ത് കവർന്നെടുത്തും കൊള്ളയടിച്ചും എല്ലാവിധ സ്വാതന്ത്ര്യങ്ങളും ഹനിച്ചും, തൊഴിലാളിവർഗ്ഗമടക്കമുള്ള ഫാസിസ്റ്റ് ഇതരപാർട്ടികളോടും ജനവിഭാഗങ്ങളോടും സംഘടനകളോടും കടന്നാക്രമണം നടത്തുകയും ചെയ്യേണ്ടതും മുതലാളിത്തത്തെ സംബന്ധിച്ചിടത്തോളം അനിവാര്യമായിരുന്നു.

> മറ്റു രാഷ്ട്രങ്ങളിലേതിനേക്കാൾ ഇറ്റാലിയൻ മദ്ധ്യവർഗ്ഗത്തിന്റെ പ്രതിസന്ധി കൂടുതൽ രൂക്ഷമായതെന്തുകൊണ്ടാണ്? എന്തുകൊണ്ടാണ് ഇറ്റാലിയൻ മദ്ധ്യവർഗ്ഗം ഫാസിസത്തിന് ജന്മം നല്കുകയും ഭരണാധികാരത്തിലേക്കുയർത്തുകയും ചെയ്തത്? കാരണമിതാണ്; ഇറ്റാലിയൻ മദ്ധ്യവർഗ്ഗത്തിന്റെ വ്യാവസായിക വികസനത്തിന്റെ അപര്യാപ്തത, നിലവിലുള്ള വ്യവസായങ്ങളുടെ ഉപദേശീയസ്വഭാവം, ഇറ്റാലിയൻ പെറ്റിബൂർഷ്വാസി എണ്ണത്തിൽ കൂടുതലാണെന്നു മാത്രമല്ല, പ്രാദേശികമായിമാത്രം ദേശീയതയുള്ള ഒരേയൊരു വർഗ്ഗമാണത്. ഒന്നാം ലോകയുദ്ധാനന്തര മുതലാളിത്ത സാമ്പത്തിക പ്രതിസന്ധി ഏകീകൃതരാഷ്ട്രഘടനയുടെ തകർച്ചയുടെ രൂപത്തിലാണ് പ്രതിഫലിച്ചത്. അതുവഴി കലുഷിതമായ ദേശീയവാദപ്രത്യയശാസ്ത്രത്തിന്റെ പുനരുജ്ജീവനത്തിന് അത് പ്രചോദനം നല്കി. ഫാസിസമല്ലാതെ മറ്റൊരു പരിഹാരവും അവിടെയില്ലായിരുന്നു. ഇറ്റാലിയൻ സമൂഹത്തിന്റെ അഖണ്ഡ ദേശീയ താല്പര്യങ്ങൾകൂടി പരിഹരിക്കുന്ന സ്വന്തമായ ഭരണകൂടം പടുത്തുയർത്തുന്നതിൽ ഇറ്റാലിയൻ തൊഴിലാളിവർഗ്ഗം 1920 ൽ പരാജയപ്പെടുകയായിരുന്നു.

ഫാസിസ്റ്റുകളുടെ തടവറയിൽ 20 വർഷക്കാലം കിടന്നു നരകിച്ച അന്റോണിയോ ഗ്രാംഷിയുടെ *ജയിൽക്കുറിപ്പുകളി*ലെ തുടിക്കുന്ന താളു

കൾ നമുക്കുപകർന്നുതരുന്നത് മുതലാളിത്തസൃഷ്ടമായ ഫാസിസത്തിന്റെ രാഷ്ട്രീയാധികാര ബന്ധിതമായ കാലത്തെക്കുറിച്ചുള്ള മൂർത്ത പാഠങ്ങളാണ്. ഇതിന്റെ കേന്ദ്രസ്ഥാനം ദേശീയത്വഭരണത്തോടും ദേശീയ വാദപ്രത്യയശാസ്ത്രത്തോടുമുള്ള ആഭിമുഖ്യമാണ്. എന്നാൽ സാമ്പത്തിക വിദഗ്ദനായ സമീർ അമീൻ ഫാസിസത്തിന്റെ ഈ രാഷ്ട്രീയഭൂമികയിലേക്കൊന്നും എത്തിനോക്കുകപോലും ചെയ്യാതെ ഫാസിസത്തെ മുതലാളിത്ത പ്രതിസന്ധിയോടുള്ള രാഷ്ട്രീയപ്രതികരണമായി ലഘൂകരിക്കുകയാണ് ചെയ്യുന്നത്. മാത്രമല്ല 2014 ൽ അദ്ദേഹമെഴുതിയ ലേഖനത്തിന്റെ തലക്കെട്ടിൽ *ഫാസിസം* എന്നല്ലാതെ നവഫാസിസം എന്നു വിശേഷിപ്പിക്കുന്നതേയില്ല. 1930 മുതൽ 45 വരെയുള്ള കാലഘട്ടത്തിൽ യൂറോപ്പിൽ നിരവധി രാഷ്ട്രങ്ങളിൽ ഫാസിസം ഉയർന്നുവന്നു. ഇറ്റലിയിൽ ബെനിറ്റോ മുസോളിനി, ജർമനിയിൽ അഡോൾഫ് ഹിറ്റ്ലർ, സ്പെയിനിൽ ഫ്രാൻസിസ്കോ, പോർച്ചുഗലിൽ അന്റോണിയോ ഡി ഒലിവിറാസാലസർ, ഫ്രാൻസിൽ ഫിലിപ്പി പെറ്റേൻ, ഹംഗറിയിൽ മൈക്ലോസ് ഹോർത്തി, റൊമാനിയയിൽ അയോൺ ആന്റോണസ്കു എന്നിവരാണ് ഫാസിസ്റ്റ് ഭരണകൂടങ്ങൾക്ക് നേതൃത്വം നല്കിയത്.

ഫാസിസത്തിന്റെ വൈവിദ്ധ്യത്തെക്കുറിച്ച് പരാമർശിച്ചശേഷം സമീർ അമീൻ ക്ലാസിക്കൽ ഫാസിസത്തിന്റെ രാഷ്ട്രീയ-ചരിത്രസന്ദർഭങ്ങളെ പാഠപുസ്തവിശദീകരണ ശൈലിയിൽ അവതരിപ്പിക്കുകയാണ്. പ്രബന്ധത്തിന്റെ അവസാനത്തിൽ രണ്ടുവരിയിലാണ് ഇന്ത്യൻ ഫാസിസത്തെ വിലയിരുത്തുന്നത്. ഇന്ത്യൻ ഫാസിസത്തെക്കുറിച്ച് പഠിക്കാത്ത കുറവ് സമീർ അമീൻ നികത്തുന്നത് ഈ രണ്ടുവരിയിലൂടെ അതിനെ അവഗണിച്ചുകൊണ്ടാണ്. ബി ജെ പി (RSS നെ പറ്റിപ്പറയാതെ)ആണ് ഫാസിസത്തെക്കുറിച്ച് പരാമർശിച്ചത്.

ഇന്ത്യയിലെ ഫാസിസത്തിന് ക്രെഡിബിലിറ്റി ഇല്ലെന്നും തട്ടിവിടുന്നുണ്ട് സമീർ അമീൻ.

ഹിന്ദുത്വഫാസിസത്തിന്റെ സവർണ്ണജാതി അടിത്തറ, വർണ്ണപരമായ ആസ്പദങ്ങൾ, പ്രത്യയശാസ്ത്രാടിസ്ഥാനങ്ങൾ (മനുസ്മൃതി, വേദങ്ങൾ, പുരുഷസൂക്തങ്ങൾ, ചാണക്യന്റെ അർത്ഥശാസ്ത്രം, ഭഗവത്ഗീത, പുരാണങ്ങൾ, ഇതിഹാസങ്ങൾ, സംഹിതകൾ, മിത്തുകൾ തുടങ്ങിയവ) എന്നിവ ഉപയോഗിച്ച് നൂറ്റാണ്ടുകളായി കീഴാളജനതയ്ക്കുമേൽ അടിച്ചേല്പിച്ച മൃഗീയ മർദ്ദനങ്ങളെക്കുറിച്ചുപഠിക്കാതെ സമീർഅമീൻ ഇന്ത്യയിലെ ഹിന്ദുത്വം ഫാസിസമാണോ എന്നു സംശയിക്കുന്നതിൽ അത്ഭുതമില്ല. പഴയദേശീയരാഷ്ട്രസങ്കല്പമനുസരിച്ച് നവഫാസിസത്തെ വിലയിരുത്താൻ ശ്രമിച്ച് മലർന്നടിച്ചുവീഴുന്ന സമീർ അമീനെയാണ് ഇവിടെ പരാമർശിച്ച പ്രബന്ധത്തിൽ വായനക്കാർക്ക് കാണാൻ കഴിയുക. കാലഹരണപ്പെട്ട ആശ്രിതത്വസിദ്ധാന്തം (Dependency theory) ഉപയോഗിച്ചുകൊണ്ട് പുതിയ കാലഘട്ടത്തിലെ നവലിബറൽ ഫാസിസത്തെ അഥവാ ജൈവാധികാരത്തെ വിലയിരുത്താൻ ശ്രമിച്ചുപരാജയപ്പെടുക

യാണ് സമീർ അമിൻ.

സമീർ അമീൻ ജൈവരാഷ്ട്രീയകാലഘട്ടത്തിലെ രാഷ്ട്രീയ പ്രശ്നങ്ങളെ കുഴിച്ചെടുക്കാൻ 19-ാം നൂറ്റാണ്ടിലെ തുരുമ്പിച്ച ആയുധങ്ങളാണെടുക്കുന്നത്. അതിലേറ്റവും പ്രധാനം ആശ്രിതത്വസിദ്ധാന്ത (dependency theory)മാണ്. വികസിത രാജ്യങ്ങളും അവികസിത രാജ്യങ്ങളും തമ്മിലുള്ള അസമമായ സാമ്പത്തിക ബന്ധങ്ങളെ ആസ്പദമാക്കിയ സിദ്ധാന്തമാണിത്. കൊളോണിയൽ കാലഘട്ടത്തിലെ തദ്ദേശീയസാമൂഹിക-സാമ്പത്തികാവസ്ഥകളുടെ വിശകലനത്തിലൂന്നിയ സിദ്ധാന്തമാണിത്. ഇതനുസരിച്ച് അവികസിത രാജ്യങ്ങളുടെ സാമ്പത്തിക പിന്നാക്കാവസ്ഥ ആഗോളതലത്തിലെ മുതലാളിത്തരാഷ്ട്രങ്ങളുടെ സാമ്പത്തികാവസ്ഥയുമായി കണ്ണിചേർന്നാകണം കിടക്കുന്നത്. ഡിപ്പെൻഡൻസി സിദ്ധാന്തം രൂപപ്പെടുത്തിയത് സമീർ അമീൻ അല്ല. Andre Gunder Frank, Wallerstein, Dos Santos, Osvaldo Sunkel, Celso Furtado, Rodolfo Stavenhagen, Euzo Falleto Frantz Fanon തുടങ്ങിയവരാണ് ഈ സിദ്ധാന്തത്തിന്റെ പ്രണേതാക്കൾ. ആശ്രിതത്വ സിദ്ധാന്തത്തിന്റെ ഒരു പ്രധാനപ്പെട്ട ആതുരതയെന്നുപറയുന്നത് വികസിതമുതലാളിത്ത രാഷ്ട്രങ്ങളെ കേന്ദ്രീകരിച്ചുകൊണ്ട് അവികസിത രാഷ്ട്രങ്ങളെ അതു ബന്ധിപ്പിക്കുന്നുവെന്നതു തന്നെയാണ്. ആഗോളവല്ക്കരണകാലഘട്ടമെന്നാൽ മൂലധനത്തിന്റെ ആഗോളവല്ക്കരണം സൃഷ്ടിച്ച മൂലധനത്തിന്റെ യഥാർത്ഥ ആവാഹന (Real subsumption)ത്തിന്റെ കാലഘട്ടമാണ്. ഒരു രാജ്യത്തെ അവികസിതാവസ്ഥ മുതലാളിത്ത രാജ്യങ്ങളുടെ ബാഹ്യമായ ആശ്രിതത്വവുമായി ബന്ധിക്കപ്പെടുന്ന പഴയ കൊളോണിയൽ മുതലാളിത്തത്തിന്റെ ബലതന്ത്രങ്ങൾക്ക് ആഗോള മൂലധനാവാഹനകാലഘട്ടത്തിൽ പ്രസക്തിയില്ല. മാത്രമല്ല അവികസിതം/വികസിതം എന്ന ദ്വന്ദം തന്നെ മുഖ്യധാരാ പശ്ചാത്യമുതലാളിത്ത വികസനവുമായി കണ്ണിചേർക്കപ്പെട്ടതാണ്. കാലഹരണ വികസനഘട്ടഗണ(stage - Category) സിദ്ധാന്തമനുസരിച്ച് രൂപംകൊണ്ടതാണത്.

ആശ്രിതത്വ സമ്പദ്വ്യവസ്ഥാസൈദ്ധാന്തികർ കരുതുന്നത് മുതലാളിത്ത സമ്പദ് വ്യവസ്ഥയിൽ രാഷ്ട്രങ്ങളുടെ അവികസിതാവസ്ഥയ്ക്കു ബദലില്ല എന്നാണ്. ഓരോ രാജ്യത്തിന്റെയും ആന്തരികമായ വർഗ്ഗബന്ധങ്ങളും വർഗ്ഗവൈരുദ്ധ്യങ്ങളുമാണ് ആത്യന്തികമായ അവയുടെ വികസിതാവസ്ഥയെ നിർണ്ണയിക്കുന്നതെന്ന ശാസ്ത്രീയകാഴ്ചപ്പാടിനെയാണ് ആശ്രിതത്വസൈദ്ധാന്തികർ അട്ടിമറിക്കുന്നത്. ഇന്ത്യ, ബ്രസീൽ, ലാറ്റിനമേരിക്കൻ രാജ്യങ്ങൾ, ആഫ്രിക്ക എന്നിവയുടെയെല്ലാം സാമ്പത്തിക പിന്നാക്കാവസ്ഥയെ ഒരിക്കലും സമീകരിക്കാൻ കഴിയില്ല. മാത്രമല്ല, വികസനത്തെ സംബന്ധിച്ച മുതലാളിത്ത അളവുകോലുകളല്ല യഥാർത്ഥ സാമൂഹിക-സാമ്പത്തികപുരോഗതിയുടെ മാനദണ്ഡങ്ങൾ എന്ന് തിരിച്ചറിയപ്പെടുന്നകാലഘട്ടമാണിത്. പല മുതലാളിത്തവികസിത രാഷ്ട്രങ്ങളും സാമൂഹിക പുരോഗതിയുടെ കാര്യത്തിൽ ലാറ്റിനമേരിക്കൻ രാജ്യ

ങ്ങൾക്കുപുറകിലാണിന്ന്. ചുരുക്കിപ്പറഞ്ഞാൽ മുഖ്യധാരാ ആധുനിക (മുഖ്യധാരാപാശ്ചാത്യ ആധുനികത) സൃഷ്ടിച്ച ജ്ഞാനപദ്ധതിയുടെ വർഗ്ഗപരിമിതിയിൽ നിന്നുകൊണ്ടാണ് സമീർ അമീൻ പുതിയകാലഘട്ടത്തിലെ രാഷ്ട്രീയപ്രശ്നങ്ങളെ വിലയിരുത്തുന്നതെന്ന് വ്യക്തം. ഭരണകൂടകേന്ദ്രിതമായി അധികാരത്തെ സങ്കല്പനം ചെയ്യുന്ന ഈ രാഷ്ട്രീയ വീക്ഷണം ജനങ്ങളുടെ അന്തഃസ്ഥിതാധികാരത്തെ (constituent power) അവഗണിക്കുകയും അധികാരത്തെ നിയന്ത്രിക്കുന്നത് ഭരണകൂടങ്ങളാണെന്ന പൊതുബോധത്തിൽ അഭയം തേടുകയും ചെയ്യുന്നു. അതുകൊണ്ടുതന്നെ ആധുനികപാശ്ചാത്യ ഭരണകൂട (പ്രധാനമായും ആധുനികഭരണകൂടങ്ങൾ)ങ്ങളുടെ ഉത്ഭവത്തിനുശേഷം ഉയർന്നുവന്ന ഒരു രാഷ്ട്രീയ പ്രതിഭാസമായി ഫാസിസത്തെ വിലയിരുത്തുകയും ചെയ്യുന്നു. സമീർ അമീൻ മാത്രമല്ല പല വഷളൻ ഭൗതികവാദികളും, സാമ്പത്തിക മാത്ര വാദികളും ഫാസിസത്തെ വിലയിരുത്തുന്നത് ഇങ്ങനെതന്നെയാണ്. ആധുനിക ഭരണകൂടങ്ങളുടെ ഉത്ഭവത്തിനുമുമ്പുള്ള സഹസ്രാബ്ദങ്ങളുടെ മനുഷ്യസമൂഹത്തിന്റെ ചരിത്രത്തെയും ആധുനികഭരണകൂടങ്ങളുടെ ഉത്ഭവത്തിനുശേഷമുള്ള മനുഷ്യചരിത്രത്തെയും തമ്മിൽ കൃത്രിമമായി വിഭജിക്കുന്ന രാഷ്ട്രീയസങ്കല്പമാണിത്. മറ്റൊരർത്ഥത്തിൽ പറഞ്ഞാൽ സഹസ്രാബ്ദങ്ങളുടെ സംഘർഷപൂർണ്ണവും വൈവിദ്ധ്യപൂർണ്ണവും സങ്കീർണ്ണവുമായ മനുഷ്യചരിത്രത്തിൽനിന്നും അടർത്തിമാറ്റിക്കൊണ്ട് ആധുനിക ആധുനികാനന്തര ലോകത്തിന്റെ രാഷ്ട്രീയചരിത്രത്തെ വിലയിരുത്തുന്ന രാഷ്ട്രീയകാഴ്ചപ്പാടാണിത്. അതുകൊണ്ടുതന്നെ ഇത് ഭാഗികവും ഉപരിപ്ലവവുമാണെന്ന് പറയേണ്ടതില്ല. ഫാസിസത്തെ ഒരു സ്ഥൂല(Macro) രാഷ്ട്രീയപ്രതിഭാസം മാത്രമായി ലഘൂകരിക്കുന്ന ഈ രാഷ്ട്രീയവിശകലനം ഫാസിസത്തിന്റെ സമഗ്രവും സർവ്വാശ്ലേഷിയും സൂക്ഷ്മവുമായ പ്രവർത്തനങ്ങളെ കാണാൻ പര്യാപ്തമല്ല.

12

സമഗ്രാധിപത്യവും ഫാസിസവും

ഫാസിസം ഒരടഞ്ഞ രാഷ്ട്രീയപ്രതിഭാസമാണെന്ന ധാരണ ചില രാഷ്ട്രീയ ചിന്തകന്മാർ ഇന്നും നിലനിർത്തുന്നുണ്ട്. ഹിറ്റ്ലറുടെയും മുസ്സോളിനിയുടെയും പതനത്തോടെ ഫാസിസത്തിന്റെ കാലഘട്ടം കഴിഞ്ഞുവെന്നാണ് ഇവരുടെ വാദം. ഒരർത്ഥത്തിൽ അത് ശരിയുമാണ്. കാരണം, ചരിത്രത്തിൽ ഒരു രാഷ്ട്രീയ സംഭവവും അതേപടി ആവർത്തിക്കുന്നില്ല. നിരന്തരം മാറിക്കൊണ്ടിരിക്കുന്ന സാമൂഹിക പ്രക്രിയകളുടെ ആത്യന്തികഫലമായാണ് ചരിത്രം വികസിക്കുന്നതെന്ന് മാർക്സിസം അനുശാസിക്കുന്നു. ഈ അർത്ഥത്തിൽ ക്ലാസിക്കൽ ഫാസിസത്തിന്റെ മാത്രമല്ല, ക്ലാസിക്കൽ മുതലാളിത്തത്തിന്റെയും കാലഘട്ടം കൊഴിഞ്ഞുപോയിരിക്കുന്നു. കൊളോണിയലിസം വികസിച്ച് സാമ്രാജ്യത്വമായും പുത്തൻ സാമ്രാജ്യത്വമായും ആഗോളീകരണ കാലഘട്ടത്തിലെ സാമ്രാജ്യാധിനിവേശമായും ഇതിന്റെ യുക്തിസഹമായ ദൃഷ്ടാന്തമാണ്. എന്നാൽ വർഗ്ഗപരമായ ഉള്ളടക്കത്തിൽ ഈ രാഷ്ട്രീയ പ്രതിഭാസങ്ങൾക്ക് അടിസ്ഥാനപരമായി മാറ്റംവന്നിട്ടില്ല എന്നതാണ് ചരിത്രവികാസത്തെക്കുറിച്ചുള്ള ശാസ്ത്രീയ ദർശനം മുന്നോട്ടുവെക്കുന്ന കാഴ്ചപ്പാട്. സാമാന്യതയും സവിശേഷതയും സംബന്ധിച്ച് മാർക്സും എംഗൽസും കണ്ടെത്തിയ വസ്തുനിഷ്ഠമായ ചലനനിയമങ്ങളെക്കുറിച്ചുള്ള വൈരുദ്ധ്യാത്മകമായ ദർശനത്തിന്റെ അന്തഃസത്തയാണ്. ഇന്ത്യൻ സാഹചര്യത്തിൽ ക്ലാസിക്കൽ ഫാസിസത്തിൽനിന്നും വിഭിന്നമെങ്കിലും അടിസ്ഥാനപരമായും വ്യത്യസ്തമല്ലാത്ത രീതിയിൽ ഫാസിസം നിലനില്ക്കുന്നുവെന്നംഗീകരിക്കാൻ തയ്യാറാകാത്തവർ ചരിത്രപരമായ ഭൗതികവാദത്തിന്റെ ശാസ്ത്രീയത ഉൾക്കൊള്ളാൻ കഴിയാത്തവരാണ്.

ഫാസിസം എന്ന് ഇന്ന് വിളിക്കപ്പെടുന്ന രാഷ്ട്രീയശക്തി അക്ഷ

രാർത്ഥത്തിൽ ഉയർന്നുവന്നത് ഇറ്റലിയിൽ മുസ്സോളിനിയുടെ നേതൃത്വത്തിലാണ്. എന്നാൽ ഹിറ്റ്ലർ ജർമ്മനിയുടെ നാസി പാർട്ടിയുടെ രാഷ്ട്രീയശക്തിയെയാണ് പൊതുവിൽ ഫാസിസത്തിന്റെ ലക്ഷണമൊത്ത രൂപമായി ഏവരും അംഗീകരിക്കുന്നത്. ഫാസിസത്തിന്റെ അടിസ്ഥാന സവിശേഷതകൾ നാസിസത്തിൽ അതിശക്തമായി പ്രതിഫലിച്ചുകൊണ്ടാണല്ലോ ഇങ്ങനെ വന്നത്. സാമ്രാജ്യത്വകാലഘട്ടത്തിലെ മുതലാളിത്ത ഭരണത്തിന്റെ ഏറ്റവും കിരാതമായ മർദ്ദകരൂപമാണ് ഫാസിസം എന്ന് ഇന്നെല്ലാവർക്കുമറിയാം. ക്ലാസിക്കൽ മുതലാളിത്തത്തിന്റെ ഘട്ടത്തിൽ ഉയർന്നുവന്ന ജനാധിപത്യപരവും ദേശീയപരവുമായ മൂല്യങ്ങളെയും നഗ്നമായി നിഷേധിച്ചും ഹനിച്ചും മനുഷ്യാവകാശങ്ങളെ ചുട്ടെരിച്ചും ഫാസിസം നഗ്നതാണ്ഡവമാടി. അന്യരാഷ്ട്രങ്ങളുടെ ദേശീയപരമാധികാരത്തെയും ജനങ്ങളുടെ ജീവിക്കാനുള്ള അവകാശത്തെയും അത് വെല്ലുവിളിച്ചു. ഈ സാഹചര്യത്തിലാണ് സാമ്രാജ്യത്വ രാഷ്ട്രങ്ങളുമായിപ്പോലും ഐക്യപ്പെട്ട് ഫാസിസത്തിനെതിരായി പട നയിച്ച് സോവിയറ്റ് യൂണിയൻ ഉജ്ജ്വലവിജയം നേടിയത്. ദിമിത്രോവും അന്റോണിയോ ഗ്രാംഷിയും മറ്റു മാർക്സിസ്റ്റു ചിന്തകന്മാരും ഈ ഫാസിസ്റ്റ് വിരുദ്ധഐക്യമുന്നണിയുടെ ചരിത്രപരമായ പ്രാധാന്യത്തെക്കുറിച്ച് ആഴത്തിൽ ചിന്തിച്ചവരാണ്.

എന്നാൽ ഫാസിസത്തിന്റെ അടിസ്ഥാന സവിശേഷത, അതിന്റെ കിരാതവും അതിനിഷ്ഠുരവുമായ ബലപ്രയോഗരീതി മാത്രമല്ല. അങ്ങനെയായിരുന്നെങ്കിൽ പ്രാചീന കാലഘട്ടത്തിലെ കിരാത ഭരണാധികാരികളെയും അവരുടെ ഭരണകൂടത്തെയും ഫാസിസത്തിന്റെ ഗണത്തിൽ പെടുത്തണമായിരുന്നു. ഫാസിസം സമഗ്രാധിപത്യത്തിന്റെ സംഘടിത രാഷ്ട്രീയരൂപം കൂടിയാണ്. ചരിത്രത്തിന്റെ ശാസ്ത്രീയ വികാസനിയമങ്ങളെ ബോധപൂർവ്വം വളച്ചൊടിച്ച്, അത് അക്രമോത്സുക ദേശീയവാദത്തെ വളർത്തിയെടുക്കുന്നു. ജർമ്മനിയിലെ ആര്യവംശസിദ്ധാന്തം ഇങ്ങനെ ഉയർന്നുവന്നതാണ്. ഇന്ത്യയിൽ ഹിന്ദുത്വതീവ്രവാദികൾ അടിച്ചേല്പിക്കുന്ന സാംസ്കാരിക ദേശീയത ഇതിന്റെ പുത്തൻ പതിപ്പാണ്. ഫാസിസം അതിന്റെ അടിസ്ഥാനസവിശേഷത എങ്ങനെ പുതിയ സാഹചര്യത്തിൽ നിലനിർത്തുന്നുവെന്നതിന്റെ ഏറ്റവും കറയറ്റ ഉദാഹരണമാണിത്. കല, സാഹിത്യം, ശാസ്ത്ര-സാങ്കേതിക പുരോഗതി, വിദ്യാഭ്യാസം, ദർശനം, സംസ്കാരം, സദാചാര നിയമങ്ങൾ, കുടുംബഘടന, ലിംഗ(അ)നീതി, തുടങ്ങി മനുഷ്യജീവിതത്തിന്റെ എല്ലാമണ്ഡലങ്ങളിലും ആഴത്തിലും പരപ്പിലും അത് അതിന്റെ അധിനിവേശ പ്രത്യയശാസ്ത്രം അടിച്ചേല്പിക്കുന്നു. പാർലമെന്ററി ജനാധിപത്യ വ്യവസ്ഥയെ തകർത്തെറിയുന്നു. ഫാസിസത്തിന്റെ ഈ വൈവിദ്ധ്യമേറിയ രീതികൾ ലോകത്തിലെ എല്ലാ മുതലാളിത്ത ഭരണകൂടങ്ങളും ഏറിയും കുറഞ്ഞും ജനങ്ങൾക്കെതിരെ പ്രയോഗിക്കുന്നുവെന്നത് നേരാണ്. എന്നാൽ അതുകൊണ്ടുമാത്രം അത്തരം ഭരണകൂടങ്ങൾ ഫാസിസ്റ്റുഭരണകൂടങ്ങളാവണമെന്നില്ല. പഴഞ്ചൻ സാമൂഹ്യവ്യവസ്ഥയുടെയും മതാത്മക ദേശീയ

വാദത്തിന്റെയും ചുടലപ്പറമ്പിൽനിന്നാണ് ഫാസിസം ഉയർന്നുവരുന്നത്. പാർലമെന്ററി ജനാധിപത്യ വ്യവസ്ഥയെയും ആധുനിക ദേശീയതാസങ്കല്പത്തെയും എങ്ങനെ പരിചരിക്കുന്നുവെന്നതാണ് ഒരു ഭരണകൂടത്തിന്റെ ഫാസിസ്റ്റ് സ്വഭാവത്തെ നിർണ്ണയിക്കുന്നത്. ഇന്ത്യയിൽ ആർ എസ് എസും അതിന്റെ രാഷ്ട്രീയരൂപമായ ബി ജെ പിയും ഉയർത്തിക്കൊണ്ടുവന്ന സാംസ്കാരികദേശീയവാദം ഇന്ത്യൻ ഫാസിസത്തിന്റെ പ്രകടമായ രൂപമാവുന്നത് അതുകൊണ്ടാണ്. ഒരേസമയം സാമ്രാജ്യത്വവുമായി സജീവമായി സഖ്യംചെയ്തുകൊണ്ടും അതേസമയം മതാത്മകദേശീയവാദത്തെ മുറുകെപ്പിടിച്ചുകൊണ്ടുമാണ് സംഘപരിവാർശക്തികൾ ഭരണം കൈയാളിയത്. ഗുജറാത്തിലെ കുപ്രസിദ്ധമായ നരവേട്ട അതിന്റെ മറ്റൊരു രൂപമായിരുന്നല്ലോ.

മുതലാളിത്ത ഭരണകൂടത്തെയും ഫാസിസ്റ്റ് ശക്തികളെയും ഒരേ നാണയത്തിന്റെ രണ്ടു വശങ്ങളായി കാണുന്ന രീതി ചരിത്രപരമായ വഞ്ചനയാണ്. ക്ലാസിക്കൽ ഫാസിസം ഇന്നു നിലനില്ക്കുന്നില്ലെന്നു പറഞ്ഞാണ് ഇങ്ങനെ ഇരുശക്തികളെയും സമാനമായി കാണുന്നത്. ഒരു രാഷ്ട്രീയശക്തി അതിന്റെ മുഴുവൻ സവിശേഷതകളോടെ ഒരു കാലഘട്ടത്തിലും നിലനില്ക്കുകയില്ലെന്ന വസ്തുനിഷ്ഠമായ ചരിത്രബോധത്തെ അപഹസിക്കുന്ന സമീപനമാണിത്. വൈരുദ്ധ്യാധിഷ്ഠിതമായ ചരിത്രവാദത്തിനുപകരം ബൂർഷ്വാ യാന്ത്രികവാദമാണ് ഇത്തരമൊരു ബോധത്തെ നിർണ്ണയിക്കുന്നത്. ഇന്ത്യൻ സാഹചര്യത്തിൽ സംഘപരിവാർ ശക്തികൾക്ക് ഫാസിസ്റ്റ് മേല്ക്കോയ്മ സ്ഥാപിക്കാൻ സാദ്ധ്യമല്ലെന്ന അനുപല്ലവി കൂടി ഇതോടൊപ്പം ഉയർന്നുവരുന്നുണ്ട്. ഇത് മറ്റൊരു രാഷ്ട്രീയ മണ്ടത്തരമാണ്. ഒരു രാഷ്ട്രീയ പ്രസ്ഥാനത്തിന്റെ സ്വഭാവത്തെ നിർണ്ണയിക്കേണ്ടത് അണികളെ എണ്ണിനോക്കിയല്ല, രാഷ്ട്രീയ ദർശനത്തെ തൂക്കിനോക്കിയാണ് എന്ന ലളിതമായ യാഥാർത്ഥ്യം ഇക്കൂട്ടർ മറക്കുന്നു. ഹിറ്റ്ലറുടെ ഫാസിസ്റ്റ് പാർട്ടി തുടക്കത്തിൽ എത്രമാത്രം ദുർബ്ബലമായിരുന്നുവെന്നിവർ പരിശോധിക്കുന്നില്ല. ഭരണകൂടശക്തിയിലെ ആന്തരിക വൈരുദ്ധ്യങ്ങളെ സൂക്ഷ്മമായി വിശകലനം ചെയ്ത് മുഖ്യവൈരുദ്ധ്യത്തെ തിരിച്ചറിയുകയെന്ന ലെനിനിസ്റ്റ് കാഴ്ചപ്പാടും ഇവിടെ വിസ്മരിക്കപ്പെടുന്നു. ലെനിന്റെ കൊളോണിയൽ തിസീസിനെതിരെ എം എൻ റോയി ഉയർത്തിയ യാന്ത്രികവാദത്തിലധിഷ്ഠിതമായ വരട്ടുതത്ത്വവാദമാണിതിൽ മുഴച്ചുനില്ക്കുന്നത്.

ബ്രിട്ടന്റെ സാമ്രാജ്യത്വഭരണകൂടവും ഇന്ത്യൻ നാഷണൽ കോൺഗ്രസും ഒരേ രാഷ്ട്രീയസ്വഭാവം നിലനിർത്തുന്നുവെന്ന് വാദിച്ചുകൊണ്ട് ഇന്ത്യൻ കമ്യൂണിസ്റ്റുകളുടെ രചനാത്മകമായ രാഷ്ട്രീയ പ്രയോഗത്തെ എതിർക്കുകയാണ് എം എൻ റോയി ചെയ്തത്. കമ്യൂണിസ്റ്റ് ഇന്റർനാഷണൽ ഈ വാദം അംഗീകരിക്കുകയുണ്ടായില്ല. ഇന്റർനാഷണൽ അംഗീകരിച്ച ഐക്യമുന്നണി സിദ്ധാന്തം ഫാസിസ്റ്റ് വിരുദ്ധമായിരുന്നില്ലെങ്കിലും അതിന്റെ രാഷ്ട്രീയസിദ്ധാന്തം ഉൾച്ചേരുന്നതായിരുന്നു.

ലെനിനും മാവോയും ഉയർത്തിപ്പിടിച്ച ഈ രാഷ്ട്രീയ ഐക്യമുന്നണിയുടെ പുതിയ രൂപമായിരുന്നു, ദിമിത്രോവിന്റെയും ഗ്രാംഷിയുടെയും കാഴ്ചപ്പാടുകൾ. ഒരു സവിശേഷ കാലഘട്ടത്തിൽ, തൊഴിലാളിവർഗ്ഗ രാഷ്ട്രീയ ശക്തികൾ ഉയർത്തിക്കൊണ്ടുവരുന്ന അടവുനയങ്ങളെയും ദീർഘകാലാടിസ്ഥാനത്തിലുള്ള രാഷ്ട്രീയനയങ്ങളെയും തമ്മിൽ വ്യവച്ഛേദിച്ചറിയാൻ കഴിയാത്തതാണ് യാന്ത്രികവാദത്തിന്റെ ദൗർബല്യം.

ഇന്ത്യൻ രാഷ്ട്രീയത്തിൽ ഇടതുപക്ഷം ന്യൂനപക്ഷ മതങ്ങളോട് സ്വീകരിക്കേണ്ട രാഷ്ട്രീയ സമീപനം ചർച്ച ചെയ്യേണ്ടത് ഇതിന്റെ വെളിച്ചത്തിലാണ്. മതത്തിനെതിരായ കമ്മ്യൂണിസ്റ്റുകാരുടെ സമരം മതത്തെ സൃഷ്ടിക്കുന്ന സാമൂഹിക സാഹചര്യങ്ങൾക്കെതിരായ സമരമാണെന്ന മാർക്സിസ്റ്റ് കാഴ്ചപ്പാടാണ് ഇവിടെ പ്രസക്തം. മതാധിഷ്ഠിത രാഷ്ട്രീയത്തോടുള്ള സമീപനം മേല്പറഞ്ഞ കാഴ്ചപ്പാടിന്റെ അടിസ്ഥാനത്തിലാണ് ഉയർന്നുവരേണ്ടത്. എന്നാൽ ഇതത്ര ലളിതമല്ല. കാരണം മാർക്സിന്റെ കാലഘട്ടത്തിൽ ഫാസിസം നിലവിലുണ്ടായിരുന്നില്ല. അന്റോണിയോ ഗ്രാംഷിയുടെ കാലഘട്ടത്തിലെ ഇറ്റാലിയൻ ഫാസിസത്തിൽ നിന്നും ഒട്ടേറെ ഭിന്നതകൾ ഇന്ത്യയിൽ ആർ എസ് എസിനുണ്ട്. ഒരു പരിധിവരെ സമ്പദ്ഘടനയുടെ (മുതലാളിത്ത) പുനസംഘടനയുമായി ബന്ധപ്പെട്ടതായിരുന്നു ഇറ്റാലിയൻ ഫാസിസം. അതുകൊണ്ട് ഫാസിസം മുതലാളിത്ത സമ്പദ്വ്യവസ്ഥയുടെ പുനസംഘടനയുമായി ബന്ധപ്പെട്ടുയർന്നു വരുന്നതാണെന്ന തെറ്റായ നിഗമനം ഗ്രാംഷിക്ക് ആദ്യഘട്ടത്തിൽ ഉണ്ടായിരുന്നു. ആ കാലഘട്ടത്തിൽ അതിന് പ്രസക്തിയുമുണ്ടായിരുന്നു. കാരണം ലോകമുതലാളിത്ത വ്യവസ്ഥയുടെ പ്രതിസന്ധിയുടെ ഘട്ടത്തിലാണ് ക്ലാസിക്കൽ ഫാസിസം പിറവിയെടുക്കുന്നത്. ദേശീയ മുതലാളിത്ത പ്രതിസന്ധിയിൽനിന്നും രാഷ്ട്രത്തെ പരിരക്ഷിക്കുകയെന്ന ജനങ്ങളുടെ അഭിലാഷത്തെ ചൂഷണം ചെയ്തുകൊണ്ടാണ് ഫാസിസം രംഗപ്രവേശം ചെയ്തത്. എന്നാൽ ഇന്ത്യൻ ഫാസിസത്തിന് അത്തരമൊരു മുദ്രാവാക്യം പോലുമില്ലായെന്നതാണ് പ്രധാനം. കാരണം തികഞ്ഞ സങ്കുചിതദേശീയവാദം രാഷ്ട്രീയമായി പ്രചരിപ്പിക്കുമ്പോൾപോലും അത്, സാമ്രാജ്യത്വ സാമ്പത്തിക വ്യവസ്ഥയോട് നഗ്നമായ ദാസ്യമനോഭാവം നിലനിർത്തുന്നു. അതിന്റെ ഭാഗമായാണ് 'സ്വദേശി' മുദ്രാവാക്യങ്ങൾപോലും ഉപേക്ഷിക്കപ്പെടുന്നത്. ഇന്ത്യൻ ഭരണകൂടശക്തിയിൽനിന്നും അവർ നിഷ്കാസനം ചെയ്യപ്പെടുന്നതിന്റെ വസ്തുനിഷ്ഠ സാഹചര്യമതാണ്. ഇന്ത്യൻ ഫാസിസത്തിന്റെ വർഗ്ഗാടിത്തറ ദുർബ്ബലമായതുകൊണ്ട് അതിന്റെ അപകടം കുറയുന്നില്ല. കുത്തക മുതലാളിത്തം 'തുടലിൽ കെട്ടി നിർത്തിയ പട്ടി'യാണ് ഹിന്ദുത്വഫാസിസം. ആ തുടലുകൾ ഏതു ഘട്ടത്തിലും പൊട്ടിത്തകർന്നു പോവുമെന്നുമാത്രമല്ല, തുടലിൽനിന്നുകൊണ്ടു അത് വിഷം വമിപ്പിക്കാമെന്നതും ഗൗരവാവഹമാണ്.

മതത്തെ ഉപയോഗപ്പെടുത്തിക്കൊണ്ട് ഫാസിസം ജനാധിപത്യ

ത്തിനും മതനിരപേക്ഷതയ്ക്കുമെതിരെ യുദ്ധം പ്രഖ്യാപിക്കുമ്പോൾ അതിന്റെ കടുത്ത ഇരകളാവുന്നത് ന്യൂനപക്ഷ മതവിഭാഗത്തിൽ പെട്ട വരാണ്.

പക്ഷേ, ന്യൂനപക്ഷ മതവിഭാഗത്തിൽപ്പെട്ട നല്ലൊരു വിഭാഗവും ഇതിന്റെ അപകടം തിരിച്ചറിയുന്നില്ലയെന്നതാണ് പ്രധാനം. ന്യൂനപക്ഷ മതവിഭാഗങ്ങളിലെ യാഥാസ്ഥിതിക വിഭാഗങ്ങളും വർഗ്ഗീയവാദികളും പലപ്പോഴുമിതിനെ നേരിടുന്നത്, മതമൗലികവാദത്തിന്റെ തലത്തിൽ നിന്നുകൊണ്ടാണ്, ഭൂരിപക്ഷ വർഗ്ഗീയതയും ന്യൂനപക്ഷ വർഗ്ഗീയതയും അങ്ങനെ പരസ്പരം വിപരീതാടിസ്ഥാനത്തിൽ ശക്തിപ്പെടുന്നു. മത വിശ്വാസികളായി നിലനിന്നുകൊണ്ടുതന്നെ മതനിരപേക്ഷ രാഷ്ട്രീയം വളർത്തിയെടുക്കാമെന്നതാണ് ഇടതുപക്ഷ രാഷ്ട്രീയത്തിന് ഇതിനുള്ള പരിഹാരമാർഗ്ഗം. അതിന് ഇരുവർഗ്ഗീയതയെയും തുറന്നെതിർക്കുകയെന്ന ആരോഗ്യകരമായ സമീപനം വളർത്തിയെടുക്കണം. ഇന്ത്യയിൽ ഇടതു പക്ഷ രാഷ്ട്രീയശക്തികൾ തുടർന്നുവന്ന മതനിരപേക്ഷ രാഷ്ട്രീയത്തിന്റെ അടിസ്ഥാനവുമിതാണ്. ഇതിന്റെ ഫലമായിട്ടാണ് കൂടുതൽ മതവിശ്വാ സികൾ ഇടതുപക്ഷരാഷ്ട്രീയവുമായി സഹകരിക്കാൻ തുടങ്ങുന്നത്. ഭൂരി പക്ഷ വർഗ്ഗീയതയുടെ വായിൽ തലവെച്ചുകൊടുക്കാതെ മതനിരപേക്ഷ രാഷ്ട്രീയം ശക്തിപ്പെടുത്താമെന്ന ന്യൂനപക്ഷ മതവിഭാഗങ്ങളിലെ സമീ പനത്തെ, പക്ഷേ, നിഷേധാത്മകമായിട്ടാണ് പല മാധ്യമങ്ങളും ബുദ്ധി ജീവികളും കാണുന്നത്. മാർക്സിസം മതത്തിനെതിരെ കുരിശുയുദ്ധം ചെയ്യുന്ന പ്രത്യയശാസ്ത്രമാണെന്ന വിഢ്ഢിത്തമായിരിക്കണം ഈ തെറ്റിദ്ധാരണയുടെ അടിസ്ഥാനം. ആഗോളവല്ക്കരണത്തിന്റെ അപക ടങ്ങളെ തുറന്നെതിർക്കുകയെന്ന രാഷ്ട്രീയവും ഫാസിസത്തിനെതിരെ വിശാലമായ ഐക്യമുന്നണി വളർത്തിയെടുക്കുകയെന്ന കാഴ്ചപ്പാടും പരസ്പരം ബന്ധപ്പെട്ടതാണ്. ഈ ദിശയിലുള്ള ഉറച്ച പ്രത്യയശാസ്ത്രാ വബോധവും പ്രയോഗമാതൃകകളുമാണ് ഇടതുപക്ഷം ഇന്നു സ്വീകരി ക്കുന്നതും.

13

ഇറ്റാലിയൻ ഫാസിസവും ഗ്രാംഷിയും

ഒന്നാം ലോകയുദ്ധകാലഘട്ടത്തിലാരംഭിച്ച ലോകമുതലാളിത്തത്തിന്റെ അതിരൂക്ഷമായ സാമ്പത്തികപ്രതിസന്ധി ഇറ്റലിയെയും ശക്തമായി ഗ്രസിച്ചിരുന്നു. ഈ പ്രതിസന്ധിയിൽനിന്നും ഇറ്റലിയെ രക്ഷിക്കാൻ ഫാസിസ്റ്റുകൾക്ക് കഴിഞ്ഞില്ല. ഫാസിസം അതിന്റെ രാഷ്ട്രീയമർദ്ദക സംവിധാനങ്ങളുപയോഗിച്ചുകൊണ്ട് മുതലാളിത്തപ്രതിസന്ധിയുടെ രാഷ്ട്രീയ ബഹിർസ്ഫുരണങ്ങളെ മറച്ചുവെക്കുകയായിരുന്നു. എന്തുതന്നെയായിരുന്നാലും മുതലാളിത്ത പ്രതിസന്ധിയെ തടുത്തുനിർത്താൻ അവർക്കു കഴിഞ്ഞില്ല എന്നുമാത്രമല്ല, ദേശീയ സമ്പദ്വ്യവസ്ഥയെ നവീകരിക്കുന്നതിലും വികസിപ്പിക്കുന്നതിലും അവർ പരാജയപ്പെട്ടു. സാധാരണനിലയിൽ കമ്യൂണിസ്റ്റുകൾപോലും ഇറ്റാലിയൻ പ്രതിസന്ധി അവിടുത്തെ മദ്ധ്യവർഗ്ഗത്തിന്റെ തകർച്ചയുമായി ബന്ധപ്പെടുത്തിയാണ് സംസാരിക്കുന്നത്. ഇത് ശരിയാണ്. പക്ഷേ, അതിന്റെ മുഴുവൻ അർത്ഥത്തിലും പരിശോധിക്കപ്പെടേണ്ടതാണ്. മദ്ധ്യവർഗ്ഗം ക്ഷയിക്കുകയാണ്. കാരണം, മുതലാളിത്തവ്യവസ്ഥ വികസിക്കുകയല്ല, മറിച്ച് ദുർബ്ബലമാവുകയാണ് ചെയ്യുന്നത്. ഇത് വേറിട്ടൊരു പ്രതിഭാസമല്ല.

ലോകമുതലാളിത്തത്തിന്റെ പ്രതിസന്ധിയുമായി ബന്ധപ്പെട്ടുകൊണ്ടുമാത്രമേ ഇത് പരിശോധിക്കാൻ കഴിയൂ. ഇറ്റാലിയൻ ജനതയുടെ താല്പര്യങ്ങൾ പരിഹരിക്കാൻ കഴിയാത്ത മുതലാളിത്തത്തിന് ഇവിടുത്തെ പ്രതിസന്ധിയെ അതിജീവിക്കാൻ സാധിക്കുന്നതല്ല. ഇറ്റലിയിൽ നിർണ്ണായകമായ ഒന്നാണ്, പക്ഷേ, ഇത് വെറും താൽക്കാലികമായ ഒരു രാഷ്ട്രീയപ്രതിഭാസമാണ്. ഇത് ഒരു കാലഘട്ടത്തിന്റെ സൃഷ്ടിയാണ്. അതുകൊണ്ടാണ് കൃത്യമായും നാമതിനെ 'ഫാസിസ്റ്റ്' എന്നു വിളിക്കുന്നത്.

എന്തുകൊണ്ട്? കാരണം, ഈ പ്രതിസന്ധിയുടെ പ്രക്ഷുബ്ധ ഭൂമികളിൽനിന്നാണ് ഫാസിസത്തിന്റെ ഉത്ഭവവും വികാസവും. കാരണം ഫാസിസം തൊഴിലാളിവർഗ്ഗത്തിനെതിരെ അടരാടുകയും പെറ്റി ബൂർഷ്വാസിയുടെ ആത്മവീര്യരാഹിത്യത്തെയും ആത്മബോധമില്ലായ്മയെയും ചൂഷണം ചെയ്തുകൊണ്ട് അധികാരം പിടിച്ചടക്കുകയും ചെയ്തു. തൊഴിലാളിവർഗ്ഗത്തിനെതിരായ വിദ്വേഷം നുരഞ്ഞുപൊന്തുന്ന ലഹരിയാണതിന്റെ മുഖമുദ്ര. എന്നാൽ മുതലാളിത്തപ്രതിസന്ധി തങ്ങളിലേല്പിക്കുന്ന പ്രഹരങ്ങളെ തങ്ങളുടെ സംഘടനാബലംകൊണ്ട് മയപ്പെടുത്തുന്നതിൽ ഫാസിസം വിജയിക്കുന്നുണ്ട്.

ഫാസിസം അപചയിക്കുകയും കൃത്യമായും മരിക്കുകയും ചെയ്യുകയാണ്, കാരണം, അത് ജനങ്ങൾക്ക് നല്കിയ വാഗ്ദാനങ്ങൾ സാക്ഷാൽക്കരിക്കുകയോ ജനകീയാഭിലാഷങ്ങൾ സഫലമാക്കുകയോ, അവരുടെ ദുരിതങ്ങൾ ലഘൂകരിക്കുകയോ ചെയ്തിട്ടില്ല. അത് തൊഴിലാളിവർഗ്ഗത്തിന്റെ വിപ്ലവകാമനയെ ശിഥിലമാക്കി, വർഗ്ഗ ഐക്യത്തെ ചിതറിത്തെറിപ്പിച്ചു. കൂലി കുറച്ചു. ജോലിസമയം വർദ്ധിപ്പിച്ചു. പക്ഷേ, മുതലാളിത്തത്തിന് പരിമിതമായ ജീവചൈതന്യം പകരാൻപോലും ഇതൊന്നും സഹായകമായില്ല. മുതലാളിത്തത്തിന് പിടിച്ചുനില്ക്കാൻ മദ്ധ്യമവർഗ്ഗത്തിന്റെ ജീവിതനിലവാരം കുറയ്ക്കേണ്ടത് അനിവാര്യമായിരുന്നു. അതോടൊപ്പം പെറ്റിബൂർഷ്വാസിയുടെ സമ്പത്ത് കവർന്നെടുത്തും കൊള്ളയടിച്ചും എല്ലാവിധ സ്വാതന്ത്ര്യങ്ങളും ഹനിച്ചും, തൊഴിലാളിവർഗ്ഗമടക്കമുള്ള ഫാസിസ്റ്റ് ഇതരപാർട്ടികളോടും ജനവിഭാഗങ്ങളോടും സംഘടനകളോടും കടന്നാക്രമണം നടത്തുകയും ചെയ്യേണ്ടതും മുതലാളിത്തത്തെ സംബന്ധിച്ചിടത്തോളം അനിവാര്യമായിരുന്നു.

മറ്റുരാഷ്ട്രീയങ്ങളിലേതിനേക്കാൾ ഇറ്റാലിയൻ മദ്ധ്യവർഗ്ഗത്തിന്റെ പ്രതിസന്ധി കൂടുതൽ രൂക്ഷമായതെന്തുകൊണ്ടാണ്? എന്തുകൊണ്ടാണ് ഇറ്റാലിയൻ മദ്ധ്യവർഗ്ഗം ഫാസിസത്തിന് ജന്മം നല്കുകയും ഭരണാധികാരത്തിലേക്കുയർത്തുകയും ചെയ്തത്? കാരണമിതാണ്, ഇറ്റാലിയൻ മദ്ധ്യവർഗ്ഗത്തിന്റെ വ്യാവസായിക വികസനത്തിന്റെ അപര്യാപ്തത, നിലവിലുള്ള വ്യവസായങ്ങളുടെ ഉപദേശീയസ്വഭാവം ഇറ്റാലിയൻ പെറ്റി ബൂർഷ്വാസി എണ്ണത്തിൽ കൂടുതലാണെന്നു മാത്രമല്ല, പ്രാദേശികമായി മാത്രം ദേശീയതയുള്ള ഒരേയൊരു വർഗ്ഗമാണത്. ഒന്നാം ലോകയുദ്ധാനന്തര മുതലാളിത്ത സാമ്പത്തിക പ്രതിസന്ധി ഏകീകൃതരാഷ്ട്രഘടനയുടെ തകർച്ചയുടെ രൂപത്തിലാണ് പ്രതിഫലിച്ചത്. അതുവഴി കലുഷിതമായ ദേശീയവാദ പ്രത്യയശാസ്ത്രത്തിന്റെ പുനരുജ്ജീവനത്തിന് അത് പ്രചോദനം നല്കി. ഫാസിസമല്ലാതെ മറ്റൊരു പരിഹാരവും അവിടെയില്ലായിരുന്നു. ഇറ്റാലിയൻ സമൂഹത്തിന്റെ അഖണ്ഡ ദേശീയ താല്പര്യങ്ങൾകൂടി പരിഹരിക്കുന്ന സ്വന്തമായ ഭരണകൂടം പടുത്തുയർത്തുന്നതിൽ ഇറ്റാലിയൻ തൊഴിലാളിവർഗ്ഗം 1920 ൽ പരാജയപ്പെടുകയായിരുന്നു.

ഫാസിസത്തിന്റെ പ്രതിസന്ധി (അതിന്റെ ഉത്ഭവവും, അതിന്റെ കാരണങ്ങളും) ഇതിനകം വിശദമാക്കിക്കഴിഞ്ഞു. ശരിക്കും മനസ്സിലാക്കണമെങ്കിൽ അതിന്റെ വികാസതലങ്ങൾ ആഴത്തിൽ പഠിക്കേണ്ടതുണ്ട്.

ഒന്നാംലോകയുദ്ധത്തെത്തുടർന്ന് പെറ്റി ബൂർഷ്വാഭാവുകത്വം കലർന്ന വിഭിന്നയുദ്ധവൈശ്രവണന്മാരെ ഉൾപ്പെടുത്തിക്കൊണ്ട് ഒരു ഫാസിസ്റ്റ് ആക്രമണസേന രൂപവല്ക്കരിക്കുകയുണ്ടായി. സോഷ്യലിസ്റ്റ് പ്രസ്ഥാനത്തിനെതിരായ അതിന്റെ പ്രഖ്യാപിത എതിർപ്പ് കാരണം. (ഇടപെടൽവാദികൾ ഭാഗികമായും യുദ്ധകാലഘട്ടത്തിലെ സോഷ്യലിസ്റ്റ് പാർട്ടിയും അധികാരപ്രമത്തവാദികളും തമ്മിലുള്ള സംഘർഷത്തിന്റെ പാരമ്പര്യം) ഫാസിസ്റ്റുകൾ മുതലാളിത്തത്തിന്റെയും അധികാരവർഗ്ഗത്തിന്റെയും പിന്തുണയാർജ്ജിച്ചു. ഇതിന്റെ രൂപവല്ക്കരണം വളർന്നുവരുന്ന തൊഴിലാളിവർഗ്ഗപ്രസ്ഥാനത്തിനെതിരായ ഒരു ഫ്യൂഡൽ ധവളസൈന്യമെന്ന ആശയവുമായി പൊരുത്തപ്പെടുന്നതായിരുന്നു. ഇതിന്റെ ഭാഗമായി ഫ്യൂഡൽ പ്രഭുക്കന്മാർത്തന്നെ സ്വയം സൈനികസജ്ജരായി ഫാസി (Fasci)ബാനർ ഉയർത്തിപ്പിടിച്ചു. ഇതിന്റെ ഗണനീയമായ വികാസത്തോടെ തൊഴിലാളിവർഗ്ഗ പ്രസ്ഥാനങ്ങൾക്കെതിരായ ഫാസിസ്റ്റ് ശുദ്രസേന ഇറ്റാലിയൻ രാഷ്ട്രീയത്തിൽ പ്രാമുഖ്യം നേടി.

തുടക്കത്തിലേ ഈ വൈകല്യം ഫാസിസം തുടർന്നും നിലനിർത്തി. തുടക്കം മുതൽ ഇന്നുവരെ ഈ സായുധാക്രമണോത്സുകതയുടെ ആവേശത്തിളപ്പ്, മുഖ്യമായും പാർലമെന്ററിവാദികളും സഹകരണവാദികളുമായ നഗരങ്ങളിലെ കേന്ദ്രവർഗ്ഗമായ പെറ്റിബൂർഷ്വാകളും, ചെറുതും ഇടത്തരക്കാരുമായ ഭൂവുടമകളും കൃഷിക്കാരുമടങ്ങിയ ഗ്രാമീണവർഗ്ഗവുമായുള്ള വൈരുദ്ധ്യങ്ങളെ ഒരു പൊട്ടിത്തെറിയിലേക്കു നയിക്കുന്നതിൽ നിന്നും തടഞ്ഞുനിർത്തി.

ഫാസിസ്റ്റുകൾ ദരിദ്ര കർഷകർക്കും സംഘടിതപ്രസ്ഥാനത്തിനുമെതിരായിരുന്നു. തൊഴിലാളി യൂണിയനുകൾക്കെതിരായ ബദ്ധവൈരികളായ പ്രതിലോമശക്തിയായിരുന്നു അവർ. പാർലമെന്ററി രാഷ്ട്രീയത്തിന്റെ കാര്യക്ഷമതയ്ക്കും രാഷ്ട്രത്തിന്റെ പരമാധികാരത്തിനുമുപരിയായി പ്രത്യക്ഷമായ സൈനികാക്രമണത്തിൽ വിശ്വാസമർപ്പിച്ചവരായിരുന്നു.

ഫാസിസ്റ്റ് ഭരണം കടലെടുക്കുകയാണ്; കാരണം, യുദ്ധാനന്തരകാലത്തെ മദ്ധ്യവർഗ്ഗപ്രതിസന്ധി തടുത്തുനിർത്താൻപോലും അതിനു കഴിഞ്ഞില്ല എന്നുമാത്രമല്ല, അത് പ്രതിസന്ധി രൂക്ഷമാക്കുകയും ചെയ്തു. ചെറുകിട ഇടത്തരം സ്ഥാപനങ്ങളുടെ തകർച്ചയിലൂടെയാണ് പ്രതിസന്ധിയുടെ സാമ്പത്തിക ഉള്ളടക്കം പ്രകടിതമായത്. മാത്രമല്ല, സാമ്പത്തിക പാപ്പരീകരണത്തിന്റെ പെരുമഴക്കാലമായിരുന്നു കഴിഞ്ഞ രണ്ടു സംവത്സരക്കാലം. കടപ്പത്രങ്ങളുടെ കുത്തകാധിപത്യം, പാട്ടവുമായി ബന്ധപ്പെട്ട ധനനയവും നിയമനിർമ്മാണങ്ങളും എന്നിവ ചെറുകിട വ്യാപാര-വ്യവസായ വിഭാഗങ്ങളെ തകർത്തുതരിപ്പണമാക്കി. ഉല്പാ

ദന ഉപകരണങ്ങളുടെ രംഗത്ത് വികസനമില്ലാതെ തന്നെ, ചെറുകിട-ഇടത്തരം മുതലാളിമാരിൽനിന്ന് സമ്പത്ത് വൻകിട മുതലാളിമാരിലേക്കു കുമിഞ്ഞുകൂടാൻ തുടങ്ങി. ചെറുകിട ഉല്പാദകരുടെ സ്ഥാനം തൊഴിലാളിവർഗ്ഗത്തിന്റേതിനേക്കാൾ കീഴെയായി. അവർ നിത്യദാരിദ്ര്യത്തിലേക്ക് വലിച്ചെറിയപ്പെട്ടു. ഭാവിയെക്കുറിച്ച് പ്രതീക്ഷയില്ലാതെ നിരാശാബാധിതരായി. നിക്ഷേപകരെക്കൊണ്ട് ഫാസിസ്റ്റ് ഭീകരതയുപയോഗിച്ച് പണം സവിശേഷമേഖലയിൽ നിർബ്ബന്ധിപ്പിച്ച് നിക്ഷേപിച്ചിട്ടും ചെറുകിട വ്യവസായികൾക്കതുകൊണ്ട് ഗുണമുണ്ടായില്ല. അതു വിജയിച്ചപ്പോഴാവട്ടെ വിഭിന്നമേഖലകളിൽ പ്രതിസന്ധി വഷളാക്കുകയും നിക്ഷേപകർക്കിടയിൽ നിലവിലുള്ള ഭീമമായ അസന്തുഷ്ടിയും വിധ്വംസകതയും വർദ്ധിപ്പിക്കുകയും ചെയ്തു. അവസാനം വൻകിടസംരംഭകർക്ക് തങ്ങളുടെ സാമ്പത്തികതാല്പര്യങ്ങൾ പരിരക്ഷിക്കാൻ സൈനിക അട്ടിമറിയല്ലാതെ മറ്റുമാർഗ്ഗങ്ങളില്ലെന്നുവന്നു.

ഗ്രാമങ്ങളിൽ പ്രതിസന്ധി രൂക്ഷമായത് ഫാസിസ്റ്റ് ഭരണകൂടത്തിന്റെ ധനകാര്യനയവുമായി ബന്ധപ്പെട്ടാണ്. 1920 മുതൽ ഇന്നുവരെ ഒരു പങ്കുകൃഷിക്കാരന്റെ കുടുംബത്തിന്റെ ശരാശരി ബജറ്റ് 7000 ലൈറി (Lire)യിൽ താഴെയായി. കാർഷിക നികുതിയുടെ വർദ്ധനവിന്റെ ഫലമായി സാമ്പത്തിക മാന്ദ്യത്തിന്റെ സാഹചര്യവും മറ്റും കൂടുതൽ രൂക്ഷമായി. ഉത്തര-മദ്ധ്യ ഇറ്റലിയിലെ ചെറുകിട കൃഷിക്കാരന്റെ പ്രതിസന്ധി അതിന്റെ സ്പഷ്ടമായ ഉദാഹരണം തന്നെയായിരുന്നു. ദക്ഷിണ ഇറ്റലിയിൽ പുതിയ ഘടകങ്ങൾ സ്വാധീനം ചെലുത്താൻ തുടങ്ങി. കുടിയേറ്റക്കാരുടെ അഭാവം ജനസംഖ്യാപരമായ സമ്മർദ്ദം സൃഷ്ടിച്ചു. ഇതിനെത്തുടർന്നുണ്ടായ കാർഷികമേഖലയുടെയും വിളവിന്റെയും അപര്യാപ്തതയും സ്ഥിതി കൂടുതൽ വഷളാക്കി. ഇറ്റലിയിലെ മൊത്തം ധാന്യവിളവെടുപ്പ് കഴിഞ്ഞവർഷം 68 ദശലക്ഷം ക്വിന്റൽ ആയിരുന്നു. അത് ശരാശരിയുടെ താഴെയായിരുന്നു. ഈ വർഷവും ഇറ്റലിയിൽ ശരാശരിയിൽ താഴെയാണ്. ഇതിന്റെ പരിണതഫലം കലാപാത്മക സാഹചര്യങ്ങൾ സൃഷ്ടിച്ചില്ല. സാമ്പത്തിക പിന്നോക്കാവസ്ഥ കാരണം വികസിത മുതലാളിത്ത രാജ്യങ്ങളിലെപ്പോലെ ഇറ്റലിയിൽ പൊട്ടിത്തെറികൾ ഉണ്ടായതുമില്ല. എന്നിരുന്നാലും, സാർഡീനിയായിൽ ചില ജനകീയാസ്വാസ്ഥ്യങ്ങളുടെ പരമ്പരതന്നെയുണ്ടായി.

അങ്ങനെ മുതലാളിത്ത പൊതു സാമ്പത്തികപ്രതിസന്ധിയെ തടഞ്ഞുനിർത്താൻ ഫാസിസ്റ്റുഭരണകൂടത്തിനു സാധിച്ചില്ല. ഫാസിസ്റ്റു ഭരണത്തിന്റെ കീഴിൽ ഇറ്റാലിയൻ ജനതയുടെ ജീവിതസാദ്ധ്യതകൾ മങ്ങിത്തുടങ്ങി. സമുദ്രാന്തരരാഷ്ട്രങ്ങളിലേക്കുള്ള കുടിയേറ്റത്തിന്റെ അഭാവത്തിൽ സംഭവിച്ച ജനസംഖ്യാഞെരുക്കത്തിന്റെ ഫലമായി ഉല്പാദനോപകരണങ്ങളുടെ വളർച്ച മുരടിച്ചു.

കുറഞ്ഞ വേതനം, വർദ്ധിച്ച ജോലിസമയം, ഉയർന്ന ജീവിതച്ചെലവ് തുടങ്ങിയ പരാധീനതകളാൽ ഞെരിഞ്ഞമർന്ന തൊഴിലാളിവർഗ്ഗ

ജനതയുടെ ജീവിതനിലവാരം പരിതാപകരമാംവിധം താഴുകയായിരുന്നു. അവരുടെ ജീവിതത്തെ തകർച്ചയിൽനിന്നും പ്രതിരോധിച്ചുനിർത്തുന്നതിൽ പരിമിതമായ ഉല്പാദനോപകരണങ്ങൾ കേന്ദ്രീകരിക്കേണ്ടതുണ്ടായിരുന്നു. ഇതിന്റെ ഫലമാവട്ടെ, ഒരു കാലയളവിൽ മഹത്തായ ദേശീയ സമ്പത്തായിരുന്ന തൊഴിലാളിപ്രതിഭകൾ അന്യരാജ്യങ്ങളിലേക്ക് കുടിയേറുകയും അങ്ങനെ ഇറ്റാലിയൻ മാനവിക ഉല്പാദനശക്തികൾ ക്ഷയോന്മുഖമാവുകയും ചെയ്തു. ഫാസിസ്റ്റുഭരണത്തിൽ പ്രതീക്ഷയർപ്പിച്ച മദ്ധ്യവർഗ്ഗം ഈ പ്രതിസന്ധികളുടെ ഭാഗമായി നിലംപരിശാവുകയായിരുന്നു. എന്നിരുന്നാലും, ഇറ്റലിയിലെ മുതലാളിത്ത പ്രതിസന്ധിയുടെ കൃത്യമായ രക്തസാക്ഷികളായത് ഇവർ തന്നെയായിരുന്നു.

ഈദൃശ ഘടകങ്ങൾ, ചുരുക്കിപ്പറഞ്ഞത്, വർത്തമാന ചരിത്രസന്ദർഭത്തിന്റെ അന്തഃസത്ത അനുസ്മരിക്കാൻ വേണ്ടിയാണ്. ഒരു സാമ്പത്തിക പുനരുദ്ധാരണത്തിന്റെ വിദൂരസാദ്ധ്യതയിൽപോലും നാം പ്രതീക്ഷയർപ്പിക്കേണ്ട എന്നാണിതെല്ലാം അടയാളപ്പെടുത്തുന്നത്. തൊഴിലാളിവർഗ്ഗത്തിനുമാത്രമെ, ഇറ്റാലിയൻ സാമ്പത്തിക പ്രതിസന്ധിയെ മറികടക്കാൻ കഴിയൂ. പാശ്ചാത്യലോകത്തും ലോകത്താകെയും നടക്കുന്ന വിപ്ലവങ്ങളിൽ ഭാഗഭാക്കാവുന്നതിലൂടെ മാത്രമെ, ഇറ്റാലിയൻ ജനതയ്ക്ക് അതിന്റെ മാനവിക ഉല്പാദനശക്തികളെ സമ്പൂർണ്ണമായി വിനിയോഗിക്കുവാനും ദേശീയ ഉല്പാദനശക്തികൾക്ക് പുതുജീവൻ നല്കാനും കഴിയുകയുള്ളൂ. ഫാസിസം, തൊഴിലാളിവർഗ്ഗവിപ്ലവത്തെ നീട്ടിവെക്കുക മാത്രമേ ചെയ്യുകയുള്ളൂ. അത് വിപ്ലവത്തെ അസാദ്ധ്യമാക്കുന്നില്ല. യഥാർത്ഥത്തിൽ, അത് തൊഴിലാളിവർഗ്ഗവിപ്ലവത്തിന്റെ രണഭൂമിയെ വിസ്തൃതമാക്കാൻ സഹായിക്കുക മാത്രമാണ് ചെയ്യുന്നത്. അത് ഫാസിസ്റ്റ് പരീക്ഷണങ്ങൾക്കുശേഷം ജനകീയമായി സാക്ഷാൽക്കരിക്കപ്പെടുകതന്നെ ചെയ്യും. ഫാസിസ്റ്റ് ഭരണത്തിന്റെ സാമൂഹികവും രാഷ്ട്രീയവുമായ ശൈഥില്യം ജനകീയമായി പ്രതിഫലിപ്പിക്കപ്പെട്ടത് ഏപ്രിൽ 6 ലെ തിരഞ്ഞെടുപ്പിലായിരുന്നു. അതിലൂടെ ഫാസിസ്റ്റുകൾ ഇറ്റാലിയൻ വ്യാവസായികമേഖലകളിൽ ഒരു ന്യൂനപക്ഷമായി ചുരുങ്ങി. മറ്റൊരർത്ഥത്തിൽ പറഞ്ഞാൽ, ഫാസിസ്റ്റുകൾ രാഷ്ട്രീയവും സാമ്പത്തികവുമായ അധിനിവേശം സ്ഥാപിച്ചിടത്തെല്ലാം അവർക്ക് തിരഞ്ഞെടുപ്പിൽ തിരിച്ചടിയേറ്റു. ഏപ്രിൽ 6 ലെ തിരഞ്ഞെടുപ്പ് തെളിയിക്കുന്നതെന്തെന്നാൽ, ഭരണസ്ഥിരതയെന്നത് ഉപരിപ്ലവമായിരുന്നു. ഫാസിസ്റ്റുകൾ ജനങ്ങൾക്ക് അവരുടെ ഹൃദയം തിരിച്ചുനല്കി. ചില മുന്നേറ്റങ്ങൾക്കുള്ള പ്രചോദനമവർക്കുനല്കി. മാത്രമല്ല, മാറ്റ്യോറ്റി (Matteotti) യുടെ വധത്തെ തുടർന്ന് ഗോൾമുഖത്തെത്തിയ ജനാധിപത്യരംഗത്തെ കെട്ടഴിച്ചുവിടുകയും ചെയ്തു. തിരഞ്ഞെടുപ്പിനുശേഷം, പ്രതിപക്ഷ ശക്തികൾ മഹത്തായ ഒരു രാഷ്ട്രീയ ശക്തിയായി മാറി. ഫാസിസ്റ്റു സർക്കാറിന്റെ നിയമസാധുതയെ നിഷേധിച്ചുകൊണ്ടും എതിർത്തുകൊണ്ടും. പ്രതിപക്ഷം, പത്രപ്രവർത്തനരംഗത്തും പാർലമെന്റിലും നടത്തിയ

പ്രക്ഷോഭങ്ങൾ ഫാസിസ്റ്റ് അധിനിവേശിത ഭരണസ്ഥാപനങ്ങളെ പിരിച്ചുവിടുന്നതിലേക്കു നയിക്കുകയായിരുന്നു. നാഷണൽ ഫാസിസ്റ്റുപാർട്ടിക്കകത്തുതന്നെ ശക്തമായ പ്രത്യാഘാതങ്ങളുണ്ടായിയെന്നുമാത്രമല്ല, പാർലമെന്ററി ഭൂരിപക്ഷത്തെ അത് തകർക്കുകയും ചെയ്തു. പ്രതിപക്ഷത്തിനെതിരായ ഭീഷണിക്കും ഏകീകൃതസോഷ്യലിസ്റ്റ് ഉപനേതാവിന്റെ വധത്തിനും വഴിതെളിയിച്ചതിതായിരുന്നു.

ഇത്തരം ക്രിമിനൽ പ്രവർത്തനങ്ങൾ സൃഷ്ടിച്ച പ്രതിഷേധക്കൊടുങ്കാറ്റുകൾ ഫാസിസ്റ്റുകളെ ഞെട്ടിക്കുകയും ഭയചകിതരാക്കുകയും ചെയ്തു. ഫിൻസി(Finzi), ഫിലിപെലി(Filipeli), സിസാറിനോറോസി(Cesarino Rossi)തുടങ്ങിയവർ തയ്യാറാക്കിയ 3 രേഖകൾ ഫാസിസ്റ്റുപാർട്ടിയുടെ ഉന്നത കേന്ദ്രങ്ങളെ ഗ്രസിച്ച ഭീരുത്വത്തെയും കുറ്റകൃത്യങ്ങളുടെ കൂമ്പാരത്തെയും വിവരിക്കുന്നു. അതിനെത്തുടർന്ന് ഫാസിസ്റ്റു ഭരണം അതിന്റെ ശവക്കുഴി തോണ്ടാൻ തുടങ്ങി. ഇന്ന് ഫാസിസത്തിന്, പക്ഷേ, പ്രാണവായു(oxygen) നല്കുന്നത് അതിന്റെ സഹയാത്രികരാണ്. പക്ഷേ, അവർ ഫാസിസത്തെ താങ്ങിനിർത്തുന്നത്, തൂക്കിക്കൊല്ലപ്പെട്ടവന്റെ കഴുത്തിലെ കയർ മൃതശരീരത്തെ താങ്ങിനിർത്തുന്നതുപോലെയാണ്. (It is still sustained in the way that the rope supports the hanged man.)

മറ്റ്യോറ്റി(Matteotti)യുടെ വധം അസന്ദിഗ്ദ്ധമാംവിധം തെളിയിക്കുന്നത് ഫാസിസ്റ്റ് പാർട്ടിക്കൊരിക്കലും ഒരു സാധാരണ ഗവൺമെന്റ് പാർട്ടിയാവാൻ കഴിയില്ലെന്നാണ്. മാത്രമല്ല, മുസ്സോളിനി, തന്റെ മിഴിവുറ്റ ബാഹ്യഭാവങ്ങൾക്കപ്പുറം ഒരു രാഷ്ട്രതന്ത്രജ്ഞനോ സർവ്വാധിപതിയോ ആവാൻ കഴിവില്ലാത്ത വ്യക്തിയാണെന്നും തെളിയിക്കപ്പെട്ടു. അദ്ദേഹം ഒരു ക്രോംവെല്ലിനെയോ ബൊളിവറെപ്പോലെയോ ഗാരിബാൾഡിയെപ്പോലെയോ ദേശീയജീവിതവുമായി ഇഴ ചേർക്കപ്പെടേണ്ട വ്യക്തിയല്ല മറിച്ച്, ഇറ്റാലിയൻ പ്രവിശ്യകളിൽ പരിചിതമായ പൊയ്മുഖമണിഞ്ഞ കഥാപാത്രങ്ങളിലൊന്നുപോലെ, കഥകളിലൂടെ അനുസ്മരിക്കപ്പെടാൻ വിധിക്കപ്പെട്ട ഗ്രാമീണ നാടോടി സാഹിത്യത്തിലെ ഒരു പ്രതിഭാസം മാത്രമാണ്.

മറ്റോറ്റിയുടെ വധാനന്തരം സൃഷ്ടിക്കപ്പെട്ട ഫാസിസ്റ്റുവിരുദ്ധജനകീയ ഇരച്ചുകയറ്റം അതിന്റെ രാഷ്ട്രീയരൂപം പ്രകടമാക്കിയത്, പ്രതിപക്ഷത്തിന്റെ പാർലമെന്റ് ബഹിഷ്കരണത്തിലൂടെയാണ്. രാജ്യത്തിലെ ഭൂരിപക്ഷം ജനങ്ങളെ സംഘടിപ്പിച്ചുനിർത്തിയ ഒരു ദേശീയരാഷ്ട്രീയ കേന്ദ്രമായിരുന്നു യഥാർത്ഥത്തിൽ പ്രതിപക്ഷ അസംബ്ലി. അങ്ങനെ വൈകാരികവും ധാർമ്മികവുമായ മണ്ഡലങ്ങളിൽ സ്ഫോടനം സൃഷ്ടിച്ച പ്രതിസന്ധി നിയതമായ ഒരു വ്യവസ്ഥാഭാവത്തിൽ പ്രകടമായി. ഫാസിസ്റ്റ് സർക്കാരിനെതിരായ ഒരു ഫാസിസ്റ്റ് വിരുദ്ധരാഷ്ട്രം രാഷ്ട്രത്തിനുള്ളിൽ സൃഷ്ടിക്കപ്പെട്ടു. ഈ സാഹചര്യത്തെ നിയന്ത്രിക്കാൻ ഫാസിസ്റ്റ് പാർട്ടി അശക്തമായിരുന്നു. അത് പ്രതിസന്ധിയിൽ മുങ്ങിത്താഴുകയായിരുന്നു. ദേശീയസൈന്യത്തെ യുദ്ധസജ്ജമാക്കാനുള്ള ആദ്യശ്രമം പൊളിഞ്ഞു

പാളീസായി. 20% മാത്രമേ ഈ ആജ്ഞയ്ക്ക് ചെവികൊടുത്തുള്ളൂ. റോമിൽ 800 സൈനികർ സൈനിക ക്യാമ്പിൽ സ്വയം ഹാജരായി. ഗ്രോസെറ്റോ, പെറൂഗ്യ തുടങ്ങിയ ഏതാനും ഗ്രാമീണപ്രവിശ്യകളിൽ മാത്രമാണ് ഈ യുദ്ധസന്നാഹങ്ങൾ ഗണനീയമായ ഫലങ്ങൾ ഉളവാക്കിയത്. അതാണ് ഒരു രക്തരൂഷിത പ്രക്ഷോഭത്തെ നേരിടാൻ വേണ്ടി ഏതാനും സൈനികവിഭാഗത്തെ റോമിലേക്ക് നയിക്കാൻ ഇടയാക്കിയത്.

പ്രതിലോമശക്തികൾ ഇപ്പോഴും പൊതുഫാസിസ്റ്റ് വിരുദ്ധപ്രസ്ഥാനത്തിന്റെ കേന്ദ്രസ്ഥാനമായി നിലനില്ക്കുന്നു. ജനാധിപത്യ ഉയിർപ്പിന്റെ സ്വഭാവമാർന്ന സമകാലീന ഇറ്റാലിയൻ സാമൂഹിക പ്രതിസന്ധിയെയാണ് പ്രതിപക്ഷം പ്രതിനിധീകരിക്കുന്നത്. ആരംഭത്തിൽ മഹാഭൂരിപക്ഷം വരുന്ന തൊഴിലാളിവർഗ്ഗത്തിന്റെയും അഭിപ്രായം ഈ പ്രതിപക്ഷശക്തികളുമായി കണ്ണിചേർക്കപ്പെട്ടതായിരുന്നു. ഈയൊരു സാഹചര്യത്തിന്റെ തുടർച്ചയെ തടുത്തുനിർത്തേണ്ടത് ഞങ്ങൾ കമ്യൂണിസ്റ്റുകാരുടെ കർത്തവ്യമായിരുന്നു. അതുകൊണ്ടുതന്നെ ഞങ്ങളുടെ പാർലമെന്ററി വിഭാഗം പ്രതിപക്ഷ കമ്മിറ്റിയുമായി യോജിച്ചു. ജനകീയ പ്രസ്ഥാനങ്ങളിലൂടെ പ്രതിഫലിപ്പിക്കപ്പെട്ട ഉത്തരവാദിത്വം മുന്നോട്ടുകൊണ്ടുപോവണമെങ്കിൽ, പ്രതിപക്ഷത്തിന് വസ്തുനിഷ്ഠ സാഹചര്യങ്ങൾക്ക് കൃത്യമായ ഒരു രാഷ്ട്രീയരൂപം നല്കേണ്ടിയിരുന്നു- പക്ഷേ, അവരതിനു തയ്യാറായില്ല. അതുകൊണ്ടുതന്നെ തൊഴിലാളിവർഗ്ഗത്തോട് ഒരഭ്യർത്ഥന നടത്തേണ്ടത് അനിവാര്യമായിരിക്കുന്നു. കാരണം, തൊഴിലാളിവർഗ്ഗം മാത്രമാണ് ജനാധിപത്യഭരണത്തിന് ജീവൻ നല്കാൻ കെല്പുള്ള ശക്തി. ഉയർന്നുവരുന്ന നൈസർഗ്ഗികമായ പണിമുടക്കുസമരങ്ങൾ സാന്ദ്രമാക്കേണ്ടത് അനിവാര്യമായിരിക്കുകയാണ്. തൊഴിലാളിവർഗ്ഗത്തിന്റെ ഉയിർത്തെഴുന്നേല്പിൽ മുങ്ങിത്താഴുമെന്നു ഭീതിപൂണ്ടിരിക്കുകയാണ് പ്രതിപക്ഷശക്തികൾ. അതുകൊണ്ടവർ കേവലമായ പാർലമെന്ററി സമരത്തെ രാഷ്ട്രീയപ്രശ്നങ്ങളിലേക്ക് പ്രത്യാനയിക്കാൻ ആഗ്രഹിക്കുന്നില്ല. മറ്റ്യോറ്റിയുടെ ഘാതകരുടെ വിചാരണാവിഷയത്തെ രാജ്യമെങ്ങും അലയടിക്കുന്ന പൊതുപ്രക്ഷോഭക്കൊടുങ്കാറ്റായി മാറ്റാൻ അവരാഗ്രഹിക്കുന്നില്ല.

ആരംഭത്തിലെ ഞങ്ങളുടെ കമ്മിറ്റിപങ്കാളിത്തവും പിന്നീടുള്ള വലിയൊരുഘട്ടംവരെയുള്ള ബഹിഷ്കരണവും താഴെപറയുന്ന പരിണതഫലങ്ങളുളവാക്കി.

1. വിശാലമായ തൊഴിലാളിവർഗ്ഗപ്രസ്ഥാനവുമായുള്ള ഹൃദയബന്ധമറുക്കാതെതന്നെ പ്രതിസന്ധിയുടെ മാരകഘട്ടത്തെ അതിജീവിക്കാൻ അവർ ഞങ്ങളെ അനുവദിച്ചു. തൊഴിലാളിവർഗ്ഗം അകന്നുപോയിരുന്നെങ്കിൽ ഞങ്ങളുടെ പാർട്ടി ജനാധിപത്യത്തിന്റെ വേലിയേറ്റത്തിൽ മുങ്ങിത്താഴുമായിരുന്നു.

2. പ്രതിപക്ഷശക്തികൾ സ്ഥാപിക്കാമെന്ന് ഭീഷണിമുഴക്കിയ പൊതുജനാഭിപ്രായത്തിന്റെ കുത്തകാധിപത്യം ഞങ്ങൾ തകർത്തു. മഹാഭൂരിപക്ഷം വരുന്ന തൊഴിലാളിവർഗ്ഗത്തിന് ഒരു കാര്യം ബോദ്ധ്യപ്പെടാൻ

തുടങ്ങിയിരിക്കുന്നു; പ്രതിപക്ഷ ശക്തികൾ അർദ്ധഫാസിസത്തെയാണ് പ്രതിനിധാനം ചെയ്യുന്നത്. ഫാസിസ്റ്റ് സർവ്വാധിപത്യം പരിഷ്കരിക്കുകയും മയപ്പെടുത്തുകയും ചെയ്യാനാണവർ ആഗ്രഹിക്കുന്നത്. കഴിഞ്ഞ കുറെവർഷങ്ങളായി ഭീകരതയിലൂടെയും നിയമവിരുദ്ധമാർഗ്ഗങ്ങളിലൂടെയും മുതലാളിത്തം കൊയ്തെടുത്ത നേട്ടങ്ങൾക്കൊന്നും ഒരു തരിമ്പുപോലും പോറലേല്ക്കാതെ ഫാസിസത്തെ മൃദുലമാക്കാനാണവർ നിലകൊള്ളുന്നത്.

രണ്ടുമാസങ്ങൾക്കുശേഷം വസ്തുനിഷ്ഠസാഹചര്യങ്ങളിൽ മാറ്റമൊന്നുമുണ്ടായില്ല. ബൂർഷ്വാഭരണകൂടസംഘടനയുടെ യഥാർത്ഥശക്തികൾക്കുവേണ്ടി പരസ്പരം മത്സരിച്ചു യുദ്ധം ചെയ്യുന്ന രണ്ടുഗവൺമെന്റുകളാണ് യഥാർത്ഥത്തിൽ ഇന്നു രാജ്യത്ത് നിലനില്ക്കുന്നത്. ഞങ്ങളുടെ പാർട്ടിയാൽ നയിക്കപ്പെടുന്ന വിപ്ലവത്തൊഴിലാളിവർഗ്ഗത്തിന്റെ പ്രവർത്തനങ്ങളും പ്രതിപക്ഷ ബ്ലോക് സ്ഥാപിക്കാനുള്ള പാർട്ടികളുടെ അസന്ദിഗ്ദ്ധനിലപാടും ദേശീയ ഫാസിസ്റ്റുപാർട്ടിയിൽ സൃഷ്ടിച്ച ആഭ്യന്തര വൈരുദ്ധ്യങ്ങളും പ്രതിസന്ധിയുടെ അലകളും നിർണ്ണായകമാണ്.

ഫാസിസത്തിന്റെ ആന്തരവൈരുദ്ധ്യമെന്താണ്? ഇതുതിരിച്ചറിയണമെങ്കിൽ, ഫാസിസത്തെ അന്തഃസത്ത നിർവ്വചിക്കേണ്ടത് അത്യാവശ്യമാണെന്നാണ്, ചിലർ പറയുന്നത്. എന്നാൽ യഥാർത്ഥത്തിൽ ഫാസിസത്തിന് അത്തരമൊരു അന്തഃസത്ത നിലനില്ക്കുന്നില്ല.

ഭാഗം 2

14

ഫാസിസത്തിന്റെ ആൾക്കൂട്ട മനഃശാസ്ത്രം

Mass Psychology of Fascism - Willhelm Reich

ഫാസിസ്റ്റുകളുടെ ഉത്സവകാലഘട്ടത്തിൽ രചിക്കപ്പെട്ട വിഖ്യാത കൃതിയാണ് വിൽഹം റീഗിന്റെ *ഫാസിസത്തിന്റെ ആൾക്കൂട്ട മനശാസ്ത്രം.* ലൈംഗികതയുടെ അമർത്തലുമായി ബന്ധപ്പെട്ട മനഃശാസ്ത്ര ഘടകങ്ങളെയും ഫാസിസത്തിന്റെ ഉത്ഭവത്തിനുള്ള രാഷ്ട്രീയഘടകങ്ങളെയും പരസ്പരം ബന്ധപ്പെടുത്തി നടത്തിയ വിഖ്യാതകൃതിയാണിത്. ജർമ്മൻ മനഃശാസ്ത്രജ്ഞനും മാർക്സിസ്റ്റ് ചിന്തകനുമായ റീഗ് രചിച്ച ഈ കൃതിയെ ഫാസിസ്റ്റുകൾ നിരോധിക്കുകയായിരുന്നു. ജനങ്ങളുടെ ജീവിതത്തിനു വിനാശകരമായ ഫാസിസ്റ്റുഭരണത്തോട് ജനങ്ങൾക്കാഭിമുഖ്യമുണ്ടാവാനുള്ള കാരണമെന്താണ് എന്ന നിർണ്ണായകമായ ചോദ്യത്തിൽനിന്നുമാണ് വിൽഹം റീഗ് തന്റെ അന്വേഷണമാരംഭിക്കുന്നത്. വ്യവസ്ഥാപിത രാഷ്ട്രീയ ചിന്തകരും രാഷ്ട്രീയവിദ്യാർത്ഥികളും ഒരിക്കലും അഭിമുഖീകരിക്കാത്ത ഒരു ചോദ്യമാണിത്. ജനങ്ങൾക്ക് ഫാസിസത്തോട് ആഭിമുഖ്യമുണ്ടാവുകയോ എന്ന വിസ്മയം നിറഞ്ഞ മറുചോദ്യത്തിലൂടെ അന്വേഷണാത്മകമായ ഈ ചോദ്യത്തിന്റെ മുനയൊടിക്കുകയാണ് വ്യവസ്ഥാപിത ചിന്തകരെല്ലാം ചെയ്യുന്നത്. ഫാസിസം ജനങ്ങളുടെ മേൽ അടിച്ചേല്പിക്കപ്പെടുന്ന ഒരു ഭരണക്രമമാണിവർക്ക്. അങ്ങനെ ജനങ്ങൾക്കിഷ്ടമില്ലാത്ത ഒരു ഭരണത്തിന് ജനസമ്മതിയുണ്ടാവില്ലെന്നും ഇവർ കരുതുന്നു. എന്നാൽ ഫാസിസത്തിന്റെ ഉത്ഭവവുമായി ബന്ധപ്പെട്ട് അന്റോണിയോ ഗ്രാംഷി നടത്തിയ വിശകലനത്തെക്കുറിച്ച് ഇതിനകം ഈ ഗ്രന്ഥത്തിൽ വിശദീകരിച്ചുകഴിഞ്ഞു. മുതലാളിത്ത സാമ്പത്തികപ്രതിസന്ധിയുടെ ഭാഗമായി ഇറ്റലിയിലെ മദ്ധ്യവർഗ്ഗം നേരിട്ട സാമ്പത്തിക പാപ്പരത്തവും സ്വത്വപ്രതിസന്ധിയുമാണ് ഇറ്റാലിയൻ ഫാസിസത്തിന്റെ അടിസ്ഥാനകാരണമെന്ന ഗ്രാംഷിയൻ വിലയിരുത്തൽ *ഫാസിസത്തോടുള്ള ജനാഭിമുഖ്യ*മെന്ന വിൽഹം റീഗിന്റെ ആശയത്തെ

ബലപ്പെടുത്തുന്നതുതന്നെയാണ്. ഇതിനർത്ഥം ജനങ്ങളാണ് ഫാസിസത്തിന്റെ സ്ഥാപകർ എന്നോ ഫാസിസ്റ്റ് ഭരണാധികാരികൾ ജനങ്ങളുടെ ഫാസിസ്റ്റാഭിമുഖ്യത്തെ പ്രയോഗവല്കരിക്കുക മാത്രമാണ് ചെയ്യുന്നത് എന്നൊന്നുമല്ല.

ഫാസിസത്തോടു ജനാഭിമുഖ്യത്തെ നട്ടുനനച്ച മനഃശാസ്ത്രഘടകമായ രതിയുടെ അഥവാ ലൈംഗികതയുടെ ദമന(Repression of sexuality) ത്തെക്കുറിച്ചുള്ള വിൽഹം റീഗിന്റ വിഖ്യാതമായ സിദ്ധാന്തത്തെക്കുറിച്ച് വിശദീകരിക്കുന്നതിന് മുമ്പ് ഫാസിസത്തിന്റെ ഉത്ഭവത്തിനു വഴി തെളിയിച്ച ചില സാമ്പത്തിക-രാഷ്ട്രീയ പ്രശ്നങ്ങളെക്കുറിച്ച് ആദ്യം പ്രതിപാദിക്കേണ്ടതുണ്ട്. കാരണം ഫാസിസത്തിന്റെ ഉത്ഭവത്തിനുകാരണമായ സാമ്പത്തിക-ദാർശനിക-പ്രശ്നങ്ങളെക്കുറിച്ചറിയാത്ത വെറും ലൈംഗികപ്രശ്നങ്ങളെകുറിച്ചുമാത്രം ചിന്തിച്ച ചിന്തകനായി വിൽഹം റീഗിനെ വായനക്കാർ തെറ്റിദ്ധരിക്കാനിടയുണ്ട്. ലൈംഗികത, സാംസ്കാരികഘടകങ്ങൾ ജാതീയവും വംശീയവും സാമൂഹികവുമായ ഘടകങ്ങൾ എന്നിവയിലധിഷ്ഠിതമായ സവിശേഷപഠനങ്ങൾ നടത്തുന്നവരെ വഷളൻ ഭൗതികവാദികൾ വായനക്കാർക്കിടയിൽ തെറ്റിദ്ധരിപ്പിക്കാറുണ്ട്. എങ്ങനെയാണീവിധം തെറ്റിദ്ധാരണ സൃഷ്ടിക്കുന്നത്.

19-ാം നൂറ്റാണ്ടിലെ രാഷ്ട്രീയപ്രശ്നങ്ങളെ വിലയിരുത്തി മാർക്സ് നടത്തിയ സാമ്പത്തിക സിദ്ധാന്തങ്ങളെ മതഗ്രന്ഥംപോലെ ചിന്താശേഷിയില്ലാതെ യാന്ത്രികമായി ഉരുവിടുന്ന ഈ വഷളൻ യാന്ത്രിക ഭൗതിക -സാമ്പത്തികവാദികളെക്കുറിച്ച് ആദ്യമായി ശക്തമായ വിമർശനം അഴിച്ചുവിട്ടത് ലെനിനാണ്. (മാർക്സിന്റെയും എംഗൽസിന്റെയും വിമർശനങ്ങളെ വിസ്മരിക്കുന്നില്ല) സാംസ്കാരികവും മനഃശാസ്ത്രപരവും സാമൂഹികവുമായ സവിശേഷഘടകങ്ങളെക്കുറിച്ച് പഠനം നടത്തുന്നവർ സാമ്പത്തികഘടകങ്ങൾ അവഗണിക്കുന്നുവെന്നാണിവർ പറയുന്നത്. തീർത്തും അബദ്ധജഡിലമായ ഒരു കുറ്റാരോപണമാണിത്. തിമിംഗലത്തിന്റെ സവിശേഷതകളെപ്പറ്റി വിശദമായി പ്രതിപാദിക്കുന്ന ഒരെഴുത്തുകാരൻ തിമിംഗലം വെള്ളത്തിലാണു ജീവിക്കുന്നത് എന്ന കാര്യം പറഞ്ഞില്ല എന്നാരോപിക്കുന്നതിനു തുല്യമായ വഷളൻ ആരോപണമാണിത്. എന്തായിരുന്നാലും ഇത്തരമൊരാരോപണം വിൽഹം റീഗിന് ഏല്ക്കാതിരിക്കാൻ (ലോകത്തിൽ ഏറെ ചർച്ചചെയ്യപ്പെട്ട ഈ ഗ്രന്ഥത്തെ പുകഴ്ത്തിയവരിൽ പല മാർക്സിസ്റ്റുകളും ഉൾപ്പെടുന്നുണ്ട്) ആദ്യംതന്നെ ഫാസിസത്തെക്കുറിച്ചുള്ള അദ്ദേഹത്തിന്റെ രാഷ്ട്രീയവിശകലനം ശ്രദ്ധിക്കാം. ലൈംഗികതയുടെ അമർത്തൽ എന്നത് ഒരു രാഷ്ട്രീയഇതര വിഷയമാണെന്നല്ല പറയുന്നത്.

തീർച്ചയായും ജീവിതവുമായി ബന്ധപ്പെട്ട എല്ലാവിഷയങ്ങളും രാഷ്ട്രീയത്തിന്റെ പരിധിയിൽ പെടുന്നതാണ്. എന്നാൽ പരമ്പരാഗത ബുദ്ധിജീവികളുടെ കാഴ്ചപ്പാടിൽ രാഷ്ട്രീയപരിധിയിൽ വരുന്ന വിഷയങ്ങൾക്ക് കർശനമായ സെൻസർഷിപ്പുകളുണ്ട്. വിൽഹൻ റീഗ് ഈ ഗ്രന്ഥം രചിച്ചതിനുശേഷം അദ്ദേഹത്തെ ജർമ്മൻ കമ്യൂണിസ്റ്റ് പാർട്ടി പുറത്താക്കുകയായിരുന്നു. പുസ്തകം നാസികൾ നിരോധിക്കുകയും ചെയ്തു. ശേഷം അദ്ദേഹം ജർമ്മനിവിട്ടു.

ഫാസിസത്തിന്റെ ജനമനഃശാസ്ത്രം എന്ന ഗ്രന്ഥത്തിന്റെ ആമുഖത്തിൽ തന്നെ വ്യവസ്ഥാപിത സൈനിക സമഗ്രാധിപത്യഭരണകൂടത്തെയും ഫാസിസത്തെയും വേർതിരിച്ചുകാണണമെന്ന് ഗ്രന്ഥകർത്താവ് പറയുന്നുണ്ട്. (ഫാസിസമെന്നാൽ അടിയന്തരാവസ്ഥയാണെന്നും, പ്രഖ്യാപിത അടിയന്തരാവസ്ഥ അപ്രഖ്യാപിത അടിയന്തരാവസ്ഥയ്ക്ക് വഴിമാറി എന്നൊക്കെ വിലപിക്കുന്നവർക്കുള്ള മരുന്നാണ് ഈ ആമുഖം). വിൽഹൻ റീഗിന്റെ നിരീക്ഷണത്തിൽ എന്താണ് ഫാസിസത്തെ ഇതരസ്വേഛാധിപത്യഭരണരൂപങ്ങളിൽനിന്നും വേർതിരിച്ചുനിർത്തുന്നത്. ജർമ്മനി കൈസറുടെ ഭരണത്തിൻ കീഴിലായിരുന്നു കുറെക്കാലം. പക്ഷേ, കൈസർ ഒരു ഫാസിസ്റ്റായിരുന്നില്ല. എവിടെയെല്ലാം ഫാസിസം ഉയർന്നുവന്നിട്ടുണ്ടോ അവിടെയെല്ലാം ജനങ്ങളുടെ പിന്തുണയതിനുണ്ടായിരുന്നു. ഫാസിസത്തെ രാഷ്ട്രീയവിദ്യാർത്ഥികൾ മനസ്സിലാക്കിയിരിക്കുന്നത് കേവലം പിന്തിരിപ്പനായ ഒരു രാഷ്ട്രീയപ്രതിഭാസമാണെന്നാണ്. അത് പിന്തിരിപ്പനാണെന്നതിനു യാതൊരു സന്ദേഹവും വേണ്ടതില്ല. പക്ഷേ, ഫാസിസത്തെ സമഗ്രമായി മനസ്സിലാക്കാൻ അതുമതിയാവില്ല. പിന്തിരിപ്പനായ സാമൂഹ്യാശയങ്ങളും (rebellious ideas) തമ്മിലുള്ള മിശ്രണമാണ് ഫാസിസം. ശരാശരി മനുഷ്യമനസ്സിന്റെ അയുക്തികമായ പ്രതികരണ(irrational reactons) ങ്ങളിലാണ് ഫാസിസത്തിന്റെ വേരുകൾ ആഴ്ന്നിറങ്ങുന്നത്. സമൂഹമനസ്സിന്റെയും വ്യക്തിമനസ്സിന്റെയും ബോധമനസ്സിനെ മാത്രം കേന്ദ്രീകരിച്ചുള്ളതാണ് വ്യവസ്ഥാപിത-ആധുനിക രാഷ്ട്രീയ-സാമൂഹ്യശാസ്ത്രപഠനങ്ങളെല്ലാം. മനുഷ്യമനസ്സിന്റെ അബോധ(unconscious) ഘടകങ്ങളെല്ലാം അയുക്തികമാണെന്ന കേവലയുക്തിവാദ-ശാസ്ത്രവാദ നിഗമനങ്ങളെ ചോദ്യംചെയ്തുകൊണ്ടുമാത്രമേ നമുക്കീ വിഷയത്തെ സമഗ്രമായി സമീപിക്കാൻ കഴിയുകയുള്ളൂ.

എന്നാൽ അതിലേക്ക് കടന്നുകയറി വിശകലനം ചെയ്യുക എന്നത് ഈ പുസ്തകത്തിന്റെ പിരിധിയിൽ വരുന്നില്ല. അബോധമനസ്സിന്റെ പ്രവർത്തനങ്ങളാണ് യഥാർത്ഥത്തിൽ സമൂഹത്തിന്റെ ഇച്ഛകളെയും ജീവിതാഭിലാഷപൂർത്തീകരണത്തെയും നിർണ്ണയിക്കുന്നത് എന്നുമാത്രം പറഞ്ഞുവെക്കാം. ഇതിന് കൂടുതൽ തെളിവുകൾ ആവശ്യമില്ല. പ്രണയം, ഇണയെ തെരഞ്ഞെടുക്കൽ, തൊഴിൽ തുടങ്ങി ജീവിതത്തിലെ പ്രധാനപ്പെട്ട വിഷയങ്ങളിലെല്ലാം മനുഷ്യരുടെ ആഭിമുഖ്യത്തെ നിർണ്ണയിക്കുന്നത് *ബോധമനസ്സി*ന്റെ യുക്തിയല്ല, മറിച്ച് *അബോധമനസ്സി*ന്റെ യുക്തിയാണ് എന്നത് എല്ലാവർക്കുമറിയാവുന്ന യാഥാർത്ഥ്യമാണ്. ഫാസിസത്തിന്റെ ജൈവാടിത്തറകളിലൊന്നായ വംശീയതയുടെ ഉറവിടം തേടിപ്പോയാൽ നാമെത്തുന്നത് സംഘമനസ്സിന്റെ അപരവംശഭീതിയിലാണ്. ഈ അപരവംശഭീതിയും അപരമതഭീതിയും അപരരാഷ്ട്രഭീതിയും അപരസംസ്ഥാനഭീതിയുമെല്ലാം അയുക്തികമായ വികാരങ്ങളാണ്. അയുക്തികതയിലും മുൻനിശ്ചയങ്ങളിലും അധിഷ്ഠിതമായ ഈ സംഘഭീതികളിലാണ് ഫാസിസം കടന്നുപിടിക്കുന്നത്.

ഈ വംശീയഭീതികളൊന്നുംതന്നെ ഫാസിസം സൃഷ്ടിച്ചതല്ല. മറിച്ച് വംശീയവിദ്വേഷം ഫാസിസത്തെ സൃഷ്ടിക്കുകയാണ് ചെയ്തിട്ടുള്ളത്. എന്നാൽ ഫാസിസം ഈ പ്രാകൃതമായ സംഘഭീതിക്ക് ഒരു രാഷ്ട്രീയ

പരമായ സംഘടനാരൂപം നല്കുന്നു. അങ്ങനെയാണ് ഇറ്റാലിയൻ, ജർമ്മൻ, സ്പാനിഷ്, ആംഗ്ലോ-സാക്സൺ, ജൂത, അറേബ്യൻ ഫാസിസങ്ങൾ രൂപംകൊള്ളുന്നതെന്ന് വിൽഹംറീഗ് അഭിപ്രായപ്പെടുന്നു. മതാത്മകമായ നിഗൂഢതയുടെ തീവ്രപ്രകാശനമാണ് ഫാസിസമെന്നുപറയാം. ലൈംഗികതയുടെ അപഭ്രംശ (perversion)ത്തിലടിയുറച്ച മതത്തിൽ നിന്നുമാണ് ഫാസിസം ഉടലെടുക്കുന്നത്. പുരുഷാധിപത്യമതങ്ങളുടെ ആത്മപീഡാപരമായ സ്വഭാവഘടകങ്ങളെ മാറ്റി അതിനെ പരപീഡാമതമാക്കി മാറ്റുകയെന്നതാണ് ഫാസിസ്റ്റുകൾചെയ്യുന്നത്. ആധിപത്യത്തിന് കീഴടങ്ങുകയും എന്നാൽ അതിനോട് കലഹിക്കുകയും ചെയ്യുന്ന അധിനിവേശിത(subjugated) മനസ്സാണ് ഫാസിസത്തിന്റെ മനസ്സ്. അതിന് ഒരു ശത്രുവുണ്ട്. ഈ ശത്രു മൂർത്തവും അമൂർത്തവുമായിരിക്കും. ഉദാ: ഇന്ത്യയിൽ പോത്ത്, കാള എന്നീ മൃഗങ്ങളെല്ലാം തങ്ങളുടെ വിശുദ്ധഭാരത ഗോമാതാക്കളുടെ പാതിവ്രത്യം കളങ്കപ്പെടുത്തുന്ന ക്രൂരമുസ്ലീങ്ങളുടെ പ്രതിനിധാനങ്ങളോ രൂപങ്ങളോ ആണ്. അതുകൊണ്ടാണ് ഹിന്ദുശക്തികൾ കാളവ്യാപാരികളെയും ബീഫുകഴിക്കുന്നവരെയും കൊലചെയ്യുന്നത്.

ഫാസിസ്റ്റുമനസ്സ് താവളമടിക്കുന്ന പരമ്പരാഗതസംഘമനുഷ്യന്റെ അബോധത്തിലാണ്. അബോധമനസ്സിലെ പ്രാചീന വിശ്വാസങ്ങളിലും അയുക്തികധാരണകളിലും വികാരങ്ങളിലും അടയാളങ്ങളിലുമാണ് കുടുംബം, രാഷ്ട്രം, മതം, ഈ മൂന്നുസ്ഥാപനങ്ങളെ അയുക്തികമെങ്കിലും ദൃഢമായി കോർത്തിണക്കുന്നതാണ് ഫാസിസത്തിന്റെ മനഃശാസ്ത്രം. ഫാസിസ്റ്റുകൾ ഒരാളെ *കമ്യൂണിസ്റ്റ്* എന്നുവിളിച്ചാൽ അത് യഥാർത്ഥ കമ്മ്യൂണിസ്റ്റിനെ ലക്ഷ്യംവെച്ചായിരിക്കില്ല. തന്റെ *എതിരാളി*യെ വിളിക്കാനുള്ള പേരുകളാണ് *യുക്തിവാദി,* കമ്യൂണിസ്റ്റ്, നാസ്തികർ, രാജ്യദ്രോഹി, ഭീകരൻ, തീവ്രവാദി, വരത്തൻ, എന്നിവയെല്ലാം തന്നെ.

ക്ലാസിക്കൽ ഫാസിസത്തിന്റെ ഉത്ഭവകാലഘട്ടത്തിൽ 1933 ൽ രചിക്കപ്പെട്ട ഫാസിസത്തിന്റെ ജന മനഃശാസ്ത്രം എന്ന ഗ്രന്ഥത്തെ അതിശയിക്കുന്ന ഒരു കൃതി ഈ വിഷയത്തിൽ രചിക്കപ്പെട്ടിട്ടില്ല. ഫാസിസ്റ്റ് പ്രത്യയശാസ്ത്രത്തിന്റെ അയുക്തികതയെ ആഴത്തിൽ വിശകലനം ചെയ്യുന്ന കൃതിയാണിത്. എന്നാൽ പ്രസിദ്ധീകരിക്കപ്പെട്ട് രണ്ടുവർഷത്തിനുള്ളിൽ ഫാസിസ്റ്റുകൾ ഈ ഗ്രന്ഥമുൾപ്പെടെയുള്ള രാഷ്ട്രീയ മനഃശാസ്ത്ര പുസ്തകങ്ങളെല്ലാം നിരോധിച്ചു. എന്നാൽ ഫ്രാൻസ്, അമേരിക്ക, ചെക്കോസ്ലോവാക്യ, സ്കാൻഡിനാവിയ, തുടങ്ങിയ നിരവധി രാജ്യങ്ങളിൽ ഈ ഗ്രന്ഥം പ്രസിദ്ധീകരിക്കപ്പെടുകയും ചർച്ച ചെയ്യപ്പെടുകയും ചെയ്തു.

കാൾമാർക്സിന്റെ വിപ്ലവപരമായ ദാർശനികതയുടെ അന്തഃസത്തയിൽ അടിയുറച്ച ധാരണയുണ്ടായിരുന്ന വിൽഹം റീഗ് പക്ഷേ, മാർക്സിന്റെ പല ആശയങ്ങളെയും വിമർശനാത്മകമായിത്തന്നെ സമീപിച്ചു. മാനസികാദ്ധ്വാനത്തെയും ശാരീരികാദ്ധ്വാനത്തെയും മാർക്സ് വേർതിരിച്ചതിനോട് വിൽഹം റീഗ് യോജിച്ചില്ല. മാനസികാദ്ധ്വാനം ചെയ്യുന്നവർ ബുദ്ധിജീവികളും കായികാദ്ധ്വാനം ചെയ്യുന്നവർ യഥാർത്ഥ തൊഴിലാളിവർഗ്ഗവും എന്ന ക്ലാസിക് മാർക്സിസ്റ്റ് സങ്കല്പമാണ് ഫാസിസ

ത്തിന്റെ ആവിർഭാവത്തിനുകാരണമെന്ന ഗ്രന്ഥകർത്താവിന്റെ വിമർശനം വളരെ ചിന്തോദ്ദീപകമാണ്. മാനസികമെന്നും ശാരീരികമെന്നുമുള്ള വിഭജനം തന്നെ ആധുനികത സൃഷ്ടിച്ച ഒരു ദ്വന്ദമാണെന്ന് കാണാം. എല്ലാ മാനസികവ്യാപാരവും അടിസ്ഥാനപരമായി ശാരീരികപ്രവർത്തനമാണെന്നിരിക്കെ അത്തരമൊരു വിഭജനത്തിന് പ്രസക്തിയില്ല. ചില സവിശേഷ ജോലികൾക്ക് ഉയർന്ന ആദരവ് ലഭിക്കുകയും മറ്റുചില ജോലികൾ അവഗണിക്കപ്പെടുകയും ചെയ്യുമ്പോൾ തൊഴിലാളിവർഗ്ഗമെന്ന വിശാലമായ ഗണത്തിൽ വിള്ളലുകളുണ്ടാവുന്നു. ഒരു സമൂഹത്തിന്റെ നിലനില്പിന്റെ അടിസ്ഥാനമെന്നത് കൃഷിയും സാങ്കേതികവിദ്യയുമാണ്. എന്നാൽ ഈ മേഖലകളിൽ പ്രവർത്തിക്കുന്ന തൊഴിലാളികൾ അവഗണിക്കപ്പെടുകയും അദ്ധ്യാപകർ, വക്കീലന്മാർ, ഡോക്ടർമാർ തുടങ്ങിയവർ ആദരിക്കപ്പെടുകയും ചെയ്യുമ്പോൾ സമൂഹത്തിൽ വർഗ്ഗപരമായ സംഘർഷാവസ്ഥയുണ്ടാവുന്നു. ഇത് മുതലാളിവർഗ്ഗവും തൊഴിലാളിവർഗ്ഗവും തമ്മിലുള്ള സംഘർഷമല്ല. മറിച്ച് തൊഴിലാളിവർഗ്ഗത്തിനുള്ളിലെ സംഘർഷമാണ്. സാമൂഹികമായ അരാജകത്വത്തിലേക്കാണ് ഈ സംഘർഷാവസ്ഥ നയിക്കുന്നത്.

ലൈംഗികതയുടെ അമർത്തൽ ആണ് ഫാസിസ്റ്റ് മനഃശാസ്ത്രത്തിന്റെ അടിസ്ഥാനകാരണമായി വിൽഹംറീഗ് നിരീക്ഷിക്കുന്നത്. ലൈംഗികത പാപമാണെന്ന സങ്കല്പം രൂപപ്പെടുന്നത് കുടുംബഘടനക്കുള്ളിൽ നിന്നാണ്. പിതൃദായക-പുരുഷാധിഷ്ഠിത കുടുംബഘടനയ്ക്കുള്ളിൽനിന്നു രൂപംകൊള്ളുന്ന പാപാത്മകലൈംഗികസങ്കല്പവും ലൈംഗികതയുടെ അമർത്തലും വ്യക്തികളെ നയിക്കുന്നത് ചില ആദർശവല്ക്കരണങ്ങളിലേക്കും നിഗൂഢവല്ക്കരണങ്ങളിലേക്കുമാണ്. കുട്ടിക്കാലത്തെ ഈഡിപ്പൽ കോംപ്ലക്സ് സൃഷ്ടിക്കുന്ന ഇത്തരം ആദർശവല്ക്കരണങ്ങളും നിഗൂഢവല്ക്കരണങ്ങളും വ്യക്തിമനസ്സിനെ ചില മൂല്യങ്ങളുടെ വാഹകരാക്കാൻ പ്രേരിപ്പിക്കുന്നു, അതിൽ ഏറ്റവും പ്രാധാന്യം *അഭിമാനം* (Honor) ആണ്. പാപഭരിതമായ ജീവിതാനുഭവങ്ങളെക്കുറിച്ചുള്ള കുറ്റബോധം മറികടക്കാൻ വേണ്ടി യാന്ത്രികമായി വളർത്തിയെടുക്കുന്ന അഭിമാനസങ്കല്പവും ലൈംഗികകുറ്റങ്ങളിലേക്ക് വീണുപോവാതിരിക്കാൻ വേണ്ടി നടത്തുന്ന കർക്കശമായ കായികപരിശീലനങ്ങളും കടുത്തനിയന്ത്രണങ്ങളും ഫാസിസവുമായി ചേർന്നുപോവുന്നതാണ്.

ആൺ-പെൺ ശരീരങ്ങൾ ഒത്തുചേരുന്നതിനോടുള്ള കടുത്ത അസഹിഷ്ണുത, പ്രണയത്തോടുള്ള എതിർപ്പ്, അഭിമാനത്തിന്റെ പേരിലുള്ള കൊലപാതകങ്ങൾ (Honor killings) എന്നിവയെല്ലാം ഹിന്ദുത്വഫാസിസം എന്തുകൊണ്ടാണ് നടപ്പാക്കുന്നത് എന്നതിന്റെ വിശദീകരണം നമുക്കിവിടെ കണ്ടെത്താവുന്നതാണ്. അന്യജാതി വിഭാഗങ്ങളോടും അന്യമത വിഭാഗങ്ങളോടും അന്യരാഷ്ട്രങ്ങളോടുമെല്ലാമുള്ള പകയും വിദ്വേഷവും ഉടലെടുക്കുന്നത് *വംശീയശുദ്ധിസങ്കൽപ്പ*ത്തിൽ നിന്നുമാണ്. പാതിവ്രത്യം, കന്യകാത്വം, മാതാവിനെ വിശുദ്ധവല്കരിക്കൽ എന്നിവയെല്ലാം ലൈംഗികനിരോധനവും പാപഭീതിയുമെല്ലാം ഉൾച്ചേർന്നതാണല്ലോ. ഹിറ്റ്ലറിസത്തിന്റെ വംശശുദ്ധി സങ്കല്പവും ജൂതവിദ്വേഷവും അതുതന്നെയാണ് തെളിയിക്കുന്നത്.

15

ഫാസിസം സൂക്ഷ്മ വായന

ഫാസിസത്തിന്റെ ദുരന്തഗർത്തത്തിലേക്ക് ആകർഷിക്കപ്പെടുകയെന്നത് വെടിക്കെട്ടിലേക്ക് ആനയിക്കപ്പെടുന്നതുപോലെയാണ്. മാനത്ത് മാരിവില്ലുകളും ഇന്ദ്രജാലവും സൃഷ്ടിച്ച് മയക്കിയശേഷം മനുഷ്യരെ കൂട്ടത്തോടെ കരിച്ചീളുകളാക്കുന്ന മാസ്മരിക വിദ്യയാണ് ഫാസിസം എക്കാലവും സൃഷ്ടിച്ചുകൊണ്ടിരിക്കുന്നത്. കൊടുംവിഷം അത് വിതയ്ക്കാൻ പോവുന്ന മരണത്തിന് മുമ്പ് സൃഷ്ടിക്കുന്ന വിഭ്രാന്തമായ കാഴ്ചകളിൽ മനം മയങ്ങി ദുരന്തത്തിലേക്ക് പതിക്കുന്ന ജനങ്ങൾ തന്നെയാണ് ഫാസിസത്തിന്റെ അടിത്തറ. *ഫാസിസത്തിന്റെ ആൾക്കൂട്ട മന:ശാസ്ത്രം* എന്ന ഗ്രന്ഥത്തിൽ വിൽഹം റീഗ് ഈ വസ്തുത വെളിപ്പെടുത്തിയതാണ്. മാരകമായ സ്ഫോടകവസ്തുക്കളിലെ ഘോരവിഷമാണ് പാതിരാവിൽ ആകാശത്ത് മഴവില്ലുകൾ സൃഷ്ടിക്കുന്നത്. കരിമ്പാറകളെപ്പോലും ചിതറിത്തെറിപ്പിക്കാൻ ശേഷിയുള്ള അതേ വിഷമാണ് മാനത്ത് വർണ്ണപുഷ്പങ്ങളും മായികചിത്രങ്ങളും പ്രകാശഗോളങ്ങളും രചിക്കുന്നത്. അത് വിടർത്തുന്ന പൂക്കൾക്ക് സുഗന്ധമില്ലെന്നും പ്രകാശത്തിന് പ്രകാശമില്ലെന്നും അത് വെറും മായക്കാഴ്ചകളാണെന്നും അറിയാത്തവരല്ല അതിലേക്ക് ഈയാംപാറ്റകളെപ്പോലെ ആകർഷിക്കപ്പെടുന്നത്.

ഭൂമിയിലെ യഥാർത്ഥ പുഷ്പങ്ങളുടെ മനോഹാരിതയേക്കാൾ പക്ഷേ, അവയെ ഇഷ്ടപ്പെടുന്ന മനുഷ്യമനസ്സിന്റെ പ്രഹേളികയിലാണ് ഫാസിസം അതിന്റെ തായ്വേരുറപ്പിച്ചിരിക്കുന്നത്. മനുഷ്യമനസ്സിന്റെ അബോധ - Unconscious- തലങ്ങളിലെ നിഗൂഢമോഹങ്ങൾ പൂവണിയിക്കുന്ന മാസ്മരിക വിദ്യയാണ് ഫാസിസത്തിന്റെ രാഷ്ട്രതന്ത്രം. അടിച്ചമർത്തലുകൾ (Suppressions) ക്കും സ്വയം അമർത്തലുകൾ (Reperssions)ക്കും വിധേയമായ നൈസർഗ്ഗിക കാമനകൾക്കും ലൈംഗിക തൃഷ്ണകൾക്കും ലഭിക്കുന്ന അപഭ്രംശം വന്ന അനുഭൂതി

(perverted ecstacy)യാണ് ഫാസിസത്തോടുള്ള മനുഷ്യമനസ്സിന്റെ ആസക്തി. അതിനാൽ ജനങ്ങൾ തന്നെയാണ് അവരുടെ അബോധാസക്തികൾ തന്നെയാണ് ഫാസിസത്തെ സൃഷ്ടിക്കുന്നതെന്ന അപ്രിയ സത്യം തിരിച്ചറിയാതെ, ഫാസിസമെന്നത് ന്യൂനപക്ഷം വരുന്ന ചില കുലീനവർഗ്ഗത്തിന്റെയോ ചില അസാമാന്യഭീകരനേതാവിന്റെയോ നിർമ്മിതിയാണെന്ന വ്യവസ്ഥാപിത ഫാസിസ വായനയിൽ കുടുങ്ങിക്കിടക്കുകയാണ് നമ്മുടെ മുഖ്യധാരാ രാഷ്ട്രീയലോകം.

ഒരു ചെറു ന്യൂനപക്ഷത്തിന് മഹാഭൂരിപക്ഷത്തെ അടിച്ചമർത്തി ഭരിക്കാനുള്ള രാഷ്ട്രീയശേഷി ജനാധിപത്യവ്യവസ്ഥയിൽ എങ്ങനെ വളർത്തിയെടുക്കാൻ കഴിയുന്നുവെന്ന ചോദ്യം ഇവിടെ ഉന്നയിക്കപ്പെടുന്നില്ല. അഥവാ ഉന്നയിക്കപ്പെട്ടാൽ തന്നെ ഇതാ വരുന്നു ഉത്തരം- സാമ്പത്തിക ബലം, കോർപ്പറേറ്റുകളുടെ പിന്തുണ, പ്രചാരണ തന്ത്രങ്ങൾ..... ഫാസിസത്തിന്റെ വിശേഷിച്ചും ആഗോളവല്ക്കരണകാലഘട്ടത്തിലെ ലിബറൽ ജനാധിപത്യഘടന, ഫാസിസത്തിന്റെ പ്രധാനപ്പെട്ട സ്തംഭങ്ങളാണെന്നതിന് സംശയമില്ല. എന്നാൽ എല്ലാറ്റിന്റെയും അടിത്തറ സാമ്പത്തികമാണെന്ന രാഷ്ട്രീയപാഠം എവിടെനിന്നാണ് നമുക്കു ലഭിച്ചത്. പത്തൊമ്പതാം നൂറ്റാണ്ടിൽ ഉയർന്നുവന്ന മുതലാളിത്തവ്യവസ്ഥ ലോകചരിത്രത്തിലെ നിർണ്ണായകമായ ഒരു ദശാസന്ധി സൃഷ്ടിച്ചിരിക്കുന്നുവെന്നും അത് വളർന്നു വികസിച്ച് ലോകത്തെ മുഴുവൻ ഗ്രസിക്കുമെന്നും പൂർവ്വയുഗങ്ങളിൽ നിന്നും ഭിന്നമായി അത് ദേശീയതയെ സൃഷ്ടിക്കുന്നുവെന്നും ദേശീയത സാർവ്വദേശീയമായ ഒരുആഗോള സമ്പദ്‌വ്യവസ്ഥയ്ക്കും ആഗോളരാഷ്ട്രീയഘടനയ്ക്കും വഴിതെളിയിക്കുമെന്നും വ്യക്തമാക്കുകയായിരുന്നു മാർക്സ്.

സാമ്പത്തികമാണ് എല്ലാറ്റിനെയും നിർണ്ണയിക്കുന്ന ശക്തിയെന്നല്ല മാർക്സ് പറഞ്ഞത്. മനുഷ്യനാണ് സാമ്പത്തിക-സാമൂഹികസാഹചര്യങ്ങളുടെ അടിത്തറയെന്നാണ് മാർക്സ് പറഞ്ഞത്.

മനുഷ്യൻ ആർജ്ജിക്കുന്ന മറ്റ് ഉല്പാദനത്തിന്റെയെന്നപോലെ അവന്റെ ഭൗതികോല്പാദനത്തിന്റെയും അടിത്തറ മനുഷ്യൻതന്നെയാണ്.

(Man himself is the basis of his material production, as of every other production which he achieves - Marx-Theory of Surplus Value)

സാമൂഹ്യജീവിയായ മനുഷ്യന്റെ പരസ്പരബന്ധങ്ങളും ആ ബന്ധങ്ങളിൽനിന്നും സൃഷ്ടിക്കപ്പെടുന്ന ജൈവസാഫല്യങ്ങളുമാണ് ഉല്പാദനബന്ധങ്ങളുടെയും ഉല്പാദന ഉപാധികളുടെയും സ്വഭാവത്തെ നിർണ്ണയിക്കുന്നത് പറഞ്ഞുവരുന്നത് ഫാസിസത്തെക്കുറിച്ചുള്ള യാന്ത്രിക വായനയെക്കുറിച്ചാണ്. ഫാസിസത്തെ മുതലാളിത്തവ്യവസ്ഥയോടുള്ള പ്രതികരണമായിട്ടാണ് അന്റോണിയോ ഗ്രാംഷിയെപ്പോലുള്ള ചിന്തകർ വിശദീകരിച്ചിട്ടുള്ളത്. അതിനർത്ഥം മറ്റു നിർണ്ണായക ഘടകങ്ങളെ അവഗണിക്കണമെന്നല്ല.

മാർക്സിന്റെ കാലഘട്ടത്തിൽ ഫാസിസം ഉത്ഭവിച്ചിട്ടില്ല. അതുകൊ

ണ്ടുതന്നെ ഫാസിസത്തിന്റെ നിഗൂഢതകൾ പുറത്തുകൊണ്ടുവരാൻ മാർക്സിന്റെ കൃതികൾ മതിയാവുകയുമില്ല. സാമ്പത്തിക പ്രതിസന്ധികൾ, രാഷ്ട്രീയ അനിശ്ചിതത്വങ്ങൾ എന്നിവയുടെ ഭൗതിക സന്ദർഭങ്ങളിൽ തൊഴിലാളിവർഗ്ഗവും കർഷകരും മറ്റു പാർശ്വവല്കൃത ജനങ്ങളും ന്യൂനപക്ഷങ്ങളും ഏകോപിതരായി രാഷ്ട്രീയമുന്നേറ്റം നടത്തുന്നതിനു പകരം ഒരു ചെറുന്യൂനപക്ഷമായ സവർണ്ണഹിന്ദുത്വം ഇന്ത്യയുടെ രാഷ്ട്രീയാധികാരത്തിലേക്കു വരാനിടയായ സാഹചര്യത്തെ തൃപ്തികരമായി വിശദീകരിക്കാൻ സാമ്പ്രദായിക ഫാസിസവായന അപര്യാപ്തമാണ്.

ബ്രാഹ്മണരും മറ്റു കുലീനജാതികളുമാണ് ഫാസിസത്തിന്റെ ഭൗതികാടിത്തറയെന്നത് തർക്കമറ്റ സംഗതിയാണ്. ഈ ഭൗതികാടിത്തറ മാത്രമല്ല ഫാസിസത്തിനുള്ളത്. അതിന് മറ്റൊരടിത്തറകൂടിയുണ്ട്. ആ അടിത്തറയെ നമുക്ക് സൗകര്യത്തിന് ആത്മനിഷ്ഠ അടിത്തറയെന്നുവിളിക്കാം. ഭൗതികാടിത്തറയും ആത്മനിഷ്ഠാടിത്തറയും (ഇരട്ട അടിത്തറ) ഉള്ള ഒരു സങ്കീർണ്ണ രാഷ്ട്രീയപ്രതിഭാസമാണ് ഫാസിസം. ജാതിവ്യവസ്ഥ, അസ്പൃശ്യത, വംശീയവിദ്വേഷം, ബ്രാഹ്മണ്യാദർശവല്ക്കരണം, ഹിന്ദുത്വസാഹിതികൾ, ഫ്യൂഡൽ ബന്ധങ്ങൾ, പുരുഷാധിപത്യം, തുടങ്ങി ഇന്ത്യൻ സന്ദർഭത്തിൽ പ്രസക്തമായ കാര്യങ്ങൾ ഇന്നെല്ലാവരും ചർവ്വിതചർവ്വണം ചെയ്തുകൊണ്ടിരിക്കുന്നതിനാൽ അതിലേക്കു പ്രവേശിക്കുന്നില്ല. ഉമ്പർട്ടോ ഇക്കോ വിശദീകരിച്ച ഫാസിസത്തിന്റെ 14 സവിശേഷതകളും (അതിൽ പക്ഷേ, ഇന്ത്യയ്ക്കു പ്രസക്തമായ ജാതിബന്ധങ്ങളും അസ്പൃശ്യതയുമില്ല) ഇവിടെ ഏറെ വിശദമാക്കപ്പെട്ടതാണ്.

ആദിവാസികൾ, ദളിതർ തുടങ്ങിയ ജനവിഭാഗങ്ങളെ ഹിന്ദുത്വതൊഴുത്തിലേക്ക് ആനയിക്കുന്ന പ്രവണത, സി കെ ജാനുവിനെപ്പോലുള്ള നേതാക്കളെ ആശ്ലേഷിച്ചാകർഷിക്കാനുള്ള ഹിന്ദുത്വത്തിന്റെ ശേഷി, സംസ്കൃതവല്ക്കരണം, ക്രിമിനൽവല്ക്കരണം, ഭീകരത സൃഷ്ടിച്ച് ജനങ്ങളെ ആകർഷിക്കൽ, ദേശവിരുദ്ധ പ്രവർത്തനം നടത്തിക്കൊണ്ടുതന്നെ ദേശീയതത്വത്തെ ആദർശവല്ക്കരിക്കൽ, കൊളോണിയൽ നിയമങ്ങൾ ആഹാരം, ആരാധനകൾ എന്നിവയിൽ നിലനിർത്തുന്ന അധീശത്വസദാചാര പൊലീസ് ചമയൽ തുടങ്ങിയ ഫാസിസത്തിന്റെ അനേകം ഭൗതികാസ്പദങ്ങളെ ഉറപ്പിച്ചുനിർത്തുന്ന ഫാസിസത്തിന്റെ ആത്മനിഷ്ഠസ്തംഭത്തെ തിരിച്ചറിയാതെ നമുക്കതിനെ പ്രതിരോധിക്കാനാവില്ല. ജാനുവിനെപ്പോലുള്ള നേതാക്കൾ ഫാസിസത്തിലേക്കാനയിക്കപ്പെടുന്നതിനെ കേവലാധിക്ഷേപങ്ങൾകൊണ്ടും പ്രത്യയശാസ്ത്രവിമർശനങ്ങൾ കൊണ്ടും മറികടക്കാനാവില്ല. അധികാരത്തോടുള്ള ആസക്തി,

ഉയർന്ന ജീവിതം നയിക്കാനുള്ള ത്വര, പാർലമെന്ററി വ്യാമോഹം, ഉള്ളിലൊളിപ്പിച്ചുവെച്ച ഹിന്ദുത്വപ്രത്യയശാസ്ത്രത്തിന്റെ പുറത്തുചാടൽ, മൃദുഹിന്ദുത്വം, നരേന്ദ്രമോദിയോടുള്ള ആരാധന, ന്യൂനപക്ഷവിരോധം, പുതിയ കുടുംബ - ജീവിതബന്ധങ്ങൾ, കമ്യൂണിസ്റ്റ് വിരോധം, പുരുഷാധിനിവേശത്തിന് കീഴ്പ്പെടൽ, തുടങ്ങിയ കാരണങ്ങൾ കണ്ടെത്തി നമുക്കു തൃപ്തിപ്പെടാം. ഇതിൽ ചിലതൊക്കെ തന്നെ ശരിയുമായിരിക്കും.

എന്നാൽ വൈകാരികമായ വിമർശനശരങ്ങൾകൊണ്ടോ യുക്തിപരമായ നേരിടൽ കൊണ്ടോ മുറിക്കാൻ കഴിയാത്ത അദൃശ്യമായ ഒരു ചരട് ഫാസിസത്തെ മണ്ണിലുറപ്പിക്കുന്നുണ്ട്. ആ അദൃശ്യമായ ചരടിന്റെ ബന്ധനങ്ങളെ കണ്ടെത്താൻ നമ്മുടെ വ്യവസ്ഥാപിത രാഷ്ട്രീയചിന്ത അപര്യാപ്തമാണെന്നു പറഞ്ഞുവല്ലോ. ഈ അപര്യാപ്തതയുടെ കാരണങ്ങളിലേക്ക് അന്വേഷിച്ചുചെല്ലാനുള്ള ശ്രമമാണ് ഇവിടെ നടത്തുന്നത്.

എന്താണ് ഫാസിസം

ഫാസിസത്തെ നിഷേധാത്മകമായ ഒരു രാഷ്ട്രീയപ്രതിഭാസമായിട്ടാണ് നാം വിലയിരുത്തുന്നത്. അനേകലക്ഷം ജനങ്ങളെ നിഷ്ഠുരമായി കൊന്നൊടുക്കുന്ന, ജീവിതത്തെയും ജീവിതത്തിന്റെ സർവ്വസർഗ്ഗപ്രവാഹങ്ങളെയും പ്രകാശങ്ങളെയും കെടുത്തുന്ന ഫാസിസം നിഷേധാത്മകമല്ല എന്നു സ്ഥാപിക്കുകയല്ല ഇവിടെ ചെയ്യുന്നത്. ചരിത്രത്തിലെ ഏറ്റവും ഭീകരമായ നിഷേധാത്മകത തന്നെയാണ് ഫാസിസം. അതുകൊണ്ടുതന്നെ ധാർമ്മികമായ അഥവാ മനുഷ്യനന്മ ലക്ഷ്യം വെച്ചുകൊണ്ടുള്ള ഏകമുഖവായനയിലധിഷ്ഠിതമാണ് നമ്മുടെ ഫാസിസവായനകളെല്ലാം. നമ്മുടെ ഈ നന്മയിലധിഷ്ഠിതമായ ധാർമ്മിക വായനയ്ക്ക് കീഴടങ്ങാത്ത അഥവാ ധാർമ്മികമായ കണ്ണടയ്ക്കുമുന്നിൽ തെളിയാത്ത അതി സൂക്ഷ്മശരീരങ്ങളാണ് ഫാസിസത്തിന്റെ വേരുകളെ മണ്ണിൽ ഉറപ്പിച്ചുനിർത്തുന്നത്. ഫാസിസത്തെ ഒരു സങ്കീർണ്ണപ്രതിഭാസമായി വായിക്കാൻ നാം ശീലിച്ചിട്ടില്ല. പുസ്തകങ്ങളെ തൊട്ടുതലയിൽ വെക്കുന്ന ശീലം തെറ്റല്ല. പൂജിക്കുന്നതും തെറ്റല്ല. പക്ഷേ, പുസ്തകപാഠങ്ങളെ, അതേപോലെ പരിഗണിക്കുന്നത് അപകടകരമാണല്ലോ.

ഹിറ്റ്ലറുടെ ആത്മകഥയും ഒരു പുസ്തകമാണ്. മാത്രമല്ല ഹിറ്റ്ലറും ഒരു പുസ്തകമാണ് എന്നു നാം തിരിച്ചറിഞ്ഞില്ല. ഹിറ്റ്ലറെ നാം വായിച്ചില്ല. ഹിറ്റ്ലറുടെ മനോഘടന പലരും മനഃശാസ്ത്രപരമായി വ്യാഖ്യാനിച്ചിട്ടുണ്ട്. എന്നാൽ ഫാസിസത്തെ ചരിത്രത്തിൽ ഉയർന്നുവന്ന ഒരു പാഠമായി വായിക്കാതിരുന്നതാണ് അതിന്റെ പ്രവർത്തനങ്ങളെ തിരിച്ചറിയാൻ കഴിയാതെ പോയത്. ഒരു ഡോക്ടർ രോഗത്തെ തിരിച്ചറിയും പോലെ ക്ലിനിക്കൽ ആയി വായിക്കുമ്പോൾ മാത്രമേ ഫാസിസത്തെ അടുത്തുനിന്നു കാണാൻ നമുക്കു സാധിക്കുകയുള്ളൂ. രോഗഭയമുള്ളവർക്ക് അതിനുസാദ്ധ്യമാവുകയില്ല. ഫാസിസം ഒരു രാഷ്ട്രീയകക്ഷിയുടെ കണ്ടുപിടുത്തമായി അല്ലെങ്കിൽ ഒരു സംഘടനയുടെ ബലത്തിൽ കെട്ടിപ്പടുത്ത പ്രസ്ഥാനമായി ചുരുക്കുകയാണ് നാം. സവർക്കർ, ഗോൾവാൾക്കർ, തുടങ്ങി അനേകം ഫാസിസ്റ്റാചാര്യരുടെ സൈദ്ധാന്തികാടിത്തറ വിശദീകരിക്കപ്പെട്ടു. ഫാസിസമെന്നാൽ പ്രഖ്യാപിതവും അപ്രഖ്യാപിതവുമായ അടിയന്തരാവസ്ഥയാണെന്നുവരെ നിത്യവും മാധ്യമങ്ങളും ബുദ്ധിജീവികളും ആവർത്തിച്ചുകൊണ്ടിരിക്കുന്നു.

ഫാസിസത്തിലെ കലാപാത്മകത

നന്മ/തിന്മ എന്ന സദാചാരദ്വന്ദ്വങ്ങൾക്കപ്പുറത്തു നിന്ന് ഫാസിസത്തെ വിശകലനം ചെയ്യാൻ ശ്രമിച്ചാൽ അതിൽ വിപ്ലവാത്മകതയുടെ അംശങ്ങളുമുണ്ടെന്ന് കണ്ടെത്തുന്നതിലാണ് ഫാസിസത്തിന്റെ സങ്കീർണ്ണത നമുക്കു തിരിച്ചറിയാൻ കഴിയുക. നമ്മുടെ ബോധമനസ്സിന് അംഗീകരിക്കാൻ കഴിയാത്ത ഈ യാഥാർത്ഥ്യം കാണാതിരിക്കുമ്പോഴാണ് ഫാസിസത്തിന്റെ കടന്നുവരവുണ്ടാവുന്നത്. എന്നാൽ ഫാസിസത്തിലെ ഈ വിപ്ലവാത്മകമോ കലാപാത്മകമോ ആയ സ്വഭാവം യഥാർത്ഥവിപ്ലവാത്മകതയോ കലാപാത്മകതയോ അല്ല. മതവിശ്വാസം ഹൃദയമില്ലാത്ത ലോകത്തിന്റെ ഹൃദയമാണെന്നു മാർക്സ് പറഞ്ഞതിന്റെ തുടർച്ചയായിട്ടാണ് അത് മനുഷ്യനെ മയക്കുന്ന കറുപ്പാണെന്നു പറഞ്ഞത്. അന്തിമമായി ഭൗതികവും മാനസികവും ആയ അടിമത്തത്തിൽ മതം മനുഷ്യനെ തളച്ചിടുന്നതുപോലെ ഫാസിസവും മനുഷ്യസമൂഹത്തെ അടിമത്തത്തിലേക്കും അതിലും ഭീകരമായ മൃത്യുവിലേക്കും നയിക്കുന്നു. പക്ഷേ, എന്നിട്ടും മതത്തിലേക്കു മനുഷ്യർ ആകർഷിക്കപ്പെടുന്നതിന്റെ കാരണം മാർക്സ് വളരെ സമർത്ഥമായി കണ്ടെത്തി. മതത്തെ മാർക്സ് വായിച്ചത് ധാർമ്മികമായോ യുക്തിവാദപരമായോ ആയിട്ടല്ല. മാർക്സ് ഒരിക്കലും ഒരു യുക്തിവാദിയായിരുന്നില്ല എന്നു മാത്രമല്ല കേവലഭൗതികവാദത്തിന്റെ കടുത്തവിമർശകനുമായിരുന്നു. ആശയവാദത്തെയും കേവലഭൗതികവാദത്തെയും ഒരുപോലെ മറികടന്ന് ചിന്തിക്കാൻ കഴിഞ്ഞതാണ് മാർക്സിനെ മഹാനായ ചിന്തകനാക്കി മാറ്റിയത്. ഫാസിസത്തെ മാർക്സ് മതത്തെ വായിച്ചതുപോലെ വായിക്കാൻ കഴിയാതിരുന്നതാണ് ഫാസിസത്തെ നമ്മുടെ കിടപ്പുമുറിയിലും അടുക്കളയിലുമെല്ലാമെത്തിച്ചത്.

ഫാസിസത്തിന്റെ കലാപാത്മകത എന്നത് പ്രച്ഛന്നമായ കലാപാത്മകതയാണ്. അത് നൂറ്റാണ്ടുകളായി ഭൗതികമായും സാംസ്കാരികമായും അടിച്ചമർത്തപ്പെട്ട സംഘമനുഷ്യന്റെ തലതിരിഞ്ഞ രാഷ്ട്രീയപ്രതികരണമാണ്. യാഥാർത്ഥ്യത്തെ ഭയപ്പെടുന്ന സമൂഹമനുഷ്യന്റെ രാഷ്ട്രീയ ഉയിർപ്പാണ് ഫാസിസത്തെ സാദ്ധ്യമാക്കുന്നത്. ഫാസിസത്തിന്റെ ഈ തലതിരിഞ്ഞതും മിഥ്യാബോധത്തിലധിഷ്ഠിതവുമായ കലാപാത്മകത തന്നെയാണ് അതിനെ പ്രതിലോമകരമാക്കുന്നതും. അല്ലാതെ നാം സാധാരണ പറയുംപോലെ നന്മയും തിന്മയും ഇടകലർന്നതല്ല. എന്താണോ ഫാസിസത്തിന്റെ പ്രതിലോമപരത അതുതന്നെയാണ് അതിന്റെ കലാപാത്മകതയും. മിഥ്യാലോകബോധത്തിലധിഷ്ഠിതവും വിഭ്രാന്തവുമായ കലാപാത്മകത വളർന്ന് ബീഭത്സവും ഹീനവുമായ ദുരന്തത്തിലേക്ക് നിപതിക്കുന്നു. അത് മരണം വിതയ്ക്കുകയും മരണത്തിലേക്ക് സ്വയം ചാടുകയും ചെയ്യുന്നു. ആത്മഹത്യയും കൊലയും അത്യാനന്ദകരമായ അനുഭൂതിയാവുന്നത് ഫാസിസത്തിന്റെ മനഃശാസ്ത്രമാണ്. ഫാസിസ്റ്റുകൾ മരണത്തെ ഭയപ്പെടുന്നില്ല എന്നതുപോലെ തന്നെ അവർ മരണത്തെ വെറുക്കുന്നുമില്ല. ഹിറ്റ്ലറെപ്പോലുള്ള ചിലർ ഭീരുക്കളായി

രുന്നോ എന്നത് ഇവിടെ പ്രധാന വിഷയമല്ല. ശത്രുവിനാൽ പരാജയപ്പെടുന്നതാണവരുടെ മരണം. ഹിറ്റ്ലറുടെ ആത്മഹത്യ അതിനുസാക്ഷ്യമാണ്. മരണത്തെ ഒരു വിനോദമായി, ലഹരിയായി കാണുന്നതുകൊണ്ടാണ് വളരെ നിസ്സംഗമായി കൂട്ടക്കൊലകളും വംശഹത്യകളും നടത്താനവർക്കുകഴിയുന്നത്. ഇത്തരത്തിൽ വിഭ്രാന്തമായ ഫാസിസ്റ്റുമനസ്സിനെയാണ് അൽബേർ കമ്യു തന്റെ *ഗയസ് സീസർ ജർമ്മാനിക്കസ് കലിഗുല* എന്ന നാടകത്തിലൂടെ പുറത്തുകൊണ്ടുവരുന്നത്. ഫാസിസത്തെ ബ്രാഹ്മണിക്കൽ - സവർണ്ണാധികാരമായി ലഘൂകരിക്കുന്ന രീതിയിലാണ് ജെ എൻ യു - ഹൈദരാബാദ് യൂണിവേഴ്സിറ്റി വിദ്യാർത്ഥികളും ഇവിടുത്തെ രാഷ്ട്രീയപാർട്ടികളും അവതരിപ്പിക്കുന്നത്.

ഫാസിസത്തിന്റെ നിഗൂഢത

അഭിലാഷങ്ങളും വികാരങ്ങളും അടിച്ചമർത്തപ്പെട്ട ജനത തന്നെയാണ്. ബ്രാഹ്മണിക്കൽ ഹെജിമനിയാണ് ഫാസിസമെങ്കിൽ ഇന്ത്യയിൽ എന്തുകൊണ്ട് ഇന്ത്യയുടെ ദേശീയരാഷ്ട്രീയാധികാരം ഇത്രയുംകാലം ബ്രാഹ്മണസമൂഹത്തിന് സാദ്ധ്യമായില്ല. അംബേദ്ക്കറുടെയും ഗാന്ധിജിയുടെയും രാഷ്ട്രീയ നിലപാടുകളിൽ ഭിന്നതയുണ്ടെങ്കിലും ഇരുവരുടെയും ഇടതുപക്ഷപ്രസ്ഥാനങ്ങളുടെയും തീക്ഷ്ണമായ രാഷ്ട്രീയ ഇടപെടലുകളാണ് ഇതിന് തടസ്സമായി നിന്നതെന്നും പരിമിതമെങ്കിലും മതനിരപേക്ഷസമൂഹമായി ഇന്ത്യയെ നിലനിർത്തിയതെന്നും ഏവർക്കും വ്യക്തമാണ്. പക്ഷേ, നൂറ്റാണ്ടുകളായി ജാതീയമായും വംശീയമായും ചൂഷണം ചെയ്യപ്പെടുകയും മർദ്ദിതരാവുകയും ചെയ്ത ബഹുഭൂരിപക്ഷം വരുന്ന ജനതയുടെ ഏകോപനപരമായ ഒരു ഉയിർത്തെഴുന്നേല്പ് ഇന്ത്യയിൽ എന്തുകൊണ്ട് ഉണ്ടാവുന്നില്ല എന്നത് ഫലപ്രദമായി വിശദീകരിക്കപ്പെടാൻ ബ്രാഹ്മണിക്കൽ സിദ്ധാന്തം മാത്രം മതിയാവുകയില്ല. ഇവിടെയാണ് യുക്തിചിന്തയെയും അത് സൃഷ്ടിക്കുന്ന സാംസ്കാരിക സദാചാര ധാരകളെയും നമുക്ക് പ്രശ്നവല്ക്കരിക്കേണ്ടിവരുന്നത്.

യുക്തിയുടെ മറുപുറം

ഫാസിസത്തെക്കുറിച്ചു പറയുന്നവരെല്ലാം അത് യുക്തിചിന്തയെ നഗ്നമായി നിരാകരിക്കുന്ന ഒരു പ്രതിഭാസമാണെന്ന് പറയുന്നുണ്ട്. ഫാസിസ്റ്റ് അധികാരം മനുഷ്യന്റെ യുക്തിസഹമായ ചിന്തകൾ, നിരീക്ഷണങ്ങൾ, ബോദ്ധ്യങ്ങൾ എന്നിവയെയെല്ലാം നിഷേധിക്കുന്നുവെന്നത് ഒരു യാഥാർത്ഥ്യമാണ്. യുക്തിസഹമായി ചിന്തിക്കുന്നവരെ പീഡിപ്പിക്കുകയും കൊന്നൊടുക്കുകയും ചെയ്യുകയെന്നത് ഫാസിസ്റ്റ് ഭരണാധികാരികളുടെ മുഖ്യലക്ഷ്യങ്ങളിലൊന്നാണ്. എന്നാൽ എന്തുകൊണ്ട് ഫാസിസം യുക്തിവിചാരത്തെ കുഴിച്ചുമൂടാനുള്ള തീക്ഷ്ണമായ തൃഷ്ണ പ്രകടിപ്പിക്കുന്നുവെന്നത് രാഷ്ട്രീയമണ്ഡലത്തിൽ നിർദ്ധാരണം ചെയ്യപ്പെട്ടിട്ടില്ല. ഇത് സാദ്ധ്യമാവണമെങ്കിൽ, കൊളോണിയൽ ആധുനികതയുടെ നിർമ്മിതിയായ യുക്തിചിന്തയുടെ പരിമിതിയെ നമുക്കു

തിരിച്ചറിയേണ്ടതുണ്ട്. യുക്തിയെയും വികാരത്തെയും കപടമായി വേർതിരിക്കുന്ന മുഖ്യധാരാ പാശ്ചാത്യജ്ഞാനനിർമ്മിതിയാണിവിടെ വില്ല നായി പ്രവർത്തിക്കുന്നത്. യുക്തിചിന്തയും അതിന്റെ മുഖ്യനിർമ്മിതി യുമായ സംസ്കാരം എന്ന പരികല്പനയുമെല്ലാം ബോധമനസ്സിനെ ആദർശവല്ക്കരിക്കുകയും അബോധമനസ്സിനെ അമർത്തിവെക്കുകയും ചെയ്യുന്നു. ഇതനുസരിച്ച് സൂപ്പർ ഈഗോ എന്നുവിശേഷിപ്പിക്കപ്പെടുന്ന ബോധമനസ്സിന്റെ സൃഷ്ടിയാണ് ചരിത്രത്തിന്റെ എല്ലാ നേട്ടങ്ങളും. അബോധമനസ്സിനെ നിയന്ത്രിക്കുകയും അമർത്തിവെക്കുകയും ചെയ്യു മ്പോഴാണ് വ്യക്തിതലത്തിലും സാമൂഹ്യതലങ്ങളിലും നേട്ടങ്ങൾ കൊയ്തെടുക്കാൻ കഴിയുന്നത്. അബോധമനസ്സിന്റെ രാവണൻ കോട്ട കളിൽനിന്നുമാണ് കാട്ടാളത്തവും കിരാതത്വവും പിറവിയെടുക്കുന്നത് എന്ന ധാരണയിൽനിന്നുമാണ് ഇങ്ങനെ സംഭവിക്കുന്നത്.

സദാചാര രഹിതമായ മനുഷ്യകാമനയുടെ വിളനിലമാണ് അബോധമനസ്സ്. ഫാസിസ്റ്റ് അതിക്രമങ്ങളെക്കുറിച്ചുപറയുമ്പോഴെല്ലാം നാം അവയെ കിരാതത്വമെന്നും കാട്ടാളത്തമെന്നും മൃഗീയമെന്നും വിശേ ഷിപ്പിക്കുന്നു. കാട്ടാളൻ തിന്മയുടെ പ്രതിരൂപമായി ആധുനികകാലത്ത് വിചിന്തനം ചെയ്യപ്പെടുന്നു. പ്രാചീന വരേണ്യതയിലും ഇതിന്റെ നാമ്പു കൾ കാണാം. അരുത് കാട്ടാളാ എന്ന വിലാപം പ്രാചീന വരേണ്യരുടെ സാംസ്കാരിക പ്രഖ്യാപനമാണ്. വാല്മീകിയുടെ ചരിത്രത്തിലൂടെ ഈ പ്രഖ്യാപനം അതിന്റെ സാംസ്കാരിക മുദ്രകൾ സൃഷ്ടിച്ചു. ഇണപ്പക്ഷി കളിലൊന്നിനെ അമ്പെയ്തുകൊന്ന കാട്ടാളൻ ദുഷ്ടനും ബാലിയെ അമ്പെയ്തുകൊന്നവനും ശൂർപ്പണഖയെ നിഷ്ഠുരം വെട്ടിയവനും ആദർശവാനുമായിത്തീരുന്നു. എന്തിന്? ഭർത്താവിനെ മാത്രം ഉപാസിച്ചു ജീവിച്ച സീതാദേവിയുടെ ദുരന്തഗ്രസ്തമായ അന്തർദ്ധാനത്തിനു കാര ണക്കാരനായ ശ്രീരാമചന്ദ്രൻ ഏറ്റവും വലിയ ആദർശവാനാകുന്നു. അങ്ങനെ നിരവധിപേരെ കൊലചെയ്ത ശ്രീരാമചന്ദ്രനെ സൃഷ്ടിക്കാൻ വേണ്ടിയാണ് കാട്ടാളനായിരുന്ന വാല്മീകി സംസ്കാരത്തിലേക്ക് പരി വർത്തനം ചെയ്യപ്പെടുന്നത്. പക്ഷേ, സംസ്കാരത്തിന്റെ പേരിലുള്ള അരുംകൊലകൾ ചരിത്രത്തിൽ വാഴ്ത്തപ്പെടുന്നു. ആഹാരത്തിനുവേണ്ടി മാത്രം ജീവികളെ കൊലചെയ്ത പ്രാകൃതജീവിതം അധിക്ഷേപിക്കപ്പെ ടുന്നു. അതിന്റെ ലക്ഷ്യം ഒരിക്കലും അധികാരമായിരുന്നില്ല. ആഹാര ത്തിനുവേണ്ടിയുള്ള ഇരതേടലിന്റെ പ്രക്രിയയിൽ നിന്നും മനുഷ്യനെ സംസ്കാരത്തിന്റെ പേരിലുള്ള കൂട്ടക്കൊലകളിലേക്ക് നയിക്കുന്ന പ്രവ ണതയാണ് ഫാസിസം. മദ്ധ്യേഷ്യൻ രാജ്യങ്ങളിൽ കൂട്ടക്കുരുതി നട ത്തിയ അമേരിക്കയുടെ ലക്ഷ്യവും ഈ സാംസ്കാരികവല്ക്കരണമാ യിരുന്നു. അപരിഷ്കൃതമെന്നും ബാർബറിസമെന്നും മുദ്രചാർത്തപ്പെട്ട ജനതയുടെ മേലുള്ള ആധുനിക കിരാതത്വം. ലോകത്തെ മുഴുവൻ ജനാ ധിപത്യത്തിലേക്ക് പരിവർത്തിപ്പിക്കാൻ കച്ചകെട്ടിയ ലോകപൊലീസായ അമേരിക്കയുടെ ഈ ന്യായവാദം തന്നെയാണ് ഫാസിസത്തിന്റെ യുക്തിയും.

ഫാസിസം ആധുനികമായ ഒരു പ്രവണതയാണെങ്കിലും അതിന്റെ ലക്ഷണങ്ങൾ പണ്ടേ ഉണ്ടായിരുന്നു. ഇവിടെ പരാമർശിച്ച കാട്ടാളത്തത്തെയും പ്രാകൃതഭാവനകളെയും അധിക്ഷേപിച്ചും അവയെ സംസ്കരിച്ചുമാണതിന്റെ തുടക്കം. മാവിൽ നിന്നും പ്രകൃത്യാ മൂത്തുപഴുത്തുവരേണ്ട മാമ്പഴത്തെ പാകമാവും മുമ്പേ അറുത്തെടുത്ത് കൃത്രിമമായി പഴുപ്പിക്കുന്ന വിദ്യയാണിത്. മാവിലെ വളർന്നുവരുന്ന മാങ്ങയെ പുളിക്കുന്ന മാങ്ങയെന്നു പറയുംപോലെയാണ് നാം പ്രാചീനമനുഷ്യരെ സംസ്കാരമില്ലാത്തവരെന്ന് വിളിക്കുന്നത്. എന്നാൽ പാകമായി കഴിഞ്ഞ അവരുടെ സർഗ്ഗാത്മക സൃഷ്ടികളെയെല്ലാം കവർന്നെടുത്ത് വരേണ്യതകൾ അവരുടേതാക്കി മാറ്റുകയും ചെയ്യും. കലാസൃഷ്ടികളുടെയും സാഹിത്യസൃഷ്ടികളുടെയും ദർശനങ്ങളുടെയും ശാസ്ത്രത്തിനു നിദാനമായിത്തീർന്ന സർഗ്ഗാത്മകയുക്തിവിചാരങ്ങളുടെയും പുഷ്പിതനിലങ്ങൾ വിസ്തൃതമാക്കപ്പെടുകയും വരേണ്യസർഗ്ഗാത്മകത ആദർശവല്ക്കരിക്കപ്പെടുകയും ചെയ്യുന്നു. യഥാർത്ഥ സർഗ്ഗാത്മകതയുടെ പുഷ്കലഭൂമികളെ സൃഷ്ടിച്ചത് മനുഷ്യന്റെ സംഘാത്മക അബോധമനസ്സുതന്നെയായിരുന്നു. ബോധമനസ്സെന്നത് ആധുനികത സൃഷ്ടിച്ച ഒരു കൃത്രിമത്വമായിരുന്നു. അധികാരവും സ്വാകാര്യസ്വത്തും കേന്ദ്രീകരിക്കാനുള്ള തത്രപ്പാടിൽ നിന്നാണ് ഈ കൃത്രിമനിർമ്മിതിയുണ്ടാവുന്നത്. പ്രാചീന ഗോത്രവർഗ്ഗസമൂഹങ്ങളിൽ ഇതൊന്നും ഉണ്ടായിരുന്നില്ല. അവിടെ നിലനിന്ന പരിമിതമായ ഗോത്രാധികാരങ്ങൾക്ക് ഒരു ജൈവതലമുണ്ടായിരുന്നു. അവയുടെ ലൈംഗികബന്ധങ്ങളും മാനുഷികബന്ധങ്ങളും അതിനിയന്ത്രിതമായിരുന്നില്ല. സ്വകാര്യസ്വത്തവകാശവും പുരുഷാധികാരവും വിളക്കിച്ചേർത്ത കുടുംബഘടനയ്ക്കകത്തുനിന്നാണ് മനുഷ്യന്റെ ലൈംഗികത നിയന്ത്രിക്കപ്പെടുകയും അടിച്ചമർത്തപ്പെടുകയും ചെയ്യുന്നത്. സ്ത്രീയും പുരുഷനും അങ്ങനെ ചരിത്രത്തിലെ ആദ്യവർഗ്ഗവിഭജനരൂപമായി പ്രത്യക്ഷപ്പെട്ടു. ഇവിടെവെച്ചാണ് അബോധമനസ്സ് നിയന്ത്രിക്കപ്പെടുന്നത്. അനന്തവും അപാരവുമായ അന്വേഷണതൃഷ്ണകൾക്ക് പ്രചോദനമേകിയ മനസ്സിന്റെ സ്വച്ഛന്ദതകൾക്ക് അങ്ങനെ സ്തംഭനമുണ്ടാവുന്നു. ഈ സ്തംഭനങ്ങളുടെ തുടർച്ചയിൽ സമൂഹത്തിനുമേൽ സംഘടിത മതങ്ങളുടെയും രാഷ്ട്രീയാധികാരങ്ങളുടെയും അധീശത്വവുമുണ്ടാവുന്നു.

കാവൽ നായ തുടലിലാക്കപ്പെടുമ്പോഴാണ് കള്ളന്മാർ കവർച്ചനടത്തുന്നത്. സമൂഹത്തിന്റെ അബോധമനസ്സ് തുടലിലാക്കപ്പെട്ടതോടെ, കുരയ്ക്കാൻ പോലും അതിനുകഴിയാതെവന്നതോടെ സംഘടിതമതങ്ങളും അവയുടെ സാംസ്കാരികാനുശാസനങ്ങളും ജനങ്ങളുടെ സർവ്വതും കവർന്നുകഴിഞ്ഞു. അതോടെ അധീശത്വശക്തികളുടെ ഭിന്നരൂപങ്ങളുടെ തടവുകാരായി അവർ മാറി. കുടുംബത്തിനകത്തും സ്ത്രീ അടിച്ചമർത്തപ്പെട്ടു. സ്ത്രീയെ അടിച്ചമർത്തുന്ന പുരുഷൻ തന്നെ അടിച്ചമർത്തുന്ന ഭരണാധികാരിയുടെ പ്രതിപുരുഷനായി മാറി. അതോടെ ഭരണാധികാരി അവന്റെ ആരാധനാപാത്രമായി സ്ത്രീയെ തനിക്കുവേണ്ടി നിയന്ത്രി

ക്കാൻ മതങ്ങൾ അനുശാസന ചെയ്തതോടെ പുരുഷൻ മതത്തിന്റെ ആരാധനകനായി മാറി. താൻ അതുവരെ ആരാധിച്ച സാങ്കല്പിക ദേവതകളും ദൈവങ്ങളുമെല്ലാം മതാരാധനയ്ക്കുകീഴ്പ്പെട്ടു. ദൈവങ്ങളെക്കാൾ തനിക്കു പ്രിയം മതമായി മാറി. ചുരുക്കത്തിൽ മനുഷ്യസമൂഹം തങ്ങളെ കെട്ടിയിടുന്ന ചങ്ങലകളുടെ ആരാധകരായിമാറി. ആധിപത്യശക്തികളുടെ ആരാധകർ ആധിപത്യത്തെ കാമിക്കാൻ തുടങ്ങി. ആധിപത്യശക്തികളുടെ പ്രതിഛായയിൽ മനുഷ്യസമൂഹം ചെറുചെറു സ്ഥാപനങ്ങൾ വളർത്തിയെടുത്ത് അതിന്റെ പ്രണേതാക്കളായിമാറി. സ്വാതന്ത്ര്യമോഹത്തേക്കാൾ ഈ അധികാരത്തിനു കീഴ്പ്പെട്ടുലഭിക്കുന്ന അധികാരപദവിയുടെ സുഖം സമൂഹത്തെ ലഹരിപിടിപ്പിച്ചു. ഈ സങ്കീർണ്ണ പ്രതിഭാസത്തിനു കീഴ്പ്പെടാത്ത കീഴാളജനസഞ്ചയം പക്ഷേ, അതിന്റെ വിമോചന സ്വരങ്ങൾ ഉയർത്തിക്കൊണ്ടായിരുന്നു. അതുപക്ഷേ, ചരിത്രത്തിന്റെ പ്രാന്തവല്കൃത തളങ്ങളിൽ മാത്രം മാറ്റൊലികൊണ്ടു.

ആത്മപീഡയും പരപീഡയും

ഫാസിസത്തിന്റെ പിതാവ് സാഡിസം അഥവാ പരപീഡാരതിയാണെങ്കിൽ മാതാവ് മസോക്കിസം അഥവാ ആത്മപീഡാരതിയാണ്. പരപീഡ പ്രതിരോധിക്കാൻ കഴിയാതെ വരുമ്പോൾ നടത്തുന്ന തലതിരിഞ്ഞ പ്രതിരോധമാണ് ആത്മപീഡാരതി. ഇതിന്റെ സംഘടിത ഭാവം ചില മതങ്ങളിൽ കാണാം. അന്യന്റെ പീഡയെ അതിജീവിക്കാനുള്ള ഒരു ബയോഡൈനാമിസമാണിത്. ഈ ആത്മപീഡാവാസന ജൈനമതത്തിന്റെ മുഖ്യസവിശേഷതയാണ്. ഞാൻ സ്വയം വേദനിപ്പിക്കുമ്പോൾ നിങ്ങളെന്തിന് എന്നെ വേദനിപ്പിക്കുന്നു. വേദനിപ്പിക്കുന്ന അന്യന്റെ പ്രവൃത്തി സ്വയമേറ്റെടുക്കുകയാണിവിടെ. അങ്ങനെയാണത് അന്യപീഡയെ പ്രതിരോധിക്കുന്നത്.

കൊളോണിയൽ ഭരണത്തെ നേരിടാൻ ഗാന്ധിജി ആത്മപീഡയെ സർഗ്ഗപ്രവാഹമാക്കി മാറ്റി. അതായത് ആത്മപീഡയെ കവിതയാക്കി മാറ്റി. ഗാന്ധിയൻ ധാർമ്മികതയിൽ ഇതിന്റെ സർഗ്ഗാത്മകത ഓളം തല്ലുന്നു. നീണ്ടുനില്ക്കുന്ന ഉപവാസം, ആഹാരത്തിലെ നിയന്ത്രണം, വിശ്രമമില്ലാത്ത കർമ്മം, അഹിംസ, ജിതേന്ദ്രിയത്വം, തുടങ്ങി ഗാന്ധിജി ആവിഷ്കരിച്ച ധാർമ്മികരീതികളെല്ലാം പുതിയ രാഷ്ട്രീയമാതൃകകളായിരുന്നു. ഇതു പക്ഷേ, അസംസ്കൃതമായ ആത്മപീഡയായിരുന്നില്ല. ആത്മപീഡയെ പരിവർത്തിപ്പിച്ച് വിമോചിതമായ ഒരു സ്വത്വപ്രകാശനം സൃഷ്ടിക്കലായിരുന്നു. ആത്മപീഡയെ കടഞ്ഞെടുത്ത് അതിൽനിന്നും പുതിയ വീര്യമാർന്ന ഔഷധം കണ്ടെത്തലായിരുന്നു. വിഷവസ്തുക്കളിൽനിന്നും ഔഷധമുണ്ടാക്കുന്ന ഹോമിയോപ്പതിയുടെ രഹസ്യം പോലെയായിരുന്നു ഇത്. ഗാന്ധിജിയുടെ നിശ്ശബ്ദവിപ്ലവത്തിന്റെ കാതലായിരുന്നു ഈ ഔഷധം. ഈ ഔഷധം ചരിത്രത്തിനുമേൽ പരപീഡാരതിയെ ഉത്സവമാക്കിമാറ്റിയ കോളോണിയലിസ്റ്റുകൾക്കെതിരെ ഗാന്ധിജി സമർത്ഥമായി ഉപയോഗിച്ചു. അക്രമത്തിലൂടെ മുന്നോട്ടുപോയാൽ, ഹിംസയിലൂടെ പ്രതി

രോധം തീർത്താൽ അത് ഭരണകൂടത്തിന്റെ പ്രതിച്ഛായയിൽ സ്വയം സൃഷ്ടിക്കലായിരിക്കുമെന്ന് ഗാന്ധിജി മനസ്സിലാക്കി.

ഗാന്ധിജി ചെയ്തതുപോലെ ആത്മപീഡയെ ഔഷധമാക്കാൻ സമൂഹത്തിനു കഴിഞ്ഞില്ല. വർദ്ധിച്ചുവരുന്ന ലഹരിവസ്തുക്കളുടെ ഉപയോഗം, ലക്ഷ്യരഹിതമായ പലായനം, ആത്മഹത്യ തുടങ്ങിയ നിഷേധാത്മക പ്രക്രിയകളിലൂടെയാണ് സമൂഹം ഈ മസോക്കിസത്തെ പ്രകാശിപ്പിക്കുന്നത്. മനുഷ്യന്റെ എല്ലാ സർഗ്ഗാത്മതകളുടെയും ഊർജ്ജസ്രോതസ്സായ ജൈവചോദനകൾ എന്ന അർത്ഥത്തിലുള്ള രതി അടിച്ചമർത്തപ്പെട്ടതിന്റെ ബാക്കിപത്രമായിരുന്നു ഇത്. പരപീഡാരതിയുടെ തലതിരിഞ്ഞ നിർമ്മിതിയാണ് മസോക്കിസം എന്നു പറഞ്ഞുവല്ലോ. രോഹിത് വെമുലയെന്ന ഹൈദരാബാദ് യൂണിവേഴ്സിറ്റി വിദ്യാർത്ഥിയുടെ ആത്മഹത്യയിൽ ഇതിന്റെ ഒരു പ്രധാന അംശമുണ്ട്. രക്തസാക്ഷി സങ്കല്പത്തിലും രക്തസാക്ഷിത്വത്തെ ആഘോഷിക്കുന്നതിലും ഇതുണ്ട്. ഇത് ശരിയോ തെറ്റോ എന്നതല്ല ഇതൊരു രാഷ്ട്രീയ പ്രതിഭാസമാണ് എന്നാണ് നാം മനസ്സിലാക്കേണ്ടത്. ഭരണകൂടത്തിന്റെയും കുടുബത്തിന്റെയും മതത്തിന്റെയും രതിനിയന്ത്രണത്തിൽ നിന്നുമാണ് ഫാസിസം ഉത്ഭവിക്കുന്നത്.

ലൈംഗികശേഷി നശിപ്പിച്ചുകൊണ്ട് കാളകളെ മെരുക്കുന്നതുപോലെ രതിനിർമ്മാർജനത്തിലൂടെയും രതിനിരോധനത്തിലൂടെയും കുടുംബവും സമൂഹവും വ്യക്തികളെ മെരുക്കിവളർത്തുന്നു. ഈ മെരുക്കി വളർത്തപ്പെടുന്ന സമൂഹം പരപീഡയും ആത്മപീഡയും ഒരുപോലെ പരിശീലിക്കുന്നു. ചിലരിൽ ഇത് വേറിട്ടും മറ്റുചിലരിൽ രണ്ടും ചേർന്നും പ്രകടമാവുന്നു. രണ്ടായാലും ഇതിന്റെ പരിണതഫലം രാഷ്ട്രീയവും സർഗ്ഗാത്മകവുമായ നിഷ്ക്രിയത്വവും ഫാസിസ്റ്റ് ആരാധനയും തന്നെ. പിതാവിന്റെ രൂപത്തിൽ ഫാസിസ്റ്റിനെ ആരാധിക്കുന്ന പ്രവണത. രതിനിയന്ത്രണങ്ങൾ മറികടന്ന് പ്രവർത്തിക്കുന്നവരെ കൊല്ലാനുള്ള പ്രവണത. ജമദഗ്നി മഹർഷി പുത്രനായ പരശുരാമനോട് അവന്റെ മാതാവായ രേണുകയെ വധിക്കാൻ ആജ്ഞാപിക്കുമ്പോൾ അയാളത് അഭിമാനപൂർവ്വം ചെയ്യുന്നു. പരശുരാമന്റെ മാതാവ് അതായത് ജമദഗ്നി മഹർഷിയുടെ ഭാര്യ രേണുക പരപുരുഷന്മാരെ നോക്കി എന്നതായിരുന്നു അവരുടെ പേരിലുള്ള ആരോപണം. അത് പാതിവ്രത്യലംഘനമാണെന്ന് ജമദഗ്നി മഹർഷി ഉറച്ച് വിശ്വസിച്ചു. പിതൃആരാധനയും പാതിവ്രത്യം ലംഘിക്കപ്പെടുന്നതിനോടുള്ള വിദ്വേഷവും സമ്മിശ്രമാവുന്നു. പരശുരാമൻ എന്ന പുരുഷകേസരി ഫാസിസത്തിനു കീഴടങ്ങുന്ന അഥവാ ഫാസിസം മുളപൊട്ടിയ സംഘമനസ്സിന്റെ പ്രതിരൂപമാണ്. സ്വന്തം ലൈംഗിക ഊർജ്ജം എന്നേ അടിച്ചമർത്തപ്പെട്ടവർക്കേ ഇത്തരത്തിൽ അഭിമാനഹത്യ നടത്താൻ പറ്റുള്ളൂ.

ഒന്നിലധികം സ്ത്രീകളെ വിവാഹം കഴിക്കാൻ മതനിയമം അനുശാസിക്കുന്ന ഇസ്ലാമിനെ വെറുക്കാൻ കാരണവും ഈ രതിനിരോധനം തന്നെ. തന്റെ സ്വകാര്യസ്വത്തായ സ്ത്രീയെ ഇസ്ലാമിക പുരുഷൻ

വേൾക്കുമോ എന്ന അബോധഭീതി ഹിന്ദുത്വത്തിന്റെ മുസ്ലീം വിദ്വേഷത്തിൽ പ്രകടമാണ്. ശിവജിയുടെ ചരിത്രമെഴുതിയ എം എസ് ഗോൾവാൾക്കർ എന്ന ഹിന്ദുത്വ ആചാര്യൻ ഇത് പ്രകടമാക്കിയിട്ടുണ്ട്. മുസ്ലീം സ്ത്രീകളെ ബലാത്സംഗം ചെയ്യാത്തതിന് ഹിന്ദുത്വരാജാക്കന്മാർ അപലപിക്കപ്പെട്ടിട്ടുണ്ട്. സ്വന്തം സ്ത്രീ കുലീനയായിരിക്കണമെന്നും അന്യജാതി-അന്യമത സ്ത്രീ ബലാൽക്കാരം ചെയ്യപ്പെടണമെന്നും ആഗ്രഹിക്കുകയും അത് നടപ്പാക്കുകയും ചെയ്യുന്ന പുരുഷാധിഷ്ഠിത ഹിംസയാണ് ഫാസിസത്തിന്റെ സദാചാരത്തിൽ സർപ്പച്ചുരുളുകളായി പതിയിരിക്കുന്നത്. ഈയൊരു വികാരം പൊതുസമൂഹത്തിന്റെ അബോധ മനസ്സിലുണ്ട്. സദാചാരസംരക്ഷണത്തിന്റെ മൃദുരൂപത്തിലാണ് ഇത് പ്രവർത്തിക്കുന്നത്. ഇതിന്റെ മൂർദ്ധന്യമാണ് അഭിമാനഹത്യകളും, വംശീയ ഉന്മൂലനവും. നാടോടിഗോത്രങ്ങളെ വംശീയ ഉന്മൂലനത്തിനു വിധേയമാക്കാൻ പ്രേരണയാവുന്നതും ഈ വികാരമാണ്. ഭരണകൂടം ഇതുചെയ്യുമ്പോൾ പൊതുസമൂഹം അതിനു സമ്മതി നല്കുന്നു. ബ്രിട്ടീഷുകാർ നാടോടിഗോത്രങ്ങളെ കുറ്റവാളിഗോത്രങ്ങളായി പ്രഖ്യാപിച്ചു. ലൈംഗികനിയന്ത്രണങ്ങളെ മറികടക്കാൻ പ്രേരകമാവുന്ന ലഹരിവസ്തുക്കൾ നിരോധിക്കപ്പെടുന്നതിന്റെ രഹസ്യവും ഇതുതന്നെ.

ഫാസിസത്തിന്റെ സമ്മതി

നൂറ്റാണ്ടുകളായി ജനമനസ്സുകളിൽ ശിലാരൂപത്തിൽ ശയിക്കുന്ന അടിച്ചമർത്തപ്പെട്ട രതിയുടെ നിർമ്മിതിയാണ് സാഡോ-മസോക്കിസമെന്നു നാം കണ്ടുകഴിഞ്ഞു. രതിവ്യതിയാനത്തിന്റെ ഈ സൃഷ്ടികളിലാണ് ഭരണകൂടവും മതവും വിദ്യാഭ്യാസ സ്ഥാപനങ്ങളും മറ്റും പ്രവർത്തിക്കുന്നത്. ഉപനിഷത്തുകൾ, പുരാണങ്ങൾ, ഭഗവദ്ഗീത, ബൈബിൾ, ഖുറാൻ തുടങ്ങിയവയെല്ലാം ഈ രതി നിരോധിതമനസ്സുകളെ നിയമന്ത്രിക്കുകയെന്ന ധർമ്മമാണ് മുഖ്യമായും നിറവേറ്റുന്നത്. മനുഷ്യന്റെ അസ്തിത്വപരമായ കുറ്റം രതിയാകയാൽ മനുഷ്യൻ ജന്മനാ പാപിയാണെന്ന് ബൈബിളിലെ ഉല്പത്തിക്കഥ ഉൽഘോഷിക്കുന്നു. മറ്റു മതങ്ങളും ഏറിയും കുറഞ്ഞും ഈ പാപസങ്കല്പത്തെ അടിവരയിടുന്നു.

ഹിന്ദുമതത്തിന്റെ ആദ്യഘട്ടങ്ങളിൽ രതി ഒരു കുറ്റമായി സങ്കല്പിക്കപ്പെട്ടിരുന്നില്ല. ചരിത്രപരവും സാമൂഹികവുമായ നിയന്ത്രണങ്ങളും നിരോധനങ്ങളും അതിലുമുണ്ടായിരുന്നെങ്കിലും പ്രായേണ ലിബറൽ ആയ ഒരു രതി വ്യവഹാരമായിരുന്നു ഹിന്ദുമതത്തിനകത്തുണ്ടായിരുന്നത്. ഹിന്ദുപുരാണങ്ങളെല്ലാം ഒരു തരത്തിൽ രതിയെ ആഘോഷിക്കുന്നതു കാണാം. അജന്ത, എല്ലോറ, കൊണാർക് തുടങ്ങിയ നിരവധി ഹിന്ദുക്ഷേത്രങ്ങളിൽ രതിഭാവന അതിന്റെ നിയന്ത്രണത്തിന്റെ കെട്ടഴിച്ചുവിടുന്നതുകാണാം. കവിതകൾ, പ്രാചീനശില്പങ്ങൾ എന്നിവയും ഇതിന്റെ സാക്ഷ്യമാണ്. വാത്സ്യായനന്റെ *കാമസൂത്രം* എന്ന കൃതി ഹിന്ദുസംസ്കാരത്തിന്റെ രതി വിചാരത്തിന്റെ മറ്റൊരു പ്രധാന സാക്ഷ്യമാണ്. കൊളോണിയൽ പൂർവ്വ ഇന്ത്യൻ സമൂഹം രതിക്കുമേൽ അമിത

മായ നിയന്ത്രണങ്ങൾ കല്പിച്ചിരുന്നില്ല. എന്നാൽ കൊളോണിയൽ (വിക്ടോറിയൻ) സംസ്കാരം കൂടുതലായും ക്രിസ്തൻ സദാചാരത്തിൽ വേരുറച്ചതായിരുന്നു. ബ്രാഹ്മണ സംസ്കാരം പടുത്തുയർത്തിയ ഏക പത്നീസങ്കല്പവും കുലീന സ്ത്രീ ബിംബവും അതുമായി ഇഴചേരുന്ന അഭിജാത കുടുംബമെന്ന ആശയവും കൊളോണിയൽ വിക്ടോറിയൻ സങ്കല്പവും കൂടിച്ചേർന്ന് ഇന്ത്യൻസമൂഹത്തിൽ പുതിയൊരു സദാചാരത്തിന് ജന്മം നല്കി. യഥാർത്ഥത്തിൽ നവഹിന്ദുത്വത്തിന്റെ സംസ്കാരമായി ഇതു പരിണമിക്കുകയാണുണ്ടായത്. നവഹിന്ദുത്വം തന്നെ ഒരു കൊളോണിയൽ നിർമ്മിതിയാണെന്നുപറയാം.

രതിയെ കേവലം ലൈംഗികാഭിലാഷം എന്ന അർത്ഥത്തിലല്ല മനസ്സിലാക്കേണ്ടത്. അത് ജന്തുസഹജമായ ലൈംഗിക ഉത്തേജനത്തിലേക്ക് ചുരുക്കാനും വയ്യ. അണുകുടുംബവ്യവസ്ഥ ആവിർഭവിച്ചതോടെ രൂപം കൊണ്ട ലൈംഗികത അഥവാ രതിതൃഷ്ണ ഈഡിപ്പൽ കുടുംബഘടനയ്ക്കകത്തു നിന്നുവളരുന്ന നിഷേധാത്മകരതിചോദനയാണ്. തീക്ഷ്ണമായ ഈ രതിചോദന (libido) അഗമ്യഗമനാഭിലാഷ (lust for incest) വുമായി ബന്ധപ്പെട്ടതാണ്. അതായത് അച്ഛൻ, അമ്മ, ഞാൻ (Dady, Mom, Me) എന്ന ത്രിമാനത്തിനകത്ത് വളരുന്ന പുതിയൊരു തൃഷ്ണ, ഇതാണ് ദെലേസ് തന്റെ *ആന്റി ഈഡിപ്പസ്* എന്ന കൃതിയിൽ വിശദീകരിക്കുന്നത്. വർഷങ്ങൾ തുടർന്നുവരുന്ന ശൈശവജീവിതത്തിൽ കുടുംബത്തിനകത്ത് അനുഭവിക്കുന്ന ലൈംഗികനിരോധനങ്ങളുടെ ഫലമായി രൂപംകൊള്ളുന്ന തൃഷ്ണയാണിതെന്ന് ഫ്രോയ്ഡ് ചൂണ്ടിക്കാട്ടിയിട്ടുണ്ട്. ഇത്തരമൊരു നിരോധനമില്ലെങ്കിൽ കുടുംബഘടന നിലനില്ക്കുകയില്ല. അണുകുടുംബത്തിലെന്നല്ല പൂർവ്വയുഗങ്ങളിലും ഇത് നിലനിന്നിട്ടുണ്ട്. അണുകുടുംബത്തിൽ ഇത് തീക്ഷ്ണമാണെന്നു മാത്രം. കുടുംബഘടനയുടെ അടിസ്ഥാനം ഈ ലൈംഗികനിയന്ത്രണമാണ്. ഈ ലൈംഗിക നിരോധനവും നിയന്ത്രണവും ഇല്ലായിരുന്നെങ്കിൽ ലൈംഗികതൃഷ്ണ ഒരിക്കലും ഉണ്ടാവുകയില്ല. പ്രത്യുല്പാദനപരമായ പ്രേരണ എന്നതിൽ അതൊതുങ്ങി നില്ക്കുമായിരുന്നു. നിഷേധിക്കപ്പെടുന്നതിനോടും നിരോധിക്കപ്പെടുന്നതിനോടുമുള്ള അഭിനിവേശം മനുഷ്യന്റെ സവിശേഷവികാരമാണ്. കുടുംബഘടന സൃഷ്ടിക്കുന്ന ലൈംഗിക നിയന്ത്രണങ്ങളും നിരോധനങ്ങളുമാണ് രതിചോദനയുടെ രഹസ്യം.

ഈ രതിതൃഷ്ണയാണ് കുടുംബഘടനയെ പുനഃസൃഷ്ടിക്കാൻ മനുഷ്യസമൂഹത്തെ പ്രേരിപ്പിക്കുന്നത്. ഒരിക്കലും പൂർണ്ണമായും സഫലമാവാത്ത ഈ രതിചോദനയെ നിയന്ത്രിക്കുന്നതിലൂടെ വ്യക്തികൾ കുടുംബഘടനയെ പുനരുല്പാദിപ്പിക്കുന്നു. അബോധമനസ്സിനെ വിലങ്ങിട്ടുകൊണ്ടാണ് ഈ നിരോധന-നിയന്ത്രണപ്രക്രിയകൾ നടക്കുന്നത്.

മുതലാളിത്ത പൂർവ്വ കുടുംബഘടനയ്ക്കകത്ത് പ്രായേണ അയവേറിയ ലൈംഗികവ്യവഹാരങ്ങളാണുണ്ടായിരുന്നത്. അവിടെ മനുഷ്യസർഗ്ഗാത്മകതയുടെ ഭാഗമായി രതിചോദനകൾ പൂത്തുവിടരുന്നതുകാ

ണാം. നേരത്തേ പരാമർശിച്ച ക്ഷേത്രച്ചുവരിലെ രതിശില്പങ്ങളും മറ്റും അതിന്റെ സൂചകങ്ങളാണ്. ഇവിടെ രതിചോദന സർഗ്ഗസൃഷ്ടികളായി പരിണമിക്കുന്നു. ബ്രാഹ്മണരുടെ ഭോഗതൃഷ്ണ ഇവയിലെല്ലാം നിഴലിക്കുന്നുണ്ടെങ്കിലും വിശാലാർത്ഥത്തിൽ രതിചോദന ഒരു രതി ഇതര പ്രയോഗമായി മാറുന്നത് ഇവിടെ കാണാം. ലൈംഗികതയെ യഥാർത്ഥ ശരീരത്തിൽ നിന്നും അടർത്തിയെടുത്ത് ശിലയിലും അക്ഷരങ്ങളിലും പുനഃസൃഷ്ടിക്കാനുള്ള ത്വരയാണിത്. ഇത് എല്ലാ മുതലാളിത്തപൂർവ്വ സമൂഹങ്ങളുടെയും സവിശേഷതയാണ്. പ്രാചീന ഗ്രീക്കോ-റോമൻ സംസ്കാരങ്ങളിൽ മൊട്ടിട്ട ചിത്രകലയിലും ശില്പ-പ്രതിമാനിർമ്മാണ കലകളിലും ഇതിന്റെ വന്യമോഹനമായ പൂർത്തീകരണം ദർശിക്കാവുന്നതാണ്.

മദ്ധ്യകാലഘട്ടത്തിൽ-ഇരുണ്ട യുഗത്തിൽ - ഈ ജൈവകലാസൃഷ്ടികൾ നിരോധിക്കപ്പെട്ടു. ക്രിസ്തുമതപൗരോഹിത്യം സൃഷ്ടിച്ച ലൈംഗികവിലക്കുകളാണ് ഇരുണ്ട യുഗത്തെ രൂപപ്പെടുത്തിയത്. ചരിത്ര പ്രവാഹത്തെ സ്തംഭിപ്പിക്കുന്ന നിഷേധാത്മകപ്രതിഭാസമായിരുന്നു ഇത്. ക്രിസ്തുമതത്തിന്റെ അടിസ്ഥാനം തന്നെ കന്യകാത്വസങ്കല്പമായിരുന്നു. പുരുഷസൃഷ്ടമായ ഈ കന്യകാത്വസങ്കല്പത്തിനുമേൽ കെട്ടിപ്പടുത്ത ക്രിസ്തുമതം മനുഷ്യന്റെ സ്വതന്ത്രചിന്തയെയും എല്ലാ ആവിഷ്കാരങ്ങളെയും നിരോധിച്ചു. ഇരുണ്ടയുഗത്തിന്റെ അവസാനയാമങ്ങളിൽ യൂറോപ്യൻ സമൂഹത്തിൽ പുതിയൊരു ഉയിർത്തെഴുന്നേല്പുണ്ടായി. നവോത്ഥാനം എന്നപേരിൽ അറിയപ്പെട്ട ഈ പ്രസ്ഥാനത്തിന്റെ പ്രണേതാക്കൾ ക്ലാസിക്കൽ ആവിഷ്കാരങ്ങൾക്ക് പുതിയ ഉടലും പുതിയ പ്രാണനും നല്കി. ഇക്കാലത്ത് ഇറ്റലിയിലും മറ്റും രൂപംകൊണ്ട കലാസൃഷ്ടികൾ കൂടുതൽ മാനവീകരിക്കപ്പെട്ടതായിരുന്നു.

ലൈംഗിക ചോദനയെ അടക്കിനിർത്തി ദൈവികവും ആദ്ധ്യാത്മികവുമായി ആവിഷ്കരിക്കപ്പെട്ട വിശുദ്ധകലകൾ നൂതനമായ മാനുഷിക സൃഷ്ടികളായി പുനർജ്ജനിച്ചു. ഈ പരിവർത്തനത്തിന്റെയെല്ലാം അന്ത:സത്ത രതിചോദനയുടെ വീണ്ടെടുപ്പായിരുന്നു. ചരിത്രത്തിന്റെ ചാലകശക്തിയായിരുന്ന ഈ നവോത്ഥാനപ്രസ്ഥാനമെന്ന് ഏവർക്കും അറിയാവുന്നതാണ്. എന്നാൽ ഇതിന്റെ അടിസ്ഥാന വൈരുദ്ധ്യം നാം തിരിച്ചറിഞ്ഞില്ല. ലൈംഗികനിരോധനത്തിന്റെ വക്താക്കളോടും ലൈംഗിക നിരോധനത്തിന്റെ സാമൂഹികസന്ദർഭങ്ങളോടും ലൈംഗിക സ്വാതന്ത്ര്യത്തിനുവേണ്ടി അഭിലഷിച്ച ശക്തികൾ നടത്തിയ കലാപമായിരുന്നുവെന്ന് കണ്ടെത്തിയില്ല. അന്വേഷണതൃഷ്ണ, ശാസ്ത്രാഭിമുഖ്യം, വിമർശനചിന്ത, മാനവികത തുടങ്ങിയ നവോത്ഥാന ആശയങ്ങൾ കണക്കിലേറെ വിശദീകരിക്കപ്പെട്ടിട്ടുണ്ട്. പക്ഷേ, മൗലികവിഷയം മാറ്റി നിർത്തപ്പെട്ടു. എന്തുകൊണ്ട് ഇരുണ്ടയുഗം സൃഷ്ടിക്കപ്പെട്ടു എന്ന ഒറ്റ ചോദ്യം ഗൗരവമായി ഉന്നയിക്കപ്പെട്ടില്ല. അഥവാ ഉന്നയിക്കപ്പെട്ടെങ്കിൽ തന്നെ അതിന്റെ ഉത്തരം ഇതായിരുന്നു-ക്രിസ്ത്യൻ പൗരോഹിത്യം സർഗ്ഗാത്മകതകളെ വിലക്കി. ചോദ്യം അവസാനിച്ചു.

പൗരോഹിത്യം എന്തിന് സർഗ്ഗാത്മകതകളെ നിരോധിച്ചു എന്ന ചോദ്യം പുനരാനയിച്ചിരുന്നുവെങ്കിൽ അന്വേഷണം പൂർത്തിയാവുമായിരുന്നു. ക്രിസ്ത്യൻ സദാചാരത്തിന്റെ അടിത്തറ ലൈംഗികനിരോധനമാണ്. ഈ നിരോധിത ബിന്ദുവിൽനിന്നാണ് തുടങ്ങേണ്ടത്. മതം നിർമ്മിക്കപ്പെട്ടത് ലൈംഗികനിരോധനത്തിലാണ്. ലൈംഗികോർജ്ജത്തെ ദൈവങ്ങൾക്കു സമർപ്പിച്ചുകൊണ്ടാണ് മതവിശ്വാസത്തിലേക്ക് ഒരാൾ പ്രവേശിക്കുന്നത്. ഈ ലൈംഗികചോദന സമർപ്പിക്കപ്പെടുന്നതിലൂടെ എല്ലാ ചോദനകളും സമർപ്പിക്കപ്പെടുന്നു. അങ്ങനെ സമർപ്പിതരായ ഭക്തരുടെ സ്വയംസന്നദ്ധസംഘടനാരൂപമാണ് മതം. ലൈംഗികനിരോധനം അവസാനിക്കുന്നതോടെ മതം ദുർബ്ബലമാവുന്നു. മതം മാത്രമല്ല സ്വേച്ഛാധിപത്യ-കേന്ദ്രീകൃത ഭരണരൂപങ്ങളും ഇല്ലാതാകും. ബ്രാഹ്മണമതം ബുദ്ധമതത്തെ പ്രതിരോധിച്ചത് ലൈംഗികത ഉപയോഗിച്ചുകൊണ്ടാണ്. സന്ന്യാസസങ്കല്പമല്ല ബ്രാഹ്മണ്യത്തിന്റെ ശക്തിസ്രോതസ്സ്. അതിന്റെ ലൗകിക ജീവിതരീതിതന്നെയാണ്. അടക്കി നിർത്തപ്പെട്ട ലൈംഗിക തൃഷ്ണയുള്ളവരെയെല്ലാം ബ്രാഹ്മണ്യം അതിലേക്കാകർഷിച്ചു. ശേഷിച്ചവരുടെ മേൽ ആധിപത്യം സ്ഥാപിച്ചു. അധിനിവേശത്തിനുവേണ്ടിയാണ് ബ്രാഹ്മണ്യം ലൈംഗികതയെ ഉപയോഗിച്ചത്. ബ്രാഹ്മണ്യത്തിന്റെ ഈ തന്ത്രം വേണ്ടത്ര തിരിച്ചറിയപ്പെട്ടിട്ടില്ല. എന്താണീ തന്ത്രത്തിന്റെ രഹസ്യം? ഈ ചോദ്യത്തിനുത്തരം കാണലാണ് ഈ ഗ്രന്ഥത്തിന്റെ ലക്ഷ്യങ്ങളിലൊന്ന്.

ബ്രാഹ്മണ്യ തന്ത്രത്തിന്റെ ബഹുമുഖ ഭാവം

ഇന്ത്യൻ ഫാസിസത്തിന്റെ അഥവാ ഹിന്ദുത്വഫാസിസത്തിന്റെ തായ്‌വേരുകളിലൊന്ന് ബ്രാഹ്മണിസമാണെന്നതിന് യാതൊരു സംശയവുമില്ല. വംശീയശുദ്ധിസങ്കല്പമാണ് ബ്രാഹ്മണിസത്തിന്റെ അടിസ്ഥാനം. ബ്രാഹ്മണിസത്തിന്റെ ഈ സ്വത്വസങ്കല്പം ഇതരമതങ്ങളോടും സവർണ്ണേതരജാതി-ഗോത്രവിഭാഗങ്ങളോടും അപരത്വം നിലനിർത്താൻ കാരണമായി. ഈ അപരത്വനിർമ്മിതി കടുത്ത വംശീയവിദ്വേഷത്തിലേക്കും നയിച്ചു. ബുദ്ധമതസന്ന്യാസിമാരെയും ശ്രമണരെയും ദളിതരെയും കൊന്നൊടുക്കിയത് ഇവിടെ സ്മരണീയമാണ്. എന്നാൽ സ്വന്തം നിലനില്പിനും അതിജീവനത്തിനും ഈ കൊന്നൊടുക്കൽ മതിയാവില്ല. കാരണം ബ്രാഹ്മണർ സ്വന്തമായി ഒരു ഉല്പാദനപരമായ ജോലിയിലും ഏർപ്പെടുന്നില്ല. അതുകൊണ്ട് അവർക്കുനിലനില്ക്കണമെങ്കിൽ കൃഷിയും മറ്റു തൊഴിലുകളും ചെയ്യുന്നവരുടെ സഹായം കൂടിയേതീരൂ എന്നുവന്നു. അങ്ങനെയാണ് പരിമിതമായ അവകാശങ്ങൾ അവർ താഴ്ന്ന ജാതിക്കാർക്കു നല്കുന്നത്. ഇതു പ്രധാനമായും കൃഷിഭൂമിയിലെ അവകാശമാണ്.

ഏഷ്യാറ്റിക് സമൂഹത്തിലെ പുകൾപെറ്റ അവകാശങ്ങളിലൊന്നായിരുന്നു ഇത്. കാർഷികഭൂമിയിലെ സാമൂഹിക ഉടമസ്ഥത എന്നത് ഏഷ്യാറ്റിക് സമൂഹത്തിന്റെ പ്രധാനസവിശേഷതയാണ്. എന്നാൽ

ബ്രാഹ്മണർ സ്വതസിദ്ധമായി അഭിമുഖീകരിക്കുന്ന ചില പ്രശ്നങ്ങളുണ്ട്. അരക്ഷിതാവസ്ഥയും ഭയവുമാണതിൽ പ്രധാനം. അരക്ഷിതാവസ്ഥ പ്രധാനമായും ഉടലെടുക്കുന്നത് സ്വന്തമായി ഉല്പാദനപ്രവർത്തനങ്ങൾ നടത്താൻ കഴിയില്ല എന്താണ്. യാതൊരുവിധ-ചില മതാനുഷ്ഠാനകർമ്മങ്ങളും ഗ്രന്ഥപാരായണവുമൊഴിച്ച്, - കായികാദ്ധ്വാനത്തിലും ഏർപ്പെടാത്ത ബ്രാഹ്മണരുടെ ജന്മസിദ്ധമായ ഈ അരക്ഷിതാവസ്ഥ അവരെ കൂടുതൽ അപരഭീതിക്ക് അടിപ്പെടുത്തുകയാണ് ചെയ്തത്. ഈ ഭീതിയിൽ നിന്ന് മറികടക്കാനാണവർ അന്യമത-ജാതിവിഭാഗങ്ങൾക്കെതിരായ ആക്രമണങ്ങൾ നടത്തുന്നത്.

ഈ ഹിംസ ഭരണകൂടത്തിന്റെയും ബ്രാഹ്മണപ്രത്യയശാസ്ത്രത്തിന്റെയും സഹായത്തോടെയാണ് നടപ്പാക്കിയത്. ഈ ഹിംസാത്മകതയുടെ മറ്റൊരു പ്രധാനകാരണം ലൈംഗികഭീതിതന്നെയാണ്. തങ്ങളുടെ വംശീയശുദ്ധി ഇതരവിഭാഗങ്ങൾ തകർക്കുമോ എന്നതാണവരുടെ ഭീതി. ഈ ഭീതി സാഡോ-മസോക്കിസത്തിലേക്ക് അവരെ നയിച്ചു. സാഡിസത്തിന്റെ ഭാഗമായി സ്ത്രീസമൂഹത്തെ അടിമത്തത്തിൽ തളച്ചിടാൻ തുടങ്ങി. ഒപ്പം ഇതരജാതീയവിഭാഗങ്ങളിലെ സ്ത്രീകളുടെ മേൽ ലൈംഗിക ഉത്സവം നടത്താനും പ്രേരകമായി. സ്വന്തം സമുദായത്തിലെ സ്ത്രീകളിൽ വലിയൊരുവിഭാഗത്തെ ആജീവനാന്ത കന്യകാത്വത്തിൽ തളച്ചിട്ടു. എന്നിട്ട് അന്യജാതിവിഭാഗങ്ങളിലെ സ്ത്രീകളുമായി തുറന്ന രതിയുത്സവം അവർ നടത്തി. കേരളത്തിലെ നായർ സ്ത്രീകളുമായി അവർ നടത്തിയ സംബന്ധവിവാഹം അതിന്റെ തെളിവാണ്. ഇത്തരത്തിലുള്ള ലൈംഗികബന്ധത്തിലൂടെ നായർവിഭാഗത്തെ തങ്ങളുടെ ചാർച്ചക്കാരാക്കാൻ കഴിയുമല്ലോ. ഇത് അവരുടെ ഭീതിയെ മറികടക്കുന്നതിന്റെ ഒരു പ്രധാന മാർഗ്ഗമായിരുന്നു. ദേവദാസി സമ്പ്രദായം മറ്റൊരു മാർഗ്ഗമായിരുന്നു. അന്യജാതി സ്ത്രീകൾ മാറുമറയ്ക്കാൻ പാടില്ലെന്ന നിഷ്കർഷ അവരുടെ സാഡിസത്തിന്റെ മറ്റൊരു രൂപമായിരുന്നു.

ബ്രാഹ്മണർ സാഡിസ്റ്റുകൾ മാത്രമായിരുന്നില്ല. സാഡോ-മസോക്കിസമായിരുന്നു അവരുടെ മനഃശാസ്ത്രം എന്നു പറഞ്ഞുവല്ലോ. ഇതിൽ മസോക്കിസ്റ്റുപ്രവണതയുടെ ഭാഗമായിരുന്നു അവരുടെ ലൗകികജീവിതത്തിൽനിന്നും താരതമ്യേന വിട്ടുനില്ക്കൽ സ്വഭാവം. പുരാണകൃതികളുടെ പാരായണം, കപട ഭക്തി, മതാനുഷ്ഠാന കർമ്മങ്ങൾ, ചില ഘട്ടങ്ങളിൽ പിന്തുടരുന്ന സസ്യാഹാര ശീലം ഇവയെല്ലാം തന്നെ ഈ രീതിയിൽ വിശദീകരിക്കപ്പെടേണ്ടതാണ്. മറ്റൊന്ന് സന്ന്യാസത്വമാണ്. ഇതിന്റെയെല്ലാം തന്റെ അടിത്തറ ലൈംഗികനിരോധനവും ലൈംഗികഭീതിയുമാണ്.

ബുദ്ധിസത്തിന്റെ സന്ന്യാസത്വവും ബ്രാഹ്മണിസത്തിന്റെ സന്ന്യാസത്വവും തമ്മിൽ അടിസ്ഥാനപരമായ വ്യത്യാസമുണ്ട്. ബുദ്ധിസത്തിൽ ലൈംഗികവികാരത്തെ കുടുംബക്രമത്തിൽ നിന്നുകൊണ്ട് അടിച്ചമർത്തുകയല്ല ചെയ്യുന്നത്. ഈഡിപ്പൽ കുടുംബവ്യവസ്ഥയ്ക്കുള്ളിൽ ചരിത്രപരമായി രൂപംകൊണ്ടതാണ് ലൈംഗികതയെന്നു മുൻ അദ്ധ്യായങ്ങളിൽ

വിശദീകരിച്ചുവല്ലോ. ഈ കുടുംബസൃഷ്ടമായ തീക്ഷ്ണലൈംഗികതയെ കുടുംബത്തോടൊപ്പം മറികടക്കുകയാണ് ബുദ്ധനും ശ്രീനാരായണ ഗുരുവും മറ്റും ചെയ്തത്. ഈ ആന്റി ഈഡിപ്പൽ സന്ന്യാസത്തിന്റെ മറ്റൊരു രൂപമാണ് കമ്യൂണിസം. ഇതിനർത്ഥം കമ്യൂണിസമെന്നാൽ കുടുംബലൈംഗികതയെ മറികടക്കലാണെന്നല്ല. എന്നാൽ മാർക്സ് അടക്കമുള്ള ഉയർന്ന കമ്യൂണിസ്റ്റുകൾ ഘടനാപരമായി കുടുംബത്തിനകത്താണ് ജീവിച്ചിരുന്നതെങ്കിലും അവരുടെ ചിന്തയും പ്രവൃത്തിയും കുടുംബഘടനയെ മറികടന്ന് മാനവ സമൂഹത്തിലേക്ക് പ്രവഹിച്ചു.

യഥാർത്ഥ സന്ന്യാസത്വം ഇതുപോലെ മാനവസമൂഹത്തിലേക്ക് അതിന്റെ സർഗ്ഗശക്തിയെ കെട്ടഴിച്ചുവിടുകയും അവർക്ക് ലോകം ഒരൊറ്റ കുടുംബമായി മാറുകയും ചെയ്യുന്നു. എന്നാൽ ബ്രാഹ്മണിസം ഈ രീതിയിലല്ല സന്ന്യാസത്തെ കാണുന്നത്. തങ്ങളുടെ എല്ലാ സ്വാർത്ഥകാമനകളും സാക്ഷാൽക്കരിച്ചശേഷം വ്യക്തിഗതമായ ശാന്തിക്കുവേണ്ടിയാണവർ സന്ന്യാസത്വത്തിൽ അഭയം പ്രാപിക്കുന്നത്. ഗാർഹസ്ഥ്യം, വാനപ്രസ്ഥം, സന്ന്യാസത്വം എന്നെല്ലാമുള്ള ബ്രാഹ്മണ്യനിഷ്കർഷകളിൽ ഇത് പ്രകടമാണ്. ബ്രാഹ്മണിസത്തിലെ സന്ന്യാസത്വം യഥാർത്ഥത്തിൽ സന്ന്യാസത്വമായിരുന്നെങ്കിൽ അവർ മറ്റു ജാതിവിഭാഗങ്ങൾക്ക് അത് നിഷേധിക്കുമായിരുന്നില്ലല്ലോ. അതുകൊണ്ട് സന്ന്യാസത്വമെന്നത് അവരുടെ ക്രൂരമായ ജാതിചിന്തയ്ക്കുമേലുള്ള മുഖംമൂടിയായിരുന്നുവെന്നു മനസ്സിലാക്കാം.

ബ്രാഹ്മണിസത്തിലെ സന്ന്യാസത്വവും ബുദ്ധിസത്തിലെ സന്ന്യാസത്വവും തമ്മിലുള്ള ഈ വ്യത്യാസം മൗലികമാണെങ്കിലും പ്രണയത്തെയും പ്രണയോത്സുക രതിയെയും റദ്ദുചെയ്യുന്ന ഒരു സമീപനം ബുദ്ധിസത്തിനും എല്ലാ സന്ന്യാസത്വത്തിനും ഉണ്ടെന്ന് പറയാതിരിക്കാൻ വയ്യ. പരിത്യാഗസങ്കല്പത്തിൽ ജീവിത നിരാസത്തിന്റെ ഒരംശമുണ്ട്. ലൈംഗികതയെന്നു പറയുന്നത് ഈഡിപ്പൽ കുടുംബഘടനയ്ക്കകത്ത് രൂപംകൊണ്ടതാണെന്നത് തർക്കമറ്റ സംഗതിയാണ്. എന്നാൽ പ്രണയോത്സുക ലൈംഗികത അതിൽ നിന്നു ഭിന്നമാണ്. ഈഡിപ്പൽ പ്രണയത്തെക്കുറിച്ചല്ല പറയുന്നത്. ഏകപുരുഷ-ഏകസ്ത്രീ പ്രണയം എത്ര മഹത്തരമാണെങ്കിലും അത് ആത്യന്തികമായി പുരുഷാധികാരമുക്തമല്ല. അതിന്റെ അടിസ്ഥാനം പാതിവ്രത്യസങ്കല്പമാണ്. മറ്റൊരടിസ്ഥാനം കന്യകാത്വമാണ്. ഇതു രണ്ടും പരസ്പരബന്ധിതമാണ്. എന്നാൽ ആന്റി ഈഡിപ്പൽ പ്രണയം ഇതിനുപുറത്താണ്. ഫാസിസം യുക്തിചിന്തയുടെ നിഷേധമാണെന്നതിന് യാതൊരു സംശയവുമില്ല. എന്നാൽ ഫാസിസം യുക്തിചിന്തയുടെ നിഷേധമാണെന്നുപറയുന്നവരാരും തന്നെ പാതിവ്രത്യവും കന്യകാത്വവും യുക്തിവിരുദ്ധമാണെന്നു പറയുന്നില്ല. സ്ത്രീയെ സ്വകാര്യസ്വത്തായി അനുഭവിക്കാൻ വേണ്ടി പുരുഷൻ അവൾക്കുമേൽ ചാർത്തിയ യുക്തിചിന്തയ്ക്കുവിരുദ്ധമായ മൂല്യങ്ങളാണ് അവയെന്നു പറയാൻ യുക്തിവാദികൾ പോലും ഭയപ്പെടുന്നു. ആന്റി ഈഡിപ്പൽ പ്രണയത്തിലേക്കുള്ള പ്രയാണത്തിലൂടെയായിരിക്കും ലോകം വരും

നാളിൽ ഫാസിസ്റ്റുവിരുദ്ധവും കമ്യൂണിസത്തിലധിഷ്ഠിതവുമായ ലോകത്തിലേക്ക് പ്രവേശിക്കുക.

ചൈനയിൽ സാംസ്കാരിക വിപ്ലവകാലത്ത് വേശ്യയെന്ന് മുദ്രകുത്തപ്പെട്ടവരെ വിവാഹം കഴിക്കാൻ മാവോ സെ തൂങ് കമ്യൂണിസ്റ്റുകാരോട് ആവശ്യപ്പെട്ടതും അവരത് സ്വയമേവ അനുസരിച്ചതും ആന്റി ഈഡിപ്പൽ ലൈംഗികതയിലേക്കുള്ള ചുവടുവെപ്പായിരുന്നു. എന്നാൽ ഈഡിപ്പൽ കുടുംബഘടനയെന്ന ജനാധിപത്യവിരുദ്ധവും യുക്തിവിരുദ്ധവുമായ സ്ഥാപനം ഇളക്കമില്ലാതെ നിലനിന്ന സോഷ്യലിസ്റ്റ് സമൂഹം തകർന്നതിൽ അത്ഭുതമില്ല. കുടുംബഘടനയുടെ ഈ യുക്തിവിരുദ്ധത മനുഷ്യബന്ധത്തെക്കുറിച്ചുള്ള ശാസ്ത്രീയചിന്തയുടെ നിഷേധം തന്നെയാണ്. ഇളക്കമില്ലാതെ നിലനില്ക്കുന്ന ഈ കുടുംബഘടനയുടെ ചക്രങ്ങളെ മാറ്റിവെക്കാതെ കമ്യൂണിസ്റ്റ് വാഹനത്തിന് മുന്നോട്ടുപോവാനാവില്ല. ഫാസിസത്തെ താങ്ങിനിർത്തുന്ന ചക്രങ്ങളാണിത്. ഫാസിസം ചരിത്രത്തെ തെല്ലും മുന്നോട്ടുകൊണ്ടുപോവുന്നില്ല. മറിച്ച് അത് ചരിത്രത്തെ പിറകിലേക്ക് വലിച്ചുകൊണ്ടുപോവാനാണു ശ്രമിക്കുന്നത്. പക്ഷേ, അതിന്റെ ചക്രങ്ങൾ ചലനാത്മകമല്ലാത്തതിനാൽ അതിന് പിറകോട്ടും പോവാനാവില്ല. എന്നാൽ നിന്ന നില്പിൽ അത് ചില ശക്തികളെ കെട്ടഴിച്ചുവിടുന്നു. അവിടെയാണ് ഫാസിസത്തിന്റെ കലാപാത്മകത. ഇത് തലതിരിഞ്ഞ കലാപാത്മകതയാണെങ്കിലും ചരിത്രത്തിലെ വിപ്ലവശക്തികളുടെ ഉയിർപ്പിനും വർഗ്ഗങ്ങളുടെ ധ്രുവീകരണത്തിനും ഫാസിസം നിമിത്തമായിത്തീരുമെന്നതിന് സംശയം വേണ്ട.

16

അംബേദ്കറും ജാതിവ്യവസ്ഥയും

ഇന്ത്യൻ നവോത്ഥാനപ്രസ്ഥാനത്തിന്റെ മുന്നണിപ്പോരാളിയാണ് ഡോ. ബി ആർ അംബേദ്കർ. നൂറ്റാണ്ടുകളായി മർദ്ദനവും അടിമത്തവും അനുഭവിച്ചുപോന്ന ജനവിഭാഗങ്ങളുടെ സാമൂഹിക ഉന്നമനത്തിനുവേണ്ടി പ്രവർത്തിച്ച മഹാനായിരുന്നു അംബേദ്കർ. ഇന്ത്യൻജനാധിപത്യത്തിന് അംബേദ്കർ നല്കിയ സംഭാവനകൾ മഹത്താണ്. സാമൂഹിക അസമത്വത്തിന്റെ വേരറുക്കാൻവേണ്ടിയാണ് അംബേദ്കർ പരിശ്രമിച്ചത്. അദ്ദേഹം ഇന്ത്യയിലെ സവർണ്ണ ഹൈന്ദവതയുടെ കാപട്യങ്ങളെ ശക്തമായി തുറന്നുകാണിച്ചു.

ആര്യന്മാർ കൊണ്ടുവന്നതാണ് എന്നുപറയുന്നത് ഏകപക്ഷീയമായ നിഗമനമാണ്. ആര്യന്മാർക്ക് മുമ്പ് നമ്മുടെ രാജ്യത്ത് ജീവിച്ചിരുന്ന പ്രാചീന ഗോത്രവർഗ്ഗവിഭാഗങ്ങൾക്കിടയിൽ ജാതിവ്യവസ്ഥയുടെ രൂപങ്ങൾ കണ്ടെത്താവുന്നതാണ്. ഇന്ത്യൻ സമൂഹങ്ങളുടെ ഒരു പ്രധാന ഭാഗമാണ് ജാതി. മൂന്നുസഹസ്രാബ്ദങ്ങളായി ഇന്ത്യൻസമൂഹത്തെ കാർന്നുതിന്നുന്ന അർബ്ബുദമായി ജാതിവ്യവസ്ഥ ഇന്ത്യയിൽ നിലനില്ക്കുന്നു. ഇന്ത്യൻചരിത്രത്തിന്റെ മാത്രം സവിശേഷതയാണ് ജാതിവ്യവസ്ഥ. ഒരു പൊതുവായ പ്രഭവകേന്ദ്രം, നാമം, തൊഴിൽ, ഉത്സവങ്ങൾ, ആരാധനകൾ, കുലദൈവം, അനുഷ്ഠാനങ്ങൾ എന്നിവയാണ് ജാതിവ്യവസ്ഥയുടെ അടിസ്ഥാനഘടകങ്ങൾ. അതുപോലെതന്നെ വൈവാഹികബന്ധവും മാമൂലുകളും ജാതിവ്യവസ്ഥയുടെ നിർണ്ണായക ഘടകങ്ങളാണ്. ഓരോ ജാതീയ വിഭാഗവും അതത് ജാതിയിൽനിന്നു മാത്രം വിവാഹം കഴിക്കുന്നു എന്നതാണ് ജാതിവ്യവസ്ഥയുടെ ഏറ്റവും പ്രധാന സവിശേഷത. മറ്റൊരു പ്രധാനപ്പെട്ട പ്രത്യേകതയാണ് ശുദ്ധിസങ്കല്പം. പ്രാചീനഗോത്രവർഗ്ഗങ്ങൾക്കിടയിൽതന്നെ ഈ ശുദ്ധിസങ്കല്പം ഉണ്ടായിരുന്നു. ഇന്നും പല ഗോത്രവർഗ്ഗങ്ങൾക്കിടയിലും ഈ

ശുദ്ധിസങ്കല്പം നിലനില്ക്കുന്നുണ്ട്. ഒരു ഗോത്രവർഗ്ഗക്കാരുടെ ഭവനങ്ങളിൽ മറ്റൊരുഗോത്രവർഗ്ഗത്തിലെ ആളുകൾ പ്രവേശിക്കുന്നത് ശുദ്ധിസങ്കല്പപ്രകാരം നിഷിദ്ധമാണ്. ഇതാണ് അയിത്താചരണത്തിന്റെ ആരംഭം. ഏറ്റവും ഹീനമായ ഈ അയിത്താചരണത്തെ അസ്പൃശ്യത എന്നും വിളിക്കുന്നു. ലളിതമായി പറഞ്ഞാൽ തൊട്ടുകൂടായ്മയും തീണ്ടിക്കൂടായ്മയും. ശ്രീനാരായണഗുരുവിനെപ്പോലുള്ള നവോത്ഥാനനായകർ ഇത്തരത്തിലുള്ള ഹീനമായ ആചാരങ്ങൾക്കെതിരെ പോരാടിയവരാണ്. ജാതിവ്യവസ്ഥയുടെ ഏറ്റവും ഹീനവും മനുഷ്യത്വരഹിതവുമായ ഫലം ഇതാണ്.

വർണ്ണവ്യവസ്ഥയുടെ അഭേദ്യഭാഗമാണ് ജാതിവ്യവസ്ഥ. വർണ്ണവ്യവസ്ഥയുടെ ആരംഭം ആര്യന്മാരിൽനിന്നുതന്നെയാണ്. ആര്യസാഹിത്യമായ *ഋഗ്വേദ*ത്തിന്റെ അവസാനഭാഗത്താണ് വർണ്ണ-ജാതിവ്യവസ്ഥയെക്കുറിച്ച് പരാമർശിക്കുന്നത്. വിരാട് പുരുഷന്റെ വായിൽനിന്നും ബ്രാഹ്മണരും, കൈകളിൽനിന്നും ക്ഷത്രിയരും തുടകളിൽനിന്ന് വൈശ്യരും പാദങ്ങളിൽനിന്ന് ശൂദ്രരും ജനിച്ചുവെന്നാണ് ഋഗ്വേദം പറയുന്നത്. ഈ സങ്കല്പത്തെ ബുദ്ധൻ ശക്തമായി എതിർത്തു. എല്ലാമനുഷ്യരും സ്ത്രീകളുടെ ഗർഭപാത്രത്തിൽനിന്ന് ജനിച്ചവരാണ് എന്ന് ബുദ്ധൻ തന്റെ ശിഷ്യരെ പഠിപ്പിച്ചു. സമൂഹത്തിൽ ബ്രാഹ്മണരും ക്ഷത്രിയരും ആധിപത്യം സ്ഥാപിച്ചതോടെ ഗോത്രവർഗ്ഗങ്ങൾക്കിടയിലെ പരമ്പരാഗതമായ അയിത്താചരണത്തെ അവർ വർണ്ണവ്യവസ്ഥയുമായി ഘടിപ്പിച്ചു. ഇതിൽനിന്നുമാണ് ജാതിവ്യവസ്ഥ ഒരു കർക്കശമായ സാമൂഹിക സംവർഗ്ഗമായി മാറുന്നത്.

വർണ്ണവും ജാതിയും തമ്മിൽ അഭേദ്യമായി ബന്ധപ്പെട്ടിരിക്കുന്നു. വർണ്ണമെന്നാൽ നിറമെന്നാണ് അർത്ഥം. ഇന്ത്യയിലെ പൂർവ്വ ആര്യൻ ജനവിഭാഗങ്ങളെ ദസ്യുക്കൾ എന്നാണ് ആര്യന്മാർ വിശേഷിപ്പിക്കുന്നത്. ദസ്യുക്കളെന്നാൽ ദാസന്മാർ എന്നാണ് അർത്ഥം. അവരുടെ നിറം കറുപ്പാണ് എന്നും വേദങ്ങളിൽ സൂചനയുണ്ട്. ഈ കറുത്തനിറത്തെ അവജ്ഞയോടെയാണ് ആര്യന്മാർ കാണുന്നത്. ഇന്ത്യയിലെ ദസ്യുക്കളുടെ നേതാവായിട്ടാണ് കൃഷ്ണനെ ഋഗ്വേദം അവതരിപ്പിക്കുന്നത്. ഈ കറുത്തവർഗ്ഗക്കാരിൽനിന്നും തങ്ങളെ വേർതിരിച്ചുനിർത്താൻവേണ്ടി ആര്യന്മാർ വർണ്ണമെന്ന പദവും ഉപയോഗിച്ചു. സവർണ്ണർ എന്നുപറഞ്ഞാൽ നല്ലനിറമുള്ളവർ എന്നാണർത്ഥം.

ഇന്ത്യയിൽ 1901 ലെ സെൻസസ് അനുസരിച്ച് 2378 ജാതികളുണ്ട്. അനൗദ്യോഗികമായ കണക്കനുസരിച്ച് 3000 ലധികം ജാതികളുണ്ട് ഇന്ത്യയിൽ. ഈ 3000 ത്തിലധികം ജാതിജനവിഭാഗങ്ങളും പൊതുവിൽ നാല് വർണ്ണങ്ങളിൽ ഉൾപ്പെടുന്നു. ഈ നാല് വർണ്ണത്തെ ചാതുർവർണ്യമെന്നുവിളിക്കുന്നു. ഈ ചാതുർവർണ്യവ്യവസ്ഥയിൽ ബ്രാഹ്മണരും ക്ഷത്രിയരുമാണ് മേൽകോയ്മ നേടിയത്. ജനസംഖ്യയിൽ വളരെ ചെറിയ ന്യൂനപക്ഷമാണിവർ. സമൂഹത്തിലെ ഏറ്റവും അടിത്തട്ടിലുള്ള ജനവി

ഭാഗമായിരുന്നു ശൂദ്രന്മാർ. അവർക്ക് മൃഗങ്ങൾക്ക് പ്രവേശനമുണ്ടായിരുന്ന സവർണ്ണരുടെ ക്ഷേത്രങ്ങളിൽ കടക്കാൻ പറ്റുമായിരുന്നില്ല. അവർ സവർണ്ണരുടെ ദൃഷ്ടിയിൽ പെട്ടുപോയാൽപ്പോലും അത് കുറ്റമായി പരിഗണിക്കപ്പെട്ടിരുന്നു. ഇന്ത്യയിലെ വർണ്ണവ്യവസ്ഥയുടെ ഏറ്റവും പ്രധാനപ്പെട്ട സവിശേഷത അതിന്റെ നേതൃത്വം ബ്രാഹ്മണർക്കായിരുന്നു എന്നതാണ്. ബ്രാഹ്മണർ തങ്ങളുടെ സാമ്പത്തികവും സാമൂഹികവുമായ മേൽകോയ്മ സ്ഥാപിക്കാൻ വേണ്ടി അവരുടെ ആചാരരീതികൾ സമൂഹത്തിലെ മഹാഭൂരിപക്ഷത്തെക്കൊണ്ട് അംഗീകരിപ്പിക്കുകയായിരുന്നു.

രാജാക്കന്മാർപോലും ബ്രാഹ്മണരുടെ ആധിപത്യം അംഗീകരിക്കുകയായിരുന്നു. അങ്ങനെ വളർന്നുവന്ന വർണ്ണ–ജാതി വ്യവസ്ഥയുടെ ഭാഗമായിട്ടാണ് ഇന്ത്യയിലെ തൊഴിൽവിഭജനങ്ങളും വളർന്നുവന്നത്. ഓരോ തൊഴിലും അതത് ജാതിവിഭാഗങ്ങൾ പരമ്പരാഗതമായി നിലനിർത്തേണ്ടിയിരുന്നു. ബ്രാഹ്മണർ ചെയ്യുന്നജോലി മറ്റുവിഭാഗങ്ങൾക്ക് ചെയ്യാൻ പാടില്ലായിരുന്നു. കഠിനമായ ശാരീരികാദ്ധ്വാനമുള്ള ജോലികൾ ചെയ്തിരുന്നത് ശൂദ്രരായിരുന്നു. അവർക്ക് വിദ്യാഭ്യാസം ചെയ്യാനോ ഉന്നതമായ പദവികൾ നേടാനോ കഴിയുമായിരുന്നില്ല. ബ്രാഹ്മണർക്കും ക്ഷത്രിയർക്കുംമാത്രമെ വിദ്യാഭ്യാസത്തിനുള്ള അവകാശം ഉണ്ടായിരുന്നുള്ളു.

മേല്പറഞ്ഞ രീതിയിൽ പരിശോധിക്കുമ്പോൾ ജാതിവ്യവസ്ഥയുടെ അടിസ്ഥാനത്തെപ്പറ്റി കൃത്യമായ നിഗമനങ്ങളിലെത്തിച്ചേരാൻ ചരിത്രകാരന്മാർക്ക് കഴിയുന്നു. ഗോത്രവർഗ്ഗക്കാരുടെ ഇടയിലെ കുലസങ്കല്പങ്ങളെയും അനുഷ്ഠാനങ്ങളെയും അയിത്താചരണങ്ങളെയും സമൂഹത്തിൽ ഉറപ്പിക്കുന്നതിന് ആര്യന്മാർക്ക് സാധിച്ചു. അതുപോലെതന്നെ ആര്യൻസമൂഹം ഈ ഗോത്രവ്യവസ്ഥയുടെ ശുദ്ധിസങ്കല്പത്തെ വർണ്ണവ്യവസ്ഥയുമായി പുനഃസംഘടിപ്പിച്ചു. അങ്ങനെയാണ് ജാതിവ്യവസ്ഥ ഇന്ത്യയിൽ വളർന്നുവരുന്നത്. രക്തബന്ധമാണ് ജാതിവ്യവസ്ഥയുടെ അടിസ്ഥാനഘടകം. ഇന്ത്യയിലെ ജാതിവ്യവസ്ഥ ഒരു സങ്കീർണ്ണമായ സാമൂഹികസ്ഥാപനം തന്നെയാണ്. അനുഷ്ഠാനപരവും തൊഴിൽപരവും വംശീയവുമായ സവിശേഷതകൾ ഒത്തിണങ്ങുന്നതാണ് ജാതിവ്യവസ്ഥ.

തെക്കെ ഇന്ത്യയിലാണ് ജാതിവ്യവസ്ഥ ഏറ്റവും കഠിനമായി നിലനിന്നിരുന്നത്. അങ്ങനെ ആര്യന്മാരും അനാര്യന്മാരും തമ്മിലുള്ള സവിശേഷമായ സാംസ്കാരിക സമന്വയത്തിൽനിന്നുമാണ് ഇന്ത്യൻജാതിവ്യവസ്ഥ ഉയർന്നുവന്നത് എന്നുമനസ്സിലാക്കാൻ കഴിയും. ആര്യന്മാരും അനാര്യന്മാരും തമ്മിൽ ആദ്യകാലത്ത് വിവാഹബന്ധം നിലനിന്നിരുന്നു. എന്നാൽ ആര്യൻ സമൂഹത്തിൽ സ്ത്രീകളുടെ എണ്ണം ആവശ്യത്തിന് ഉയർന്നതോടെ അവർ സ്വജാതിയിൽനിന്നുള്ള വിവാഹം കർശനമാക്കി. അങ്ങനെ പുതിയൊരു സാമൂഹികമാറ്റം സംഭവിച്ചു. ആദ്യകാലത്ത് ആര്യന്മാർക്കിടയിൽ സ്ത്രീകളുടെ എണ്ണം കുറവായിരുന്നുവെന്ന് അനുമാനിക്കാം. പ്രാകൃത കുടിയേറ്റക്കാരും അക്രമണകാരികളുമായിരുന്ന ആര്യന്മാർക്കിടയിൽ വർണ്ണപരമായോ ജാതീയമായോ വിഭജനങ്ങൾ ഉണ്ടാ

യിരുന്നില്ല. എന്നാൽ അവർ അനാര്യന്മാരുമായി വിവാഹബന്ധത്തിലേർപ്പെട്ടതോടെ അനാര്യന്മാർക്കിടിയിലെ ശുദ്ധിസങ്കല്പവും അനുഷ്ഠാനങ്ങളും സജാതീയ വിവാഹ നിഷ്കർഷകളും സ്വാംശീകരിക്കാൻ തുടങ്ങി. ആദിവാസി സമൂഹങ്ങൾക്കിടയിൽ സ്വജാതീയവിവാഹമാണ് നിലനിന്നിരുന്നത്.

ആര്യന്മാരുടെ ആഗമനത്തിനുമുമ്പുതന്നെ ഇന്ത്യക്കാർക്കിടയിൽ ശുദ്ധിസങ്കല്പം നിലനിന്നിരുന്നുവെന്ന് പ്രശസ്തചരിത്രകാരനായ ഡി ഡി കൊസാമ്പി അഭിപ്രായപ്പെടുന്നു. ആര്യന്മാർക്ക് മുമ്പ് ഇന്ത്യയിൽ നിലനിന്നിരുന്ന സൈന്ധവനാഗരികതയുടെ സ്രഷ്ടാക്കളായ സൈന്ധവർ സ്നാനത്തിനും വസ്ത്രമലക്കലിനും പ്രാധാന്യം കൊടുത്തിരുന്നു. ഇത് ആചാരപരമായ ശുദ്ധിയുടെ തെളിവാണ്. ഇന്ത്യൻഭരണഘടനയനുസരിച്ച് അയിത്താചരണം കുറ്റകരമാണ്. ഇന്ത്യയിലെ ജാതിവ്യവസ്ഥയെക്കുറിച്ച് പഠനം നടത്തുമ്പോൾ അത് രൂപംകൊള്ളാൻ ഇടയായ സാമൂഹികസാഹചര്യങ്ങൾ സൂക്ഷ്മമായി പഠിക്കേണ്ടതുണ്ട്. ജാതിവ്യവസ്ഥ രൂപംകൊള്ളുന്നതിന്റെ അടിസ്ഥാനം ആര്യന്മാർക്ക് മുമ്പ് ഇന്ത്യയിൽ അധിവസിച്ചിരുന്ന പ്രാചീന ജനവിഭാഗങ്ങളുടെയും ഗോത്രവിഭാഗങ്ങളുടെയും ഘടനാപരമായ സവിശേഷതായിരുന്നുവെന്ന യാഥാർത്ഥ്യത്തെ മറച്ചുവെക്കാൻ ചരിത്രകാരന് അവകാശമില്ല. എന്നാൽ ഈ ജാതിവ്യവസ്ഥയെ സാമൂഹികവും രാഷ്ട്രീയവുമായ മേൽകോയ്മയായി മാറ്റിയെടുത്ത ആര്യൻ പരിശ്രമങ്ങളെ ന്യായീകരിക്കാൻ ജാതിയുടെ ഉത്ഭവത്തെക്കുറിച്ചുള്ള ചരിത്രയാഥാർത്ഥ്യങ്ങൾ ഉപയോഗപ്പെടുത്താനും പാടില്ല. ഇവിടെയാണ് ചരിത്രവിശകലനത്തിലെ യാഥാർത്ഥ്യബോധം ചരിത്രകാരനെ സഹായിക്കേണ്ടത്. ആര്യന്മാർക്ക് മുമ്പ് ഇന്ത്യയിൽ ജീവിച്ചിരുന്ന ഗോത്രജനവിഭാഗങ്ങൾക്കിടയിലും മറ്റും നിലനിന്നിരുന്ന ശുദ്ധിസങ്കല്പങ്ങൾക്ക് ജാതിവ്യവസ്ഥയുടെ രൂപീകരണത്തിൽ നിർണ്ണായകമായ പങ്കുണ്ടായിരിക്കുമ്പോൾതന്നെ വളരെ പ്രധാനപ്പെട്ട ഒരു വസ്തുത ചരിത്രവിദ്യാർഥികൾ വിസ്മരിക്കാൻ പാടുള്ളതല്ല.

ആര്യന്മാർക്കുമുമ്പുണ്ടായിരുന്ന ആദിവാസിഗോത്രങ്ങൾക്കിടയിലെ ശുദ്ധിസങ്കല്പവുമായി ബന്ധപ്പെട്ടതാണിത്. ഓരോഗോത്രവും അതത് ഗോത്രത്തിൽനിന്നുമാത്രം വിവാഹബന്ധത്തിലേർപ്പെടുന്നത് കർശനമായി ആചരിച്ചിരുന്നു. രക്തബന്ധത്തിന്റെ പവിത്രതയാണ് ഈ ശുദ്ധിസങ്കല്പത്തിന്റെ അടിസ്ഥാനഘടകം. അന്യഗോത്രവുമായി വിവാഹബന്ധം സ്ഥാപിച്ചാൽ തങ്ങളുടെ വംശശുദ്ധി നഷ്ടപ്പെടും എന്ന് ഓരോഗോത്രവും വിശ്വസിച്ചിരുന്നു. ഓരോഗോത്രത്തിനും ഓരോ ദൈവവുമുണ്ടായിരുന്നു. ഗോത്രത്തിന്റെ വംശീയശുദ്ധിസങ്കല്പം അഥവാ രക്തശുദ്ധിസങ്കല്പം ഉറപ്പിക്കാൻ കുലദൈവവിശ്വാസം സഹായകമായി. ഒരു ഗോത്രവുമായി മറ്റൊരുഗോത്രം യാതൊരുതരത്തിലുള്ള ബന്ധവും നിലനിർത്തിയിരുന്നില്ല. മാത്രമല്ല അവർ പരസ്പരം അയിത്താചരണവും നിലനിർത്തിയിരുന്നു. എന്നാൽ അതേസമയംതന്നെ ഒരു ഗോത്രം മറ്റു

ഗോത്രങ്ങളുടെ മേൽ ആധിപത്യം ചെലുത്താൻ ഈ ശുദ്ധിസങ്കല്പം ഉപയോഗിച്ചിരുന്നില്ല എന്നതാണ് പ്രധാനപ്പെട്ടവസ്തുത. അതായത് ഗോത്രവർഗ്ഗജനവിഭാഗങ്ങൾ ഒരു ജനസമൂഹമെന്ന നിലയിൽ വേറിട്ട് ജീവിക്കാനാണ് തങ്ങളുടെ അയിത്താചരണത്തെ അവലംബമാക്കിയതെങ്കിൽ സവർണ്ണർ ഇതര ജനസമൂഹങ്ങളുടെ മേൽ ആധിപത്യം ചെലുത്താനാണ് അയിത്താചരണത്തെയും മറ്റുഘടകങ്ങളെയും ഉപയോഗപ്പെടുത്തിയത്. ഈ വസ്തുത മനസ്സിലാക്കാതെ രണ്ട് അയിത്താചരണങ്ങളും ഒരുപോലെയാണ് എന്ന് വാദിക്കുന്നത് ചരിത്രവസ്തുതകൾക്ക് നിരക്കാത്തതാണ്.

ഇന്ത്യൻ ജാതിവ്യവസ്ഥയെക്കുറിച്ചുള്ള സവർണ്ണ സങ്കല്പങ്ങളെ എതിർത്തുകൊണ്ടാണ് അംബേദ്കർ തന്റെ രാഷ്ട്രീയസിദ്ധാന്തങ്ങൾ രൂപപ്പെടുത്തിയത്. സാമൂഹിക നീതിയിലധിഷ്ഠിതമായ ജനാധിപത്യ ചിന്തകൾ അദ്ദേഹം വികസിപ്പിച്ചു. അത് ഇന്ത്യയിലെ ഭൂരിപക്ഷംവരുന്ന മർദ്ദിതജനവിഭാഗങ്ങളുടെ താല്പര്യങ്ങളെ സംരക്ഷിക്കുന്നതായിരുന്നു. തന്റെ സാമൂഹികനീതി സങ്കല്പത്തെ അംബേദ്കർ ഇങ്ങനെ അവതരിപ്പിക്കുന്നു.

ബ്രാഹ്മണമതം അന്യായത്തിന്റെയും നിർദ്ദയയുടെയും ദരിദ്രപീഡനത്തിന്റെയും മൂലഗൃഹമാണ്. വർണ്ണവ്യവസ്ഥയിൽ ഏറ്റവും മീതെ ബ്രാഹ്മണനും അവരുടെ താഴെ ക്ഷത്രിയനും പിന്നീട് വൈശ്യനും ഇവരുടെയെല്ലാം ചുമട് തലയിലേറ്റിക്കൊണ്ട് ഏറ്റവും ചുവട്ടിൽ ശൂദ്രനും എന്നാണ് സ്ഥിതി. ശൂദ്രന് ഉന്നതി കൈവരിക്കണമെങ്കിൽ മുകളിലത്തെ മൂന്നു വർണ്ണങ്ങളുമായി വഴക്കിടണം. ഈ മൂന്നു വർണ്ണങ്ങൾക്കും സ്വന്തം ക്ഷേമത്തെക്കുറിച്ച് ചിന്തിക്കണമെന്നു തോന്നുന്നില്ല. മതഗ്രന്ഥങ്ങൾ ബ്രാഹ്മണർക്ക് ക്ഷത്രിയരേക്കാളും വൈശ്യരേക്കാളും ശ്രേഷ്ഠത കൊടുത്തിട്ടുള്ളതുകൊണ്ട് അവർ അക്ഷരാർത്ഥത്തിൽത്തന്നെ ബ്രാഹ്മണരുടെ മതപരമായ അടിമകളാണ്. സാധാരണ വാക്കുകളിൽ പറയുകയാണെങ്കിൽ ശൂദ്രരുടെ പുരോഗതിക്ക് തടസ്സമാവുന്ന മൂന്ന് വർഗ്ഗങ്ങളും അവരുടെ ശത്രുക്കളാണ്.

മതപരമായി പിഴിയപ്പെടുന്ന സാമൂഹികവ്യവസ്ഥയിൽ നിങ്ങൾക്കെങ്ങനെ പുരോഗതി പ്രതീക്ഷിക്കാൻ കഴിയും? ഇക്കാരണംകൊണ്ട് ശൂദ്രരെ എപ്പോഴും കാൽകീഴിൽ വയ്ക്കാൻ കഴിഞ്ഞു; എതിരിടാനായി കച്ചകെട്ടിയപ്പോഴെല്ലാം ശൂദ്രരുടെ തല പോയിട്ടുണ്ട്.

അപ്പുറത്ത് ബുദ്ധമതത്തെ നോക്കൂ. അവിടെ ജാതീയതയ്ക്കും അസമത്വത്തിനും സ്ഥാനമില്ല. എല്ലാ അധികാരങ്ങളും സമാസമം. എല്ലാവർക്കും മതത്തിൽ അധികാരം ഒന്നുപോലെ, ആരും ഉന്നതരല്ല, ആരും കീഴാളരുമല്ല, ബുദ്ധൻ സ്വയം അന്യായത്തിനെതിരെ വഴക്കിട്ടു. 'ബഹുജനഹിതായ, ബഹുജനസുഖായ' എന്ന വിധമുള്ള മതം സ്ഥാപിച്ചു.

മുമ്പ് ആര്യന്മാർ (ബ്രാഹ്മണർ) പൂജാവിധികൾക്കിടയിൽ ആയിരക്കണക്കിന് മൃഗങ്ങളെ ബലികൊടുത്തിരുന്നു. മൃഗഹത്യയുടെ ചരിത്രം

(പശുക്കളുടെയും എരുമകളുടെയും കശാപ്പ്) നാം നോക്കിയാൽ, ബ്രിട്ടീഷുകാരും മുസൽമാൻമാരും ഈ ദേശത്തിൽ തിന്നൊടുക്കിയിട്ടുള്ള പശുക്കളേക്കാളധികം അക്കാലത്തെ ബ്രാഹ്മണർ തിന്നിട്ടുണ്ട് എന്ന് കാണാം.

ആദ്യം നാലുവിധത്തിലുള്ള ബ്രാഹ്മണർ ഉണ്ടായിരുന്നു. കാലാന്തരത്തിൽ പതിനേഴ് ഉപജാതികൾ ഉണ്ടായി. ബ്രാഹ്മണരുടെ മതഗ്രന്ഥങ്ങളിൽ കാണുന്നത് ഗോമാംസത്തിന്റെ പങ്കിടലിനെക്കുറിച്ചും പശു എരുമകളുടെ ചർമ്മത്തിന്റെ ഉടമസ്ഥതയെക്കുറിച്ചും ബ്രാഹ്മണർ തമ്മിൽ യുദ്ധമുണ്ടായിട്ടുണ്ട് എന്നാണ്. ബ്രാഹ്മണ ദേവതമാരെ പ്രസന്നരാക്കാൻ ജന്തുഹത്യ ചെയ്യാത്തവരെ ബ്രാഹ്മണമതാനുയായികളായി ഗണിച്ചിരുന്നില്ല. അതുകൊണ്ടാണ് ബുദ്ധമതം ഉണ്ടായിത്തീർന്നത്. ബുദ്ധമതം മനുഷ്യർക്ക് ചിന്തിക്കാനുള്ള സ്വാതന്ത്ര്യം കൊടുക്കുകയും പരിപൂർണ്ണചിന്തയ്ക്കുശേഷം യോഗ്യമായ മാർഗ്ഗം അനുസരിക്കാൻ അനുവാദം കൊടുക്കുകയും ചെയ്തു. നൈതികതയിൽ ആധാരമാക്കിയ അഹിംസയുടെ ഉപദേശം ബുദ്ധമതത്തിനുണ്ട്. അതിനെക്കുറിച്ച് അത്ഭുതപ്പെടേണ്ടതില്ല. അഹിംസയുടെ അർത്ഥം ജനങ്ങൾ തെറ്റായി എടുത്തിട്ടുണ്ട്. മനുഷ്യർ മൃഗങ്ങളെ കൊല്ലരുത്, അല്ലെങ്കിൽ വാൾ കൈയിലെടുത്ത് ദേശത്തെ രക്ഷിക്കരുത്. ഇത് അഹിംസയല്ല. അഹിംസ രണ്ടുകാര്യങ്ങളിൽ അധിഷ്ഠിതമാണ്. ആവശ്യകതയ്ക്കുവേണ്ടിയുള്ള ഹത്യയും, ഹത്യചെയ്യാൻവേണ്ടിയുള്ള മോഹവും. രാഷ്ട്രത്തിന്റെമേൽ ആക്രമണമുണ്ടായാൽ, രാജ്യം അപകടത്തിലായാൽ, കൈയിൽ വാളെടുത്ത് രണാങ്കണത്തിലേക്ക് ചാടി ശത്രുവിനെ നേരിടുന്നതും കൊല്ലുന്നതും അതുവഴി രാഷ്ട്രത്തെ രക്ഷിക്കുന്നതും ഓരോ പൗരന്റെയും കടമയാണ്. ഇതിന്റെ അർത്ഥം ഹിംസ ആവശ്യമാണെന്നാണ്. അതിന് ബുദ്ധമതതത്വജ്ഞാനത്തിൽ ഉന്നത നിലയിലെ അഹിംസ എന്നുപറയും. രണ്ടാമത്തേത്, കൊല്ലാനുള്ള ഇച്ഛ ഉണ്ടാകുന്നത്. അതായത്, സ്വന്തം സന്തോഷത്തിനുവേണ്ടി മൃഗങ്ങളെ ബലികൊടുക്കുന്നത് മൃഗങ്ങളെ കൊല്ലുന്നത്, അത് ഹിംസയാണ്.

ബൗദ്ധതത്ത്വജ്ഞാനത്തെ അതുപോലെയെടുത്ത് ജാതിഭേദം മുതലായ സ്വന്തം തത്ത്വങ്ങളുമായി ചേർത്ത് ഹിന്ദുത്വജ്ഞാനികൾ അത് സ്വന്തമാണെന്നു പറഞ്ഞ് വിലസുന്നു. ബ്രാഹ്മണമതത്തിന്റെ ലേഖകർ പറയുന്നു, വേദം പ്രജാപതി തന്നതാണെന്ന്. ഭഗവാൻ ബുദ്ധൻ ചോദ്യം ചോദിച്ചു, പ്രജാപതി ഏതുദിക്കിൽ ജനിച്ചുവെന്ന് ഹിന്ദുക്കളുടെ വേദവും ഗീതയും പഠിച്ചാൽ കാണാൻ കഴിയും. ഭഗവദ്ഗീത മറ്റൊന്നുമല്ല, 'ധർമ്മപദം' തന്നെയാണെന്ന്. ധർമ്മപദത്തെ അനുകരിക്കുമ്പോൾ അതിൽ ജാതിവ്യവസ്ഥ കുത്തിത്തിരുകാൻ ബ്രാഹ്മണർ മറന്നില്ല. സ്വയം ശ്രീകൃഷ്ണൻ സ്വന്തം ശിഷ്യനോട് ഉപദേശിച്ചു, ബ്രാഹ്മണേതരർക്ക് ജ്ഞാനം പകരുകയോ മതോപദേശം ചെയ്യുകയോ അരുതെന്ന്.

പ്രാർത്ഥിച്ചതുകൊണ്ടോ, ആരുടെയെങ്കിലും കാലുപിടിച്ചതു

കൊണ്ടോ ഒന്നും കിട്ടുകയില്ല. വഴക്കിടണമെങ്കിൽ നമ്മുടെ ശരീരത്തിന് ഗുസ്തിക്കാരുടേതുപോലെ ശക്തിവേണം. ഗുസ്തിക്കാർ ധാരാളം തിന്നും, അതുപോലെ ദഹിപ്പിക്കും. അതുപോലെ നിങ്ങളുടെ മാനസികബലം വളർത്തണം. സത്യവും യോഗ്യവുമായ വഴി അവലംബിച്ചാൽ നിങ്ങൾക്ക് മാനസികബലം കൈവരുത്താം. പേടിത്തൊണ്ടന്മാർക്ക് ഒരിക്കലും യുദ്ധം ചെയ്യാൻ സാദ്ധ്യമല്ല. ഞാനീ അസ്പൃശ്യരുടെ ദോഷങ്ങൾ ഇല്ലാതാക്കാൻ പ്രയത്നം തുടങ്ങിയിട്ട് അനേകം വർഷങ്ങളായി. പക്ഷേ, ഇപ്പോഴും എന്റെ ഉദ്ദേശ്യം പൂർണ്ണമായും സഫലമായിട്ടില്ല. എന്റെ മനസ്സ് ശക്തമാണ്. അതുകൊണ്ട് ഞാൻ അവസാനംവരെ പൊരുതും. അഴിമതികൾക്കെതിരെ വഴക്കിടാൻ നൈതികമായ ധൈര്യവും മാനസികമായ ബലവും വേണം. അത് നിങ്ങൾക്ക് ലഭ്യമാക്കാൻവേണ്ടി പുതിയമാർഗ്ഗം കാണിച്ചുതരാം. നിങ്ങൾ ബുദ്ധമാർഗ്ഗം അനുസരിച്ചാൽ ലോകത്തിൽ നിങ്ങൾക്ക് പ്രതിഷ്ഠ ലഭിക്കുമെന്നു മാത്രമല്ല, നിങ്ങൾക്ക് ബലപ്രാപ്തി ഉണ്ടായി നിങ്ങളുടെ കുഞ്ഞുകുട്ടികളുടെ ഭാവികാലം ഉജ്ജ്വലമാകും. സമത്വത്തോടും സ്വാഭിമാനത്തോടുംകൂടി ജീവിക്കാനുള്ള സ്ഥാനം കാണിച്ചുകൊടുത്തതിന് അവർ നിങ്ങളോട് നന്ദിയുള്ളവരായിരിക്കും.

ജനങ്ങൾ അതിക്രമങ്ങൾക്കെതിരെ പൊരുതാതിരിക്കാൻവേണ്ടിയും അവരെ സ്വന്തം പക്ഷത്തേക്ക് ആകർഷിക്കാൻവേണ്ടിയും കോൺഗ്രസ് ചിലർക്ക് പൈസ വിതരണം ചെയ്യുന്നുണ്ട് എന്ന് ഞാൻ കേട്ടു. സർക്കാർ എന്നോട് പൈസയെടുക്കാൻ പറഞ്ഞിരുന്നു. എന്റെ വായ് മൂടുക, എന്നതാണുദ്ദേശ്യം. പക്ഷേ, ഞാൻ ഒരിക്കലും പൈസയെടുത്തിട്ടില്ല എന്ന് നിങ്ങൾക്കറിയാം. എന്റെ വയറുനിറയ്ക്കാൻ ഞാൻ അദ്ധ്വാനിച്ചു പൈസയുണ്ടാക്കും. പിന്നെ അസ്പൃശ്യരുടെ ഹിതത്തിനും അവകാശങ്ങൾക്കുംവേണ്ടി അവസാനംവരെ പൊരുതും. ഇത്ര മാത്രം ഞാൻ നിങ്ങളോട് അഭ്യർത്ഥിക്കുന്നു. എന്തെന്നാൽ എന്തുവന്നാലും നിങ്ങളുടെ സ്വാഭിമാനം വില്ക്കുകയില്ലെന്ന് ഉറപ്പു വരുത്തണം; സമുദായത്തിന്റെ മാനം എപ്പോഴും ഉയർന്നിരിക്കാൻവേണ്ടി കണ്ണിൽ എണ്ണയൊഴിച്ച് നോക്കിക്കൊണ്ടിരിക്കണം. സർവ്വസ്വവും പണയംവെച്ച് നിങ്ങളുടെ സമുദായത്തിന്റെയും സ്വാഭിമാനം കാത്തുരക്ഷിക്കുക. ഞാൻ സന്ദേശവാഹകനോ, പൈഗംബരനോ, ഈശ്വരന്റെ പ്രതിനിധിയോ അല്ല. ഞാൻ ഭഗവാൻ ബുദ്ധന്റെ വിനമ്രനായ ശിഷ്യനാണ്. ഞാൻ നിങ്ങൾക്ക് ഈ മാർഗ്ഗം കാണിച്ചുതരികയാണ്. ഈ മാർഗ്ഗം സ്വീകരിക്കുന്നതിനുമുമ്പ് അതിനെക്കുറിച്ച് പൂർണ്ണമായി ചിന്തിക്കുക. ഭഗവാൻ ബുദ്ധൻ അനുയായികളോടു പറഞ്ഞു, ഏതു കാര്യവും സ്വീകരിക്കുന്നത് ആലോചനയുടെ അവസാനമായിരിക്കണം, അന്ധമായി സ്വീകരിക്കരുത് എന്ന്. പ്രകൃതിയിൽ

മനുഷ്യർ സ്വതന്ത്രരാണ്. അതുകൊണ്ട് ഞാൻ നിങ്ങളോടു പറയുന്നു, സ്വതന്ത്ര വിചാരസരണിയും സ്വതന്ത്ര പ്രവൃത്തിയുമുള്ള നിർഭയപൗരന്മാരാകുക.

(*ഡോ. അംബേദ്കർ സമ്പൂർണ്ണ കൃതികൾ-അംബേദ്കറുടെ പ്രസംഗങ്ങൾ*- 111- കേരള ഭാഷാ ഇൻസ്റ്റിറ്റ്യൂട്ട്)

പുരുഷാധിഷ്ഠിത അരക്ഷിതത്വ കുടുംബം ഫാസിസത്തിന്റെ തായ്‌വേര്

കുടുംബവ്യവസ്ഥയുടെ അടിസ്ഥാനമാണ് അരക്ഷിതാവസ്ഥ. സുരക്ഷിതത്വത്തെക്കുറിച്ചുള്ള ആശങ്കയാണ് അരക്ഷിതബോധം. സമൂഹത്തിലെ ഒരു വലിയവിഭാഗവും ഈ അരക്ഷിതത്വബോധത്തിന്റെ തടവുകാരാണ്. സുരക്ഷിതത്വത്തെക്കുറിച്ചുള്ള അമിത ആശങ്ക കുടുംബജീവിതത്തെ ആജീവനാന്ത തടവറയിലിടുന്നു. മുതലാളിത്ത ജീവിതരീതികൾ ഈ അരക്ഷിതാവസ്ഥയെ വ്രണമാക്കുന്നു. പ്രസവം, ആരോഗ്യരക്ഷ, വിദ്യാഭ്യാസം, തൊഴിൽ, വിവാഹം, ആചാരങ്ങൾ, ആഘോഷങ്ങൾ തുടങ്ങി എല്ലാ ജീവിതവ്യവഹാരങ്ങളും മൂലധനവല്ക്കരിക്കപ്പെട്ടതോടെ ഈ അരക്ഷിത ബോധം സാർവ്വജനീനമായി. ഒരു കാലത്ത് വന്യവും സ്വച്ഛന്ദവും ആഹ്ലാദകരവുമായി സാക്ഷാൽക്കരിച്ച എല്ലാ ജീവിതവ്യവഹാരവും മുതലാളിത്തത്തോടെ ഒരു ഭാരമായി മാറി. മൃഗങ്ങളോടും പക്ഷികളോടും വൃക്ഷലതാദികളോടുമൊത്ത് സ്വഛന്ദം വിഹരിച്ചിരുന്ന വനാന്തരങ്ങളിൽനിന്നും മനുഷ്യർ പുറത്തായി. അലയാഴികളും, തീരങ്ങളും, പുഴകളും, കായലുകളും, കുന്നുകളും, മേച്ചിൽപ്പുറങ്ങളും, മണലാരണ്യങ്ങളുമെന്നു വേണ്ട എല്ലാ പ്രകൃതിയിടങ്ങളും പൊതുഇടങ്ങളും മൂലധനശക്തികളും ഭരണകൂടവും ചേർന്ന് സമൂഹത്തിൽനിന്നും കവർന്നെടുത്തു ഉല്പാദനോപാധികളുടെ മേലുള്ള സ്വകാര്യവല്ക്കണം മനുഷ്യജീവിതത്തെ ദുസ്സഹമാക്കി. ആഗോളവല്കൃത നടപടികളുടെ ഭാഗമായി ജീവിതത്തിന്റെ സമസ്തമേഖലകളിലും അധിനിവേശപ്രത്യയശാസ്ത്രം അതിന്റെ സർവ്വാതിശായിയായ മേധാവിത്വം സ്ഥാപിച്ചു. ഈ ആധിപത്യത്തിന്റെ അന്ത:സത്തയെന്നുപറയുന്നത് അയുക്തികതയുടെ യുക്തിവല്ക്കരണമാണ്. പഴയ അന്ധവിശ്വാസങ്ങളുടെ സ്ഥാനത്ത് മൂലധനാഷ്ഠിത അന്ധവിശ്വാസം അങ്ങേയറ്റം തുടങ്ങി. ശാസ്ത്രത്തിന്റെയും സാങ്കേതികവിദ്യയുടെയും പിൻബലത്തോടെയുള്ള ഈ പുതിയ അന്ധവിശ്വാസത്തെ മുതലാളിത്ത പ്രത്യയശാസ്ത്രം സൃഷ്ടിച്ച കപട ലോകസങ്കല്പമെന്നും വിളിക്കാം. അൽത്തൂസർ തന്റെ on ideology എന്ന വിശ്രുത പഠനത്തിൽ ഈ കപടപ്രത്യയശാസ്ത്രം എങ്ങനെയാണ് പ്രവർത്തിക്കുന്നതെന്ന് വിശദമാക്കിയിട്ടുണ്ട്. ഈ കപടപ്രത്യയശാസ്ത്രത്തിന്റെ ബലത്തിലാണ് പുരുഷാധിഷ്ഠിതകുടുംബം നിലനില്ക്കുന്നത്.

പിതൃദായക-പുരുഷാധിഷ്ഠിത കുടുംബത്തിൽ സ്ത്രീ എന്നും ഒരു

വീട്ടടിമയാണ്. സ്ത്രീലൈംഗികതയുടെമേലുള്ള പുരുഷാധിനിവേശമാണ് കുടുംബവ്യവസ്ഥയുടെ അടിത്തറ. ഫാസിസത്തിന്റെ അടിസ്ഥാന യൂണിറ്റുകളാണ് ഈ പുരുഷാധിഷ്ഠിത കുടുംബങ്ങൾ. കൃത്രിമലൈംഗികതയെ സൃഷ്ടിച്ചുകൊണ്ടും അതിനെ അടിച്ചമർത്തിക്കൊണ്ടും നിരോധിച്ചുകൊണ്ടും പ്രവർത്തിക്കുന്ന ഈ കുടുംബഘടനയുടെ ആന്തരികസ്വഭാവമാണ് അരക്ഷിതബോധം. പ്രകൃതിവിരുദ്ധവും കൃത്രിമവുമായ ഒരു സുരക്ഷിതസങ്കല്പം സൃഷ്ടിക്കപ്പെടുകയും എന്നാൽ ഇതൊരിക്കലും പൂർണ്ണമായി സഫലമാക്കാനാവാതെ വരികയും ചെയ്യുമ്പോഴാണ് അരക്ഷിതത്വബോധമുണ്ടാവുന്നത്. അതായത് സുരക്ഷിതത്വബോധത്തിന്റെ സൃഷ്ടിയാണ് അരക്ഷിതത്വബോധം. ഇല്ലാത്ത കറുത്ത പൂച്ചയെ ഒരാൾ കൂരിരുട്ടിൽ തപ്പുന്നതുപോലെയാണിത്. നാളിന്നുവരെ നിലനിന്നുപോന്നതും ഇന്നും മാറ്റമില്ലാതെ തുടർന്നുവരുന്നതുമായ ആൺകോയ്മയുടെ അഥവാ ആണധികാരത്തിന്റെ ഉരുക്കുകോട്ടയിലാണ് കുടുംബഘടന നിലനില്ക്കുന്നത്. സ്ത്രീസമൂഹം ഇവിടെ പുരുഷന്റെ കീഴാളവർഗ്ഗമായി മെരുങ്ങിയും വഴങ്ങിയും കലഹിച്ചും ജീവിച്ചുപോരുന്നു. ദൈവം എന്ന മിഥ്യയായ സങ്കല്പത്തിന്റെ ആവിഷ്കാര സൃഷ്ടി മതത്തിന്റെയും കുടുംബത്തിന്റെയും താങ്ങായി തുടരുന്നു. ഭരണകൂടത്തിന്റെ പ്രതിരൂപമായും ദൈവം അതിന്റെ കർമ്മം നിർവ്വഹിക്കുന്നു. രക്ഷകപുരുഷനായ ദൈവവും രക്ഷകയായ ദേവിയും ഒരേ കുടുംബത്തിന്റെ പ്രതിരൂപങ്ങൾ തന്നെ. ഈ കുടുംബത്തിന്റെ അരക്ഷിതത്വഭീതിയും ശൈഥില്യവും സ്വാതന്ത്ര്യനിഷേധവുമാണ് ഫാസിസത്തിന്റെ സാംസ്കാരികാടിത്തറ.

സ്വാതന്ത്ര്യത്തിനുവേണ്ടിയുള്ള നൈസർഗ്ഗിക കാമനകളുടെ സ്ഥാനത്ത് സ്വാതന്ത്ര്യത്തെ നിയന്ത്രിച്ചുനിർത്തുകയെന്ന അഭിലാഷവും ആ അഭിലാഷസംതൃപ്തി നല്കുന്ന കൃത്രിമാഹ്ലാദവുമാണ് കുടുംബാടിത്തറ. സ്വാതന്ത്ര്യ തൃഷ്ണയെന്നത് അരക്ഷിതത്വത്തിന്റെ പര്യായമായിമാറുന്നു. സ്വാതന്ത്ര്യം മനുഷ്യന്റെ നിലനില്പിന് എതിരായ ഒരു ആശയവും തൃഷ്ണയുമാണെന്ന് കുടുംബസദാചാരം പരോക്ഷമായും പ്രത്യക്ഷമായും പ്രഖ്യാപിക്കുന്നുണ്ട്. ഈ അപകടകാരിയായ തൃഷ്ണയെ മെരുക്കാനും അതിജീവിക്കാനുമാണ് കുട്ടികൾ മുതൽ കുടുംബിനിവരെ പരിശീലിപ്പിക്കപ്പെടുന്നത്. കുടുംബത്തിനകത്തെ മെരുക്കലും നിയന്ത്രിക്കലും അച്ചടക്കപരിശീലനങ്ങളും അനുശാസനങ്ങളും മതിയാവാതെ സ്കൂളുകൾ, മതസ്ഥാപനങ്ങൾ, ആരാധനാലയങ്ങൾ, ആശുപത്രികൾ, കായികപരിശീലന കേന്ദ്രങ്ങൾ എന്നിവയെല്ലാം മനുഷ്യരെ പരിശീലിപ്പിക്കുന്നത് സ്വാതന്ത്ര്യതൃഷ്ണയെ മെരുക്കാനാണ്.

17

ഫാസിസത്തിനെതിരെ

ഫാസിസത്തിനെതിരായ ഒരു വിശാലരാഷ്ട്രീയ ഐക്യം എന്ന ആശയം ട്രോട്സ്കിയും അന്റോണിയോ ഗ്രാംഷിയും ജോർജ് ദിമിത്രോവും മുന്നോട്ടുവെച്ചതാണ്. ജർമ്മൻ കമ്യൂണിസ്റ്റ് പാർട്ടി ട്രോട്സ്കിയുടെ ആശയം സ്വീകരിച്ചിരുന്നെങ്കിൽ ജർമ്മനിയിൽ ഹിറ്റ്ലർക്ക് ഉയർന്നുവരാൻ കഴിയുമായിരുന്നില്ല. നാസികൾ അധികാരത്തിലെത്തുമായിരുന്നില്ല. ജർമ്മൻ കമ്യൂണിസ്റ്റ് പാർട്ടി അവിടുത്തെ ബൂർഷാ പാർട്ടികളുമായി ഐക്യം സ്ഥാപിക്കണമെന്നതായിരുന്നു. ട്രോട്സ്കിയുടെ ആശയം.

ജർമ്മനിയിൽ ഹിറ്റ്ലറുടെ ഫാസിസത്തെ തടയിടാനുള്ള ഏറ്റവും ഉജ്ജ്വലമായ പദ്ധതിയാണ് ലിയോൺ ട്രോട്സ്കി മുന്നോട്ടുവെച്ചത്. ഈ സമയത്ത് അദ്ദേഹം (1930 കളുടെ ആദ്യത്തിൽ) റഷ്യയിൽനിന്നും നാടുകടത്തപ്പെട്ടിരിക്കുകയായിരുന്നു. ജർമ്മൻ കമ്യൂണിസ്റ്റ് പാർട്ടി അവിടുത്തെ സോഷ്യൽ ഡമോക്രാറ്റിക് പാർട്ടി (SPD) യുമായി ഐക്യം സ്ഥാപിക്കാനാണ് ട്രോട്സ്കി നിർദ്ദേശിച്ചത്. ജർമ്മൻ കമ്യൂണിസ്റ്റ് പാർട്ടിക്കുമാത്രമായി ഹിറ്റ്ലറെ എതിർക്കാൻ കഴിയില്ല എന്ന് ട്രോട്സ്കിക്ക് വ്യക്തമായി അറിയാമായിരുന്നു. എന്നാൽ ജർമ്മൻ കമ്യൂണിസ്റ്റ് പാർട്ടി ട്രോട്സ്കിയുടെ നിർദ്ദേശം അംഗീകരിച്ചില്ല. അവർക്ക് സ്വീകാര്യം സ്റ്റാലിന്റെ നയമായിരുന്നു. ജർമ്മൻ സോഷ്യലിസ്റ്റ് ഡമോക്രാറ്റിക് പാർട്ടി മൃദുഫാസിസ്റ്റ് ശക്തി (Moderate wing of Fascism) ആണെന്ന നിലപാടിലായിരുന്നു ജർമ്മൻ കമ്യൂണിസ്റ്റ് പാർട്ടിയും സ്റ്റാലിനും. 1930 ൽ ഹിറ്റ്ലർക്കും നാസികൾക്കും 6 1/2 ദശലക്ഷം വോട്ടുലഭിച്ചപ്പോൾ കമ്യൂണിസ്റ്റ് പാർട്ടിക്ക് ലഭിച്ചത് 4 1/2 ദശലക്ഷം വോട്ടായിരുന്നു. സോഷ്യോ ഡമോക്രാറ്റിക് പാർട്ടിക്കാകട്ടെ 8 1/2 ദശലക്ഷവും. ട്രോട്സ്കിയുടെ

നിർദ്ദേശം സ്വീകരിച്ച് ഇരുപാർട്ടികളും ഒന്നിച്ച് നിന്നിരുന്നെങ്കിൽ ഹിറ്റ്ല റേക്കാൾ രണ്ടുമടങ്ങ് വോട്ട് ഐക്യമുന്നണിക്ക് ലഭിക്കുമായിരുന്നു. അങ്ങനെ ചരിത്രത്തിലെ ഭീകരമായ ഒരു ദുരന്തത്തെ തടയാമായിരുന്നു. 1930 ലെ ജർമ്മൻ ഫെഡറൽ തെരഞ്ഞെടുപ്പിൽ ഏറ്റവും വലിയ ഒറ്റ ക്കക്ഷി ജർമ്മൻ സോഷ്യലിസ്റ്റ് ഡമോക്രാറ്റിക് പാർട്ടി (SPD) ആയിരു ന്നു. ജർമ്മൻ പാർലമെന്റായ റിച്സ്റ്റാഗിൽ ആകെ 577 സീറ്റിൽ 143 സീറ്റാണ് SPD ക്ക് ലഭിച്ചത്. ഹിറ്റ്ലറുടെ നാസിപ്പാർട്ടിക്കാകട്ടെ 107 സീറ്റും, ആകെ 38 പാർട്ടികളാണ് 1930 ലെ തിരഞ്ഞെടുപ്പിൽ ജർമ്മനിയിൽ മത്സ രിച്ചത്. ഇതിൽ രണ്ടുപാർട്ടികൾ മാത്രം (ജർമ്മൻ കമ്യൂണിസ്റ്റ് പാർട്ടിയും) യോജിച്ചിരുന്നെങ്കിൽ നാസികൾ പരാജയപ്പെടുമായിരുന്നു. മുപ്പത്തിയേഴു പാർട്ടികളും വേറെ വേറെ മത്സരിക്കുന്ന ഒരു രാഷ്ട്രീയ സാഹചര്യം ഹിറ്റ്ലർക്ക് എത്രമാത്രം അനുഗുണമായിരുന്നുവെന്നോർക്കുക. ഇറ്റാലി യൻ കമ്യൂണിസ്റ്റുപാർട്ടിയും ജർമ്മൻ കമ്യൂണിസ്റ്റുപാർട്ടിയെപ്പോലെതന്നെ ഫാസിസത്തിന്റെ കടന്നുവരവിനെ തടയുന്നതിൽ ഗുരുതരമായ ഉപേക്ഷ കാണിച്ചു. ഇക്കാര്യം അന്റോണിയോ ഗ്രാംഷി ചൂണ്ടിക്കാണിച്ചതാണ്.

ഫാസിസത്തിന്റെ കടന്നുവരവിനെ തടയുന്നതിൽ ജർമ്മൻ, ഇറ്റാ ലിയൻ കമ്യൂണിസ്റ്റ് പാർട്ടികൾക്കുപറ്റിയ തെറ്റിൽനിന്നും ഇന്ത്യൻ കമ്യൂ ണിസ്റ്റ് പ്രസ്ഥാനം പാഠം പഠിച്ചുവെന്ന് പറയാൻ കഴിയില്ല. ഹിന്ദുത്വ ഫാസിസത്തെ ഹിന്ദുത്വ വർഗ്ഗീയതയെന്നു പേരുമാറ്റി അഭിസംബോധന ചെയ്യുന്നുവെന്നതാണ് കമ്യൂണിസ്റ്റ് പാർട്ടികളുടെ ഒന്നാമത്തെ തെറ്റ്. ഫാസിസ്റ്റ് ആക്രമണങ്ങൾ രൂക്ഷമാവുമ്പോൾ പൊതുവേദികളിലും മറ്റും ഹിന്ദുത്വഫാസിസം എന്നവർ അഭിസംബോധനചെയ്യുകയും പാർട്ടിരേഖ കളിലെല്ലാം ഹിന്ദുത്വവർഗ്ഗീയതയെന്ന് മാത്രം വിശേഷിപ്പിക്കുന്നതിൽ തെളിയുന്ന ഇരട്ടത്താപ്പ് പ്രത്യയശാസ്ത്രപരമായ ദാരിദ്ര്യത്തെയാണ് വെളിപ്പെടുത്തുന്നത്. യൂറോപ്യൻ രീതിയിലുള്ള ഫാസിസമല്ല ഹിന്ദുത്വ ത്തിന്റേത് എന്നു പറഞ്ഞുകൊണ്ട് ഇന്ത്യയിൽ ഫാസിസം വന്നിട്ടില്ലെന്നും ഫാസിസ്റ്റ് പ്രവണത മാത്രമാണുള്ളതെന്നും പറയുന്നതിലെ വൈരുദ്ധ്യം ശ്രദ്ധിക്കുക.

റിയാക്ടീവ് പൊളിറ്റിക്സും ആക്ടീവ് പൊളിറ്റിക്സും

ഫാസിസത്തിന്റെ കടന്നാക്രമണങ്ങളിൽനിന്നും എങ്ങനെ രക്ഷ പ്പെടാം എന്ന ചോദ്യം ഗൗരവായി ഉന്നയിക്കപ്പെടുന്നില്ല. ഫാസിസത്തി നെതിരായ ഐക്യമുന്നണിയെന്ന ആശയം പോയിട്ട് ഫാസിസത്തിനെ തിരായി ഒറ്റ രാഷ്ട്രീയപാർട്ടിപോലും ഇന്ത്യയിൽ ദേശീയതലത്തിൽ ഒരു സെമിനാറോ റാലിയോ സമ്മേളനമോ നടത്തിയിട്ടില്ല എന്നുകൂടി ഓർ ക്കുക. വിദ്യാർത്ഥി സംഘടനകൾ, യുവജനസംഘടനകൾ, വനിതാ സംഘടനകൾ, എഴുത്തുകാർ, ദളിതുകൾ തുടങ്ങിയവർ നടത്തിയതും നടത്തിക്കൊണ്ടിരിക്കുന്നതുമായ പ്രവർത്തനങ്ങളെ വിസ്മരിക്കുന്നില്ല. പക്ഷേ, എന്തുകൊണ്ട് രാഷ്ട്രീയകക്ഷികൾ ഇതേറ്റെടുക്കുന്നില്ല. ഈ

ചോദ്യത്തിന്റെ ഉത്തരത്തിലാണ് ഫാസിസത്തിന്റെ യഥാർത്ഥ നിഗൂഢത നമുക്കു വെളിപ്പെടുന്നത്. ഫാസിസത്തെ ഭയപ്പെടുകയും അതിലേക്കാകർഷിക്കപ്പെടുകയും അതിന് സമ്മതി നല്കുകയും ചെയ്യുന്ന പ്രവണത ഇന്ത്യൻ സമൂഹത്തിൽ വ്യാപിച്ചിരിക്കുന്നുവെന്നതാണ് നം കാണേണ്ടത്. ഇത് ഒരു അപ്രിയസത്യമാണ്. വോട്ടിന്റെ കണക്കുകൾകൊണ്ടല്ല ഇത് നിർണ്ണയിക്കേണ്ടത്. വോട്ടിങ് ശതമാനത്തിൽ 30% മാത്രമായിരിക്കാം മോദിക്കു ലഭിച്ചത്. പക്ഷേ, വോട്ടുചെയ്യാത്ത ഗണ്യമായൊരു വിഭാഗത്തിന്റെ സമ്മതി ഫാസിസത്തിനുണ്ട് എന്നതാണ് നാം മനസ്സിലാക്കേണ്ടത്. മൃദുഹിന്ദുത്വം, മിതവാദ ഹിന്ദുത്വം എന്നൊക്കെ വിശേഷിപ്പിക്കപ്പെടുന്ന ഒരു പ്രവണതയായി ഇതിനെ കാണാം. ഇത്തരത്തിലുള്ള മൃദുഹിന്ദുത്വവാദികൾ ഹിന്ദുത്വഫാസിസമെന്ന പേരുപോലും ഇഷ്ടപ്പെടുന്നില്ല. അവർ ലിബറൽ ഫാസിസമെന്ന പദമാണിതിനുപകരമായി ഉപയോഗിക്കുന്നത്. ലിബറൽ ഹിന്ദുത്വ ഫാസിസത്തിന്റെ രാഷ്ട്രീയവും പ്രത്യയശാസ്ത്രവും ഈ ഗ്രന്ഥത്തിന്റെ ആദ്യഭാഗങ്ങളിൽ വളരെ വിശദമായും ഗൗരവമായും പ്രതിപാദിച്ചുകഴിഞ്ഞു. ഹിന്ദുത്വഫാസിസത്തിനുപകരം ലിബറൽ ഹിന്ദുത്വം എന്ന് ആവർത്തിച്ചുറപ്പിക്കുന്നത് മിതവാദ ഹിന്ദുത്വത്തിന്റെ ഒരടവാണ്. നവലിബറൽ ഫാസിസവുമായി ഇഴചേർന്നുകൊണ്ടാണ് ഹിന്ദുത്വഫാസിസം പ്രവർത്തിക്കുന്നത്. ഈ ഇരട്ടപ്രതിഭാസത്തിനെതിരായ പോരാട്ടത്തിൽ മിതവാദ-മൃദുഹിന്ദുത്വവാദികളെയും പക്ഷേ, അണിനിരത്തേണ്ടതുണ്ട്. അല്ലാത്തപക്ഷം ഹിന്ദുത്വഫാസിസത്തിന്റെ വെല്ലുവിളികളെ അതിജീവിക്കാൻ കഴിയില്ല. ജർമ്മനിയിലും ഇറ്റലിയിലും സംഭവിച്ച ദുരന്തത്തിന്റെ കാരണം നേരത്തെ വിശദീകരിച്ചുകഴിഞ്ഞു.

ഇൻഡോനേഷ്യൻ കോൺഗ്രസിനെയും സംഘപരിവാർശക്തികളെയും സമീകരിക്കുന്ന സമീപനം ഫലത്തിൽ ഹിന്ദുത്വഫാസിസത്തെ സഹായിക്കുകയേയുള്ളൂ. ഫാസിസത്തിനെതിരായ ഐക്യമുന്നണിയെന്ന ട്രോട്സ്കിയുടെയും ദിമിത്രോവിന്റെയും വീക്ഷണങ്ങൾക്കെതിരാണ് മേല്പറഞ്ഞ സമീകരണം. ഫാസിസത്തിനെതിരായ ഐക്യമുന്നണിയിൽ ഉൾപ്പെടേണ്ടവരെല്ലാം കറതീർന്ന കമ്യൂണിസ്റ്റുകളും മതനിരപേക്ഷവാദികളും ഭൗതികവാദികളുമായിരിക്കണമെന്ന ഒരു സങ്കല്പം നമ്മുടെ പുരോഗമനവാദികൾക്കിടയിൽ ഇന്നു പ്രബലമായി നിലനില്ക്കുന്നുണ്ട്. പുറമെ ആകർഷകമായി തോന്നിക്കുന്ന ഒരു സങ്കല്പമായിരിക്കാം ഇത്. പക്ഷേ, ഇത്തരമൊരുവീക്ഷണം യഥാർത്ഥത്തിൽ ആദർശാത്മകമാണ്. അതായത് പ്രായോഗികമല്ലെന്നർത്ഥം. ആദർശാത്മക രാഷ്ട്രീയ സങ്കല്പങ്ങളെല്ലാം തന്നെ അപ്രായോഗികമായിരിക്കണമെന്നില്ല. ഒരു ആദർശം ജനമനസ്സിനെ പുരോഗമനാത്മകമായി ചലിപ്പിക്കുന്നതാണെങ്കിൽ അത് തീർച്ചയായും പ്രായോഗികവും യുക്തിസഹവുമാണ്. മഹാത്മാഗാന്ധി അത്തരത്തിലുള്ള മാർഗ്ഗമാണ് പിന്തുടർന്നത്. എന്നാൽ പുരോഗമനത്തിന്റെ പരിവേഷമുള്ള പല സങ്കല്പങ്ങളും ജനമനസ്സിനെ ചലി

പ്പിക്കാൻ ശേഷിയില്ലാത്ത കേവലാദർശങ്ങളാകയാൽ അതിന്റെ ഉറവിടം ആശയവാദമാണെന്ന് പറയേണ്ടതില്ല. അത്തരത്തിലുള്ള ഒരാശയവാദ സങ്കല്പമാണ് ഫാസിസത്തിനെതിരായ ഐക്യമുന്നണിയിൽ ഉൾപ്പെടുന്നവരെല്ലാം മതനിരപേക്ഷവാദികളും ഭൗതികവാദികളും തികഞ്ഞ പുരോഗമനവാദികളുമായിരിക്കണമെന്ന നിർബ്ബന്ധം. നമ്മുടെ സമൂഹത്തിലെ 90% ത്തിലധികം ജനങ്ങളും മതവിശ്വാസികളും, തികഞ്ഞ പുരോഗമനപക്ഷ രാഷ്ട്രീയത്തിൽ അടിയുറച്ചുനില്ക്കാത്തവരും ഈശ്വരവിശ്വാസികളുമാണെന്ന് എല്ലാവർക്കുമറിയാവുന്ന ഒരു യാഥാർത്ഥ്യമാണ്. മാത്രമല്ല ഈശ്വരവിശ്വാസവും ആത്മീയവാദവും ലോകത്തുനിന്നും തുടച്ചുമാറ്റപ്പെടേണ്ട തിന്മകളാണെന്ന് ആരെങ്കിലും കരുതുന്നുണ്ടെങ്കിൽ അവർ വിഡ്ഢികളുടെ സ്വർഗ്ഗത്തിലാണ്. മതസംഘടനകളും പൗരോഹിത്യവും സമൂഹത്തിന്റെയും വ്യക്തികളുടെയും ജനാധിപത്യാവകാശങ്ങളെയും സ്വാതന്ത്ര്യത്തെയും ഹനിക്കുമ്പോൾ അതിനെതിരെ പൊരുതുകയെന്നതും അന്ധവിശ്വാസങ്ങളെയും അത്യാചാരങ്ങളെയും എതിർക്കുകയെന്നതും തത്ത്വശാസ്ത്രപരവും ശാസ്ത്രാധിഷ്ഠിതവുമായ ചിന്തകളിലൂടെ വിശ്വാസികളുമായി സംവാദം നടത്തുകയെന്നതുമാണ് പ്രായോഗികമായിട്ടുള്ളത്.

മതത്തിനെതിരായ സമരമെന്നത് മതത്തെ സൃഷ്ടിച്ച സാഹചര്യത്തിനെതിരായ സമരമാണ് എന്ന മാർക്സിന്റെ വിഖ്യാതമായ നിരീക്ഷണത്തിന്റെ അർത്ഥവുമിതാണ്. അതായത് സാധാരണ ജനങ്ങളുടെ വിശ്വാസത്തെ ചൂഷണംചെയ്യുന്ന മതപൗരോഹിത്യം, മതരാഷ്ട്രീയ-സംഘടനകൾ എന്നിവയിൽനിന്നും ജനങ്ങളെ ആത്യന്തികമായി വിമോചിപ്പിക്കണമെങ്കിൽ അതിനു കൃത്യമായ രാഷ്ട്രീയ സമരം തന്നെ നടത്തേണ്ടതുണ്ട്. കേവലയുക്തിവാദ പ്രസ്ഥാനങ്ങൾക്ക് ഇത്തരത്തിലുള്ള രാഷ്ട്രീയ ഇടപെടലുകൾ നടത്താൻ കഴിയില്ല. കാരണം മതത്തിനെതിരായ സമരമെന്നാൽ മതത്തെ സൃഷ്ടിച്ച ആത്മനിഷ്ഠവും വസ്തുനിഷ്ഠവുമായ സാഹചര്യങ്ങൾക്കെതിരായ സമരമാണല്ലോ. ഈ സാഹചര്യങ്ങൾക്കെതിരായ സമരം നടത്തേണ്ടതും വിശ്വാസികളായ ജനങ്ങൾതന്നെയാണല്ലോ. വിശ്വാസികളായ ജനങ്ങൾക്കൊപ്പം നില്ക്കണമെങ്കിൽ അവർ പ്രതിനിധാനം ചെയ്യുന്ന മത-ആത്മീയ പ്രസ്ഥാനങ്ങളുമായി ആശയപരമായ സംവാദം നിലനിർത്തിക്കൊണ്ടുള്ള കൂട്ടായ പ്രവർത്തനങ്ങൾ അനിവാര്യമായി വരും. ഇന്ത്യയിലെ കമ്യൂണിസ്റ്റ് പാർട്ടികളുടെ ഈ വഴിക്കുള്ള പ്രവർത്തനങ്ങളിൽ പല പിഴവുകളുമുണ്ടെങ്കിലും താത്ത്വികമായി അവരുടെ മതത്തോടുള്ള സമീപനം മാർക്സിന്റെ ഉറച്ച നിലപാടുതന്നെയാണ്. മതവിശ്വാസികളുമായി ആശയപരവും വൈകാരികവും സാംസ്കാരികവുമായി കൂടുതൽ അടുക്കാനാണ് കമ്യൂണിസ്റ്റുപാർട്ടികൾ ശ്രമിക്കേണ്ടത്. ഭീകരവാദ-തീവ്രവാദ പ്രസ്ഥാനങ്ങളെ എതിർത്തുകൊണ്ടുതന്നെ മേല്പറഞ്ഞ രീതിയിൽ ഇടതുപക്ഷ പ്രസ്ഥാനങ്ങൾക്കു പ്രവർത്തിക്കാവുന്നതാണ്. എന്നാൽ മതപരമായ അടിത്തറയുള്ള രാഷ്ട്രീപ്രസ്ഥാ

നങ്ങളെയും സംഘടനകളെയും നാം ഭീകരപ്രസ്ഥാനങ്ങളിൽനിന്നും കൃത്യമായും വേർതിരിച്ചുകാണേണ്ടതുണ്ട്. ഭീകരപ്രസ്ഥാനങ്ങളുടെ അടിത്തറ മതമാണെന്നുള്ളത് ഒരു യാന്ത്രികസങ്കല്പമാണ്. യാഥാസ്ഥിതികമതങ്ങളും അതിന്റെ പൗരോഹിത്യസംവിധാനവും അനുശാസനങ്ങളും എതിർക്കപ്പെടേണ്ടതുതന്നെയാണ്. എന്നാൽ അത് രാഷ്ട്രീയപരവും സാമൂഹികവുമായ നവീകരണത്തിലൂടെമാത്രമെ ഫലപ്രദമാവുകയുള്ളൂ. ഭരണകൂടത്തിന്റെയോ നിയമസംവിധാനങ്ങളുടെയോ ഏകപക്ഷീയമായ ഇടപെടലുകളിലൂടെ പരിഹരിക്കാവുന്നതല്ല അത്. സമൂഹത്തെ മൊത്തം രോഗഗ്രസ്തമാക്കിയിരിക്കുന്നു. മൂലധനാധിനിവേശം മതത്തെയും ഒഴിവാക്കുന്നില്ല. അതുപോലെതന്നെ നവലിബറൽ രാഷ്ട്രീയഘടനയിൽ നിലനില്ക്കുന്ന ഭരണകൂടാധികാരവും മതപ്രസ്ഥാനങ്ങളുടെ സ്വഭാവത്തിൽ നിർണ്ണായകമായ പരിവർത്തനം വരുത്തിയിരിക്കുന്നു. നോം ചോംസ്കിയെക്കുറിച്ചുള്ള അദ്ധ്യായത്തിൽ ഈ വിഷയം വിശദമായി ചർച്ച ചെയ്തുകഴിഞ്ഞു. ലോകത്തിൽ ഭീകരവാദം സൃഷ്ടിക്കുന്നതിൽ അമേരിക്കൻ സാമ്രാജ്യത്വവും ഇന്ത്യയിൽ വർഗ്ഗീയ ഫാസിസം വളർത്തുന്നതിൽ ബ്രിട്ടീഷ് കൊളോണിയലിസവും മതതീവ്രവാദപ്രസ്ഥാനങ്ങൾ വളർത്തുന്നതിൽ ഹിന്ദുത്വശക്തികളും നടത്തിയിട്ടുള്ള ആസൂത്രിത നീക്കങ്ങളെ അവഗണിച്ചുകൊണ്ട് ഈ വിഷയത്തെ നമുക്കു സമീപിക്കാനാവില്ല. ഭീകരവാദം എന്നത് ഒരു മതപ്രസ്ഥാനമായിട്ടല്ല ഒരു രാഷ്ട്രീയ പ്രതിഭാസമായിട്ടാണ് കാണേണ്ടത്. അതിനുപകരം മതങ്ങളാണ് ഭീകരവാദത്തിന്റെ അടിത്തറയെന്ന നിലപാടുകൾ ഒരിക്കലും ഒരു തരത്തിലും ജനാധിപത്യസങ്കല്പവുമായി പൊരുത്തപ്പെട്ടുപോവുന്നതല്ല.

മതാതീത സമൂഹം എന്ന സങ്കല്പം വെച്ചുപുലർത്താൻ ഒരാൾക്കുള്ള അവകാശം പോലെതന്നെ പ്രധാനമാണ് മതവിശ്വാസികളായി ജീവിക്കാനുള്ള അവകാശവും. മതവിശ്വാസത്തിന്റെ അടിത്തറയെന്നത് ഒരൊറ്റക്കൽത്തറയല്ല. മതത്തിന്റെ അടിത്തറ ഈശ്വരവിശ്വാസവും ആരാധനകളും മാത്രമല്ല. ഇവയെല്ലാം മതത്തിന്റെ ബഹുശിലാപാളിയിലെ ഒരു അടുക്കുമാത്രമാണ്. മതഗ്രന്ഥങ്ങളും അനുശാസനങ്ങളും മറ്റൊരു പാളിയാണ്. പക്ഷേ, ഇതിനേക്കാളെല്ലാം പ്രധാനം മറ്റൊന്നാണ്. യുക്തിവാദികൾക്ക് കാണാൻ കഴിയാത്ത ഈ ശിലാപാളിയാണ് മതത്തെ നിലനിർത്തുന്ന നിർണ്ണായക ഘടകം. സംഘാത്മകമായ അബോധം (Collective unconscious) എന്ന ഈ നിർണ്ണായക ഘടകത്തെ പരിഗണിച്ചുകൊണ്ടുമാത്രമെ ഒരു യഥാർത്ഥ ഫാസിസ്റ്റ് വിരുദ്ധ ബദൽ സംസ്കാരവും രാഷ്ട്രീയവും കെട്ടിപ്പടുക്കാൻ കഴിയുകയുള്ളൂ. ദൈവം ഒരു മിഥ്യയായ വിശ്വാസം മാത്രമാണെന്നറിഞ്ഞുകൊണ്ടുതന്നെയാണ് ഈ വിശ്വാസം ഭൂരിപക്ഷം വിശ്വാസികളും നിലനിർത്തുന്നത് എന്ന് വിശ്വസിക്കാത്തവരാണ് നമ്മുടെ യുക്തിവാദികൾ. ചുരുക്കിപ്പറഞ്ഞാൽ ജനങ്ങൾ വിശ്വാസികളാണ് എന്ന യാഥാർത്ഥ്യം വിശ്വസിക്കാത്തവരാണ് യുക്തിവാദികൾ. അതൊരു വിശ്വാസമാണ് എന്ന വിശ്വാസികളുടെ

പ്രസ്താവനയിൽ അത് യാഥാർത്ഥ്യമല്ല എന്ന പരോക്ഷ സൂചനയുണ്ട്. ഒരു തീക്ഷ്ണമായ അഭിലാഷത്തെയാണതു പ്രതിഫലിപ്പിക്കുന്നത്. ദൈവം എന്നൊരു ശക്തി ഉണ്ടാവേണ്ടിയിരുന്നുവെന്ന അഭിലാഷമാണത്. "ദൈവമുണ്ടായിരുന്നെങ്കിൽ എന്റെ ദൈവമേ എന്ന് ദൈവ വിശ്വാസിയല്ലാത്ത സുരാസു എന്ന നാടകകൃത്തിന്റെ ഒരു നാടകത്തിൽ ഒരു കഥാപാത്രം വിലപിക്കുന്നുണ്ട്. മഹാഭൂരിപക്ഷം വിശ്വാസികളുടെയും മാനസികാവസ്ഥയെയാണ് ഈ വിലാപം പ്രകടമാക്കുന്നത്. അടുത്ത ജന്മത്തിലുള്ള വിശ്വാസം, ആത്മാവിലുള്ള വിശ്വാസം, ഇതെല്ലാം മേല്പറഞ്ഞതിന്റെ തുടർച്ചകളാണ്. അനശ്വരനായിരിക്കുക അഥവാ മരണത്തെ അതിജീവിക്കുക എന്ന തീക്ഷ്ണമായ അഭിലാഷത്തിന്റെ പ്രകടനമാണിതെല്ലാം. മരണത്തെ അതിജീവിക്കുകയെന്നത് അസാദ്ധ്യമാണെന്ന യാഥാർത്ഥ്യം മനസ്സിലാവാത്താതുകൊണ്ടല്ല മറിച്ച് ഈ യാഥാർത്ഥ്യത്തോട് പൊരുത്തപ്പെടാൻ കഴിയാത്തതുകൊണ്ടാണീ വിശ്വാസങ്ങൾ രൂപപ്പെടുന്നത്.

ഈ വിശ്വാസങ്ങൾ സാന്ത്വനം നല്കുന്നതുകൊണ്ടാണ് നിലനിർത്തപ്പെടുന്നത്. ഇങ്ങനെയുള്ള വിശ്വാസങ്ങൾ നിലനിർത്തുമ്പോഴും ഇവയെല്ലാം വിശ്വാസങ്ങൾ മാത്രമാണെന്ന് വിശ്വാസികൾ അറിയാതിരിക്കുന്നില്ല. ചുരുക്കിപ്പറഞ്ഞാൽ എല്ലാ യുക്തിവാദികൾക്കുമറിയുന്ന കാര്യങ്ങൾ വിശ്വാസികൾക്കുമറിയാം. വിശ്വാസികൾക്ക് ഇതൊന്നുമറിയില്ല എന്നു വിശ്വിസിക്കുന്നവരാണ് യുക്തിവാദികളിൽ പലരും. (യുക്തിവാദികൾ എന്നതുകൊണ്ട് ഇവിടെയുദ്ദേശിക്കുന്നത് ഒരു പ്രത്യേക സംഘടനയിൽപ്പെട്ടവരെയല്ല) വിശ്വാസികൾക്ക് ശാസ്ത്രീയമായ പ്രപഞ്ചവീക്ഷണവും ജീവിത ദർശനവുമുണ്ട് എന്ന് ഈ പറഞ്ഞതിനർത്ഥമില്ല. പക്ഷേ, വിശ്വാസികൾക്ക് മറ്റെന്തെല്ലാം അറിവിന്റെ അഭാവം ഉണ്ടായാലും തങ്ങളുടെ വിശ്വാസത്തെക്കുറിച്ചുള്ള ദൃഢമായ ഒരറിവുണ്ട്. ഈ അറിവിന്റെ അടിസ്ഥാനം ജീവിതമാണ്. ജീവിതത്തിന്റെ നശ്വരതയെക്കുറിച്ചുള്ള ബോധമാണ്, അനശ്വരത പ്രാപിക്കാനുള്ള വ്യർത്ഥമെങ്കിലും സാന്ത്വനമേകുന്ന ഏകാശ്രയമാണ്, ദൈവസങ്കല്പത്തിലേക്ക് വിശ്വാസികളെ നയിക്കുന്നത്. മരണമെന്ന അനിവാര്യയാഥാർത്ഥ്യത്തെ ഉൾക്കൊള്ളാൻ കഴിയാത്ത അബോധമനസ്സിന്റെ നിസ്സഹായതയുടെ പ്രതിഫലനമാണത്. ഒപ്പം ജീവിതത്തിന്റെ ഭൗതിക പ്രശ്നങ്ങൾ അവരിലേല്പിക്കുന്ന ആഘാതങ്ങളിൽനിന്നും രക്ഷനേടാനുള്ള വ്യഗ്രത. മുതാളിത്തം സൃഷ്ടിക്കുന്ന സാമ്പത്തികാഘാതങ്ങൾ വിശ്വാസികളുടെ വിശ്വാസത്തെ ദൃഢപ്പെടുത്തുന്നു. ഇതിലുമുപരി കുടുംബ-സാമൂഹിക തലത്തിലെ മാനുഷികബന്ധങ്ങളുടെ ശൈഥില്യവും നിർണ്ണായകമായി വർത്തിക്കുന്നു. ഒറ്റപ്പെടൽ, അരക്ഷിതബോധം, അന്യവല്ക്കരണം, വിശ്വാസവഞ്ചനകൾ, സ്നേഹരാഹിത്യം തുടങ്ങിയ പ്രശ്നങ്ങൾ ഏല്പിക്കുന്ന മാനസികപ്രശ്നങ്ങൾ, മതവിശ്വാസത്തെ ബലപ്പെടുത്തുന്നു. ഈ മതവിശ്വാസത്തെ ഫാസിസ്റ്റ് ശക്തികൾ ദുരുപയോഗംചെയ്യുന്നു. മറ്റൊരു നിർണ്ണായക ഘടകത്തെക്കുറിച്ചുകൂടി പറയേണ്ടതുണ്ട്.

18

സാംസ്കാരിക വ്യവസായവും ജനപ്രിയമാധ്യമവും

സാംസ്കാരവും ഫാസിസവും തമ്മിലുള്ള വൈരുദ്ധ്യാത്മക ബന്ധത്തെക്കുറിച്ചുള്ള ചർച്ചകൾ ഇന്ന് ബൗദ്ധികമണ്ഡലങ്ങളിൽ ഏറക്കുറെ സജീവമാണ്. എങ്കിലും സംസ്കാരത്തെ ആദർശവല്ക്കരിച്ചുകൊണ്ടുള്ള സമീപനവും ഇന്ന് മുഖ്യധാരാമാധ്യമങ്ങളിൽ പ്രകടമാണ്. ഫാസിസ്റ്റ് അധിനിവേശത്തിന്റെ മുഖ്യ അടിത്തറയായി ഇന്ന് സംസ്കാരം മാറിയിരിക്കുന്നുവെന്നതാണ് ഇവിടെ എടുത്തുപറയുന്നത്. സംസ്കാരിക ഫാസിസം സാംസ്കാരിക ദേശീയത തുടങ്ങിയ പ്രവണതകൾ ഹിന്ദുത്വ ഫാസിസ്റ്റുകളുടെ നേതൃത്വത്തിൽ പ്രബലമായതും നമുക്കറിയാവുന്നതാണ്. സംസ്കാരമെന്നാൽ അനുക്രമം വികസിച്ചുവരുന്ന മാനുഷിക സത്തയുടെ അഥവാ മൂല്യങ്ങളുടെ ആകത്തുകയാണെന്ന പരമ്പരാഗത സങ്കല്പം ചോദ്യംചെയ്യപ്പെട്ടിരിക്കയാണല്ലോ. അധികാരവുമായി അഭേദ്യമാം വിധം ബന്ധപ്പെട്ടിരിക്കുന്ന ഒരു പ്രതിഭാസമാണ് സംസ്കാരം. സാംസ്കാരിക രാഷ്ട്രീയത്തിന്റെ അടിത്തറയായി പ്രവർത്തിക്കുന്നത് അധികാരമാണ്. കല, സാഹിത്യം, ഭാഷ, അറിവ് എന്നിവയെല്ലാംതന്നെ സാംസ്കാരികാധികാരത്തിന്റെ ഭാഗമാണ്. സംസ്കാരം ഒരേസമയം അധികാരവും വ്യവസായവുമായി പ്രവർത്തിക്കുന്നു.

അധികാരവും സാമ്പത്തികാധിപത്യവും സമ്മിശ്രമായി പ്രവർത്തിക്കുന്നതുകൊണ്ടുതന്നെ സംസ്കാരവ്യവസായ (cultural Industry) വും സാംസ്കാരിക രാഷ്ട്രീയാധികാരവും ഇഴചേർന്നു പ്രവർത്തിക്കുന്നു. സാംസ്കാരിക വ്യവസായത്തെക്കുറിച്ച് വിഖ്യാത മാർക്സിയൻ ചിന്തകനായ റെയ്മണ്ട് വില്യംസ് അവതരിപ്പിക്കുന്ന സാംസ്കാരിക ഭൗതികവാദം (cultural materialism) എന്ന പരികല്പന ഇവിടെ പ്രസക്തമാണ്. *സംസ്കാരവും സമൂഹവും (culture and society), ദീർഘവിപ്ലവം (the long revolution), മാർക്സിസവും സാഹിത്യവും (Marxism and*

Literature) തുടങ്ങിയ ഗ്രന്ഥങ്ങളിലൂടെ ചരിത്രപരമായ ഭൗതികവാദ കാഴ്ചപ്പാടിൽ സംസ്കാരത്തെ സമഗ്രമായി പരിശോധിക്കുകയാണ് റെയ്മണ്ട് വില്യംസ് ചെയ്യുന്നത്. അദ്ദേഹത്തിന്റെ നിരീക്ഷണത്തിൽ സംസ്കാരമെന്നത് ഒരു ഭൗതികപ്രതിഭാസമാണ്. അതനുസരിച്ച് ഒരു സമൂഹത്തിന്റെ ഉല്പാദനവ്യവസ്ഥയുമായി ബന്ധപ്പെട്ടാണ് സംസ്കാരം നിലനില്ക്കുന്നത്. സംസ്കാരത്തെ സാമ്പത്തിക വ്യവസ്ഥയുടെ ഉപരി ഘടനയായി കാണുന്ന യാന്ത്രികസങ്കല്പത്തെ 1958 ൽ രചിച്ച (What is Literature) എന്ന ലേഖനത്തിൽ അദ്ദേഹം വിമർശിക്കുന്നു. സാമ്പത്തികവ്യവസ്ഥ സംസ്കാരത്തെ ശക്തമായി സ്വാധീനിക്കുമ്പോൾതന്നെ സമഗ്രജീവിതരീതിയായി സംസ്കാരം വർത്തിക്കുന്നുവെന്നും അദ്ദേഹം സമർത്ഥിക്കുന്നു. സംസ്കാരത്തെ സാമാന്യജനങ്ങളിൽനിന്നും വേർതിരിച്ചുകാണുന്ന അധീശത്വധാരണകളെയും അദ്ദേഹം വിമർശിക്കുന്നു. സാമ്പത്തികവ്യവസ്ഥയുമായി ബന്ധപ്പെട്ടുനില്ക്കുമ്പോൾ തന്നെ ആപേക്ഷികമായി സ്വച്ഛന്ദതയിൽ വർത്തിക്കുന്ന രാഷ്ട്രീയപ്രതിഭാസമായിട്ടാണ് അദ്ദേഹം സംസ്കാരത്തെ വിശകലനം ചെയ്യുന്നത്.

റെയ്മണ്ട് വില്യംസിനെപ്പോലെതന്നെ സംസ്കാരത്തിന്റെ രാഷ്ട്രീയമാനങ്ങളെക്കുറിച്ച് ഒരുപക്ഷേ, കൂടുതൽ സൂക്ഷ്മമായി അപഗ്രഥിച്ച ചിന്തകനാണ് തിയോഡോർ അഡോണോ. സംസ്കാരവ്യവസായം എന്ന ഗ്രന്ഥത്തിൽ സംസ്കാരവ്യവസായത്തെ ജനക്കൂട്ടവുമായി ഉൽഗ്രഥിച്ചു ചേർക്കുന്ന പ്രവണതയെ ഫാസിസ്റ്റ് വല്ക്കരണ പ്രതിഭാസമായി അദ്ദേഹം വിശദമാക്കുന്നു. മുതലാളിത്തത്തിന്റെ കമ്പോളവല്ക്കരണവുമായി ബന്ധപ്പെട്ടാണ് ഈ പ്രതിഭാസം വളരുന്നത്. ജനങ്ങളെ അരാഷ്ട്രീയവല്ക്കരിക്കുകയെന്നതാണ് ഫാസിസത്തിന്റെ ഒരു പ്രവണത. ഓരോരുത്തരുടെയും അഹ്ലാദത്തിനുവേണ്ടിയാണ് മുതലാളിത്തഘട്ടത്തിൽ ആളുകൾ ഉല്പന്നങ്ങൾ വാങ്ങുന്നതെങ്കിൽ ഫാസിസ്റ്റ് വല്ക്കരണഘട്ടത്തിൽ അന്യരെ പ്രതിരോധിക്കാൻ വേണ്ടിയാണ് കൂടുതലായും ഉല്പന്നങ്ങൾ വാങ്ങിക്കൂട്ടുന്നത്. പുതിയവീട് നിർമ്മിക്കുന്നത്, വാഹനങ്ങൾ, വസ്ത്രങ്ങൾ തുടങ്ങിയവയെല്ലാം വാങ്ങുന്നതിൽ ഈ അപരപ്രതിരോധം (defending others) അദൃശ്യമായും ദൃശ്യമായും പ്രവർത്തിക്കുന്നു. അന്യരെ, അയൽവാസിയെ, ബന്ധുക്കളെ, സുഹൃത്തുക്കളെയെല്ലാം പ്രതിരോധിക്കുകയെന്നാൽ അവരോട് മത്സരിക്കുകയും അവരിൽനിന്നുണ്ടാകുന്ന പ്രതികരണങ്ങളെ അതിജീവിക്കുകയും ചെയ്യുകയെന്നതാണ്. അതുകൊണ്ടുതന്നെ അപരസങ്കല്പത്തെ ശക്തിപ്പെടുത്തിക്കൊണ്ടാണ് ഫാസിസ്റ്റ് വല്ക്കരണ സമൂഹത്തിന്റെ കമ്പോളവ്യവസ്ഥയും അതുമായി ബന്ധപ്പെട്ട സംസ്കാരവ്യവസായവും വളരുന്നത്. സംസ്കാരികപ്രവർത്തനങ്ങളിൽ ഇടപെടുന്നതും ഇതിന്റെ ഭാഗമാണ്. അങ്ങനെ ഉപഭോക്താവ് രാജാവ് (consumer is the king) എന്ന സങ്കല്പം ലിബറൽ ജനാധിപത്യവിപണി മാറ്റിമറിച്ച് ഉപഭോക്താക്കളെ വിപണിയുടെ അടിമകളാക്കുന്നു. അന്യരെയെന്നുവെച്ചാൽ വ്യക്തികളെ മാത്ര

മല്ല അന്യസമുദായങ്ങളെയും അന്യമതവിഭാഗങ്ങളെയും ആന്തരികമായി സംശയിക്കുകയും ഭയപ്പെടുകയും ചെയ്യുന്ന പ്രവണതയിലൂടെയാണ് ജനക്കൂട്ട മനഃശാസ്ത്രവും സംസ്കാരവ്യവസായവും ഒന്നിച്ച് പ്രവർത്തിക്കുന്നത്. അങ്ങനെ സംശയരോഗവും (paranoia) അപരഭീതി (phobia)യും വളർന്നു സ്കിസോഫ്രീനിയ എന്ന മാനസികരോഗപ്രവണത വ്യാപരിക്കുന്നു. മുതലാളിത്തത്തിലെ വിപണിവല്ക്കരണം ഒരു സാംസ്കാരികരാഷ്ട്രീയ പ്രതിഭാസമായിമാറുന്നത് ഈ രോഗാവസ്ഥയുടെ അടിത്തറയിലാണ്. അപരഭീതിജന്യമായ ഈ സംസ്കാരികരാഷ്ട്രീയം പ്രവർത്തിക്കുന്നത് ആരാച്ചാരുടെ നിഴലിലാണ് എന്ന് അഡോണോ അഭിപ്രായപ്പെടാൻ കാരണമിതാണ്. മനുഷ്യബന്ധങ്ങളെയെല്ലാം സ്നേഹരഹിതവും ശിഥിലവുമാക്കിക്കൊണ്ടാണ് ഫാസിസം പ്രവർത്തിക്കുന്നത്. കായികമായ ഹിംസമാത്രമല്ല മാനസികമായ ഹിംസയും ശക്തിപ്പെടുത്തുകയെന്നതാണ് ഫാസിസ്റ്റ് സംസ്കാരത്തിന്റെ രീതി. അന്യന്റെ വാക്കുകൾ സംഗീതമയമാവേണ്ടിടത്ത് സംഗീതത്തെപ്പോലും ഭയാനകമാക്കിക്കൊണ്ട് അത് മനുഷ്യമനസ്സിനെ ഹിംസിക്കുകയും മനുഷ്യരെ തമ്മിലകറ്റുകയും ചെയ്യുന്നു. ഇങ്ങനെ അകന്ന സുഹൃത്ത് ശത്രുക്കൾ(Frenemies) ചേർന്ന് സ്വാർത്ഥലക്ഷ്യങ്ങൾക്കായി രൂപപ്പെടുത്തുന്ന മേളനം മാത്രമായി സാമൂഹ്യബന്ധം മാറുന്നു.

അദൃശ്യമായ വഴികളിലൂടെ നടത്തുന്ന ഈ സുഹൃത്-ശത്രുവല്ക്കരണം പക്ഷേ, ഫാസിസ്റ്റ് പടകളിൽ ദുർബ്ബലമാണ് എന്നതാണ് രസകരമായ വസ്തുത. കാരണം ഫാസിസ്റ്റുസംഘങ്ങൾ നിലനില്ക്കുന്നത് സ്നേഹത്തിലധിഷ്ഠിതമായിട്ടല്ല, സ്നേഹരാഹിത്യത്തിലധിഷ്ഠിതമായിട്ടാണ്. ഫാസിസ്റ്റ് സംഘങ്ങളിൽ പ്രവേശം ലഭിക്കുന്നതിന് സ്നേഹം ഒരു അയോഗ്യതയാണ്. കാരണം അപരവല്ക്കരിക്കപ്പെട്ടവരെ ഹിംസിക്കാൻ സ്നേഹം ഒരു തടസ്സമാണ്. ഫാസിസത്തിന്റെ ഈ ശത്രുതാമനഃശാസ്ത്രം പൊതുസമൂഹത്തിലേക്ക് വ്യാപിപ്പിച്ചുകൊണ്ടാണ് ഇന്ന് ഫാസിസ്റ്റ് വല്ക്കരണപ്രക്രിയ ശക്തിപ്പെടുന്നത്. (Authoritarian.....)

ഫാസിസത്തിന്റെ മേൽ പരാമർശിച്ച മനഃശാസ്ത്രത്തെ വിശകലനം ചെയ്ത ആദ്യകാല മനഃശാസ്ത്രജ്ഞനാണ് എറിക് ഫ്രോം (Eric Fromm). രാഷ്ട്രീയമനഃശാസ്ത്രം വികസിപ്പിച്ച ചിന്തകനാണദ്ദേഹം. കാൾ മാർക്സുമായി അടുത്ത് ബന്ധപ്പെട്ടിരുന്ന അദ്ദേഹം മാർക്സിന്റെ രാഷ്ട്രീയാശയങ്ങളെയും മനഃശാസ്ത്രത്തെയും ബന്ധിപ്പിക്കുന്നതിൽ പ്രധാന പങ്കുവഹിച്ചു. ഫാസിസത്തിന് സമൂഹത്തിൽ സ്വീകാര്യത ലഭിക്കുന്നതിന്റെ മനഃശാസ്ത്രരഹസ്യങ്ങളിൽ പ്രധാനപ്പെട്ട അധികാരോന്മുഖ വ്യക്തിത്വത്തെപ്പറ്റി ആദ്യമായി പഠനം നടത്തിയത് എറിക് ഫ്രോം ആണ്.

വ്യക്തികളെ സ്ഥാപനങ്ങൾക്കും സമൂഹത്തിലെ ആൾദൈവങ്ങൾക്കും മുന്നിൽ അനുസരണയുള്ളവരാക്കി വളർത്തുന്ന സാംസ്കാരികപരിശീലനത്തിലൂടെയാണ് അധികാരോന്മുഖവ്യക്തിത്വം രൂപപ്പെടുന്നത്. വിദ്യാലയങ്ങൾ ഇതിന്റെ പരിശീലനക്കളരികളിലൊന്നാണ്. മന്ത്രി

മാരും വിശിഷ്ടവ്യക്തികളും വിദ്യാലയങ്ങളിലെത്തുമ്പോൾ താലപ്പൊലിയേന്തി കുട്ടികൾ സ്വീകരിക്കുന്നത് (ഇപ്പോഴത് കേരളത്തിൽ നിർത്തലാക്കിയിട്ടുണ്ട്) ഇതിന്റെ അനേകപദ്ധതികളിലൊന്നുമാത്രമാണ്. കാഡറ്റ് പരിശീലനങ്ങൾ, കുട്ടിപ്പൊലീസ് സേന ഇവയും ഇതിന്റെ ഭാഗമാണ്. അധികാരത്തിന് കീഴ്പ്പെടുന്ന അച്ചടക്കമുള്ള വിദ്യാർത്ഥികളെയാണ് ഇങ്ങനെ വാർത്തെടുക്കുന്നത്. അരാഷ്ട്രീയവല്ക്കരിക്കപ്പെട്ട കലാലയങ്ങളാണ് ഈ പരിശീലനപദ്ധതിയുടെ ഒരുന്നം. അധികാരത്തിന് കീഴ്പ്പെടുത്തകമാത്രമല്ല കീഴാളരെ (subordinates) ഭരിക്കുക, അവരെ മർദ്ദിച്ചൊതുക്കുക തുടങ്ങിയ ഭാവിബ്യൂറോക്രാറ്റിക് രീതികളെല്ലാം വിദ്യാലയങ്ങളിൽനിന്നും പരിശീലിക്കുന്നു. ഈ സങ്കീർണ്ണമായ അധികാരോന്മുഖ വ്യക്തിത്വത്തിന്റെ മറ്റ് പ്രവർത്തനമണ്ഡലങ്ങളാണ് പഠനവും സംസ്കാരവും. പഠനത്തിൽ ഓരോ വിദ്യാർത്ഥിയും ലക്ഷ്യമിടുന്നത് സ്വയം വിജയിക്കുന്നതോടൊപ്പം സഹവിദ്യാർത്ഥിയെ പരാജയപ്പെടുത്തുകയെന്നതുമാണ്. മത്സരാധിഷ്ഠിത വിദ്യാഭ്യാസവും മത്സരാധിഷ്ഠിത തൊഴിൽ കമ്പോളവും മുതലാളിത്ത സാംസ്കാരിക രാഷ്ട്രീയത്തിന്റെ അഭേദ്യഭാഗങ്ങളാണ്. സ്കൂൾ കലാ-കായിക മേളകളും മത്സരങ്ങളും കൂടി ഇതിന്റെ ഭാഗമായി വർത്തിക്കുന്നു.

തൊഴിൽ കേന്ദ്രങ്ങളിലാണ് അധികാരോന്മുഖവ്യക്തിത്വം വികസിക്കുന്ന മറ്റൊരിടം. എന്നാൽ ഇതിവിടംകൊണ്ടും അവസാനിക്കുന്നില്ല. സാമാന്യജീവിതത്തിന്റെ സമസ്തമേഖലകളിലും ഈ പ്രവണത നിലനില്ക്കുന്നു. സംവരണവിരോധം, അന്യമത വിദ്വേഷം, തീവ്ര സാമുദായിക ചിന്തകൾ, മതാത്മകത, ന്യൂനപക്ഷ വിരോധം, ദളിത് വിരോധം, വംശീയചിന്തകൾ, യാഥാസ്ഥിതിക മൂല്യങ്ങളെ ചോദ്യംചെയ്യുന്നവരോടുള്ള പക, സിനിസിസം, നാശോന്മുഖത, ഹിംസാത്മകത തുടങ്ങിയ ഫാസിസത്തിന്റെ അടിസ്ഥാന സവിശേഷതകളിൽ പ്രധാനപ്പെട്ടവയെല്ലാം അധികാരോന്മുഖവ്യക്തിത്വത്തിൽ ലീനമാണ്. അധികാരോന്മുഖ വ്യക്തിത്വത്തിന്റെ പരിശീലനകേന്ദ്രങ്ങളുടെ ഭാഗമായിട്ടാണ് വ്യക്തിത്വവികസന ക്ലാസുകളും പരിശീലനങ്ങളും ഇന്ന് നാടുനീളെ നടത്തുന്നത്. കൗൺസലിങ്ങുകൾ, മനഃശാസ്ത്രക്ലാസുകൾ, യോഗ, സമാന്തര വിദ്യാഭ്യാസങ്ങൾ ആഗോളവല്ക്കരണകാലത്തെ ഒരു പ്രധാന സാംസ്കാരികവ്യവസായമാണ്. ഇത്തരം വ്യക്തിത്വവികസന പരിശീലനവ്യവസായം തിയോഡോർ അഡോണോ നിരീക്ഷിക്കുന്ന മാനവീകരണപ്രക്രിയ (Standardization) യാണ് നിർവ്വഹിക്കുന്നത്. വ്യക്തികളുടെ ബഹുസ്വരവും വൈവിദ്ധ്യപൂർണ്ണവുമായ ശേഷികൾ, അഭിരുചികൾ, ആഭിമുഖ്യങ്ങൾ എന്നിവയെ സ്റ്റാൻഡേഡൈസ് ചെയ്യുന്നതിലൂടെയാണ് ഫാസിസത്തിന്റെ ആൾക്കൂട്ട മനഃശാസ്ത്രം രൂപപ്പെടുത്തുന്നത്. വിദ്യാർത്ഥിനികളുടെ മുടിചീകുന്നതിലും വസ്ത്രധാരണത്തിലുമെല്ലാം ഈ സ്റ്റാൻഡേഡൈസേഷൻ പ്രവർത്തിക്കുന്നു. വിദ്യാലയങ്ങളിലെ ആൺ/പെൺ വേർതിരിവുകൾ ഒരു പ്രധാന ഫാസിസ്റ്റ് വല്ക്കരണ പ്രക്രിയയാണെന്ന് ഇനിയും പൊതു

സമൂഹം തിരിച്ചറിയപ്പെട്ടിട്ടില്ല. അധികാരോന്മുഖ വ്യക്തത്വവല്ക്കരണത്തിലെ ഒരു പ്രധാന ഘടകമാണ് ലിംഗപരമായ വേർതിരിവുകളും വിവേചനങ്ങളും. ആൺകുട്ടികളും പെൺകുട്ടികളും തമ്മിൽ നടക്കുന്ന സ്വാഭാവികവും നൈസർഗ്ഗികവുമായ ബന്ധങ്ങളെ രക്ഷിതാക്കൾ നിരോധിക്കുന്നതിനോടും ശിക്ഷിക്കുന്നതിനോടുമുള്ള ഭയമാണ് കുട്ടികളെ അധികാരസ്ഥാപനങ്ങളിലേക്കും വിശിഷ്ടവ്യക്തിത്വങ്ങളിലേക്കും അടുപ്പിക്കുന്നത് എന്ന് എറിക് ഫ്രോം അഭിപ്രായപ്പെടുന്നു. അധികാരസ്ഥാപനങ്ങളും വിശിഷ്ടവ്യക്തികളും കുടുംബത്തിലെ ലൈംഗികനിരോധനത്തെ പിന്തുടരുകയാണ് ചെയ്യുന്നത്. അങ്ങനെ സമൂഹം ഒരൊറ്റ അധികാരസ്വഭാവത്തിൽ പ്രവർത്തിക്കുന്നതു തിരിച്ചറിയുമ്പോഴേക്കും വിദ്യാർത്ഥികൾ അധികാരോന്മുഖവ്യക്തിത്വത്തിനടിപ്പെട്ടിരിക്കും. ഇത്തരം വ്യക്തിത്വത്തിന്റെ ആന്തരികതലം സംഘർഷാത്മകമാണെന്നു പറയേണ്ടതില്ലല്ലോ. 'സ്നേഹമാണഖിലസാരമൂഴി'യിൽ എന്നു പഠിച്ച കുട്ടികൾ അതു തങ്ങളുടെ എതിർലിംഗത്തോട് പറയുന്നത് ശിക്ഷാർഹമാകുന്നു. സ്നേഹം അങ്ങനെ കുറ്റമാവുന്നു സാമൂഹിക സാഹചര്യത്തിൽ ലൈംഗിക ചൂഷണങ്ങൾക്കും അതിക്രമങ്ങൾക്കും കുട്ടികൾ വിധേയരാവുന്നു. ഇത്തരം ചൂഷണങ്ങൾ നടത്തുന്നത് പരസ്യമായി സമൂഹത്തിൽ സദാചാരപ്പൊലീസ് ചമയുന്നവരും മറ്റുള്ളവരിൽ ലൈംഗികനിരോധനം നടത്തുന്നവരുമാണെന്നതിന് ധാരാളം തെളിവുകൾ നമ്മുടെ മുന്നിലുണ്ട്. ചുരുക്കിപ്പറഞ്ഞാൽ ലൈംഗികനിരോധനവും സദാചാര പൊലീസുമായി പ്രവർത്തിക്കുന്ന ഫാസിസ്റ്റ് ഉന്മുഖസംസ്കാരവും, മുതലാളിത്ത ലൈംഗിക ഉദാരീകരണവും ലൈംഗികാതിക്രമങ്ങളും സെക്സ് വ്യവസായവുമെല്ലാം പരസ്പരം പ്രതിപ്രവർത്തിക്കുന്ന സാംസ്കാരിക പ്രതിഭാസങ്ങളാണ്. ഈ വിഷയത്തെ സംബന്ധിച്ച് ഈ ഗ്രന്ഥകാരന്റെ *ലൈംഗികതയുടെ ചരിത്രം* എന്ന ഗ്രന്ഥത്തിൽ (ചിന്ത പബ്ലിഷേഴ്സ്) വിശദമായി പ്രതിപാദിച്ചിട്ടുണ്ട്.

കുടുംബവും വിദ്യാലയങ്ങളും വിദ്യാർത്ഥികളുടെ മേൽ നടത്തുന്ന നിരീക്ഷണം (Surveilliance) ഭരണകൂട നിരീക്ഷണത്തിന്റെ മറ്റൊരു പകർപ്പുതന്നെയാണ്. സംശയരോഗത്തിന്റെ (Paranoia) മൃദുഭാവം തന്നെയാണിവിടെ പ്രകടമാവുന്നത്. അദ്ധ്യാപകരും രക്ഷിതാക്കളും ഭരണകൂടവും വ്യക്തികളും മറ്റുള്ളവരെ നിരീക്ഷിക്കുന്നവരും നിയന്ത്രിക്കുന്നവരുമാകുന്ന ലിബറൽ ഫാസിസ്റ്റ് കാലഘട്ടത്തിന്റെ ദുരന്തമാണിത്. ഓരോരുത്തരും അവനവന്റെ/അവളുടെ പൊലീസ് ആയി പ്രവർത്തിക്കുന്നു. ഈ ആതുരാവസ്ഥയുടെ പൊട്ടിത്തെറിയാണ് സദാചാരക്രമങ്ങളായും ദുരഭിമാനഹത്യകളായും ഇവിടെ നടന്നത്. സമൂഹമാകെ പ്രസരിച്ചുനില്ക്കുന്ന നിയന്ത്രണത്തിന്റെ അഥവാ ഫാസിസ്റ്റ്വല്ക്കരണത്തിന്റെ ചങ്ങലകളെ ഭേദിക്കാൻ മുന്നോട്ടുവരുന്ന പ്രതിരോധശക്തിയെ ആക്രമിക്കാൻ തെരുവിലിറങ്ങിയ ഹനുമാൻസേനയും മറ്റും ഈ ഫാസിസ്റ്റ് വല്ക്കരണത്തിന്റെ സൈന്യംതന്നെയാണ്.

ജീവിതത്തിന്റെ സ്വാഭാവികവും ആരോഗ്യപൂർണ്ണവുമായ ബന്ധങ്ങളെക്കുറിച്ച് സർഗ്ഗാത്മകവും സുതാര്യവുമായി കുട്ടികളുമായി ആശയവിനിമയം ചെയ്യാൻ കഴിയാത്ത ഒരു കുടുംബഘടനയും വിദ്യാഭ്യാസഘടനയും വിദ്യാലയാന്തരീക്ഷവും നേരിടുന്ന പ്രതിസന്ധിയാണിത്. മനസ്സുകൾ പരസ്പരം മറച്ചുവെച്ചും മൂടിവെച്ചും അനുഷ്ഠാനപരമായ ഭാഷയിൽ വ്യവഹാരം നടത്തുന്ന സമൂഹത്തെ സൃഷ്ടിക്കുന്നതിലൂടെയാണ് അധികാരോന്മുഖ വ്യക്തിത്വം രൂപപ്പെടുന്നത്. ആശയവും വികാരവും വിനിമയം ചെയ്യുന്നതിനുപകരം മറച്ചുവെക്കാനുള്ള ഉപാധിയായി ഭാഷ മാറുന്നു. ഭാഷ സാർവ്വജനീനമായ അധികാരപ്രയോഗമായി മാറുന്നുവെന്നത് (മാറ്റുന്നുവെന്നത്) നവലിബറൽ കാലഘട്ടത്തിന്റെ ദുരന്തമാണ്.

കുറിപ്പുകൾ

അദ്ധ്യായം 1

1. *ദേശീയതയുടെ സ്വയംനിർണ്ണയാവകാശം* (The Right of Nations to Self- determination) എന്ന ലെനിന്റെ വിഖ്യാത ഗ്രന്ഥത്തിലാണ് ദേശീയതകളുടെ വിട്ടുപോവാനുള്ള അവകാശത്തെക്കുറിച്ച് ലെനിൻ പറയുന്നത്. സ്വയം നിർണ്ണയാവകാശമെന്നാൽ അന്യ ദേശീയ ശരീരങ്ങളിൽനിന്നുമുള്ള രാഷ്ട്രീയ വിഘടനവും ഒരു സ്വതന്ത്ര ദേശീയരാഷ്ട്രീയ വിഘടനവും ഒരു സ്വതന്ത്ര ദേശീയരാഷ്ട്രീയത്തിന്റെ രൂപവല്ക്കരണവുമാണ്. (..........the self determination of nations means the political seperation of these nations from alien national bodies and the formation of an independent national state (chapter I: What is meant by the self determination- VI Lenin)

അദ്ധ്യായം 2

1. രാംപുനിയാനി തന്റെ *വർഗീയ രാഷ്ട്രീയം*, *Communal Politics* by Rampuniyani ഈ ഗ്രന്ഥം ചിന്ത പബ്ലിഷേഴ്സ് പ്രസിദ്ധീകരിച്ചിട്ടുണ്ട്) എന്ന ഗ്രന്ഥത്തിന്റെ അവസാന ഭാഗത്ത് (അനുബന്ധം 2) 'ഹിന്ദുരാഷ്ട്രവ്യവഹാരം ചരിത്രപരമായ ഉത്ഭവം' എന്ന ശീർഷകത്തിൽ എഴുതുന്നു: "ബ്രിട്ടീഷ് ഭരണാധികാരികളുടെ പ്രോത്സാഹനത്തോടെ 18-ാം നൂറ്റാണ്ടിന്റെ ഉത്തരാർദ്ധത്തിൽ രൂപംകൊണ്ട 'പൗരസ്ത്യവാദ' നിർമ്മിതികളാണ് 'ഹിന്ദുക്കൾ', 'ഹിന്ദുയിസം' എന്നീ സംജ്ഞകൾ. ബ്രാഹ്മണ്യത്തിന്റെ പരമ്പരാഗതമായ അധിനിവേശാശയങ്ങൾ പ്രതിഫലിപ്പിക്കുന്ന ശാസ്ത്രങ്ങൾ, വേദങ്ങൾ തുടങ്ങിയ ഹിന്ദു ക്ലാസിക്കൽ കൃതികളിലെ അന്തഃസത്തയാണ്

ഇന്ത്യ എന്നാണ് ബ്രിട്ടീഷ് ഭരണാധികാരികൾ വിശ്വസിച്ചത്. 'ഏക ശിലാധിഷ്ഠിത ഹിന്ദുസമൂഹ ഇന്ത്യ' എന്ന ആവർത്തനത്തിലൂടെ യുള്ള ഈ വ്യാജനിർമ്മിതി, ബ്രാഹ്മണരും മറ്റു ഉപരിജാതികളും കുത്തകാധികാരം പ്രയോഗിക്കുന്ന വിഭജിത സമൂഹമെന്ന ഇന്ത്യൻ യാഥാർത്ഥ്യത്തിനുമേൽ ഇരുട്ടുവീഴ്ത്തുകയാണ് ചെയ്യുന്നത്.
രാം പുനിയാനി ഹിന്ദുയിസത്തെയും ഹിന്ദുത്വത്തെയും താരതമ്യം ചെയ്തുകൊണ്ട് ഇങ്ങനെ എഴുതുന്നു:
"ബഹുവിധപാരമ്പര്യങ്ങളുടെ സമന്വയമാണ് ഹിന്ദുയിസം; ബ്രാഹ്മ ണ-ശ്രമണ-താന്ത്രിക-കബീർ-തുക്കാറാം നാനാക് ധാരകൾ" ഹിന്ദു ത്വമെന്നത് രാം പുനിയാനിയുടെ നിരീക്ഷണത്തിൽ 'ബ്രാഹ്മണ ഹിന്ദുക്കളിൽ നിന്നുയർന്നുവന്ന 'വരേണ്യ ഹിന്ദുക്കളുടെ രാഷ്ട്രീ യമാണ്. (അതേ ഗ്രന്ഥം അനുബന്ധം 2)

2. നൊബേൽ പുരസ്കാരം ലഭിച്ച മഹാകവി രബീന്ദ്രനാഥ ടാഗോ റിന്റെ *ഗീതാഞ്ജലി* എന്ന കൃതിയിൽ ഇങ്ങനെ പറയുന്നു:
"Leave this chanting and singing and telling of beads. Whom dost thow worship in this lonely dark corner of temple with doors all shut. Open thine eye and see thy God is not before thee.
He is there where the tiller is tilling the hard ground and where the path maker is breaking stones...."(Here is thy footstool- *Geethanjali* page - 20)

3. 'കീഴാള ജനത' എന്നതുകൊണ്ടർത്ഥമാക്കുന്നത് ഏതെങ്കിലും ചില അധഃസ്ഥിത (ദളിത്) ജനവിഭാഗങ്ങളെ മാത്രമല്ല ജാതീയമായി പിന്നോക്കം നില്ക്കുന്നവരും സ്ത്രീകളും സാധാരണക്കാരിൽ സാധാരണക്കാരുമായ ജനങ്ങളെയാണ്. ക്ഷേത്രപ്രവേശനസത്യഗ്ര ഹസമരത്തിനുശേഷം അധഃസ്ഥിതരടക്കമുള്ള കീഴാള ജനതയെ ദേശീയ പ്രസ്ഥാനത്തിലേക്കാകർഷിക്കാൻ ഗാന്ധിജി വഹിച്ച പങ്ക് അനിഷേദ്ധ്യമാണ്.

അദ്ധ്യായം 3

1. വർഗ്ഗപരമായ മർദ്ദനവും സാമൂഹിക മർദ്ദനവും സമൂഹത്തിൽ നട ക്കുന്നുണ്ട്. ജാതീയവും വംശീയവുമായ അടിച്ചമർത്തൽ, വിവേ ചനം എന്നിവയൊക്കെയാണ് സാമൂഹിക മർദ്ദനം എന്നതുകൊണ്ട് വിവക്ഷിക്കുന്നത്. വർഗ്ഗമർദ്ദനത്തിന്റെ അടിത്തറ സാമ്പത്തികമാണെ ങ്കിൽ സാമൂഹികമർദ്ദനത്തിന്റെ അടിത്തറ സമൂഹത്തിൽ നില നില്ക്കുന്നത് അധികാരത്തിന്റെ ശ്രേണിബദ്ധത (hierarchy) ആണ്. അയിത്താചരണം, സാമൂഹിക ബഹിഷ്കരണം തുടങ്ങിയവയെല്ലാം സാമൂഹിക മർദ്ദനത്തിന്റെ സവിശേഷരൂപങ്ങളാണ്.
ഹിന്ദുത്വഫാസിസത്തിന് ഭരണകൂടത്തിന്റെ സഹായമില്ലാതെ തന്നെ നിലനില്ക്കാനും വളരാനും കഴിയും എന്നതിന്റെ ഏറ്റവും വലിയ

ഉദാഹരണങ്ങളാണ് RSS ന്റെയും സംഘപരിവാർശക്തികളുടെയും വളർച്ച. ഭരണകൂടത്തിന്റെ സഹായമില്ലാതെ നിലനില്ക്കാൻ കഴിയും എന്നു വെച്ചാൽ അവർക്ക് ഭരണകൂടം പിടിച്ചെടുക്കൽ ഒരു ലക്ഷ്യമല്ല എന്നല്ല ഭരണകൂടം കൈപ്പിടിയിലൊതുങ്ങുമ്പോൾ അവരുടെ ശക്തി പതിന്മടങ്ങ് വർദ്ധിക്കുന്നു. എന്നാൽ പൊളിറ്റിക്കൽ സൊസൈറ്റിയിലല്ല ഹിന്ദുത്വഫാസിസത്തിന്റെ വേരുകൾ. മറിച്ച് അധിനിവേശ പ്രത്യയശാസ്ത്രങ്ങൾ പ്രവർത്തിക്കുന്ന സിവിൽ സമൂഹത്തിലാണ് ഹിന്ദുത്വഫാസിസത്തിന്റെ തായ്‌വേര്. മറ്റൊരു ഭാഷയിൽ പറഞ്ഞാൽ പ്രത്യയശാസ്ത്ര ഉപകരണങ്ങൾകൊണ്ടാണ് ഹിന്ദുത്വഫാസിസം പ്രവർത്തനക്ഷമമാവുന്നത്. ഇവിടെ 'ഭരണകൂടം' എന്നതുകൊണ്ട് ഉദ്ദേശിക്കുന്നത് നവലിബറൽ ഭരണകൂടത്തെയാണ്. ഹിന്ദുത്വത്തിന്റെ പ്രത്യയശാസ്ത്രഉപകരണങ്ങളല്ല നവലിബറൽ ഭരണകൂടത്തിന്റെ പ്രത്യയശാസ്ത്രം. ജാതിവ്യവസ്ഥ, വർണ്ണവെറി, ജാതീയത, ശ്രേണീബദ്ധത, വർണ്ണവിവേചനം, ഹിന്ദുത്വ നിർമ്മിത മിത്തുകൾ, മനുസ്മൃതി ഇതൊക്കെയാണ് ഹിന്ദുത്വത്തിന്റെ പ്രത്യയശാസ്ത്ര ഉപകരണങ്ങൾ. എന്നാൽ നവലിബറൽ ഭരണകൂടവുമായി ഇതിന് സാർവ്വദേശീയ തലത്തിൽ യാതൊരു ബന്ധവുമില്ല. ഇന്ത്യയിൽ പക്ഷേ, ഈ ഹിന്ദുത്വനിർമ്മിത പ്രത്യയശാസ്ത്രഉപകരണങ്ങൾ നവലിബറലിസവുമായി ഇഴചേർന്നു പ്രവർത്തിക്കുന്നു. 'ഭരണകൂടം' എന്നതുകൊണ്ട് ഇവിടെ വിവക്ഷിക്കുന്നത് പ്രത്യക്ഷ ഭരണകൂട (രാഷ്ട്രീയസമൂഹ-Political Society) ത്തെയാണ്.

മനുഷ്യൻ സാമൂഹ്യ സാഹചര്യങ്ങളുടെ സൃഷ്ടിയാണെന്നും സാമൂഹ്യഅസ്തിത്വമാണ് മനുഷ്യരുടെ ബോധത്തെ നിർണ്ണയിക്കുന്നതെന്നും മാർക്സ് ആദ്യകാലത്ത് വ്യക്തമാക്കിയിരുന്നു. എന്നാൽ പിന്നീട് 'മിച്ചമൂല്യ സിദ്ധാന്ത' (Theory of Surplus value) ത്തെക്കുറിച്ച് വിശദീകരിക്കുമ്പോൾ മനുഷ്യർതന്നെയാണ് തന്റെ ഭൗതികോല്പാദനത്തിന്റെ അടിത്തറയെന്ന് മാർക്സ് വിശദീകരിക്കുന്നുണ്ട്. മാർക്സ് പറയുന്നു.

"Man himself is the basis of his material production which he acheives. In other words all conditions affect and more or less modify all of the functions and activities of man. The subject of production and the creator of material wealth, of commodities............... (Marx: Theory of Surplus Value)"

മനുഷ്യന്റെ സാമൂഹ്യഅസ്തിത്വമാണ് അവന്റെ ബോധത്തെ നിർണ്ണയിക്കുന്നതെന്ന മാർക്സിന്റെ ആദ്യകാല പ്രസ്താവനയും മനുഷ്യൻതന്നെയാണ് അവന്റെ ഭൗതിക ഉല്പാദനത്തിന്റെ അടിത്തറയും എന്ന പ്രസ്താവനയും തമ്മിൽ വൈരുദ്ധ്യമില്ല. മനുഷ്യൻ തന്നെയാണ് അവന്റെ ഭൗതിക ഉല്പാദനത്തിന്റെ അടിത്തറയെന്നു

പറയുമ്പോൾ മനുഷ്യ പ്രവർത്തനത്തിന്റെ അടിത്തറ എന്താണ് എന്ന ചോദ്യം നിലനില്ക്കുന്നു. മറ്റു ജന്തുക്കളിൽനിന്നും മനുഷ്യനെ വേർതിരിക്കുന്നത് അവന്റെ ഇന്ദ്രിയ പ്രവർത്തനങ്ങളാണ്. അത് മൃഗങ്ങളിൽനിന്ന് ഭിന്നമായിരിക്കുന്നത് മനുഷ്യരുടെ ഇന്ദ്രിയ പ്രവർത്തനങ്ങളെ നിയന്ത്രിക്കുന്ന പ്രതിഭാസമാണ് ചിന്ത എന്നതാണ്.

അദ്ധ്യായം 4

1. "പൊതുവിൽ കരുതുന്നതുപോലെ മാർക്സിൽ നിന്നല്ല ഗ്രാംഷി സിവിൽ സമൂഹം എന്ന ആശയം സ്വീകരിക്കുന്നത്. മറിച്ച് മറയില്ലാതെ ഹെഗലിൽനിന്നുമാണ്" (പേജ്:29) (Gramci and Marxist Theory ed. Chantal Moufe)

അദ്ധ്യായം 5

1. Giorgio Agamben
   Homo Sacer: Soverign Power and Bare life (1995)
2. ബറൂക്ക് സ്പിനോസ (Baruch Spinoza- 1632 - 1677) ലോകപ്രസിദ്ധ സ്പാനിഷ് തത്ത്വചിന്തകൻ. (ജനാധിപത്യത്തിന്റെ മാനിഫെസ്റ്റോ എന്ന പേരിലറിയപ്പെടുന്ന അദ്ദേഹത്തിന്റെ 'A Theological Political Treatise' എന്ന ഗ്രന്ഥത്തിലാണ് 'മൾട്ടിറ്റ്യൂഡ്' അഥവാ ജനസഞ്ചയം എന്ന ആശയം വിശദീകരിക്കുന്നത്. ഇറ്റാലിയൻ തത്ത്വചിന്തകനായ മാക്യവെല്ലി (Machiavelli - 1469-1527) യാണ് ജനസഞ്ചയം എന്ന പദം ആദ്യമായി ഉപയോഗിച്ചതെങ്കിലും രാഷ്ട്രീയപ്രാധാന്യത്തോടെ അതിന് യുക്തിയുക്തമായ വിശദീകരണം നല്കുന്നത് സ്പിനോസയാണ്.

അദ്ധ്യായം 6

1. ജിൽ ദെലേസ് (Gille Deleuz- 1925-1995) വിശ്വപ്രസിദ്ധ ഫ്രഞ്ചു തത്വചിന്തകനാണ്. *മുതലാളിത്തവും സ്കിസോഫ്രേനിയയും* (Capitalism and Schizophrenia) *ആന്റി ഈഡിപ്പസ്* (Anti Oedipus) തുടങ്ങിയ കൃതികളിലാണ് മുതലാളിത്തം എങ്ങനെയാണ് തൃഷ്ണയെ (desire) അനിയന്ത്രിതമായി ഉല്പാദിപ്പിക്കുന്നത് എന്നദ്ദേഹം സൂക്ഷ്മമായി പരിശോധിക്കുന്നു.

www.ingramcontent.com/pod-product-compliance
Lightning Source LLC
Chambersburg PA
CBHW031350230926
51848CB00002B/461
* 9 7 8 9 3 8 6 3 6 4 6 3 0 *